காயாம்பூ

காயாம்பூ

லாவண்யா சுந்தரராஜன் (பி. 1971)

திருச்சி மாவட்டம் முசிறியில் பிறந்தார். பெங்களூரில் வசிக்கிறார். மென்பொருள் நிறுவனமொன்றில் தலைமைப் பொறியாளராகப் பணிபுரிகிறார்.

இவருடைய கவிதைத் தொகுப்பு 'நீர்க்கோல வாழ்வை நச்சி' (2010), 'இரவைப் பருகும் பறவை' (2011), 'அறிதலின் தீ' (2015), மண்டோவின் காதலி (2021). முதல் சிறுகதைத் தொகுப்பு 'புறாக்களை எனக்குப் பிடிப்பதில்லை' (2019), 'முரட்டுப் பச்சை' (2022). இந்நூல் இவரது முதல் நாவல்.

மின்னஞ்சல் : *lavanya.sundararajan@gmail.com*

வலைத்தளம்: *uyirodai.blogspot.com*

லாவண்யா சுந்தரராஜன்

காயாம்பூ

காலச்சுவடு பதிப்பகம்

● அன்பார்ந்த வாசகருக்கு,

வணக்கம்.

காலச்சுவடு நூலை வாங்கியமைக்கு நன்றி.

நூலின் உள்ளடக்கம், உருவாக்கம், அட்டைப்படம் இன்ன பிற அம்சங்கள் பற்றிய உங்கள் கருத்துகளையும் ஆலோசனைகளையும் காலச்சுவடு வரவேற்கிறது. தகவல், எழுத்து, வாக்கியப் பிழைகள் தென்பட்டால் கட்டாயம் தெரிவித்து உதவுங்கள். நூல் தயாரிப்பில் கடும் குறைபாடு இருப்பின் மாற்றுப் பிரதி உங்களுக்குக் கிடைக்கக் காலச்சுவடு ஏற்பாடு செய்யும்.

மின்னஞ்சல்: **publisher@kalachuvadu.com**

காலச்சுவடு நாகர்கோவில் தலைமையகத்துக்கும் கடிதம் அனுப்பலாம்.

தங்கள்
எஸ்.ஆர். சுந்தரம் *(கண்ணன்)*
பதிப்பாளர் — நிர்வாக இயக்குநர்

காயாம்பூ ❖ நாவல் ❖ ஆசிரியர்: லாவண்யா சுந்தரராஜன் ❖ © லாவண்யா சுந்தரராஜன் ❖ முதல் பதிப்பு: நவம்பர் 2021, மூன்றாம் (குறும்) பதிப்பு: டிசம்பர் 2022 ❖ வெளியீடு: காலச்சுவடு பப்ளிகேஷன்ஸ் (பி) லிட்., 669, கே.பி. சாலை, நாகர்கோவில் 629001

kaayaampuu ❖ Novel ❖ Author: Lavanya Sundararajan ❖ © Lavanya Sundararajan ❖ Language: Tamil ❖ First Edition: November 2021, Third (Short) Edition: December 2022 ❖ Size: Demy 1 x 8 ❖ Paper: 18.6 kg maplitho ❖ Pages: 336

Published by Kalachuvadu Publications Pvt. Ltd., 669 K.P. Road, Nagercoil 629001, India ❖ Phone: 91-4652-278525 ❖ e-mail: publications @kalachuvadu.com ❖ Printed at Clicto Print, Jaleel Towers, 42KB Dasam Road, Teynampet Chennai 600018

ISBN: 978-93-90802-30-2

12/2022/S.No. 987, kcp 4250, 18.6 (3) 1k

காயாம்பூ மேனியானுக்கு

என்னுரை

காயாம்பூ மிக வசீகரமானது; மருத்துவக் குணம் கொண்டது; 'காயாம்பூ மேனியான்' என்று கடவுளை அடையாளப்படுத்தும் அங்கீகாரம் பெற்றது. ஆயினும் காயாக மாறாத காரணத்தால் அதன் பெயரே காயாம்பூ. என்ன செல்வம் பெற்றிருந்தாலும் மழலைச் செல்வம் வாய்க்கப் பெறாத தம்பதியர் சபிக்கப்பட்டவர்களே. ஒரு குழந்தை எல்லா இல்லாமைகளையும் மாற்றவல்லது; எல்லாக் காயத்தையும் ஆற்றவல்லது. ஆனால் எல்லாருக்கும் குழந்தை பெற்றுக்கொள்வது வரமாகவா அமைகிறது?

2014ஆம் ஆண்டு இறுதியில் 'மாதொருபாகன்' நாவல் சர்ச்சை விஸ்வரூபமெடுத்தபோது எழுத்தாளர் பெருமாள்முருகனுக்குத் துணை நிற்க வேண்டுமென்று கருதி, ஜனவரி 2015இல் செயற்கைக் கருத்தரிப்பு மையங்களில் நடக்கும் அட்டூழியங்களை எழுதி அதற்கும் பல்லாண்டு களுக்கு முன்னர் நடந்த பதினான்காம்நாள் திருநாளுக்கும் பெரிய வித்தியாசமில்லை என்றும், நாவலின் உள்ளடக்கம் பொறுத்துக் குறிப்பிட்ட சமூகத்தை அவமானம் செய்ததாகப் பேசியது முட்டாள்தனமென்றும், அப்படிப் பேசிய சமூகத்தைச் சார்ந்தவர்களும் இந்தச் செயற்கைக் கருத்தரிப்பு மையங்களுக்குப் போகாமல் இல்லை, செயற்கைக் கருத்தரிப்பு மையங்களில் நடக்கும் IUI என்ற செய்முறை கிட்டதட்ட பதினான்காம் திருவிழாவுக்கு ஒப்பானதே என்றும் எழுதியிருந்தேன். அந்தக் கட்டுரை 'கற்பனைப் பொன்னாவும் நிஜப் பொன்னாக்களும்' என்ற

தலைப்பில் *காலச்சுவடு* இதழில் வெளியானது. பரவலாகப் பலரின் கவனம் பெற்றது. அந்தக் கட்டுரையின் பெரும் பகுதி எழுத்தாளர் பெருமாள்முருகன் சார்பாகத் தமுஎகச சென்னை உயர்நீதி மன்றத்தில் தொடர்ந்த வழக்கின் தீர்ப்பிலும் குறிப்பிடப்பட்டிருந்தது. இதன்மூலம் எழுத்தாளர் பெருமாள்முருகனுக்குத் துணைநிற்க முடிந்ததில் எனக்குப் பெரும் மகிழ்ச்சி. அதன்பிறகு ஒருமுறை உரையாடலின்போது காலச்சுவடு கண்ணன், "நீங்கள் இக்கருப்பொருளை ஏன் நாவலாக எழுதிப் பார்க்கக்கூடாது," என்றுசொல்லி என்னுள் நாவல் எழுதும் ஆர்வத்தை விதைத்தார். அது மெல்ல வளர்ந்து 'காயாம்பூ' என்ற நாவலானது.

பரந்த வானத்தில் மீச்சிறு நட்சத்திரம்போலச் சிறு தெறிப்பாக இருந்த இந்த நாவலின் முதல் வரைவை நாவலாக்குவதற்கான குறிப்புகளை எழுத்தாளர் எம். கோபாலகிருஷ்ணன் வழங்கினார். இரண்டாம் வரைவை யும் வாசித்துக் கருத்துகள் சொன்னார். இரண்டாம் வரைவை எழுத்தாளர் பெருமாள்முருகனும் வாசித்துக் கருத்துகளைப் பகிர்ந்துகொண்டு நாவலைக் கூர்மையாக்க உதவினார். இந்த நாவலை மெய்ப்புப் பார்த்தவர்கள் ஆசிரியர் குணசேகரனும் விமர்சகர் சரவணன் மாணிக்கமும். ஐந்துபாகங்களாக எழுதப் பட்டிருந்த இந்த நாவலைக் குறுக்கி மேலும் மெய்ப்புப் பார்த்து, வார்த்தைகள், இலக்கணப் பிழைகள் களைந்து, தற்போது இருக்கும் வடிவத்துக்கு மாற்றிக்கொடுத்தவர் பேராசிரியர் கல்யாணராமன்; அவர் இந்த நாவலுக்கு முன்னுரையையும் எழுதிக்கொடுத்திருக்கிறார். நாவலின் மூன்றாம் வரைவை வாசித்து மேம்படுத்துவதற்கான கருத்துகளையும் பின்னட்டைக் குறிப்பையும் எழுத்தாளர் அரவிந்தன் வழங்கினார். அட்டை வடிவமைத்தவர் ஹரிசங்கர். இவர்கள் அனைவருக்கும் எனது நன்றி. முதல் வரைவிலிருந்தே இந்த நாவலின்மீது அக்கறை கொண்டுள்ள காலச்சுவடு ஜெபா, மேலும் புத்தகத்தை சிறப்பாக வடிவமைக்க உதவிய காலச்சுவடு கலா, ஹெமிலா இவர்களுக்கும் நன்றி. இந்த நாவலை வெளியிடும் காலச்சுவடு பதிப்பகத்துக்கும் கண்ணனுக்கும் எனது மனமார்ந்த நன்றி.

பெங்களூர் **லாவண்யா சுந்தரராஜன்**
08.02.2021

வீ

1

மகேந்திரபுரம் கைகாட்டியிலிருந்து தெற்கே செல்லும் பாதை பரிசல் துறைச் சாலை. அந்தச் சாலை முடியுமிடம் காவேரி சலசலத்து ஓடும். ஆற்றில் குளிக்க வசதியாகப் படிக்கட்டுகள் அமைந்த இடம் பரிசல் துறை. அரச மரப் பிள்ளையாரின் அருகில் நந்தினி நின்று பார்த்தபோது காவேரியில் புலர்ந்தும் புலராத அந்த அதிகாலை மிகவும் அற்புதமாய் இருந்தது. கலகலவென்று நிறை மகிழ்ச்சியோடு சிரித்தோடிக்கொண்டிருந்தாள் காவேரி. கரையொட்டி நின்ற ஆல அரச மரங்கள் காற்றில் அசைந்துகொண்டிருந்தன. கிசுகிசுவென்று சிறுகுருவிகளும் காவேரிப் படித்துறையும் அந்த இடத்தின் ரம்யத்தை மேலும் கூட்டிக்கொண் டிருந்தன. பரிசல்துறைப் படிக்கட்டுகளுக்கு மிக அருகில் அமைந்திருந்தது அழகு நாச்சியம்மன் கோவில். வடக்கு நோக்கி அமைந்திருக்கும் நுழை வாயிலில் அழகு நாச்சியை எப்போதும் பார்த்த வண்ணம் குதிரை மேல் அமர்ந்திருந்தார் மதுரை வீரன். அய்யனார் கோவிலில் இருப்பதுபோன்று பெரிய குதிரைகளும் அதன் மேல் வீற்றிருக்கும் காவல் தெய்வங்களும் அந்தக் கோவிலில் இருந்தன.

அழகு நாச்சியம்மனும் பிடாரி போன்றொரு காவல் தெய்வம். நுணா மரத்தின் அருகில் அமைந் திருந்த கர்ப்பக்கிரகத்தில் அழகு நாச்சியம்மன் தனது ரதகஜ துரக பதாதிகளோடு சௌஜன்யமாக அருள் பாலித்துக்கொண்டிருந்தாள். அருகில் சின்னச் சின்னக் கோவில்களும் அதன் சிறிய கோபுரங்களும் அதில் கலைநயமான சிறுசிறு

சிற்பங்களும் என்று எந்தக் குறைவுமின்றிக் கருப்பண்ணன், பெரியாண்டவர், காத்தவராயன் போன்றவரும் சூழ்ந்திருந்தனர். ஆனால் அவளே நாயகி. அவளுக்கே மணிமண்டபம். இவள் காவேரியில் மிதந்து இங்கே வந்து சேர்ந்தவள். இவள் தெய்வமானது எந்தக் காலத் துவக்கத்திலிருக்கும்? இந்தப் பெண் தெய்வத்திற்குப் பிள்ளைகள் உண்டோ? இல்லையென்ற போதும் இவை தெய்வங்கள்தானே? மாதவிடாய் உண்டா? பெண் சார்ந்த உடல் நோவுகள் உண்டோ? தெய்வத்திற்கு நோவுமில்லை, மூப்பும் இல்லை.

பலபலவென்று விடிந்தது காவேரியின் மறுகரை. சூரியன் மெல்ல எழுந்தபோது, இப்படியொரு விடியலில்தான் நீ பிறந்தாய் என்று அம்மா சொன்னது நினைவுக்கு வந்தது. அவளின் நெடுநெடுவென்ற அழகு, நாச்சியாரின் கோபுரத்தை ஒளியூட்டும் மின்விளக்குகளால் நிழலாக வளர்ந்து நின்ற அய்யனார் குதிரைகளின் கழுத்தைத் தாண்டியிருந்தது. அந்த நிழலைப் பார்த்தவள் அவள்.

"பிறக்கும்போதே கைகால்கள் நீளம். பிரசவம் மிகச் சிரமமாக இருந்துச்சு. தலையும் பெருசு. ஆயுதம் போட்டுத்தான் எடுத்தாங்கன்னு டாக்டர் சொன்னாரு. நான் மயங்கிட்டேன், நீ பொறந்ததே தெரியாது" என்று அம்மா சொன்னது நினைவுக்கு வந்தது.

"அப்ப நாராயணசாமி ஹாஸ்பிட்டல் கள்ளத் தெருவில் இருந்தது. வெளிய பலபலன்னு விடிஞ்சி வந்தது, அய்யோ வெளிச்சம் வந்துட்டா, வீதில போறவங்களுக்கு எல்லாம் தெரியுமேன்னு நினைச்சேன்."

அம்மா சொன்னதை இப்போது நினைத்துப் பார்த்தாள். பிள்ளைப் பேறு பிறர் பார்த்துவிட்டால் என்ன செய்வது என்று நினைக்கும் அளவிற்குத் திறந்துகிடந்த இடத்திலே என்னைப் பெற்றாளா என் அன்னை? பெண் அந்தரங்கத்திற்கு எந்த மதிப்பும் இல்லையா? பிள்ளைப் பேறு எல்லாப் புனித பிம்பங்களையும் கோட்பாடுகளையும் களைய வல்லதா?

நாராயணசாமி ஆண் மருத்துவர். அவரிடம் எப்படிப் பிள்ளைப் பேறு பார்த்துக்கொண்டாள் என் அம்மா என்ற கேள்வி, அவளையறியாமல் வந்து நின்றது. பிள்ளை பெறும் ஆசை அத்தனை வெட்கத்தையும் விட்டொழியச் செய்து விடுமா? ஒரு பெண் எப்படித் தன் உடலைப் பிற ஆடவரிடம் காட்ட முடியும் என்று எத்தனையோ முறை வியப்புடனும்

லாவண்யா சுந்தரராஜன்

அருவருப்புடனும் நினைத்துப் பார்த்தது நினைவிருக்கிறது நந்தினிக்கு. ஆனால் குழந்தைப் பேற்றுக்காக எண்ணற்ற ஆடவரிடம் என் உடலைத் திறந்து காட்டியபோது, இந்தப் பவித்திர எண்ணமெல்லாம் எங்கே போனது?

வாரிசு வேண்டாமா, வம்சம் தழைக்க வேண்டாமா என்று தெரிந்த நான்குபேரில் தொடங்கி யாரென்றே தெரியாத நாற்பதுபேர்வரை கேட்கும்போது, அந்தரங்கமாவது மண்ணாங்கட்டியாவது?

※

2

வீட்டு வாசலில் வந்து நின்று வீதியைப் பார்த்தாள் ராஜாத்தி. விடிந்து கொஞ்ச நேரம் ஆகியிருந்தது. வாசலில் போட்டிருந்த கோலத்தின் மீது மாட்டு வண்டித்தடம் பதிந்திருந்தது. “இந்தத் தேன்மொழிக்கு ஆச அடங்கறதில்ல. வீட்டுக்கு முன்ன கோலம் போடச் சொன்னா, வேலி தாண்டி வீதில போட்டு வைச்சிருக்கா” என்று முனகிக்கொண்டே எட்டிப் பார்த்தாள். வீதியில் புழுதிகிளப்பிக்கொண்டு சைக்கிளில் போய்க் கொண்டிருந்தார் சிவன் கோவில் அய்யர்.

காலை பழைய சாதம் தான் என்று தெரிந்ததுவே நீராகாரத்தை மட்டும் குடித்து விட்டு வெட்டியை மடித்து கட்டிக்கொண்டு முருகேசன் காட்டுக்கு கிளம்பி சென்றுகொண்டிருந்தான். ராஜாத்தி. நடையில் முன்னிருந்த துடியில்லை. நெடுநெடு வென்று இருந்த மனுசன், இப்படி கூன் விழுந்த மாதிரி ஆயிட்டாரு. வருஷம் முச்சூடும் உழைச்சா லும் கையும் காலும் தலையில இரண்டு மசிரையும் தவிர மிச்சமேதுமில்லை. கடன் அடைய மாட்டேன்கிது. பொண்ணு வேற வளர்ந்து நிக்கிற. அதான் ராஜா மாதிரி இருந்த மனுசர இப்படி ஆக்கிடுச்சி. ஹரி கொஞ்சம் தலையெடுக்கற வரை எப்படி தாக்குபிடிக்க போறமோ தெரியலையே என்று கவலையாக இருந்தது ராஜாத்திக்கு.

அவர்கள் வயல் ஐம்பேரி வாய்க்கால் பாசனத்தில் செழிப்பாக விளைந்திருந்தது. போன மழைக்கே ஏரி நிறைந்திருந்தது. ஓர் ஏக்கர் முழுவதும் ஒரே உயரத்தில் வளப்பமாய் வாழை வளர்ந்திருந் தது. தன் இலைகளை ஆட்டிக் கொஞ்சிப் பேசுவது

போலிருந்தது. வாழை நன்றாக வளர்ந்துவிட்டது. வடக்கத்தி காற்றும் மிக வேகமாய் அடிக்கிறது. மூக்கில்காரனிடம் பலமுறை கேட்டும் அவனோ கொம்புக்கு இரண்டு ரூவா இல்லாம மூங்கில கடையிலிருந்து நகத்த முடியாதுங்கிறான். எப்படியாவது மூங்கிலுக்கு காசு ஏற்பாடு பண்ணிடனும் ராஜாத்தியிடம் சொல்லியிருந்தான் முருகேசன்.

மூங்கிலுக்குக் காசு ஏற்பாடு செய்ய முடியாமல் போனது. அடுத்த நாள் ரேடியோவில் வங்கக் கடலில் புயலுக்கான சின்னம் உருவானதாகச் செய்தி வாசிக்கப்பட்டதுமே ராஜாத்திக்குக் கவலை குடிகொள்ளத் தொடங்கியது. விடியும் முன்பே வலுவாகக் காற்றடிக்கத் தொடங்கியதும் முருகேச னுக்குக் கிலிபிடித்துக்கொண்டது. வயலுக்கு ஓடும் முன்னரே காற்று வலுத்துப் போயிருந்தது. வாழைத்தோப்பு முழுவதும் சரிந்துகிடந்தது. பூகம்பம் வந்து இளம்வயதினர், குழந்தைகள், கர்ப்பிணிகள் என்று எந்த வித்தியாசமும் தெரியாமல் பிணமாகக் கிடப்பதுபோலச் சின்னச் சின்னப் புடைக் கட்டைகள் முதல், குலை தள்ளத் தயாராக இருந்த தலைவாழைகள்வரை எல்லாம் பசுமை மாறாது மண்ணில் கிடந்தன. சில வாழைகள் அப்போது குலைதள்ளிப் பிஞ்சு போல் பூவிட்டிருந்தன. அந்த இடம் முழுதும் வாழைகளின் மரண ஓலம் முருகேசன் காதைப் பிளந்தது. தன் சொந்தப் பிள்ளைகள் மண்ணில் மரித்துக் கிடப்பது போல அவனுக்குத் தோன்றியது.

வீட்டுக்கு வந்து காய்ச்சலில் படுத்தவன்தான். மீண்டும் எழுந்துகொள்ளவேயில்லை. “புயல் வந்து வாள மொத்தமா அழிஞ்சிட்டா என்ன? அடுத்த போகத்துல எடுத்தர முடியாதா? இப்படிப் பிள்ள ரண்டையும் என் தலையில கட்டிட்டுப் போய்ட்டாரே மனுஷன். பதினஞ்சு வயசுதான் ஹரிக்கு ஆவுது. அவன் என்ன பண்ணுவான். நான் எப்புடிக் குடும்பத்தப் பாத்துக்குவேன்?” என்று ராஜாத்தி அரற்றியதைக் கண்டவர் கண்களிலும் நீர் ஆறாகப் பெருகத் தொடங்கியது.

“ஆறாயிரம் கடன வாங்கிட்டு இவன் போயிச் சேந்துட்டான், எனக்கு ஒருவழி பண்ணாம பொணத்த தூக்க விட மாட்டேன்” என்றான் பங்காளி வேலாயுதம்.

தாலியைக் கழற்றிக் கொடுத்தாள் ராஜாத்தி.

“அண்ணே இத எடுத்துக்குங்க. நிலத்த அடமானம் வச்சி, உங்க கடனக் குடுத்தடறேன். இப்ப பிரச்சனை பண்ணாதீங்க”

பார்த்தவர்கள் பதறிப் பஞ்சாயத்து செய்து அன்றைக்கான பிரச்சினையை முடித்துவைத்தார்கள். "அவ தாலி எப்படியும் இன்னிக்கி பதினாறாம் நா எறங்கிடும். அதுவரை பொறுத்துக்க. நான் ஜவாப் தரேன்" என்று பக்கத்து வீட்டுப் பொன்னப்பன் சொன்னான். வேலாயுதம் முகத்தை முறித்துக் கொண்டு எழுந்து போனான்.

எந்தப் பிரச்சினையுமே இல்லாது பள்ளிக்கூடம் போய் வந்துகொண்டிருந்த ஹரிக்கு, இனி எப்படி எதிர்காலம் போகுமென்ற கவலை பற்றியது.

முருகேசனின் காரியம் எல்லாம் முடிந்ததும் உடனடியாகக் கடனை அடைக்க நகைகள் சிலதை விற்றனர். காட்டை ஈடு எழுதிக்கொடுத்து மேலும் சில சில்லறைச் செலவுகளைச் செய்தனர். தினம் சாப்பிட ஏதாவது வழி செய்ய வேண்டும். அக்கம்பக்கம் பங்காளி, பகையாளி என்று ஆளாளுக்குத் தினம் ஏதாவது கொடுத்து வயிறாறிக்கொண்டிருந்தார்கள். ஆனால் அதெல்லாம் எத்தனை நாளைக்கு? ஏதேனும் வேலைக்குப் போக வேண்டுமென்று நினைத்தான் ஹரி.

※

லாவண்யா சுந்தரராஜன்

3

ரங்கநாதர் சன்னிதியில் போய்க் கண்ணீர் வடித்து நின்றாள் நந்தினி. நெற்றியில் எப்போதும் சுருண்டுவிழும் ஒரு கற்றைக் கூந்தலை ஒதுக்கி விடுவதுபோலக் கண்ணீரைத் துடைத்துக் கொண்டாள். எப்போதும் நாழிக்கோட்டான் வாயிலில் பத்திரர், சுபத்திரர் முன்னிலையில் இவ்வளவு நேரம் நிற்க மாட்டாள். அவ்விடத்தி லிருக்கும் கதவுகளில் பல வடிவங்களில் இருந்த தசாவதாரச் சிற்பங்கள், தாமரை, சங்கு சக்கர வடிவங்கள் எதையுமே அமைதியாகத் தரிசிக்க முடியவில்லை. "எனக்கு இந்தக் கல்யாணம் வேண்டாம். எனக்கு இவரப் பிடிக்கல. நிறயச் சம்பளமும் இல்லை. அவங்க குடும்பம் பட்டிக்காடா இருக்காங்க. எனக்கு ஏன் இப்படி ஒருத்தரோட முடிச்சிப் போடற?" என்று கேள்வியுடன் நின்றாள் நந்தினி.

நேற்று துரை தெய்வமணியின் குடும்பம் நந்தினியைப் பெண் பார்க்க வந்திருந்தார்கள். அழுத்தி வெட்டப்பட்டிருந்தாலும் அடர்த்தியாக இருந்தது அவன் மீசை. பளீரென்ற நிறத்தோடு இருந்தவனிடம் ஏதோ மிடுக்கு இருந்தது. ஆறு அடிக்கு மேல் உயரம். "நந்தினியின் உயரத்துக்கு எப்படி மாப்பிள்ள கிடைக்குமோ என்று பயந்துகிட்டே இருந்தேன். மாப்பிள்ளை நல்ல வளர்த்திதான் நல்ல செவப்பு வேற. ஆனா, உடம்புதான் ஒல்லியா வெடவெடன்னு" என்று அம்மாவிடம் கிசுகிசுத்தாள் சரளா அண்ணி. "நந்தினிதான் குண்டான மாப்பிள வேணான்னா, போன தடவ வந்த மாப்பிள்ள குண்டுன்னு எவ்ளோ மூஞ்சி தூக்கி வைச்சிருந்தா, அவ மனசுப்படியே மாங்கல்யம்."

அது கிசுகிசுப்பு மட்டும் இல்லை. தான் கவனிக்க வேண்டி, அம்மாவும் வேண்டுமென்றே

அப்படிச் சொன்னாள் என்று தோன்றியது நந்தினிக்கு. 'ஆமா, உயரமா இருந்தா மட்டும் போதுமா? பார்க்க அழகாவா இருக்காரு? இவ்வளவு பெரிய மீசை காட்டான் மாதிரி. இவ்வளவு பளீர்ன்னு இருந்துட்டாப் போதுமா? அவரு இப்போ ஃபிட்டா இருக்கலாம். அவங்க அம்மாவ பாத்தா நெல் குதிர்போல குண்டா இருக்காங்க. வயதான பிறகு அப்படி அவரும் ஆயிட்டா? அவர் அம்மா அப்பா பேச்சும் வழக்கும் பட்டிக்காட்டு ஆளுங்கபோல இருக்கு. அவரே எப்படிப் பேசுவாரோ! இப்படிப் பட்டிக்காட்டுப் பாஷையெல்லாம் எனக்கும் தொத்திக்கிட்டா, நாள பின்ன என் ப்ரண்ட்ஸ் என்னை எப்படி மதிப்பாங்க? பார்க்க எப்படியிருந்தா என்ன? பேசப் பழக நாகரிகமா இருக்க வேணாமா?

"சரிங்க. நிச்சயதார்த்தம் வர வாரம் 10ஆம் தேதி வச்சிக்கலாம்" என்றார் மாணிக்கம்.

பெண் பார்க்கத்தானே வந்திருக்காங்க. அதுக்குள்ள அப்பாவுக்கு என்ன அவசரம் என்று நினைத்தாள் நந்தினி. செல்வம் அண்ணா ஏன் இப்படிச் சும்மா ஒப்பு சப்பாணி போல உட்கார்ந்திருக்குது? உனக்கு இப்படி மாப்பிள்ள பாப்பேன். அப்படிக் குடும்பமா இருக்கணும்ன்னு சொன்னது எல்லாம் மறந்து போச்சா? அண்ணிய மீறி எதுவும் செய்ய முடியுமா உன்னால? ஏற்கெனவே ஃபோட்டோ காட்டினப்ப மையமா தலையாட்டுனதை இவங்க எனக்குச் சம்மதம்ன்னு நினைச்சிட்டாங்களா? அவங்க அம்மா வேற அதுக்குள்ள இவ்வளவு உரிமையா பூ வைச்சி விடறாங்க. அதுவும் கனகாம்பரம் பூ எனக்கு சுத்தமாப் பிடிக்காதுன்னு அண்ணிக்கும் அம்மாவுக்கும் நல்லாத் தெரியும். எனக்குக் கனகாம்பரம் பிடிக்காதுன்னு ஏன் யாரும் சொல்லல? அவங்க தோட்டத்தில் பூத்த பூவாம். பார்க்கப் பெருவட்டா அழகாத் தான் இருக்கு. இருந்தாலும் கிராமத்துப் பெண்ணாட்டம் கனகாம்பரம் பூவத் தல நிறய வைச்சிட்டா எப்படி? ஏற்கெனவே வைச்சிருந்த மல்லிகைய முழுசா மறச்சிடுச்சே. மாப்பிள்ளையின் தங்கை எதுக்கு அப்படி உத்து உத்து என் காதையும் கழுத்தையும் பாக்கிறா. கொஞ்சமும் இங்கிதம் தெரியாதவங்க. இவர்கள் குடும்பத்தில எப்படிப் போய் வாழ்றது" என்றெல்லாம் நினைத்துக் குழம்பினாள் நந்தினி.

துரைக்குப் பார்த்த உடனேயே பெண்ணைப் பிடித்துப் போயிருந்தது. நெடுநெடுவென்று வளர்ந்திருக்கிறாள். சண்டிகரில் அவனுடைய தோழன் குமாரின் மனைவி ஜெயந்தியை நினைவு வந்தது. அவள் மிகவும் குட்டை. குமாரின் தோளுக்குக் கூட வரமாட்டாள். அப்படியேதும்

பெண் கிடைத்துவிட்டால் என்ன செய்வது என்ற முதல் கவலை மனத்திலிருந்து விலகிப் போனது. தாமரைபோல மலர்ந்த முகம். படபடக்கும் விழிகள். அதில் துளிர்த்திருந்த நீர்மை. தூரத்திலிருந்து பார்த்தாலும் வசீகரமான உருவம். கொஞ்சம்போலச் சதை பிடித்தால்கூடக் குண்டுப் பெண் என்று சொல்லிவிட முடியாது. திருமணத்துக்குப் பிறகு தங்கை தேவி போலக் கொஞ்சம் குண்டானாலும் இவள் உருவ அமைப்புக்கு அது பெரிய குறையாகத் தெரியாது. எல்லாவற்றையும் விட அவனுக்குப் பிடித்த நிறமான கரும்பச்சைப் புடவையில் பளபளவென்றிருக்கிறாள். அமைதியான முகம். பார்த்தாலே ஆழ்மனத்தில் நிம்மதி பரவுகிறது. இவளுக்கு என்னைப் பிடிக்க வேண்டுமே என்று உள்ளம் தடுமாறியது. எங்க வீடு வசதியெல்லாம் இவர்களுக்கு ஒத்துவருமா என்று தடுமாற்றமாய் இருந்தது.

“இருங்க, நீங்க எங்க ஊருக்கு வாங்க, எங்க வீட்டைப் பாருங்க. மத்த விஷயமெல்லாமும் பேசலாம். அப்பறம் பொண்ணு வசதிய கேட்டுத்தானே இதெல்லாம் முடிவு செய்யணும்.”

மாப்பிள வீட்டிலுள்ளவங்களுக்கு இருக்கற இங்கிதம் கூட என்னைப் பெத்தவங்களுக்கு இல்லயே. துரை தெய்வமணி. இந்தப் பெயரே பிடிக்கல. எனக்கு மாப்பிள்ளைய பிடிச்சிருக்கான்னு கேட்கக்கூட மாட்டாங்களா, மாப்பிள்ளை வெளியூர்ல நல்ல வேலை, கைநிறையச் சம்பளமுன்னாப் போதுமா? ஏற்கெனவே அவ்வளவு பட்டிக்காட்டுல போய் எப்படி என்று பேச்சு வந்தபோது “நீ கல்யாணமாயி சண்டிகர் போயிடுவ. இங்கக் கீரனூர்ல என்ன வேல. எப்பயாவது ஒண்ணு ரெண்டு நாள் வரும்போது என்ன ஆயிடப் போவுது” என்று அவங்களே பேசி, அவங்களே முடிவு எடுத்தாச்சு என்று நினைத்து மேலும் குழம்பினாள் நந்தினி.

“மாப்பிள்ள நம்ம சைடுல இருக்க எல்லாரயும் விட ரொம்ப ஸ்மார்ட்” என்று உசுப்பினாள் சரளா.

‘ஆமா செல்வம் அண்ணாபோல அழகான ஆம்பளையக் கட்டிக்கிட்டா அப்பறம் வேற யார் எப்படி போனா என்ன? அப்படிச் சொல்லி இந்த மாப்பிள்ளை அழகுன்னு என் மனசில் ஏற்றப் பாக்குறாங்க. எங்க நான் பிடிக்கலன்னு சொல்லிடுவேனோன்னு சாமர்த்தியமாப் பேசறாங்க இந்த அண்ணி. ஏன் எல்லோரும் என்னைத் தள்ளிவிட்டாப் போதும்ன்னு நினைக்கிறாங்க. நான் அப்படி என்ன இவங்களுக்குப் பாரமா இருக்கேன். விட்டா கல்யாணத் தேதியைக்கூட இப்பவே

முடிவு பண்ணிடுவாங்கபோல. ஆமா நாள் கணக்குத்தான் பாக்க வேண்டிய அவசியமே இல்லயே. மூன்றுமாதத்திற்கு ஒருமுறைதானே எனக்கு அது வரும். அந்த ஒரு காரணம் மட்டும் போதும். எங்கிட்ட எதுவும் கேட்க வேண்டியதில்ல. என் மேல இவங்க யாருக்கும் எந்த அக்கறையும் இல்ல. இந்தப் பிரச்சனையச் சரிசெய்யக்கூட எந்த டாக்டர் கிட்டயும் என்னைக் கூட்டிட்டுப் போகல. கேட்டா நான் முரண்டு என்று ஒரே வார்த்தையில் சொல்லி முடிச்சிடுவாங்க என்று நினைத்தாள்.

கண்களில் நீர்வழியக் கண்களைத் திறந்தபோது, 'உனக்கு நல்லதைத் தவிர வேறென்ன செய்வேன்?' என்றது ரங்கராஜனின் புன்னகை. அவளுக்கு ஆசுவாசமாக இருந்தது. நல்லது நடக்குமென்று நம்பிக்கை வந்தது. ஆனாலும் மனத்தில் குழப்பமிருந்தது. கண் மூடிய கணம் துரையின் முகம் ஒருமுறை தோன்றி மறைந்தது. நந்தினிக்குக் குழப்பம் கொஞ்சம் கொஞ்சமாய் நீங்கியது போலிருந்தது.

※

லாவண்யா சுந்தரராஜன்

4

சண்டிகரின் மிகப் பெரிய பூச்சிகொல்லி மருந்து நிறுவனத்தில் வேலை பார்த்தான் குமார். நுழைவாயிலிலிருந்து தொடங்கித் தொழிற்சாலைவரை பல வண்ணமயமான பூக்கள், சீரான இடைவெளியில் நிற்கும் சீருடை அணிந்த சிறுமிகள்போல ஒழுங்கோடு சிரித்துக் கொண்டிருந்தன. புல்வெளிகள் அலங்காரமாய் அந்த நிறுவனத்தின் பெயரை எழுதிக் காட்டின. எல்லா பசுமையும் வண்ணமும் இங்கு மட்டும் தான். இந்த நிறுவனத்தின் பூச்சிகொல்லிகள் மனிதரையும் மெல்ல மெல்லக் கொன்று கொண்டுதானே இருக்கின்றன என்று நினைத்துக் கொண்டான். அவனுக்கிருந்த மனநிலையில் பூக்கள்கூடச் சோகத்தையே தந்தன. மனைவி ஜெயந்திக்கு வாந்தியும் மயக்கமும் கடந்த நான்கைந்து நாளாக இருக்கிறது. என்ன பிரச்சினை யாக இருக்குமோ, இன்றாவது ஜெயந்தியை மருத்துவமனைக்கு அழைத்துப் போக வேண்டும் என்று நினைத்தான். மறுநாள் வாந்தியும் மயக்கமும் அதிகமிருந்ததால் விடுப்பு எடுத்துக்கொண்டு, வீட்டுக்கு அருகேயிருந்த மருத்துவமனைக்கு அழைத்துச் சென்றான். அவளைப் பரிசோதித்துப் பார்த்த மருத்துவர், "இது கர்ப்பமாக இருக்க வாய்ப்புண்டு. நீங்கள் எதற்கும் அனிதாவைச் சென்று பாருங்கள்" என்று சொன்னார்.

வீட்டுக்கு வந்ததும் ஜெயந்திக்கு "என்ன மாதிரியான டாக்டர் இவர்? நிஜமா டாக்டருக்கு படிச்சிட்டுத்தான் வந்திருக்காரா?" என்று எண்ணி ஆத்திரத்தோடு கத்தினாள். பருமனான ஜெயந்தியின் உடல் களைத்துப் போயிருந்தது. தொடர்ந்து வாந்தி நிற்காது மிகவும் சோகையாக இருந்தாள். 'இவளுக்கு ஏன் இவ்வளவு ஆத்திரம் வருது. எப்போதுமே இவள் இப்படித்தான். டாக்டரே சொல்றாங்க,

இவ என்னவோ பெரிய டாக்டர்போல. எந்த விஷயத்திலும் பிடிவாதம். வீட்டுல முதல் பொண்ண கட்டுனா இதுதான் பிரச்சினை' என்று நினைத்தான் குமார்.

"எனக்குப் பீரியட்ஸ் இப்போத்தானே ரெண்டு வாரத்துக்கு முன்னதானே வந்தது. வாய்ப்பே இல்லீங்க."

ஜெயந்தி வீட்டில் மூத்த பெண் என்பதால் மிகவும் பொறுப்பானவள். எந்த முடிவிலும் தனிக்கவனமிருக்கும். திருமணமாகி முதல் வருடத்துக்குள் வீட்டு மனை, அடுத்த வருடம் வீடு, புது வீட்டில்தான் தனது பிள்ளை என்று தொடர் திட்டங்களைக் கேட்ட குமாருக்குத் திருமணமான புதிதில் சிரிப்பு வந்தது. ஆனால், ஜெயந்தி அவள் சொன்னபடியே வீட்டு மனையும் வாங்கி அதில் வீடு கட்டவும் முடுக்கி அவனை வேலை வாங்கிக்கொண்டிருந்தாள். அந்த வீடு வாங்கியபோதே அஸ்திவாரம் போடப்பட்டிருந்தது. மிகவும் மலிவான விலையிலும் கிடைத்தது. அவள் திட்டப்படிதான் எல்லாம் போய்க்கொண்டிருந்தது. அவள் தன் வீட்டில்தான் பிள்ளைக்கு முதல் தொட்டில் போடுவேன் என்று பிடிவாத மாக இருந்தாள். அப்படியே நடக்குமென்று நம்பினாள். இந்த டாக்டர் விவரமில்லாது சொல்கிறார் என்று நினைத்தாள்.

'ஒருவேளை அவ சொல்றதிலையும் நியாயம் இருக்குமோ. இரண்டு வாரத்துக்கு முன்னதான் பீரியட்ஸ் ஆகியிருந்ததே, அப்படியானால் எப்படி' என்று குமாருக்குக் குழப்பமாக இருந்தது.

ஆனால் தொடர்ந்து வாந்தியும் மயக்கமும் தொடர் உடல் சோர்வும் இருந்தன. மருத்துவர் அனிதாவிடம் போன போது சில பரிசோதனைகளை எழுதிக் கொடுத்து வாந்தியைக் கட்டுப்படுத்தச் சில மருந்துகளைச் சொன்னாள். ஆனால் மறுநாள் ஸ்கேன் எடுத்துப் பார்த்துவிட்டுப் பின்னர் முடிவு செய்யலாம், அதுவரை அந்த மருந்துகளை சாப்பிட வேண்டாம் என்றும் சொன்னார்.

"எத்தன நாளைக்கு லீவ் போட முடியும்? எனக்கு ஆபீஸ் போகணும்" என்றாள் ஜெயந்தி. இரவு அந்த மருந்தை உட்கொண்டவள், நள்ளிரவில் மிகவும் அதிகப்படியான வயிற்று வலியால் துடிக்க ஆரம்பித்தாள். அவளுக்கு மேல்மூச்சு, கீழ்மூச்சு வாங்க ஆரம்பித்தது. 'கதவு ஜன்னல் எல்லாம் மூடி வைக்காதேன்னு சொன்னா தூசி வருதுன்னு மூடியே வைச்சிருக்கா. ஒருவேளை ஆக்சிஜன் குறைவா இருந்திருக்குமோ. அதான் இப்படி ஆயிடிச்சோ?' என்று நினைத்தான் குமார்

அவர்கள் வீடு மாளிகை ஒன்றின் சிறிய பகுதி. பக்க வாட்டில் இருந்த அறையை வாடகைககு எடுத்திருந்தார்கள். கொஞ்சம் அடைசல் அதிகம். அதனால் மூச்சுவிடச் சிரமமாக இருக்கலாம் என்று நினைத்தவள், கொஞ்ச நேரத்துக்கு மேல் நிற்கவே முடியாமல் சிரமப்பட வேண்டியிருந்தது. உடனடியாக வண்டியை எடுத்துக்கொண்டு அவளைப் பின்னால் உட்காரச் சொல்லி, சண்டிகரின் மிகப் பெரிய மருத்துவமனையில் கொண்டுபோய்ச் சேர்த்தான். அந்த மருத்துவமனையில் அனிதா பகுதி நேரமாக வந்து போவதால், அங்கேயே தன்னைச் சேர்க்கச் சொன்னாள் ஜெயந்தி.

நள்ளிரவில் போய்ச் சேர்ந்ததால் முதலுதவிச் சிகிச்சையை மேற்கொண்டார்கள். மறுநாள் அனிதாவைப் பார்த்தபோது "நீங்க சொல்லுற அறிகுறி எல்லாமே கர்ப்பமான பெண்ணுக்கு ஆண்டி பயாட்டிக் கொடுத்தால் வரும் பக்கவிளைவுகள் போலவேயிருக்கின்றன. நான்தான் ரிசல்ட் வாங்கிக்கொண்டு அப்புறம் மருந்து சாப்பிடச் சொன்னேனே" என்றார்.

அதைக் கேட்ட குமாருக்கு மிகவும் அதிர்ச்சியாக இருந்தது. "டாக்டர், அவங்களுக்கு ரண்டு வாரம் முன்னாடி தான் பீரியட்ஸ் வந்தது."

"சிலருக்கு ஒன்பதுமாதம்வரைகூட அவ்வப்போது ரத்தக் கசிவு ஏற்படும். அது பீரியட்ஸ் இல்லை. அப்படியிருக்க வாய்ப்பிருக்கிறது. உங்கள் மனைவிக்கு ஏற்கெனவே ஹார்மோனல் இம்பேலன்ஸ் இருந்திருக்கிறது."

"இப்ப என்ன செய்யிறது?"

"இது எத்தனை வார கரு என்பதைப் பொறுத்தே முடிவெடுக்க வேண்டும், இப்போதைக்கு உங்கள் மனைவி ஹாஸ்பிட்டலில் பெட் ரெஸ்ட் எடுக்கட்டும்."

அடுத்த இரண்டு நாட்களுக்குள் மீண்டும் உதிரப் போக்குத் தொடங்கியது. ஆனால் பரிசோதனை முடிவுகளில் அது ஏழு வாரம் வளர்ச்சிபெற்ற கரு கொஞ்சம் கொஞ்சமாகச் சிதைவ தாகவும் தெரிந்தது.

"இந்தக் கருவைச் சுத்தம் செய்துவிடுவதுதான் சிறந்தது. ஏதோ சிக்கல் இருக்கிறது. வளர்ச்சியும் இருக்கிறது, சிதைவும் இருக்கிறது."

"கருவைக் கலைக்க வேணாம். இருக்கட்டும்."

“குழந்தை உடல்நலக் குறைவோடு பிறக்கலாம். பிறந்து கொஞ்ச காலத்தில் இறக்கலாம். மூளை வளர்ச்சியின்றிப் பிறக்கலாம். எதற்கும் வாய்ப்பிருக்கிறது.”

“என்ன ஆனாலும் சரி, தானா கலைஞ்சா சரி. இல்லைன்னா பெத்துக்கிறேன்.”

ஜெயந்தி முடிவெடுத்தால் மாற்றுவது சிரமம். திருமணத் திற்கு முன் ஜெயந்தி வீட்டின் அருகே பலாக்கன்று ஒன்று தானாக வளர்ந்தது. அது தினம் ஏதேனும் பிரச்சினைக் குள்ளாகும். கடுமையான வெயிலுக்குக் காலையில் வார்த்த நீர் போதாமல் சாயங்காலம் அவள் வரும் முன் வாடிக் கிடக்கும். இன்னொரு நாள் ஆடு வந்து வாய்வைத்து விட்டு ஒடித்துப் போட்டிருக்கும், இது வளராது என்று விடச் சொன்னாலும் கேட்காமல் அதைக் காபந்து செய்வதையும் சேவை செய்வதையும் ஜெயந்தி குறைக்கவே இல்லை. இப்போது அந்த மரம் நான்கைந்து பலாப்பிஞ்சு வைத்திருப்ப தாக அறிந்ததும் குதித்தாடினாள். இப்போது பிள்ளையை மட்டும் விடவா போகிறாள்?

குழந்தை ஒருவேளை உடல் வளர்ச்சியோ மூளை வளர்ச்சியோ குறைவாகப் பிறந்தால் என்ன செய்வது என்று குமார் கவலைகொண்டான். அவன் ஒடிசலான உடல் கொஞ்சம் நடுங்கியது. கடவுள் விட்ட வழி என்று நினைத்தான். ஆனால் ஜெயந்தி, இந்தக் குழந்தை நன்றாகப் பிறக்கும், வீட்டை அதற்குள் முடியுங்கள் என்று சொல்வது இன்னும் கவலையைக் கூட்டியது. வீடு இன்னும் அஸ்திவாரம் போட்ட நிலையில் இருக்கிறது. மனை வாங்கின கடனைக் கட்டிவிட்டு வீட்டை ஆரம்பிக்கலாம் என்று போட்டதுதான். இப்போது ஆரம்பித்து மிகவும் வேகமாகக் கட்டினால்கூட, முழுமையாக முடிய ஒரு வருடம் ஆகும். என்ன செய்யலாம் என்று மிகவும் யோசனையாக இருந்தது. விரைவாக முடிக்க வேண்டு மென்றால், இரு மடங்குச் செலவு செய்ய வேண்டும்.

❋

5

அதிகாலைப் பேருந்தில் கிளம்பிக் குணசீலம் வந்து இறங்கியாயிற்று. இன்னும் இரண்டுமணி நேரத்தில் தேன்மொழி அக்கா கழுத்தில் தாலி ஏறிவிடும். கோவில் கொடிமரம் ஹரியின் மனச்சஞ்சலம் எதுவும் அறியாமல் நிமிர்ந்து நின்றது. கொஞ்சம் தொலைவில் தெரிந்த உயர்ந்த தென்னை மரங்கள் பசுங்கீற்றுகளைப் பாரபட்ச மின்றி ஆட்டி, வரும் யாவரையும் வரவேற்றுக் கொண்டிருந்தன. கோவில் முகப்பில் எட்டுத் தூண்கொண்ட திறந்தவெளி மண்டபம் இருந்தது. அது வீட்டின் முற்றம் போலிருந்தது. அங்கே தான் திருமணத்திற்கான ஹோமகுண்டம் வளர்க்கப்பட்டிருந்தது. ஜமுக்காளம் விரித்து உறவினர்கள் அமர்ந்திருந்தனர். அதிலிருந்து கோவில் திருக்கதவிலிருந்த வேலைப்பாடுகளை ஆழ்ந்த கவனமின்றிப் பார்த்துக் கொண்டிருந்தான் ஹரி.

"காவேரிகிட்ட கல்யாணச் சேதி சொல்லிட்டு வந்தாச்சா, பொண்ணையும் மாப்பிள்ளையையும் காவேரில போய்க் கால் நனைச்சிட்டு, மனசாரத் தாம்பத்தியம் நல்லா இருக்கணும்னு வேண்டிக்கிட்டு மண்டபத்துக்கு வரச் சொல்லுங்க."

'இந்த ஆளுக்கு என்ன பைத்தியமா? காவேரி கிட்ட கல்யாணச் சேதி சொல்லணுமாம். சொந்தக் காரங்களுக்கே அதிகம் சொல்லல. தேன்மொழி அக்கா இரண்டாந்தாரமா போறா. கூட கைக்குழந்த வேற. சாப்பாட்டுக்குக் குறவிருக்காதுன்னா போதுமா?'

'இரண்டாந்தாரமாகக் கல்யாணங்கட்டினாலும், கல்யாணத்தையாவது மண்டபத்தில் வச்சிருக்க லாம்ல. குணசீலக் கோவிலையா தேர்ந்தெடுக்க ணும்? தேன்மொழி பாவம்!'

கலங்கிய மனம் சதா புலம்பியபடியிருந்தது. தேன்மொழி யோடு காவேரிப் படியிறங்கிக்கொண்டிருக்கும்போது, தாமரை பூ நிறத்தில் புடவையணிந்த மின்னல் ஒன்று, மாப்பிள்ளை யருகே ஏறிவந்துகொண்டிருந்தது. மாப்பிள்ளையின் கைகளைப் பற்றிக்கொண்டு கலகலவென்று சிரித்தபடி நடந்து சென்று கொண்டிருந்தாள் அவள். மாப்பிள்ளையின் தங்கையாக இருக்கலாம். பார்த்தது கணநேரம்தானே. ஆனால் கண்களை விட்டு அகலவே இல்லை. காவேரியைப் பார்த்தான் ஹரி. தேன்மொழி அக்காவை, அதோ போகிறாளே அந்தப் பேரழகி யின் வீட்டில், நீண்டநாள் சுமங்கலியாய் வாழ வைப்பாயா? சரி என்று காவேரி கலகலத்து ஓடியது. அக்கா நன்றாயிருப்பாள் என்ற நம்பிக்கை வந்தது. கால் நனைத்தான். தலையில் இரண்டு முறை காவேரியைத் தெளித்துக்கொண்டான். நதியோரம் இருந்த பெருங்கொன்றை மரம் உதிர்த்த மலர்கள் தேன்மொழி யின் தலையில் விழுந்தன. ஹரிக்கு மனம்நிறைந்து போனது.

மாங்கல்யத் தட்டைக் கையில் ஏந்தி ஆசீர்வாதம் வாங்க வலம் வரும்போது, மீண்டும் அந்தப் பெண், கையில் அட்சதையை ஏந்தி வந்தாள். இந்தப் பெண் யாராக இருப்பாள்? எடுத்த எடுப்பி லேயே ஆகாயம்வரை வளர்ந்த உலகளந்த பெருமாள்போல மனம் முழுவதும் ஆக்கிரமிக்கிறாளே.ஒவ்வொருவரிடமும் சிரித்து அட்சதையை வழங்கி, தலையை ஆட்டி ஆட்டிப் பேசும்போது அசையும் காதணிகள், என்னை ஏன் இவ்வளவு அலைக்கழிக் கின்றன? மாப்பிள்ளைக்கு ஒரே தங்கைதானே? அவள் மணமகன் அருகே விளக்கேந்தி நிற்கிறாளே, அலமேலுதானே அவள். இவள் பெயர் என்ன? இந்தப் பெண்ணை எங்கே பார்த்திருக்கிறேன்? ஜென்ம பந்தமா? அட்சதையைச் சுமந்து அழகாய்ப் புன்னகைக் கிறாள். மாப்பிள்ளைக்கு முக்கியச் சொந்தமாயிருக்க வேண்டும். திருத்தமான முகம். அலைபாயும் கண்கள். காற்று வெளியிடைத் திரிபவள் போன்ற பறவைத் தேகம். அந்தத் தாமரை வண்ணப் புடவையை ஏந்திப் பிடித்துக்கொண்டு தத்தித் தத்தி நடக்கிறாள். ஒரு குளத்திலிருந்து தாமரையே எழுந்து வந்து காற்றில் அசைவது போலிருக்கிறதே! இவள் தேவதையினமா, நான் எங்கே இருக்கிறேன்? இது வான லோகமா, இது கனவின் வெளியா? காண்பதெல்லாம் பேரன்பின் பிறப்பிடமா? இவள் பெயரென்னவாக இருக்கும்? "நந்தினி" என்று யாரோ விளிக்கக் கேட்கிறேன். "ந...ந்...தி...னி..." சொல்லும்போதே, என் நாவு இனிக்கிறதே? குணசீலத்துப் பிரசன்ன வேங்கடாசலபதி முடிச்சு இதுவேதானோ? என்ன மாயம் நிகழ்த்திவிட்டது என்னுள்! மங்கல மேடையில் அமர்ந்திருப்பது நானும் இவளுமோ? யாரென்றே தெரியாத பெண்மீது இவ்வளவு மோகம் எப்படி வந்தது?

லாவண்யா சுந்தரராஜன்

தேன்மொழி அக்கா வீட்டுக்குச் சம்மந்தத்துக்குப் போன போது, தேன்மொழியின் மாப்பிள்ளை ராமசாமி, "மாப்பிள்ள, இவ நந்தினி. வாயாடி. என் அத்த மக" என்றான். நந்தினி எனக்கே சொந்தமானவள்போல, இதென்ன இனம் புரியாத மயக்கம்! நந்தினி அடிக்கடி தனது விரல்களைப் பின்னிக்கொள்வது வித்தியாச மாக இருந்தது. எதையாவது யோசிக்கும் நொடிநேரத்தில் தாடையை ஆள்காட்டி விரலால் தடவினாளா அல்லது தட்டி னாளா? அவள் அருகேயில்லாதபோதும் முன் நெற்றியில் விழும் சுருள் கூந்தலும், அதை அடிக்கடிச் சரிசெய்யும் கைவிரல்களும், அடிக்கடி நினைவில் வந்தன. அந்தச் சிரிப்பு, அடடா! அவள் நினைவுகள் என்னை எங்கோ மேலெழும்பிப் பறக்கச் செய்கிறது.

திருமணம், சடங்கு எல்லாம் முடிந்து கொஞ்சம் ஆசுவாசத்திற்கு வந்தது வீடு. வீட்டு முற்றத்து வேப்பமரத்தடி யில் கட்டில் போட்டு அமர்ந்தான் ஹரி.

"தேன்மொழி கல்யாணச் செலவுக்கு நிலத்தயும் வித்தாச்சு. ஹும்! இனி என்ன செய்யறதோ?" என்றாள் ராஜாத்தி. வேப்பம் பூக்கள் உதிர்ந்துகொண்டிருந்தன.

"இனிம தொடர்ந்து படிக்க முடியாதும்மா. என் இன்ஜினியரிங் கனவவிட வேலைக்குப் போறது முக்கியம்."

"என்னவோ போ. டிப்ளமா முடிச்சா, மூணு வருசத்துல இன்ஜினியர் ஆயிடலாம்னு, பத்தாவது முடிச்சி, டிப்ளமா சேந்த. நம்ம பொழப்பு, உன்ன இப்படி ஆக்கிடுச்சே!"

"சும்மா பழசையே புலம்பாதம்மா. நமக்கு நல்ல காலம் வரும். பழனியண்ணா அவங்க மச்சான்கிட்ட சொல்லி எலெக்ரிசிட்டி ஆபீஸ்ல என் படிப்புக்குத் தகுந்த வேல வாங்கித் தரேன்னு சொல்லுச்சி."

"கவர்மெண்ட் வேலயா தம்பி?"

"இல்லம்மா. இப்ப தினக்கூலி மாரித்தான். ஆனா நல்லா வேல பண்ணா, அப்படியே பர்மனன்ட் ஆக்கிடுவாங்களாம்."

"வருமானம் அதிகம் வராதே தம்பி."

"இல்லம்மா. மாசச் சம்பளம்னு ஒன்னு வரும். கொஞ்ச மானாலும் பிரச்சினையில்லாம வரும். கூடவே குத்தகைக்கு நிலமெடுத்து விவசாயமும் பாக்கலாம். நாம மேல வந்துடலாம்மா."

"என்னவோ தம்பி, நீ பேசறது நம்பிக்கையாத்தான் இருக்கு. நிலத்த வித்த காசுல கொஞ்சம் மிச்சமிருக்கு."

"அத போஸ்ட் ஆபீஸ்ல போட்டு வைக்கணும். நாளைக்கு நல்லது கெட்டதுக்கு உதவும்."

6

புன்னை மரத்தின் இளம் இலைகள் பளபளத்து நந்தினியின் மின்னும் கண்கள் போல் வசீகரித்தன. தேன்மொழி அக்கா வீட்டின் சம்மந்தத்தின்போது, ஹரிக்கு அவளுடன் கொஞ்சம் பேசிப் பழக முடிந்தது. ஊசிப் பட்டாசுபோலப் பேசிக்கொண்டேயிருந்தாள். அன்று அவள் அணிந்திருந்த தாவணியின் நிறம், இதோ காலடியில் உதிர்ந்துகிடக்கும் புன்னை மலர்கள் போல் கருநீல நிறத்தில் சின்னச் சின்னப் புள்ளிகள்போல அவை பூத்திருந்தபடியே கிடந்தன. நந்தினியைச் சந்திக்க வேண்டும் என்று ஆசை உந்தித் தள்ளியது. கல்லூரி யில் சென்று பார்க்கலாம். ஆனால், என்ன சொல்லிப் போய்ப் பார்ப்பது? தேன்மொழி அக்கா வீட்டில் பார்த்ததை நினைவில் வைத்துக் கொண்டிருப்பாளா? அப்படி நினைவில் வைத்திருந்தாலும் உறவுக்காரர்கள் என்றால் வீட்டில்தானே சந்திக்க வேண்டுமென்று நினைக்க மாட்டாளா?

தைரியத்தை வரவழைத்துக்கொண்டு அங்கே சென்றான். திருமணத்தில் பார்த்தபோது இருந்ததைவிட இன்னும் அழகு தேவதையாகத் தெரிந்தாள். கல்லூரிக்கு அங்கேயிருந்த பிள்ளையார் கோவிலில் வலம் வருவதைப் பார்த்தவன், மேலே கோபுர ஜொலிப்பில் மனம் நிறைந்தான். அவன் நினைத்தபடி, ஏன் வந்தீர்கள் என்றெல்லாம் கேட்க வில்லை. அவளாகவே அருகே ஏதேனும் வேலையாக வந்தீர்களா என்று தொடங்கித் தேன்மொழி அக்கா கல்யாணத்தில் நிகழ்ந்த சின்னச் சின்ன விஷயங் களை நினைவூட்டினாள்.

"போன வாரம், ராமசாமி மாமா வீட்டுக்குப் போயிருந்தப்ப. தேன்மொழி அக்கா நீங்க படிப்பைப் பாதியில நிறுத்திட்டீங்கன்னு வருத்தப்பட்டாங்க. நீங்க ஏன் பார்ட் டைம்ல மேல படிக்கக் கூடாது?"

லாவண்யா சுந்தரராஜன்

அப்படிக் கேட்டதும் அவளுக்கும் தன்னைப் பிடித்திருந்தது என்றே நினைத்தான். பணி நிரந்தரமில்லாமல் என் வீட்டில் எப்படிப் பெண் தருவார்கள்? மேலே படித்து நல்ல வேலையைப் பாருங்கள் என்று சொன்னதுபோல் தோன்றியது ஹரிக்கு. முன்னேற வேண்டும் என்று முதன்முதலாக நினைத்தான். அப்பாவின் இறப்பிற்குப் பின் குடும்பப் பொறுப்பு, அக்காவின் திருமணம் போன்ற சுமைகளால் தன் வாழ்க்கை துரதிருஷ்டம் நிறைந்தது என்று இதுவரை எண்ணியிருந்தான். இவளுக்கு என் மேல், என் முன்னேற்றத்தில் அக்கறையிருக்கிறது. இவள் வாழ்க்கை முழுதும் என்னுடனிருந்தால்... என்று நினைக்கும் போதே அடிமனத்தில் அதிர்வலைகள் ஏற்பட்டன. மாலை இறங்கி வானம் சிவந்து புதுப்பொலிவு கொண்டது போலிருந்தது.

"ஓட்டலுக்குப் போய் ஒரு காப்பி குடிக்கலாம்" என்றான் ஹரி.

"இல்ல நேரமாச்சு, இன்னொரு முறை போகலாம்."

அவள் போவதையே பார்த்துக்கொண்டிருந்தான். நந்தினியின் குடும்பம் கொஞ்சம் வசதியானவர்கள். ஹரி, வீட்டு நிலைமையை விரைவில் சரி செய்யவேண்டும் என்று நினைத்துக்கொண்டான். வீடு திரும்பியவன் ஏதோ புதிய உற்சாகத்தில் இருப்பது கண்டு அம்மாவின் முகத்தில் மகிழ்ச்சியின் ரேகை தெரிந்தது. அது ஹரிக்கு மேலும் உற்சாகத்தைக் கொடுத்தது. குத்தகைக்கு எடுத்த நிலத்தில் நெல் விதைத்திருந்தான். அது விளைந்து பசுமை படர்ந்து காற்றில் அசைந்துகொண் டிருந்தது. நெல்மணிகள் பால் பிடித்து அழகாய்த் தெரிந்தன. கடந்த வருடங்களைவிட நல்ல விளைச்சல். வீட்டுக்குத் தேவையான காய்கறிகளையும் போட்டிருந்தான்.

மிளகாய், தக்காளி, கத்தரிக்காய் எனக் காய்கறிகள் விளைந்திருந்தன. வாரச் சந்தைக்குக் காய்கறிகளை விற்பதை ராஜாத்தி முன்னிருந்து பார்த்துக்கொண்டாள். குத்தகைத் தொகை போக நல்ல லாபம். எல்லாமே நந்தினியின் வருகையால் நடந்தது என்றே ஹரி நினைத்தான். இன்னும் பணி நிரந்தரமாக வில்லை. அங்கேயும் கொஞ்சமும் சோர்வின்றி உழைக்க முடிகிறது. விரைவில் நிரந்தரமாகிவிடும். சொந்த வீடு இருக்கிறது. நல்ல பெயர் இருக்கிறது. அவள் குடும்பத்தில் கொஞ்சம் உதவி செய்தார்கள் என்றால், விரைவில் மேலே வந்துவிடலாம். அவள்போல ஒருத்தி கூட இருந்தாலே, எல்லா நன்மையும் தானே நடக்கும். அம்மாவிடம் முதலில் இதைச் சொல்ல வேண்டும்.

◯

தேன்மொழி பிரசவத்துக்கு வந்திருந்தாள். டாக்டரம்மா சொன்ன நாள் கணக்குப்படி, இன்னும் பதினைந்து நாள் பிரசவத்துக்கு இருந்தது. அம்மாவும் தேன்மொழி அக்காவும் தீபாவளிப் பலகாரம் செய்வதில் மும்முரமாக இருந்தார்கள். ஹரி அக்காவின் மூத்தாள் பையன் அருணோடு விளையாடிக்கொண்டிருந்தான்.

"அக்கா கொஞ்சம் ரெஸ்ட் எடுக்கலாமே, இப்பப் போய்ப் பலகாரம் செய்துகிட்டு."

"ஹரிக்கும் ஒரு நல்ல இடமா கிடைச்சிடுச்சின்னா, கல்யாணத்தப் பண்ணி, என் கடமைய முடிச்சிடுவேன்."

அம்மாவிடம் நந்தினியைப் பற்றிக் கொஞ்சம் சொல்லி யிருந்தான். நந்தினிக்கும் பிடித்திருக்கிறது என்று சொல்லி யிருந்தான். அப்படியிருக்க, அம்மா ஏன் இப்படிப் பேசுகிறாள் என்று குழப்பமாக இருந்தது.

"அவனுக்குன்னு இனியா பொறக்கப்போறா? பாக்கலாம்மா."

"உன் வீட்டுக்காரர் சைடில அந்தப் பொண்ணு நந்தினி இருக்கே, நீ அவங்க வீட்ல கேட்டுச் சொல்லேன்."

"அவங்க கொஞ்சம் பெரிய இடமா பாக்கறாங்கன்னு நினைக்கிறேம்மா. கேட்டுப் பாக்கறேன்."

ஹரிக்குப் படபடப்பாக இருந்தது. நந்தினியிடம் விரைவில் தன் மனத்திலிருப்பதைச் சொல்லிவிட வேண்டும். அவர்கள் வீட்டில் மாப்பிள்ளை பார்க்கும்முன் தன் மனத்தைச் சொல்லி அவள் எண்ணத்தைத் தெரிந்துகொள்ள வேண்டுமென்று துடித்தான்.

பின்கொட்டிலில் மாடுகளில்லாமல் வெறுமையாக இருந்தது. பசு மாட்டில் ஒன்றுக்கு நந்தினி என்றே பெயரிட் டிருந்தான். வளைகாப்புக்கு எப்படியோ ஒப்பேத்தியிருந்தாலும், அக்காவின் பிரசவச் செலவுக்கு வேண்டி நன்றாகக் கறந்து கொண்டிருந்த அந்தப் பசுமாட்டை விற்றிருந்தார்கள். பிரசவச் செலவுக்கு வீட்டிலிருக்கும் பசுவை விற்றுச் செலவு பார்க்க வேண்டிய நிலையிலிருக்கும் நான் எப்படிப் பெரிய இடம் போக வேண்டிய பெண்ணின் வாழ்க்கைக்குள் புக முடியும்?

ஆனால் நந்தினி இல்லாத ஒரு வாழ்க்கையை அவனால் நினைத்துக்கூடப் பார்க்க முடியவில்லை. நந்தினி படிக்கும் படிப்புக்கு, நல்ல வேலை கிடைக்கும். அதை வைத்துக்கொண்டு நல்ல முன்னேற்றம் அடையலாம். முன்னேற்றம் மட்டுமில்லை, நந்தினியின் மீதான காதல் வெறும் பொருள் சார்ந்தது

மட்டுமில்லை. அவனுக்கு நந்தினியை விட்டால் வேறு எதிலுமே நாட்டமில்லை. அவளே அவன் ஆதாரமென்று மாறிப்போய் நீண்ட நாளாகிவிட்டது. ஆனால் அவளிடம் இன்னும் தனது பிரியத்தைச் சொல்லவேயில்லையே என்று இருந்தது. விரைவில் சொல்ல வேண்டும். எப்படிச் சொல்வது? வேண்டாமென்று மறுத்துவிட்டால்... உறக்கம் கொள்ள வில்லை. சுவர்ப் பல்லிகள் சகுனம் சொல்லியது கேட்டது. அது நல்ல சகுனமா கெட்டதா?

※

7

இன்று எப்படியாவது நந்தினியிடம் பிடித்திருக்கிறது என்று சொல்லிவிட வேண்டும் என்று நினைத்தான் ஹரி. அவனுக்கு நிலை கொள்ளவில்லை. மனம் முழுதும் கடந்த ஆறு மாதங்களாகப் பரபரத்த உணர்வுக்கு இன்று ஒரு முடிவு கட்டிவிட வேண்டும் என்று நினைத்தான். பார்க்கும்போதெல்லாம் நன்றாகப் பேசுகிறாள். குடும்பத்தின்மேல் அக்கறையுடனும் இருக்கிறாள். அம்மாவுக்கும் பிடித்திருக்கிறது. இனியும் தாமதிக்க வேண்டாமென்று நினைத்தான்.

எத்தனையோ முறை சொல்ல நினைத்தும் சொல்லிய பின் அவள் முடிவு வேறு மாதிரி இருந்தால்... என்று யோசித்து மண்டை காய்ந்து கிடக்கிறது. இப்போது நட்பாகப் பேசுபவள் அதையும் நிறுத்திக்கொண்டால் என்ன செய்வது என்றும் படபடப்பாக இருக்கிறது. ஆனாலும் ஒருநாள் சொல்லித்தானாக வேண்டும். அன்று முகூர்த்தம் பார்த்து அவள் கல்லூரியிலிருந்து வரும் வழியில் சந்தித்துப் பேசலாம் என்று நினைத்து, அவள் வழக்கமாக வரும்வழியில் தேநீர்க்கடையில் நின்றிருந்தான். அந்தக் கடையருகே இருந்த பேப்பர் கடையில், தேவ கௌடா பிரதமராகப் பதவி ஏற்றார் என்று ஒரு போஸ்டரில் தொங்கிக் கொண்டிருந்தது. யாரிந்த தேவ கௌடா, நம்ம மூப்பனார் பிரதமராக வாய்ப்பு உள்ளது என்று செய்தி வந்ததே. நந்தினி தொலைவில் வந்துகொண் டிருந்தாள்.

“ஹரி, எப்படி இங்க?”

“சும்மா, இங்க ஒரு ஃபிரண்டப் பாக்க வந்தேன்.”

“ஓ அப்படியா!”

“நீங்க எப்படி இருக்கீங்க?”

"நல்லா இருக்கேன்."

"படிச்ச காலேஜ்லயே வேலை. எப்படியிருக்கு?"

"எனக்கு இன்னும் காலேஜ் முடிச்சிட்ட ஃபீல்கூட வர்ல ஹரி."

"ஓ! அதுல என்ன பிரச்சனை, நல்லதுதானே?"

"ஓட்டலுக்குப் போவோம் இன்னிக்கி. அங்கே போய்ப் பேசலாம்."

ஆகா, மிக நல்ல சந்தர்ப்பம். நல்ல சகுனம்போல அவளே ஓட்டல் போகலாம் என்கிறாள் என்று தோன்றியது. ஓட்டலில் மேசைகள் கொஞ்சம் பழையதாக இருந்தன, பிசுக்குப் பிடித்து மெல்லிய நாற்றமடித்தது. எண்ணெய் காய்ந்து, வாடை ஒரு மாதிரிப் புரட்டிக்கொண்டுவந்தது. அதற்கும்முன் சாப்பிட்டவர்கள் குடித்துவிட்டு வைத்திருந்த காப்பி டம்ளரிலிருந்து மிஞ்சிய காப்பியின் கழிவு வாடையடித்தது. "ஹலோ! இதை க்ளீன் பண்ண மாட்டீங்களா?" என்று சத்தமாகச் சொன்னான். "ஏன், டென்ஷன் ஆகறீங்க ஹரி?" என்றாள் நந்தினி. முற்றிலும் அவனுக்கு உற்சாகமெல்லாம் வடிந்துபோனது. "நல்ல ஓட்டல் போயிருக்கலாம்" என்றான்.

"அதெல்லாம் பரவாயில்ல. ஸ்வீட் சொல்லுங்க. எனக்கு நிச்சயத்துக்கு நாள் குறிச்சிட்டுப் போயிருக்காங்க" என்றாள்.

கண்களை இருட்டிக்கொண்டு வருவது போலிருந்தது ஹரிக்கு. இனிமேல் வாழ்வில் எனக்கு என்னதான் மிச்சமிருக் கிறது? என்னைப்போல அதிர்ஷ்டம் கெட்டவன் எங்கே இருக்கிறான்? படிக்க நினைத்ததும் முடியவில்லை. இந்த வயசுக்குரிய எதுவும் எனக்குக் கிடைக்கவில்லை. இப்போது இவள்தான் வாழ்வென்று இருந்தவளும் என் கைவிட்டுப் போகிறாளே! இனி எப்படி என்னால் வாழ முடியும்?

அன்றிரவு ஹரியின் கனவில் கறுப்பு உடையணிந்த ஒரு பெண் அழுதுகொண்டிருந்தாள். "சொல்லியிருக்கலாமே. சொல்லியிருந்தா, அவ தேவதையாட்டம் உன் கூடவே இருப்பாளே. சரி. என்னைக் கொண்டுபோய்ச் சமயபுரத்தில் விடு. நான் கருப்புத் தேவதை. என் வாக்கு சத்தியமா பலிக்கும். உனக்கு விரைவில் அவள் கிடைப்பாள். நீ காத்திருக்கணும்" என்றபோது, திடுக்கிட்டு விழித்தான். குழப்பமாயிருந்தது. அதன்பின் அவன் உறங்கவில்லை.

8

எங்கிருந்து தொடங்கியிருக்கும் இந்த நதி? நதியில் நீந்திக் குளிப்பதில் எவ்வளவு சுகம், காணும் இடம் முழுவதும் நீர், குளுமை. அப்படி ஒரே வார்த்தையில் சொல்லிவிட முடியுமா நதியின் குளுமையை? நதி நீர் என்னை, என் உடலை இப்படிக் கிளர்த்த இன்றென்ன புதிதாக நடந்தது? நதியன்னை ஒரு பெண்ணாக மாறி என்னைத் தன் மடியில் படுக்கவைத்துக்கொள்கிறாள். பக்க வாட்டிலிருந்து பார்க்கிறேன், என்னைக் குழந்தை யாக்கி அமுதூட்டத் துடிக்கின்றன நதிப்பெண்ணின் கனத்த தனங்கள். எனக்குள் என்ன பொங்கி வழிகிறது. ஐயோ அதென்ன இது நதியா, அகழியா? அந்த முதலை என்னை நோக்கித்தான் வருகிறதா, கரையை நோக்கி வேகமாக நீந்தவேண்டும். நதி ஏன் இப்படி விரிந்துகொண்டே போகிறது? அந்த முதலை என்னை விழுங்க ஆரம்பித்துவிட்டது. தொடைவரை விழுங்கிவிட்ட முதலையின் வாயிலிருந்து வழிகிறது என் சூடான ரத்தம். திடுக்கிட்டு விழித்தாள் நந்தினி. தொடையிடுக்கு பிசுபிசுப்பாக இருப்பது போலிருந்தது. எழுந்து குளியலறை நோக்கிச் சென்றாள். அதிகாலையில் முதலை விழுங்கற மாதிரி கனவு, கல்யாணம் இன்றிலிருந்து மூன்றாம் நாள், இந்தக் கனவு எதைச் சொல்ல வருகிறது? எனக்குத் திருமண வாழ்வு மிகவும் கஷ்டங்களைக் கொண்டுவருமோ. கூடவே இதென்ன பிரச்சினை! இன்று மாதவிடாய் எப்படி வந்தது. இன்னும் நாள் இருக்கிறதே?

"கல்யாணத்துக்கு இன்னும் ரண்டு நாள்தான் இருக்கு, இன்னிக்கிப் போய் ஆயிட்டேன்னு சொல்றியே. உன்னோட பெரிய தொல்லடி" என்றாள் அம்மா.

லாவண்யா சுந்தரராஜன்

இதுக்குக்கூட நான் என்ன செய்ய முடியும்? எப்போதும் மூணுமாசம் வருதான்னு பாத்துட்டு அப்பவும் வரலன்னா டாக்டர்கிட்ட போவோம். ஏதோ மாத்திரை தருவாங்க. ஆனால் இந்த முறை இரண்டு மாசத்துக்குள்ள வந்துட்டா நான் என்ன செய்ய முடியும்? அவங்க வீட்டுல பொண்ணு பாத்துட்டுப் போனதுமே கடகடன்னு எல்லாம் நடந்து முடிஞ்சிடுச்சி. அம்மா, அண்ணா, அண்ணி எல்லோருமே அவங்க வீடு பார்க்கப் போயிட்டு வந்தாங்க. அவங்க வீட்டில டாய்லெட்கூட இல்ல. நீங்க ஏன் அவசரப்பட்டுப் புடவைக்குக் காசு வாங்கினீங்கன்னு அண்ணாவிடம் சரளா அண்ணி கோவிச்சிக்கிட்டாங்க.

'நிச்சயம் பெரிய அளவில் செய்ய வேண்டாம்; கல்யாணத்துக்குப் பாதிச் செலவை நாங்க பார்த்துக்கிறோம்' என்று என்னென்னவோ பேசி இவ்வளவு விரைவாகத் திருமண தேதியையும் முடிவுசெய்துவிட்டார்கள்.

புடவையெடுக்க, ப்ளவுஸ் தைக்க என்று நிறைய அலைந்த தாலா? ஏன் இப்படி ஆச்சு என்றும் விளங்கல. என்ன செய்ய? எல்லாம் என் நேரம். எதை எதையோ யோசிச்சு மண்டை வெடிச்சிடும் போல இருக்கு. கல்யாணத்துக்கு அப்பறம் எப்படி இவங்க எல்லோரையும் விட்டுட்டு அவ்வளவுதூரம் போய்த் தனியா இருக்கறது? ஒருவேளை அவர் நல்ல மாதிரியில்லன்னா? காலைல கனவுல வந்த முதலை துரையைக் குறிக்கிதா? யாருகிட்ட இதப் பத்திக் கேக்கலாம்?

"ஏன் நந்தினி யாரோ வீட்டுக் கல்யாணம்போல இருக்க? இது உனக்கு நடக்கிற கல்யாணம், இப்போ விட்டா எப்போ என்ஜாய் பண்ணுவ? பி ஹாப்பி. பயப்பட எதுவுமில்ல" என்றாள் சரளா.

நந்தினிக்குக் குழப்பமாக இருந்தது. "கல்யாணத்து அன்னிக்கிக் கோவிலுக்கு வரேன்னு வேண்டி இருக்கேனே, போக முடியாதா? சின்னதா நான் ஆசைப்படற எதுவுமே ஏன் நடக்கிறது இல்ல? கல்யாணம் நான் நினச்சபடி நடக்கல. பெரிய இடமா வேணும்னு நினைச்சேன். பெரிய மண்டபத்துல கல்யாணம் நடக்கணும்னு ஆசப்பட்டேன். கல்யாணம் முடிஞ்சி ரங்கநாதர் கோவில் போக நினைச்சதுகூட நடக்காது போலிருக்கே."

"அண்ணி! காலைல முதலை முழுங்குறதுபோலக் கனவு வந்திச்சி."

"அதெல்லாம் மேரேஜ் சின்ட்ரமா இருக்கும். சரியாயிடும். உனக்காவது கனவு வருதே, எனக்கெல்லாம் தூக்கமே வரல!"

"கல்யாணத்தன்னிக்கிக் கோவிலுக்கு வரேன்னு ரொம்ப நாள் முன்னாடியே வேண்டியிருக்கேன் அண்ணி."

"நாலாம்நாள் கோவிலுக்குப் போகலாம். தப்பில்ல. ஆனா அதிக தீட்டு இருந்தாப் போக வேணாம்" சரளா அண்ணி சொன்னதில் கொஞ்சம் சமாதானமானது. திருமண நாள் கணக்கு மாறி, மணிக்கணக்குத்தான் பாக்கி என்ற நிலை வந்தது.

❋

9

சுக்லபட்ச பஞ்சமி, ஆவணித் திங்கள், இருபத்து ஐந்தாம் நாள், சுபயோக சுபதினத்தில் மங்கல வாத்தியங்கள் முழங்க, சொந்த பந்தங்கள், நண்பர்கள், பெரியவர்கள் அட்சதை தூவ, பெற்றோர் உள்ளம் உவகையில் பொங்க, சிறந்த மலர்களால் அலங்காரம் செய்யப்பட்ட மேடையில் துரையின் கைத்தலம் பற்றினாள் நந்தினி. அவள் சூடியிருந்த மாலையைத் துரையிடம் மாற்றிக்கொண்டாள். அவள் பயணம் புதுப்பயணம். இனிதே தொடங்கு கிறது. கிண்டல்கள் புதிது. உறவுகள் புதிது. தீண்டல் களும் புதிது. கனவுகள் கலைந்தனவா, தொடங்கு கின்றனவா? குழப்பத்திலிருந்தாள் நந்தினி.

மெட்டியணிந்த கால்களை எட்டிவைத்து, கைகள் பிணைத்துக் கட்டப்பட்டு, புடவைத் தலைப்பும் அங்கவஸ்திர நுனியும் முடியப்பட்டுத் தீவலம் வரும்போது புகைமண்டலத்துக்குள் ளிருந்து. . . இது கடந்த ஏழேழு ஜென்மத்திலிருந்தே தொடர்ந்து வருகிறதோ, இவர்தான் இனி வாழ்க்கை யின் இணை பிரியாத துயரமோ? இனி என் வாழ்வில் எனது என்பது இந்நொடியிலிருந்து விலகிப் போகிறதோ? எந்தக் கணத்திலிருந்து நான் என்பது என்னிடமிருந்து பிரிந்து நாம் என்று ஆகிறது? அக்னி வளர்த்து இணைத்த பந்தமோ, அக்னிக்கு இரையாகும்வரை உடன்வரும் ஆத்மார்த்தமோ? பின்னால் நடந்த நந்தினியின் வேகம் குறைந்து, அவள் மெல்ல நடக்க, முகூர்த்தப்பட்டின் முடிச்சு அவளை முன்னுக்கு இழுத்தது. சுயத்துக்குத் திரும்பியவள், துரைக்கு இணையாக நடக்கத் தொடங்கினாள்.

இவள் ஏன் என்னவோ குழப்பத்திலிருக் கிறாள்? தயங்கித் தடுமாறி எதற்கெடுத்தாலும் விழி மிரள்கிறாள். நான் இவளை என் புதுத் துணையாக நினைக்க முடியவில்லையே. ஏழு ஏழு ஜென்மங்க ளாக என்னைத் தொடர்ந்து வருபவளோ. இன்று

தான் கைப் பிடிக்கிறேன், ஆனால் முன்னர் சில நாட்களாக இவளோடு சண்டிகரில் வாழ்ந்தது போலவே இருக்கிறது. அந்த வீடு முழுவதும் இவள் நினைவுகள் நிறைந்திருக்கின்றன. ஆனால் இவள் என்னை விட மெல்ல நடக்கிறாள். என் வேகத்துக்கு இணையாக இருப்பாளா? என் அம்மாவை, அப்பாவை மதிப்பாளா? என் சொந்தங்களை நல்லபடி பேணுவாளா? எல்லாம் செய்வாள் என்றே தோன்றுகிறது. துரையின் மனமும் குழம்பித் தெளிந்து குழம்பியிருந்தது.

O

"கல்யாணம் முடிச்ச கையோட மாப்பிள்ளைய எங்க கூட்டிட்டுப் போனா உங்க பொண்ணுன்னு ஒரே ரகள. உன் மாமியார் அவ்வளவு கோபமா கத்திட்டாங்க. பாத்து நடந்துக்கோடி" என்று நந்தினியின் கல்லூரித் தோழி ஸ்யாமளா சொன்னதுமே, கலவரமேறியது நந்தினிக்கு.

"கோவிலுக்குப் போனதுக்கு இவ்ளோ கலாட்டாவா?"

"யாராவது ஏதாவது சொன்னா அத நம்பணுமா? நம்ம கிட்ட அம்மா ஒன்னும் சொல்லல இல்ல?" என்று துரை கோபித்துக்கொண்டான்.

நந்தினி இப்படிக் கேட்பார் பேச்சு கேட்டு நடந்து கொள்வாளோ என்று துரைக்குக் கொஞ்சம் பயமாக இருந்தது. அவள் முதன்முதலாகக் கேட்கிறாள், அதுவும் கோவிலுக்குத் தானே என்று அம்மாவிடம் கேட்காமல் கிளம்பியது கொஞ்சம் தவறென்று தோன்றியது. இந்த மண்டபத்தில்தான் திருமணம் வைக்க வேண்டுமென்று நந்தினி குடும்பம் சொல்லியதால் ஊரைவிட்டுத் தொலைவிலிருக்கும் அந்த மண்டபத்தில் வந்து எவ்வளவு சிரமப்பட்டு அவன் அம்மாவும் அப்பாவும் திருமணத்தை நடத்தியிருக்கின்றார்கள் என்று தெரிந்தால் நந்தினி இப்படி சடக்கென்று பேசமாட்டாள் என்று நினைத்தான் துரை. அவனுக்குக் கொஞ்சம் ஆறுதலாக இருந்தது.

துரையின் அம்மா மிகக் கோபமாக முறைப்பது போலவே இருந்தது. இரண்டுநாட்களுக்கும் முன் அதிகாலைக் கனவில் வந்த முதலையைப் போலவே இருந்தது அத்தையின் கோபமான முகம். இவர்களைப் பற்றிய குறிப்பாகத்தான் அந்தக் கனவு வந்ததோ என்று நினைத்தாள் நந்தினி.

திருமணம் முடிந்து வீட்டுக்குப் போகும் வழியில் நந்தினியும் துரையும் அவர்கள் குடும்பத்தாரும் சென்ற வண்டி பாதிவழியில் நின்றுவிட்டது. அதைப் பெரிய அபசகுனமாக நினைத்தான் துரை. வாழ்க்கை என்னவோ நடு ஆற்றில் நின்று விட்டதுபோலக் கைகளைப் பிசைந்துகொண்டு நின்றான்.

லாவண்யா சுந்தரராஜன்

அவனைப் பார்க்கப் பாவமாக இருந்தது. கூட இருந்த சொந்தங்கள் எல்லோரும், "ஒரு நல்ல வண்டியா பாத்திருக்கக் கூடாது? இப்படிச் சகுனத் தடையாட்டம்" என்று முணுமுணுப்பாகப் பேசிக்கொண்டதுபோல இருந்தது. நந்தினிக்கு அது பெரிய விஷயமாகத் தெரியவில்லை.

"நல்ல வண்டியா எடுத்துட்டு வந்திருக்கலாம். இப்படி ஆயிடுச்சே."

"சரி கவலப்படாதீங்க. வண்டி ரிப்பேர் ஆனா நீங்க என்ன பண்ண முடியும்?"

வீட்டில் நுழைந்தவுடன் ஆரத்தி எடுக்க வந்த நாத்தனார் தேவி முகத்திலும் எள்ளும்கொள்ளும் வெடிப்பது போலவே இருந்தது. ஏன் இவர்கள் எல்லாரும் ஒரே மாதிரி முகத்தைத் தூக்கிவைத்துக்கொண்டிருக்கிறார்கள் என்று நந்தினிக்குத் தோன்றியது.

மருதாணி சிவந்த அவள் முதல் காலடி பட்டவுடனேயே தன் வீடு வசந்த மாளிகை போலாகிவிட்டது என்று நினைத்தான் துரை. நந்தினி வளர்ந்துவந்த சூழல், அவள் வீடு எல்லாமே நாகரிகமானது. இங்கே எப்படி இருக்கப்போகிறாளோ என்று கவலைகொண்டான். வரும்வழியில் வண்டி பழுதாகி நின்ற போது அவள் பெருந்தன்மையாய் "உங்க தப்பில்லையே" என்று சொன்னாலும் உள்ளுக்குள் என்ன நினைத்திருப்பாள். நல்ல வண்டியாக முதலிலேயே சொல்லியிருக்கலாமே என்ன ஒரு முட்டாள்தனம் என்று அவனுக்குப் படபடப்பாகவே இருந்தது.

"உங்க வீட்டுல வெறும் மெத்த மட்டும்தான் குடுத்துருக்காங்க. சமுக்காளம் குடுக்கணும்னு தெரியாதா?" என்று முகவாயைத் தோளில் இடித்துத் திருப்பிக்கொண்டு போனாள் தேவி. நந்தினிக்கு அவள் வீட்டிலிருந்து இவள் வயதொத்த யாரும் இல்லாததால் தாய்மாமனையும் மாமியையும் நந்தினியுடன் அனுப்பி வைத்திருந்தார்கள்.

"நந்தினி இவங்க என்ன பேசினாலும், இன்னிக்கி எதுவும் எதுத்துப் பேசிடாத. நீ மகேந்திரபுரம் வீட்டில இருக்கறதுபோல இருக்காத" என்றாள் நந்தினியின் மாமி.

"சரிங்க அத்த."

"கொஞ்ச நேரம் தூங்கறதுன்னா தூங்கி எந்திருச்சிக்க, சாயங்காலம் கோவிலுக்குப் போகணும், நாளைலயிருந்து இன்னும் மூணுமாசத்துக்கு எந்தக் கோவிலுக்கும் போகக் கூடாது."

சாயங்காலம் நந்தினி வீட்டிலிருந்து எல்லாரும் வந்திருந் தார்கள். அருகிலிருந்த சிவன் கோவிலுக்கு அழைத்துச் சென்றார்கள். சிறிய கிராமத்திற்கே உண்டான அழகோடு

இருந்தது அந்த சிவன் கோவில். சின்னதாகக் கோபுரம். உள்ளே சிவனும் அம்மையும் ஒரே மேடையில் இருந்தனர். தென்கிழக்கு மூலையில் விநாயகர் சிலையுள்ள சிறு சந்நிதி இருந்தது. கூடவே அடுத்த சன்னிதியில் முருகனும். பக்கவாட்டில் வடக்குப் பார்த்துத் துர்க்கை. சனி மூலையில் நவக்கிரகம், அதைக் கடந்து வந்தால் பைரவர் என்று எல்லாம் இருந்தன. வேப்பமரமும் அதன் கீழே நாகர் சிலைகளும் இருந்தன. வடகிழக்கு மூலையில் கிணறொன்று இருந்தது. அதை ஒட்டிப் புன்னைமரம் அசைந்துகொண்டிருந்தது. அங்கே இருந்த ஐயப்பன் அருகே மட்டும் நந்தினி போகவில்லை. தேவியும் அதைச் சார்ந்து எதுவும் கேட்காதது பெரிய ஆறுதலாக இருந்தது நந்தினிக்கு.

இரவு விருந்து முடிந்து நந்தினி வீட்டார் எல்லாரும் கிளம்பும் முன்னர், சரளா மெல்ல அவளிடம் வந்து, "அதிகம் அவரை டிஸ்ஸப்பாயின்ட் பண்ணிடாத" என்றாள். அதைக் கேட்டவுடனேதான் நந்தினிக்குப் பகீரென்று இருந்தது. இரவு குளித்துவிட்டுத் துரையின் அறைக்குப் போக வேண்டும் என்று சொன்னார்கள். நாப்கினை எங்கே எறிவது என்று குழப்பமாக இருந்தது. எவரிடமும் கேட்கத் தயக்கமாக இருந்தது.

"அண்ணி என்கூட வாங்க." முதல் இரவுக்கு ஏற்பாடு செய்துகொண்டிருந்த அறையிலிருந்து தேவி அழைத்ததும் நந்தினிக்குப் பயமாக இருந்தது. அந்த அறையில் நுழைந்தபோது ஜாதிமல்லியின் வாசனை குப்பென்று வீசியது. நந்தினிக்குத் தலைவலிப்பது போலிருந்தது. மார்க்கெட்டில் தொடர் முகூர்த்தத்தால் மல்லிகை கிடைக்கவில்லை. ஜாதிமல்லி வாங்கி அலங்கரித்திருந்தார்கள். படுக்கையருகே ஒரு தாம்பாளம் நிறைய திரட்டிப்பால், வாழைப்பழம், ஜாங்கிரி, மிக்சர், மைசூர் பாகு எல்லாம் இருந்தது. உப்பு ஒரு வல்லத்தில் வைத்திருந்தார்கள். படி நிறைய வெல்லம் இருந்தது. ஒரு பாத்திரத்தில் சாதத்தைப் போட்டு அதில் தண்ணீர் ஊற்றினாள் தேவி.

"காலைல எந்திரிச்சதும், முதல்ல உப்பத் தொட்டுட்டு, அப்பறம் வெல்லத்தைத் தொட்டுட்டு, பழைய சோறு தொட்டுட்டு, வெளில வரணும். அப்படியே சாணி கரைச்சி வாசல் தெளிச்சிடணும்." தேவி சொன்ன மிரட்டல் குரலிலேயே நந்தினிக்குப் பயம் தொற்றிக் கொண்டது. 'காலையில் எழுந்தவுடன் இதெல்லாம் நினைவு இருக்குமா? சாணி கரைச்சி வாசல் தெளிக்கணுமாமே? இன்று வரையே புதுப்பெண். நாளைக்குப் பழையவளாகி விடுவேனா?' என்று நினைத்தாள் நந்தினி.

10

வீடு கல்யாணம் முடிந்த அலுப்போடு உறங்கிக்கொண்டிருந்தது. வெளியே புலர்ந்திருந்தது. நந்தினி இன்னும் எழவில்லை. அவள் உறக்கத்தைக் கலைக்க மனமின்றி அறையை விட்டு வெளியே வந்தான் துரை. வீட்டில் அங்கங்கே என்னவோ கிடந்தது, வயல் அறுப்பு முடிந்து கிடப்பது போலவே அலங்கோலமாகக் கிடந்தது. தேங்காய் மூட்டைக்கருகே தேவியின் ஐந்துவயது மகள் ஐஸ்வர்யா உருண்டுகிடந்தாள். காய்கறிகள், பாத்திரங்கள் எல்லாம் சமையலறை தாண்டி வெளியே வந்திருந்தன. பூனையொன்று கவிழ்த்து வைக்கப்பட்ட போவணி மீதேறி விட்டத்துக்குத் தாவியது. வெளியே சுந்தராம்பாள் வாசல் தெளித்துக்கொண்டிருந்தாள். வாசலுக்கு வந்து அங்கேயிருந்த வேப்பங்குச்சியை ஒடித்தவனை தீர்க்கமாகப் பார்த்தாள் சுந்தராம்பா. அவள் பார்வையைத் தாங்க முடியாது தலைகுனிந்து, “வாரிக்குப் போயிட்டு வரேன்ம்மா” என்று சொல்லிவிட்டு நடந்தான் துரை.

இன்னும் நன்றாகப் புலரவில்லை. அரச மரத்தடியில் யாரோ உறங்கிக்கொண்டிருந்தார்கள். பால் வண்டிக்காரன் பால் கறக்க சைக்கிளில் விரைந்துகொண்டிருந்தான், அவன் ஒரு நிமிடம் நிறுத்திப் பார்த்துவிட்டுப் போனது போலிருந்தது. சைக்கிள் மணியை அவன் வேண்டுமென்றே ஒலித்தது போலிருந்தது. இரவு எப்போது உறங்கினோம் என்று தெரியவில்லை. நேற்றிரவு இப்படி நேர்ந்திருக்க வேண்டியதில்லை. எல்லாரும் வித்தியாசமாகப் பார்க்கிறார்களா? வயல்காட்டில் வரப்போரம் வளர்ந்திருந்த சங்குப் பூக்கள் வெள்ளையாகச் சிரித்தன. “என்ன மாப்புள, நைட் எப்படி?” என்று கிண்டல் செய்யும் நெருக்கத்தில்

யாரையும் வைத்திருக்கவில்லை. ஆனால் அம்மா பார்த்தாளே, கண்டுபிடித்திருப்பாளோ? அதெப்படி மூன்றுமாதத்துக்கு ஒருமுறைதான் மாதச் சுழற்சியிருக்கும்? அது திடீரென இரண்டு மாதத்தில் வரும். தேவியெல்லாம் மாசமொருமுறை தனியாத்தானே இருக்கா?

வேலியோரத்தில் கற்பூரவல்லி இலைகள் மீது ஓணான் புரண்டு குதித்து ஓடியது. கற்பூர வல்லியின் வாசனை கும்மென்று வந்தது. வயலில் பட்டி போட்டிருந்தார்கள். பட்டி ஆடுகளைப் பார்த்துக்கொள்பவன் நீண்ட தொரட்டியைப் பிடித்தவாறு சொக்கி விழுந்துகொண்டிருந்தான். ஆட்டு மந்தையில் சில ஆடுகள் எழுந்து சும்மா கிடந்த நிலத்தில் எதையோ மேய்ந்துகொண்டிருந்தன. அவற்றின் கழுத்து மணி சீராக ஒலித்தது. கிழக்கே அடிவானம் சிவக்கத் தொடங்கியிருந்தது. கிளிக்கூட்டம் அடாவடியாகச் சத்தமிட்டபடிச் சிறகடித்துப் பறந்துகொண்டிருந்தது. எதன்மீதும் மனம் லயிக்கவில்லை. நேற்று ஒருநாள்தானே. வாழ்க்கையில் இன்னும் வர எத்தனையோ நாட்கள், இரவுகள் இருக்கின்றனவே. இந்த விஷயத்தைப் பெரிதுபடுத்தினால் நந்தினி எப்படி நடந்து கொள்வாள்? ஆனால், இந்த மாதச் சுழற்சியைச் சரி செய்ய வேண்டுமே. இதைப் பற்றி எப்படி பேச்சைத் தொடங்குவது?

"தொர பெரிய இடத்தில கிளியாட்டம் பொண்ணப் பிடிச்சிட்டான், சுந்தராம்பா மவன் கெட்டிதான்" என்று காதுபடப் பேசும் அண்ணியோட அம்மா! கல்யாணத்துக்கு இவங்க கண்ணிலெல்லாம் விடியக் கூடாதுன்னுதான் மண்டபங்கூட நல்லதா பாக்க வேணாம், நல்ல வண்டி புக் பண்ண வேணாம்ன்னு ஒன்னொன்னா கண்ணுல வெளக்கெண்ண விட்டுப் பாத்துப் பாத்துப் பண்ணோம். ஆனா நேத்து மண்டபத்துல இருந்து வரப்ப வண்டி நின்னது என்னவோ சரியா தோணல, அது போலவே ஆயிடுச்சி.

"என்ன புது மாப்புள? புதுப்பொண்ண வீட்டுல விட்டு வந்திட்டீங்க?"

"வாரி வரப் போவலான்னு."

"சரி, சரி. பொண்ணு என்ன சொல்லுது?"

". . ."

"என்ன மாப்புள, பேச மாட்டேன்கிற. முகம் ஏன் வாட்டமா இருக்கு? கல்யாணச் சோக்கு கன்னத்துல மினுங்கலையே.

லாவண்யா சுந்தரராஜன்

என் பொண்ண கட்டிக்க, உன்ன ராஜாமாரி பாத்துப்பன்னு சொன்னேனில்ல, நீதான் கேட்கல!"

"வரேன் மாமா."

"என்னப்பா சரியா பதில்கூடச் சொல்லாம ஓடற..."

"அப்பறம் வீட்டுக்கு வரேன் மாமா. கல்யாண வேல போட்டது போட்டபடியிருக்கு."

❍

கல்யாணம் முடிந்த மறுநாளே நந்தினியும் துரையும் மறுவீடு வந்திருந்தனர். கடந்த வருடம் நந்தினி வேலையின் பொருட்டு அவள் குடும்பம் திருச்சிக்குக் குடி பெயர்ந்திருந்தார்கள். அந்த வீட்டுக்கு வந்த ராசி ஆறேழு மாதத்தில் திருமணம் நிச்சயம் ஆகிவிட்டது. மகேந்திரபுரம் வீடு போலில்லாமல் மிகச் சிக்கன மான ஒரு படுக்கையறை கொண்ட வீடு. சுற்றிலும் தோட்ட மிருந்த அந்த வீட்டைப் பார்த்ததும் அவர்களுக்குப் பிடித்துப் போனது. வீட்டில் கொய்யா மரமும் மாமரமும் இருந்தன. நிறையப் பூச்செடிகள் இருந்தன. அதுவும் எல்லாரும் வைத்திருக்கும் செடிகளுடன் டேலியா போன்ற அழகுக்கென வைத்திருந்த பூச்செடிகளும் இருந்தன. எது எப்படியிருந்தாலும் அவர்கள் மகேந்திரபுரம் வீட்டுக்கு இணையில்லை. நந்தினி கல்யாணத்துக்கு வந்திருந்த பரிசுகளையெல்லாம் எடுத்து அடுக்கிக் கொண்டிருந்தாள். அவர்கள் விரைவில் சண்டிகர் கிளம்ப வேண்டும். அந்த அறையில் அவளும் துரையும் மட்டுமே இருந்தார்கள்.

"நாலாம்நாளுன்னு சொல்லியிருந்தா, நீ கேட்டேன்னு உன்னக் கோவிலுக்குக் கூட்டிட்டுப் போயிருக்க மாட்டேன்."

"நாலாம்நாள் போகலாம் என்று என் ஃபிரண்ட் வீட்டுல சொல்லுவாங்க. எங்க அண்ணியும் சொன்னாங்க. அதான் நானும் போகலாம்ன்னு சொன்னேன்."

"கல்யாணத்துக்கு நாள் குறிக்கும்போது இதெல்லாம் உன்னைக் கேட்கலயா?"

"இல்ல. கொஞ்சம் சரியாக டைம்க்கு வராதுன்னு சொன்னேனே."

"நாம சீக்கிரம் டாக்டரைப் பாக்கணும். உனக்கு இந்த இர்ரெகுலர் பீரியட்ஸ் சரிபண்ணணும். எப்படித்தான் உங்க வீட்டுல இதைக் கண்டுக்காமலே இருந்தாங்களோ" என்றான்.

பரிசுப் பொருட்களில் ஒரு ஃபீடிங் பாட்டில் இருந்தது. எடுத்துப் பார்த்ததும் வெட்கமும் சிரிப்பும் நந்தினிக்குப் பொத்துக்கொண்டு வந்தது.

"இங்க பாருங்க. யாரோ ஒருத்தங்க இதைக் கொடுத்திருக்காங்க" என்று நந்தினி ஆவலுடன் துரையைப் பார்த்தாள். துரை எண்ணெய் நிறைய வைத்து தலையைப் படிய வாரியிருந்தான். நந்தினியிடமிருந்த துள்ளல் ஆர்வம் எதுவுமே அவனைத் திசை திருப்பவில்லை. அவன் மிகவும் கறாரான தொனியில், "இர்ரெகுலர் பிரியட்ஸ் இருந்தா அது குழந்தை பிறக்கறதுக்குத் தடையாக இருக்கும்."

பரிசுப்பொருட்களைக் கட்டிவைத்துவிட்டு வீட்டைச் சுற்றிக் காட்ட வேண்டும், விதம்விதமான மலர்களை அவனுடன் ரசிக்க வேண்டும் என்றிருந்த நந்தினியின் கைகளில் அழகாய்ச் சிவந்திருந்த மருதாணி கிண்டல் செய்வது போலிருந்தது. ஜன்னல் வழியே திக்கற்று நோக்கிய நந்தினியின் கண்களிலிருந்த மிரட்சியை அறியாத பட்டாம் பூச்சிகள், வீட்டுத் தோட்டத்தில் பட்டு ரோஜாவின் மேலமர்ந்து, மெல்லச் சிறகை விரித்துப் படபடத்தன. துரைக்குச் சட்டென மிரண்டுபோன அவள் கண்கள் என்னவோ செய்தன. அவளைப் பார்க்கப் பாவமாக இருந்தது. குழந்தைபோல வாரியெடுத்துப் பயப்படாதே என்று சொல்ல வேண்டுமென்று தோன்றியது.

※

லாவண்யா சுந்தரராஜன்

11

நந்தினியைத் தனது நண்பன் குமார் வீட்டுக்கு அழைத்துச் சென்றான் துரை. அந்தச் சிறிய இரண்டு அறை கொண்ட வீட்டைவிடத் தன் வீடு வசதியாக இருப்பது போலிருந்தது. நந்தினியும் துரையும் இருந்த வீடு, ஒரு மனையில் கட்டப்பட்ட வீட்டின் இரண்டாம் மாடியில் இருந்தது. அது ஒரே ஒரு அறையும், சமையல் அறையும் கொண்டு ஒரு சிறிய குடும்பத்துக்குரிய தன்னிறைவோடு இருந்தது. சமையலறையும் படுக்கையறையும் அடுத்தடுத்திருந்தன. கழிவறை மட்டும் வெளியிலிருந்தது. அது மட்டுமே கொஞ்சம் சிரமம். ஆயினும் கீரனூர் வீட்டுக்கு இது பரவாயில்லை என்றிருந்தது. மிகப் பெரிய மொட்டை மாடி இருந்ததால், அந்த வீட்டின் மொத்த இடத்தையும் புழங்குவது போலிருந்தது. வீட்டுக்கு வந்தவுடனேயே, சில மண் தொட்டிகளை வாங்கி, அதில் பூச்செடிகளை வைத்துத் தினம் அதை ரசித்து வளர்க்கத் தொடங்கினாள் நந்தினி. இந்த வசதிகள் எதுவுமில்லாத குமார் வீட்டைப் பார்த்ததும், ஏதோ தான் பெரிய வீட்டுக்காரி என்ற பெருமிதம் நந்தினிக்கு வந்தது.

"வாங்க துரை. ஜெயந்தி, துரையும் நந்தினியும் வந்திருக்கிறாங்க பாரு."

"வாங்க நந்தினி. உங்களுக்கு இந்த ஊர் பிடிச்சிருக்கா?"

"ம்... வித்தியாசமா இருக்கு."

"துரை, என் காலேஜ்மேட் போன் பண்ணான்ப்பா. சில்க் சுமிதா சூசைட் பண்ணிக் கிட்டாளாம்."

"அய்யோ! அப்படியா, எப்படி என்னாச்சு?"

காயாம்பூ

“தூக்குப்போட்டாம். என்னான்னு தெரியல, அங்கே எல்லா நியூஸ் பேப்பர்லயும் பரபரப்புச் செய்தியே இதானாம்.”

“சே பாவம்! ஷோபாவும் அப்படித்தானே. பாவம்.”

“என்னங்க நீங்க? முதல்முதலா வந்திருக்கா, அபசகுனமா இந்த விஷயம் பத்திப் பேசிக்கிட்டு. அதுவும் சில்க் பத்தி எல்லாம் பேசிக்கிறாங்கன்னு புதுப்பொண்ணு தப்பா நினைக்கப்போகுது.”

“அப்படியெல்லாம் நினைக்க மாட்டேன்.”

திருச்சியில் பிறந்த ஜெயந்தி சண்டிகரில் தோழியாகக் கிடைத்தது நந்தினிக்கு மிகவும் மகிழ்ச்சியாக இருந்தது. அவர்களுக்குள் பல வருடங்களாகப் பழகிய இயல்பான நேசம் படர்ந்தது. ஜெயந்திக்குத் தற்சமயம் மிகவும் ஓய்வு தேவையென்றும் இன்னும் ஒன்றிரண்டு மாதங்களில் குழந்தை பிறக்கப்போகிறதென்றும் முன்னரே துரை சொல்லி யிருந்தான். அவளுக்குக் குழந்தை உண்டானதிலிருந்தே உடல்நிலை சரியில்லை என்றும் சொல்லியிருந்தான். அதைச் சார்ந்து அதிகம் பேச வேண்டாம் என்றும் அறிவுறுத்தி யிருந்தான். ஜெயந்தியைப் பார்த்த கணம் அவள் உருளைப்பூசணி போலிருக்கிறாள் என்று தோன்றியது. ஒருவேளை பிள்ளை யுண்டானதிலிருந்தே பெரும் அளவில் ஓய்விலிருந்த காரணத்தால் அப்படி ஆகியிருக்கலாம் என்று நினைத்தாள்.

குமாருடன் ஜெயந்தியைப் பார்க்க ‘லாரல் அன் ஹார்டி[1]’ போலிருந்தது. நந்தினியை மிகக் கவர்ந்தது, எப்போதுமே புன்னகைப்பது போலிருக்கும் ஜெயந்தியின் முக வசீகரமும், மடித்துக் கட்டினால்கூட பாதி முதுகுக்கு நீளும் கற்றைக் கூந்தலும். அவர்களுக்காகக் காபி கலக்கச் சிரமப்பட்டு ஜெயந்தி எழுந்து சென்றாள். இவ்வளவு நீளமான அடர்த்தியான கூந்தலைப் பராமரிப்பது எவ்வளவு சிரமம் என்று வியந்தாள் நந்தினி. தன்னுடையது கிட்டத்தட்ட இரண்டு எலி வாலைச் சேர்த்தால் வரும் தடிமனே இருந்தாலும் அதற்கே போஷாக்கு, எண்ணெய்க் குளியல், சாம்பிராணி என்ற பிரத்தியேகக் கவனிப்புகளை எண்ணி அயர்ந்துபோனாள்.

“காபி மணம் ஜம்முன்னு இருக்கு. நீங்க எங்க வேலை பாக்கறீங்க?”

“போஸ்ட் ஆபீஸ்ல, ஆனா இப்போ மெட்டர்னிட்டி லீவ் போட்டாச்சு. கொஞ்சம் வீக்கா இருக்கேன்னு டாக்டர் பெட்

1. Laurel and Hardy: were a comedy duo act during the early Classical Hollywood era of American cinema

ரெஸ்ட் சஜஸ்ட் பண்ணியிருக்காங்க. காப்பிப்பொடிக்காக நாப்பது கிலோ மீட்டர் போய் ஒரு கடையில் வாங்குவோம். திருச்சிக்காரர் ஒருத்தர் வச்சிருக்கார்."

"நானும் திருச்சிப் பக்கம்தான். அண்ணா சொன்னாரா?"

"ஓ! துரையுமே திருச்சி பக்கம் கீரனூர்தானே. நீங்க எங்க?"

"மகேந்திரபுரம்."

"மகேந்திரபுரமா? அட! காவேரிக் கரையோரம். அகண்ட காவேரி. அதுவும் அந்தப் பாலத்துக்கு மேல போறப்ப இரண்டு பக்கமும் வயலு, நெல்லு, வாழைன்னு செமயா இருக்கும்ல. என்னோட ஃபிரண்ட் வீடு மகேந்திரபுரம் தாண்டிப் பக்கத்து ஊருல இருந்தது. காலேஜ் லீவ் டைம்ல போயி ஒரே ஆட்டம் போட்டு இருக்கோம். அங்க பக்கத்துல ஒரு மலைகூட இருக்கே. அதுல நடந்தே ஏறுவோம். மலை மேல இருந்து பார்த்தா, காவேரி செமயா இருக்கும்."

"திரு ஈங்கோய் மலை சொல்றீங்களா."

"ஆமா, அதுதான். அங்கே சந்திரமௌலீஸ்வரர்தானே. லலிதாம்பிகைக் கோவிலும் இருக்குதானே?"

"ஈங்கோய் மலை மரகதநாதர். அந்தக் கோவில் நல்லா யிருக்கும். மலை மேல இருந்து பார்க்கக் காவேரியும், காவேரிப் பாலமும்கூட நல்லாயிருக்கும்."

"சண்டிகர் வந்து எங்க போனீங்க? துரை எங்கேயும் கூட்டிட்டுப் போனாரா?"

"அதிகம் எங்கயும் போகல. அன்னிக்கி ரோஸ் கார்டன் கூட்டிட்டுப் போனாரு. ரோஸ் கார்டன்னா ரோஜா நிறைய விதவிதமா இருக்கும்னு நினைச்சிப் போனேன். எல்லாம் காய்ஞ்சி கட்ட கட்டயா நிக்கிது. முள்ளு இருக்கறத வைச்சித் தான் அது ரோஜாச் செடிங்கணும்."

"இப்ப அப்படித்தான் எல்லாம் கருப்படிச்சிடும். மார்ச்ல போங்க நந்தினி. டவுன் பார்க் போயிட்டு வாங்க. ரொம்பப் பிடிக்கும்."

குமாரும் துரையும் அவர்களை விட்டுவிட்டுக் கொஞ்சம் வெளியே வந்தார்கள். அப்படியே நடந்து மார்க்கெட்வரை வந்துவிட்டனர். இருவரும் பேசிக்கொள்ளவில்லை.

"ரொம்ப நாளைக்கு அப்பறம் இன்னிக்கித்தான் ஜெயந்தி கொஞ்சம் ரிலாக்ஸ்டா பேசறா. அவளுக்கு இந்தக் குழந்தை நல்லா பிறக்குமான்னு சந்தேகம் இருக்கு."

“லாஸ்ட் டைம் ஸ்கேன் பார்த்தபோது, குழந்தை நல்லா வளர்ந்திருக்குன்னு சொன்னதா சொன்னியே.”

“ஆனா, இது வேற ஹாஸ்பிடல். அனிதா இவளுக்கு முதன்முதல் கொடுத்த அட்வைஸ்தான் மனசுல பதிஞ்சிருக்கு.”

“குழந்தை ஆரோக்கியமா பிறந்துட்டா அப்பறம் சரியாயிடுவாங்க.”

“நானும் அதே நம்பிக்கையில்தான் இருக்கேன். வீடு வேற கட்டி முடியற ஸ்டேஜ்ல இருக்கு. இவ வேற இப்படியிருக்கா.”

“வீட்டுல என்ன பாக்கணும் சொல்லு. நான் கொஞ்சம் உதவி பண்றேன்.”

“இல்ல. காண்ட்ராக்ட்தானே விட்டிருக்கு. எப்பவாவது போய்ப் பாக்கறதும் மெட்டிரியல் செலெக்ட் செய்யறதும்தான்.”

“அப்பறம் என்ன.”

“அவளுக்கு இது கனவு வீடு. எடம் வாங்கினதுல இருந்து இன்டீரியர் வரை ப்ளான் பண்ணிட்டா அவ. டைல்ஸ், வுட் எல்லாமே அவளே செலக்ட் செய்யணும்னு சொல்லுவா. ஆனா இப்படிப் படுத்த படுக்கையா இருக்கா.”

“அவங்க நல்லாத்தான் இருக்காங்க. சிலருக்கு ரெஸ்ட் எடுக்கச் சொல்லுவாங்க. அதுக்கு ஏன் இப்படிக் கவலைப்படற?”

“இல்ல, என்னவோ அடிமனசுல கொஞ்சம் அரிச்சிக் கிட்டேயிருக்கு.”

“நிம்மதியா இரு. எல்லாம் நல்லபடி முடியும்.”

“நானும் அப்படித்தான் நம்பறேன். ஆனா, என்னவோ சரியில்ல. இந்த வீடு அஸ்திவாரம் போட்டுக் கட்ட முடியாம விட்டுருந்தாங்கல்ல. அட்வான்ஸ் பண்ணப்பயே பக்கத்து வீட்டுல ஒரு மாதிரி சொன்னாங்க.”

“எவ்வளவோ படிச்சி முன்னேறியாச்சு. வீடு என்ன செய்யும் குமார்? ரொம்பப் பயப்பட வேண்டாம்.”

⁂

12

சண்டிகரில் டவுன் பார்க் சென்றிருந்தார்கள். வாகனங்கள் நிறுத்துமிடத்தில் இருசக்கர வாகனத்தை நிறுத்திவிட்டு, சுற்றுச்சுவர் தாண்டி உள்ளே நுழைந்தார்கள். இடுப்புவரை இருந்த சுற்றுச்சுவர்மேல் வேல்வடிவம்கொண்ட கிரில் கம்பிகளை நட்டிருந்தார்கள். மாபெரும் பசுந்தரையும் ஆங்காங்கே நீரூற்றுகளும் வண்ண வண்ண விளக்குகளுமாய் அந்தப் பூங்கா ஒரு மாய உலகம் போலிருந்தது. அங்கங்கே பூச்செடிகள், குழந்தைகள் விளையாடச் சறுக்கு மரம், ஊஞ்சல், சீசா போன்றவையும் ஓரிடத்திலிருந்தன. பூங்காவைச் சுற்றி நடைப்பயிற்சி மேற்கொள்ளத் தனியாகக் கருங்கற்களைப் பதித்துத் தனிவழி செய்திருந்தனர். அதில் பலரும் நடைப்பயிற்சி மேற்கொண்டிருந்தனர். கொஞ்ச தூரம் புல்வெளியிலேயே நடந்து கொஞ்சம் மேடான பகுதிக்குச் சென்று அமர்ந்தனர்.

"இந்த வாக்கிங் ட்ராக்கில் ஒருமுறை நடந்து சுத்திவந்தா நாலுகிலோமீட்டர் ஆகும்."

"ம்."

"இவ்வளவு பெரிய பார்க், இவ்வளவு பச்சயா புல்லுங்க. செடிங்க எங்கயாவது பாத்திருக்கியா?"

"ப்ச்."

"ஏன் என்னவோ போலிருக்க. இங்க வந்தது பிடிக்கலயா?"

"எனக்கு எதுவுமே பிடிக்கல."

வேகமாய் எழுந்து துரை நடக்க ஆரம்பித்தான். அவன் பின்னாடியே வேகமாய் நடக்க ஆரம்பித்தாள் நந்தினி. வாசல்வரை சென்ற துரைக்கு என்ன செய்வதென்று தெரியவில்லை. 'நந்தினி ஏன் இப்படி நடந்துக்கறா? அவளுக்கென்ன பிரச்சினை?

எது பிடிக்கலன்னு சொல்றா? தாம்பத்தியம் பிரச்சினைகள் தொடர்பாக டாக்டர எதுவும் பார்க்கணுமா' என்று யோசித்துக் கொண்டே, எதுவுமே பேசாது வண்டியைக் கிளப்பிக்கொண்டு வந்து, வீட்டில் அவளை விட்டுவிட்டான். விரைவில் ஏதாவது குடும்பநல ஆலோசனைக்கு நந்தினியைக் கூட்டிக்கொண்டு போக வேண்டுமென்று நினைத்துக்கொண்டான். வீட்டில் இருக்கப் பிடிக்காமல் எங்கேயோ கிளம்பிச் சென்றான்.

வீட்டிலிருந்து வெளியே கிளம்பி வந்த அதே கணம் நந்தினியின் சோகமான கண்கள் உள்ளுக்குள் அவனைத் தொந்தரவு செய்தன. நிறுவனத்தின் கேளிக்கை மாளிகைக்குச் சென்றான், அங்கே நண்பர்கள் மட்டைப் பந்து விளையாட்டில் ஈடுபட்டிருந்தார்கள். துரைக்கு நன்றாக விளையாடத் தெரியும். அவனை வரச்சொல்லி அழைத்தும் "நீங்க விளையாடுங்க" என்று சொல்லிவிட்டுச் சலனமற்று அமர்ந்திருந்தான். அவர்கள் ஆடியது துரையை ஒரு நொடி தியானம் போல ஆழ்த்தியது. ஆவேசமாக ஒருவன் நெட்டி அடித்த பந்துகளை யாராலும் கையாள முடியவில்லை. "ஃபோர்டு தியா பையா, பாபிமே குஷ்ஷா ஹை கியா?" என்று நண்பனொருவன் அடித்தவனைக் கிண்டலடித்ததும், துரை சற்றே அதிர்ந்துவிட்டுப் பின்னர் புன்னகைத்தான். 'அவள் என் ராஜாத்தி. என் வீட்டின் அரசி, அவள் மேலென்ன கோபம்' என்று நினைத்துக்கொண்டான்.

இரவு உணவுக்கு ஆயத்தம் செய்ய உருளைக் கிழங்குகளை உரித்துக்கொண்டிருந்தாள் நந்தினி. இன்று தன் அண்ணாவும் அண்ணியும் வீட்டுக்கு வருவார்கள் என்று துரை காலையிலேயே சொல்லியிருந்தான். சாயங்காலம் தொடங்கி இரவு உறக்கம் வரை இடைப்பட்ட பொழுதுகள் கரும்பிசாசாகி நந்தினியைப் பயம் கொள்ளச் செய்தன. இரவின் கண்கள் தன்னை விழித்துப் பார்த்து அப்படியே தன்னையும் இருளாக்கிவிடுமோ என நடுக்கம் வந்தது. சிந்திக்க அவகாசம் போதாமல் இருந்தது. இரவும் இருள் சூழ்ந்த அறையும் கண்ணுக்குப் புலப்படாத அரூபமான ஏதோ ஒன்றும் அவளைத் தொந்தரவு செய்தன.

"என்ன அப்படி யோசன? ஆள் வந்ததுகூடத் தெரியாம, அப்படி என்ன உருளைக் கிழங்கை உத்துப் பாத்துட்டிருக்க?" கேட்டுக்கொண்டே உள்ளே வந்தாள், துரையின் அண்ணி கலா.

"அக்கா நைட் ஆனா பிடிக்கவே மாட்டேங்கிது. கொஞ்சம் வலிக்கிறதுபோல இருக்கு" என்றாள்.

"அது அப்படித்தான் இருக்கும். போகப் போகச் சரியா யிடும்."

"இதுக்கா சினிமாவுல எல்லாம் என்னவோ ஏங்கறது போலக் காட்றாங்க."

"இன்னிக்கி சாப்பிட என்ன பண்ணியிருக்க?"

"சப்பாத்தி ஆலு குருமா."

இரவு உணவு முடிந்து கலாவும் துரையின் அண்ணா சாந்தகுமாரும் கிளம்பிச் சென்றதும் என்ன பேசுவது என்று தெரியாமல் வாட்டமாக அமர்ந்திருந்தவளின் அருகில் வந்து அமர்ந்த துரை, அவள் கைகளைப் பிடித்துக்கொண்டு, "சப்பாத்தி குருமா சூப்பரா இருந்துச்சி. அதுவும் ஆலு பரோட்டா ஒண்ணு செஞ்ச பாரு, அண்ணாவே பரவாயில்லை சமத்துதான்னு சொன்னார்."

"ப்ச்."

"கலா அண்ணி பலவாட்டி ட்ரை பண்ணி உருளைக்கிழங்கு, மாவு இரண்டையும் வேஸ்ட்தான் பண்ணியிருக்கான்னு சொன்னார்."

"ஊருக்குப் போகணும் போல இருக்கு."

"எனக்கு லீவ் இல்ல."

"நான் மட்டும் போய்ட்டு வரவா?"

"இந்த வாரம் வெள்ளிக்கிழம லேடி டாக்டரப் பாக்க லாம்னு நினைச்சேன்."

". . ."

"நீ இங்க வந்து நாலு மாசம் ஆச்சு. நீ ஒரு டைம்தான் தூரமா ஆயிருக்க."

"அதான் சொன்னனே. மூணுமாசத்துக்கு ஒரு டைம்தான் வரும். அதுகூட இரண்டு வருஷமாத்தான்."

"என்ன ஏதுன்னு டாக்டரப் பாக்கலாம்."

செக்டர் நைனில் இருந்த ஒரு லேடி டாக்டரிடம் போய் வரலாம் என்று திட்டமிட்டார்கள். கிளம்பியிருந்தவ ளிடம், அலுவலகத்திலிருந்து வந்த உடனேயே, "ஏன் சுடிதார் போட்டிருக்க? புடவை உடுத்திக்கிட்டுக் கிளம்பு" என்றான். "அதெல்லாம் வேண்டாம்" என்றதும் அப்படியே கிளம்பினார்கள்.

"மேரேஜ் முடிஞ்சு எவ்வளவு நாள் ஆச்சு?"

"நான்கு மாதம்."

"எப்போயிருந்து இப்படி இர்ரெகுலரா இருக்கு?"

"நாலைஞ்சு வருஷமா."

"டாக்டர் கிட்டப் பாக்கவில்லையா?"

"முன்னாடி ரொம்ப இர்ரெகுலரா இருந்தது. அப்பறம் ஹோமியோபதி ட்ரீட்மெண்ட எடுத்தேன். மூணு மாசத்துக்கு ஒருமுறை வந்திடும். அப்படியும் வர்லன்னா, எங்க ஊர் டாக்டரிடம் போவேன். அவங்க ஏழுநாள் சாப்பிடச் சொல்லி மாத்திரை எழுதித் தருவாங்க. அதைச் சாப்பிட்டதும் ஏழுநாள்ல வந்துடும்"

"நீங்க கொஞ்சம் வெளியில வெயிட் பண்ண முடியுமா?" என்று துரையைப் பார்த்துச் சொன்னாள் அந்த டாக்டர்.

"இப்போது உங்களை இன்டேர்னல் செக்கப் செய்யப் போகிறேன். இது எந்த மாதிரியான டெஸ்ட் என்று தெரியுமில்லயா? ரிமூவ் யுவர் பேண்ட்" என்றபடி கையுறையை அணிந்துகொண்டு, அவளைப் பரிசோதனை மேடையில் ஏறிப் படுக்கச் சொன்னாள்.

திருமணத்திற்கு முன்னர் கல்லூரியில் படித்த காலத்தில் தோழி ஒருத்தி, அவள் அக்காவிற்குக் கரு கலைந்துபோனதைப் பற்றிச் சொன்னது நினைவுக்கு வந்தது. "உள்ள கைவிட்டு டெஸ்ட் பண்ணாளாம், வீட்டுக்கு வந்ததுமே பீரியட்ஸ் வந்துடுத்தாம்."

"உள்ளேன்னா எதுலடி?"

"தெர்லடி. அவ அப்படித்தான் அம்மாகிட்ட சொல்லிட்டிருந்தா."

ஓரளவுக்குக் கற்பனையில் அது எந்த மாதிரியான பரிசோதனையாக இருக்கும் என்று தெரிந்தாலும், மிகவும் சங்கடமாகத் தோன்றியது. அட்ஜெஸ்ட் பண்ணிக்கத்தான் வேண்டும் என்று அம்மா அவள் காதில் வந்து சொல்வது போலிருந்தது. அம்மா மருத்துவப் பரிசோதனைக்காகப் போன ஒரு சமயம், டாக்டர் அறையிலிருந்து வெளி வந்து புடவை மடிப்புகளை மீண்டும் அடுக்கிக் கட்டுவது நினைவில் வந்து போனது. புடவை உடுத்திக்கொண்டு வந்திருக்கலாம் என்று நினைத்தாள் நந்தினி.

"சரி. சில ப்ளட் டெஸ்ட் எழுதித் தரேன், டெஸ்ட் ரிசல்ட் எடுத்துக்கிட்டு வந்து, அடுத்த வாரம் பாருங்க."

"டாக்டர், உங்களிடம் ஒரு சந்தேகம் கேக்கணும்."

"என்ன?"

"எனக்கு உறவின்போது எந்த உணர்வும் ஏற்படுவதில்லை, எனக்கு ஏதேனும் பிரச்சினை இருக்குமா?"

“சில பெண்களுக்கு இந்த உணர்வுகளை உணர ஒரு வருடம்கூட ஆகலாம். அப்படித்தான் இருக்கும்.”

‘. . .’

“ட்ரெஸ் போட்டுக்கிட்டு என்னோட டேபிள்க்கு வாங்க” என்று சொல்லிவிட்டு டாக்டர் தனது இருக்கைக்குத் திரும்பினாள். நந்தினி அங்கே வந்த பின்னர், துரையை அழைத்தாள் அந்த டாக்டர்.

“ஹார்மோனல் இம்பேலன்ஸாதான் இருக்கும். எதுக்கும் ரிசல்ட் எல்லாம் வரட்டும். இதுக்கு ஒரே வழி கருத்தடை மாத்திரை எடுக்கறதுதான்.”

வீட்டுக்கு வந்ததும் கதவைத் திறந்த உடன் விளக்கை அழுத்தியபோது, ஒரு வினாடி எரிந்து அது நின்றுபோனது. காலணியைக் கழற்றிவிட்டெறிந்தவன், கோபமாகக் கத்தினான்.

“சே! இது வேற சனியன். எதுவும் ஒழுங்கா இல்ல.”

இதுவரை துரைக்கு அந்த அளவு கோபம் வந்து பார்க்க வில்லை. மௌனமாக வீட்டினுள் சென்றாள். கைகால் கழுவிக் கொண்டு சமையல் அறையில் விளக்குப் போட்டு, எதுவுமே பேசாமல் விளக்கேற்றி வைத்தாள், சப்பாத்திக்கு மாவு பிசைய ஆரம்பித்தாள்.

“கருத்தடை மாத்திரைன்னா, அது சாப்பிடும்போது குழந்தை உண்டாக வாய்ப்பில்லை. கல்யாணத்துக்கு முன்னயே இந்த இழவெல்லாம் சரி பண்ணியிருக்கலாமில்ல?”

“நமக்கு கல்யாணமாகி நாலு மாசந்தானே ஆகுது. அதுக்குள்ள என்ன? எதுக்கு எப்பப் பாரு குழந்தை குழந்தைங்கிறீங்க?”

“உனக்கு என்ன தெரியும்? அண்ணனுக்குக் கல்யாணமாகி இரண்டு வருஷமாச்சு. ஊரில் எல்லோரும் என்ன பேசறாங்க தெரியுமா?”

“அவங்களுக்கே இன்னும் பிறக்கல, அவங்க இரண்டு பேரும் எப்படிச் சந்தோஷமா இருக்காங்க? நீங்க மட்டும் ஏன் இப்படி எண்ணெய்யில் போட்ட அப்பளமா கிடந்து துள்றீங்க.”

“அம்மா எப்போ போன் போட்டாலும் இதத்தான் கேக்குது, என்னடா ஆச்சு, ஜோசியம் பார்த்தேன். பெரியவனுக்கு வாரிசு லேட்டாவுங்கிறாங்க. நீயாவது சீக்கிரம் பெத்துக்கடான்னு சொல்லுது.”

“சட்டிப்பானையா செஞ்சிக் கொடுக்க?” கையிலிருந்த டம்ளரைத் தூக்கி எறிந்தாள். துரை கிளம்பி வெளியே

போனவன் நீண்ட நேரம் கழித்துத்தான் வீடு திரும்பினான். சப்பாத்தி கருகியிருந்தது பார்த்துக் குப்பையில் எறிந்தவன், சாப்பிடாமல் படுத்துக்கொண்டான். தலையணையில் முகம் புதைத்தவள் முதுகு மெல்லக் குலுங்கியது. துரைக்கு நந்தினி யிடம் நான் அவ்வளவு கொடூரமானவன் இல்லை என்று சொல்லி ஆதரவாக அணைத்துக்கொள்ள வேண்டுமென்று தோன்றியது. ஆனால் அவள் மேல் கைப்பட்டதும் இன்னும் சுருண்டு படுத்துக் கொண்டாள். குழந்தைக்கென்ன அவசரம், நானும் இன்னும் கொஞ்சம் நிதானமாக நடந்துகொண்டால் என்ன என்றே தோன்றியது துரைக்கு. ஆனால் இவளுக்கு ஏன் இவ்வளவு கோபம் வருகிறது. சின்ன பிரச்சினைதானே. இதைச் சரிசெய்ய ஒத்துழைக்கலாமே. எதை எதையோ நினைத்துப் புரண்டு புரண்டு படுத்துக்கொண்டிருந்தான்.

பரிசோதனை முடிவுகளை எடுத்துக்கொண்டு சென்ற போது, "நினைச்சபடி இது ஹார்மோனல் பிரச்சினைதான். சரிசெய்ய மூணுமாதத்துக்கு மாத்திரை எழுதித் தரேன், எடுத்துக்கோங்க. அதன்பின் அடுத்த மாதம் எப்படி வருது என்று பார்த்துவிட்டு மீண்டும் வந்து பாருங்க."

"இந்த மாத்திரை சாப்பிட்டா குழந்தை பிறக்குமா டாக்டர்?"

"சாப்பிடும்வரை பிறக்காது. பிறகு உங்கள் பீரியட்ஸ் சரியாயிட்டா, கண்டிப்பா பிறக்கும்"

கொஞ்சம் நிம்மதியாக இருந்தது. மூன்றுமாதம் தொடர்ந்து அந்த டாக்டரம்மா கொடுத்த மாத்திரைகளைச் சாப்பிட்டாள். அந்த மூன்றுமாதமும் சரியான நாட்களில் மாதவிடாய் ஆகியது. மாத்திரையை நிறுத்திய பின்பும் இரண்டு மாதம் தவறாமல் சுழற்சி வந்தது. நந்தினி மனதுக்கு மிகவும் சந்தோஷமாக இருந்தது. தனக்கு இருந்த மாதவிடாய்ப் பிரச்சினை சரியாகிவிட்டது என்று நினைத்தாள். ஆனால் அடுத்த மாதம் வரவில்லை.

கிட்டத்தட்ட பத்துநாட்கள் தாண்டியது. மறுபடி பிரச்சினையாகிவிட்டதோ என்று நினைத்தபோது, துரை இது குழந்தையாக இருக்கக்கூடும் என்றான். குபீரென்று பரவசமாக இருந்தது. இதுவரை கையிலேந்திய எல்லாக் குழந்தைகளையும் வரிசையாக நினைத்துக்கொண்டாள். பார்க்கும்போதே படாரென மலர்ந்த மலர்போல நந்தினியின் முகத்தைப் பார்க்கப் பரவசமாக இருந்தது துரைக்கு. அவள் மேல் அவ்வளவு அன்பு பெருகியது. கர்ப்ப காலம் முழுவதும் அவளைப் பூப்போல ஏந்திப் பார்த்துக்கொள்ள வேண்டும். அதன் பிறகு குழந்தையையும் அவளையும் எப்போதும்

லாவண்யா சுந்தரராஜன்

அன்போடு வைத்துக்கொள்ள வேண்டும் என்று கற்பனையில் மிதந்தான் துரை.

"எனக்குப் பெண் குழந்ததான் வேணும். வீட்டில் சாரணிய எல்லாரும் எப்படிக் கொஞ்சுவாங்க தெரியுமா?"

"ஆம்பிளப் பிள்ளதான் பரவால்ல."

"சரி, எதோ ஒண்ணு. அம்மாகிட்ட சொல்லவா?"

"இல்ல வேணாம். கன்ஃபார்ம் ஆகட்டும். சொல்லிக்கலாம்."

பரிசோதனை செய்ய ஹோம் கிட் வாங்கி வந்தான் துரை. அந்த ஹோம் கிட்டை மாறிமாறிப் பார்த்துக்கொண்டே, "டெஸ்ட் செய்து பார்த்துவிடலாமே, சஸ்பென்ஸ் தாங்க முடியல."

"காலைல பாத்தாத்தான் சரியா இருக்கும்னு கடையில சொன்னாங்க."

"சரி" என்று சொன்னவள் தொனியிலேயே, அவளுடைய நிலை புரிந்தது.

"சரி, டெஸ்ட் பண்ணிடலாம்" என்றதும் குபீரென்று பொங்கினாள் நந்தினி. அந்தச் சாதனத்தில் எழுதியிருந்ததை வாசித்து விளக்கினான் துரை. வேகவேகமாய்க் கழிவறை சென்று சிறுநீர் இரண்டு சொட்டு அந்தச் சாதனத்தில் விட்டாள். நிறம் மாற எடுக்கும் இரண்டு வினாடிகள்கூட அவளுக்குப் பொறுமையில்லை. இரண்டு நிமிடம் ஆகியும் ஒரே ஒரு கோடு தான் இருந்தது.

"இதுக்குத்தான் காலைல பாக்கலாமென்றேன்."

"சரி, நாளைக்கு டாக்டர்கிட்டேயே பாத்துக்கலாம்."

மறுநாள் மருத்துவமனை சென்றார்கள். யூரின் டெஸ்ட் எடுக்கச் சொன்னார்கள். அங்கே காத்திருந்த ஒவ்வொரு நொடியும் ஏதோ முள்ளில் மாட்டிய பறவைபோல அவள் மனம் துடித்துக்கொண்டிருந்தது. ஒவ்வொரு நொடியும் இத்தனை நீளமானதாக இருக்க முடியுமென்று அப்போது தான் உணர்ந்தாள்.

பரிசோதனை முடிவைக் கொஞ்சநேரம் கூர்ந்து பார்த்து விட்டுப் பெருமூச்செறிந்தவாறு "வழக்கம்போல் மாதவிடாய் தள்ளிப் போனதாயிருக்கலாம். கர்ப்பம் இல்லை" அதற்கு மேல் சொன்ன எந்த வார்த்தையும் நந்தினியின் காதில் விழவில்லை. துரைக்கும் அதிர்ச்சியாக இருந்தது. கற்பனைக் கோட்டையெல்லாமே இடிந்துபோனது.

✺

காயாம்பூ

13

தோழியின் திருமணத்துக்காகத் திருச்சி வந்திருந்திருந்தாள். ஸ்ரீரங்கம் தேவி திரையரங்கிலிருந்து பெரியார் நகர் செல்லும் வழியில் இருந்த கொடிக்கால் கல்யாண மண்டபத்தில் திருமணம் நடந்தது. அங்கிருந்து நடந்தே பெரியார் நகர் அடைந்தாள். ரயில்வே பாலத்திலிருந்து பார்த்தால் பிரமாண்டமாகத் தெரியும் மஹாகணபதி ஆலயத்துக்குப் போய் வணங்கினாள். முக்கோண வடிவ நிலத்தில் வாசல் குறுகியும் ஆலயம் அமைந்த இடம் அகலமாகவும் அமைந்திருக்கும். உள்ளே நந்தவனம்போலப் பல மலர்ச் செடிகள் இருக்கும். மலர்களின் வாசனையும் விபூதி மணமும் மனத்தை லேசாக்கின. மனத்தின் பல நாள் நடுக்கம் கண்ணீராக இறங்கியது.

பெரியார் நகரிலிருந்த ஹோமியோபதி மருத்துவர் தியாகராஜனைச் சென்று பார்த்தாள். அதிகம் பகட்டில்லாத மருத்துவமனை. நிறையக் கும்பலும் இருக்காது. திருமணத்திற்கு முன் அவளுக்கு இருந்த மாதவிடாய்ப் பிரச்சினையை ஓரளவுக்குச் சரிசெய்தவர் டாக்டர் தியாகராஜன் தான். அடிக்கடி வரும் ஜலதோஷத்தைக்கூடக் கட்டுப்படுத்தியவர். வருடக்கணக்காக வைத்தியம் பார்த்தவர் அவர்தான் என்பதாலும், நந்தினிக்கு அந்த மருத்துவர் மேல் நிறைய மரியாதையுண்டு.

"பீரியட் மாசா மாசம் வராம இருந்தால்லாம் கருவுறாமப் போக மாட்டாங்க. சிலருக்கு 28 நாட்களில் சைக்கிள் வரும், உங்களுக்குத் தொண்ணூறு நாட்களுக்கு ஒருமுறை வருகிறது. எப்ப கர்ப்பமானிங்கன்னு கண்டுபிடிக்கிறது மட்டும்தான் சிரமம். மற்றபடி, கருவுறுவது இதனால் தடையாக வாய்ப்பில்ல" என்றார்.

“டாக்டர் கல்யாணமாகி ஒரு வருஷத்துக்கிட்ட ஆகப் போகுது, எனக்கு எந்த உணர்வும் ஏற்படுவதில்ல. கொஞ்சம் வலிப்பதுபோல இருக்கும். அவ்வளவுதான்.”

“ஹும்ம், நீங்க சொல்றது கொஞ்சம் அதிர்ச்சியா இருக்கு நந்தினி, உறவு முடியும்போது எப்படி இருக்கும்?”

“தெரில டாக்டர், எனக்கு எதுவுமே தோணுவது இல்ல.”

“சுத்தமா எந்த உணர்ச்சியும் இல்லாமல் இருக்காது. வேறுவிதமா சொல்றேன், உங்களுக்கு மலச்சிக்கலும் இருக்கு இல்லயா? சில நாட்கள் சரியாக வயிறு சுத்தம் ஆகலன்னா, இன்னும் கொஞ்ச நேரம் உட்கார்ந்திருந்தா பரவாயில்ல என்று இருக்கும்தானே. அப்படி இருக்குமா உறவு முடியும்போது?”

“இருக்கலாம்.”

“சரியா உணர்ந்து சொல்லுங்க, இன்னும் கொஞ்ச நேரம் வேணும்னு இருக்குமா?”

“. . .”

“நந்தினி, ஏன் பேச மாட்டேங்கிறீங்க. ஒரு வருசமாக நீங்கள் ஏன் யாரயும் கேக்கல. என் பேஷண்ட் ஒருத்தர் போன வாரம் தன் மனைவியைக் கூட்டிக்கிட்டு வந்திருந்தார். திருமணமாகி மூணு நாள்தான் ஆகியிருந்தது. அவர் மனைவிக்கு உச்சம் வரவில்லை என்று என்னிடம் சொன்னார். நீங்கள் ஒரு வருசமாகியும் ஏன் இதப்பத்தி எந்த டாக்டர்கிட்டயும் ஆலோசன கேட்கல?”

“சண்டிகரில் ஒரு லேடி டாக்டர் சில பெண்களுக்கு ஒரு வருஷம்கூட ஆகும் இந்த உணர்வுகளை உணர என்று சொன்னாங்க.”

“சுத்த ஹம்பக். சே! டாக்டர்களே, இப்படி மிஸ் லீட் செய்யலாமா? வாழ்க்கைல, ஒவ்வொரு ஸ்டேஜ்ல, ஒவ்வொரு விஷயம் முக்கியம். பிள்ளைகள், பணம் சம்பாதிக்கிறது, பெத்தவங்களைப் பாத்துக்கிறது, பிள்ளைகளை வளக்கிறது, சாப்பிடறது, தூங்கறதுபோலத் தாம்பத்தியத்தில் சுகம் பெறுவதும் மிக முக்கியம். இப்போது உங்களுக்கு என்னால சில விஷயங்களைச் சொல்ல முடியாது. அதுவும் நீங்கள் தனியா வேற வந்திருக்கிறீர்கள். எனக்கும் அது தர்மசங்கடமாயிருக்கும், ஆனா, இந்த உணர்வு எப்படியிருக்குமின்னு நீங்க கத்துக்கணும், அதை அனுபவிக்கணும், அதுக்கு டெமோ இருக்கு, டெமோன்னா பயப்பட வேண்டாம். நீங்களேதான் கத்துப்பீங்க. எப்போ வருவீங்கன்னு சொல்லுங்க.”

"டெமோவா? அப்படியே ஆடிப்போயிட்டேன்ங்க. அங்கிருந்து ஒரே ஓட்டமா ஓடி வந்துட்டேன். என்னடா இதெல்லாம் கேட்டிருக்கக் கூடாதோன்னு வேற குழப்பம். உங்களக் கூட்டுட்டுப் போயிருக்கணுமோன்னு தோணுச்சி!"

நந்தினி சொன்னதைக் கேட்ட துரை கலகலவென்று சிரித்தான். "கல்யாணமான மூணாம் மாசமே இதப்பத்தி இங்க இருக்கற டாக்டர்கிட்ட கேட்டேன். அவர் ஃபோர்ப்ளே அதிகம் வேணும்ன்னார். நீதான் விட மாட்டேங்கிற." என இடுப்பை வளைத்துப் பிடித்துக் கிச்சுகிச்சு மூட்டினான்.

"சீ போங்க" என்று சிணுங்கினாள். அவள் மனம் நிம்மதியை உணர முடிந்தது. இதை துரையிடம் சொன்னால் எப்படி எடுத்துக் கொள்வானோ என்று பயந்துகொண்டிருந்தவளுக்கு இனி அவனிடம் எதையும் சொல்ல முடியும் என்று நம்பிக்கை வந்திருந்தது. அவரும் இதுபத்தி டாக்டர் கிட்ட கேட்டாரா, அவரும் என்னைப் போலவே தனியாக போனாரா என்ற குழப்பமும் வந்தது.

பாவம் இவள் எந்த அளவுக்குக் குழம்பியிருந்தால் தனியாக ஒரு மருத்துவரைப் பார்த்திருப்பாள். ஆனால் அங்கே நடந்ததை எல்லாம் அச்சு பிசகாமல் வந்து சொல்லிவிட்டாள். இவள் என்னவள், என் பொக்கிஷம்.

இன்னும் அவளை இறுக்கி அணைத்துக்கொண்டான்.

14

சண்டிகரில் டிசம்பர் மலர்கள் மலர்ந்து ஊரெங்கும் ஒரே வண்ணமயமாகத் திகழ்ந்தது. இளஞ்சிவப்பு, ஊதா நிற மலர்கள் மனத்தைக் கொள்ளை கொண்டன. திடீரென வசந்த காலத்தில் தன் சிவந்த விரல்களை விரிக்கும் செங்காந்தள் மலர்கள் போன்ற ஒன்று இப்போது எங்கே போனது? இந்த மரங்களின் வருட பருவங்களை எந்தக் கடிகாரம் கணிக்கிறது? ஒரே இரவில் முழு மரமும் பூத்திருப்பது ஏதோ திருவிழாக் கோலம் போலிருக்கிறது. இப்படி மகிழ்வான விஷயங்களை வெளியில் பார்க்கும்போது அப்படியே பார்த்துக்கொண்டே நின்றுவிடத் தோன்றுகிறதே, இதென்ன மாயம் என்று நினைத்துக் கொண்டே வகுப்பறைக்குள் நுழைந்தாள் நந்தினி.

அன்று மாணவர்களுக்குப் பிரிவுபசார நிகழ்வு. இங்கே வந்ததிலிருந்து மாணவர்கள் ஒவ்வொரு செமஸ்டரிலும் ஒரு பிரிவுபசாரத்தை நடத்துகிறார்கள். மாதந்தோறும் பிறந்தநாள் விழாக்களும் நடக்கின்றன. விழாவுக்கு அதிகம் செலவும் செய்வதில்லை இவர்கள். ஒரே ஒரு ரோஜா, நிறையப் பாட்டு, ஆட்டம். இந்த மாணவர்களுக்கு எதற்கெடுத்தாலும் டிஜே பார்ட்டி வேண்டும். காதைப் பிளக்கும் இசையோடு ஆடும் நடனம் மட்டுமே கொண்டாட்டம். அவர்களுக்குக் கொண்டாட ஏதேனும் காரணம் வேண்டும். திருச்சியில் படித்தவளுக்கு மாணவர்களும் ஆசிரியைகளும் சேர்ந்து நடனமாடுவது அதிர்ச்சியாக இருந்தது. மாணவர்கள் திருமணம், குடும்பம் என்ற சுமை வட்டத்துக்குள் வரும்முன் வாழ்வைக் கொண்டாடிவிடுகின்றனர்.

நந்தினியின் கவலையோ வேறு. அவளால் இந்த வட இந்தியக் கொண்டாட்டக் கலாச்சாரத்தில் அதிகம் கலக்க முடியவில்லை. திருமணம் ஆகாத கல்லூரி மாணவர்களிடம் ஆசிரியர் என்ற தடை நந்தினிக்கு. திருமணம் ஆனவர்களோ இன்னும் தொல்லை. கிடைக்கும் சின்ன சந்தர்ப்பங்களைக்கூட விடுவதில்லை. கேள்விகளை அடுக்கிக்கொண்டே போவார்கள்.

"எத்தனை குழந்தைகள்?"

"நீங்கள் ஏன் இந்தக் கோவில் போகக் கூடாது?"

"ஏன் அந்த விரதம் இருக்கக் கூடாது?"

"ஒரு சாமியார் இருக்கிறார்; போய்ப் பாத்துட்டு வாங்களேன்."

ஏன், ஏன்?

எத்தனை கேள்விகள்... எவ்வளவு அறிவுரைகள்...

வாராவாரம் வரும் கடிதங்களில் மாமியாரும் நாத்தனாரும் கேட்காத கேள்வியில்லை. எல்லாரிடமும் நான் குழந்தை வேண்டிக் கடந்த ஆறுமாதமாய்க் கருத்தடை மாத்திரை தின்கிறேன் என்று கத்திச் சொல்லவேண்டும் போலிருந்தது.

மறுபடி கருத்தடை மாத்திரைகள் மூன்று மாதம் உண்டு அந்த மாத்திரைகளை நிறுத்திய இரண்டு மாதங்களுக்குப் பின், ஒருமுறை மாதவிடாய் பத்துநாள் தள்ளிப்போனது. ஹோம் ப்ரகனென்சி டெஸ்டில், பாஸிடிவ் வந்தது. மனதில் மகிழ்ச்சியை விட இனி யாருக்கும் பதில் சொல்லத் தேவையிருக்காது என்று மட்டுமே தோன்றியது. ஒருவழியாக வாழ்வில் மற்றோர் அனுபவத்தை, தாய் என்ற முக்கியமான ஒரு குடும்பப் பொறுப்பைத் தானும் அனுபவிக்க அதிக நாள் இல்லை என்ற நினைவே வானத்தில் மிதக்கச் செய்தது. கனவுகாணத் தொடங்கினாள். குழந்தை அதன் சின்னஞ்சிறு கைகால்களை அசைக்கும், பின்னர் மெதுவாய்க் கண் விழித்துப் பார்க்கும். மெல்லக் கைதொடும். சேட்டைகள் செய்யும். மழலை பேசும். கற்பனையே இன்பத்தின் உச்சத்தைக் கொடுத்தது. வாழ்க்கையே அன்புமயமானதுபோல் தோன்றியது நந்தினிக்கு.

"இப்போ எல்லாம் உன் பேச்சே சக்கரைபோல இனிக்குது" என்றான் துரை.

துரைக்கு நந்தினி எப்போதும் இல்லாத புதுவித அழகி போலத் தெரிந்தாள். அவள் மிதந்தபடி நடப்பது பார்த்து அவனுக்குச் சிரிப்பு வந்தது. இனி எவ்வளவு நிம்மதியான காலம். எல்லாரின் கண்களிலும் தெரியும் கிண்டல் தொனிக்கும் ஒரு நொடியை இனி நான் தரிசிக்கத் தேவையில்லை. நானும் அப்பன் ஆயிட்டேன்னு என்று சத்தம் போட்டுக் கத்த வேண்டும் போலிருந்தது. எவ்வளவு மனப் போராட்டம்? இனியாவது அம்மா புலம்பாமல் இருப்பாங்க. தேவியின் மகளைப் பார்த்தாச்சு. ஆனாலும் மகன்கள் இருவரில் ஒருவருக்குக் கூடப் பிள்ளையில்லையான்னு கேட்டுத் துக்கம் விசாரிக்கிறாப்புல சொல்றாங்க என்று சொல்லாத நாளே இல்லை. இனி எல்லாம் சுகமே.

※

15

சண்டிகர் செக்டார் லெவென் சாகர் சினிமா ஹால் பக்கத்திலிருந்தது, அந்த மருத்துவமனை. மகப்பேறு மருத்துவர் அனிதா வீடு. அதுவே மருத்துவமனையாக மாற்றப்பட்டிருந்தது. வீட்டின் முன் சிறிய தோட்டம். செம்பருத்தி, நுணா மரங்கள் இருந்தன. செயற்கைப் புல்தரை விரிக்கப்பட்டு, இடையிடையே வட்ட வட்டக் கற்களைப் பதித்திருந்தார்கள். அதன் வெள்ளைப் பளிங்கு நிறம், புல்லின் பசுமைக்கு நடுவே மேலும் வெள்ளையாகத் தெரிந்தது. அந்த வட்டக் கற்களின் வழியே நடந்துதான் வீட்டை அடைய வேண்டும். இந்த அழகான தோட்டத்திற்குச் சற்றும் பொருந்தாத நோயாளித் தோற்றத்தை அந்த முன்முற்றம் கொண்டிருந்தது. இரு புறமும் மரபெஞ்சுகள் போடப்பட்டிருந்தன. வீட்டு முற்றத்தை ஒட்டி யிருந்த கார் நிறுத்துமிடம், அவர் வீட்டுக் குழந்தைகள் விளையாடும் கூடைப்பந்து மைதானமுமாக இருந்தது.

நந்தினி பரிசோதனைக்கு அங்கே வந்திருந் தாள். காத்திருக்குமிடத்தின் சுவரில், கரு உருவாகும் முதல் நாள் இரண்டு செல், இரண்டாம் நாள் நான்கு செல், முதல் வாரம், இரண்டாம் வாரம் என விவரணை செய்யும் படங்களும் அதன் விளக்கங் களும் எழுதப்பட்டிருந்தன. அதைப் பார்த்ததும் அருவருப்பாய், வயிற்றைக் குமட்டுவது போலிருந்தது. அந்தச் சிறு சிசு அவளுக்கு அறுத்துத் தொங்கவிடப்பட்ட கோழிபோலவோ அல்லது வேறு ஏதோ ஒன்றின் மாமிசம் போலவோ இருந்தது. அவளால் அங்கே காத்திருக்கவே முடியவில்லை. முகம் சுளித்து அசூயையாக உணர்ந்தவளை ஆதரவாய்க் கைகளைப் பற்றிக்கொண்டான் துரை. “பயப்படாதே” என்றான் ஆறுதலாய்.

கண்ணீர் வழிய, "இதெல்லாம் பார்க்கவே கஷ்டமா யிருக்கு. என்னவோ போலிருக்கு. வீட்டுக்குப் போயிடலாம்" என்றாள் பதற்றமாக.

நந்தினியைப் பார்க்கத் துரைக்குப் பரிதாபமாக இருந்தது. இவள் ஏன் இதற்கெல்லாம் பயப்படுகிறாள்? பெண்களுக்கு எத்தனை நோவு? இந்தப் படங்களைப் பார்க்கும்போது இதே போலொன்று தன் வயிற்றிலும் மாதா மாதம் வளரும் என்று நினைக்காமல் ஏன் கலவரமடைகிறாள்? இது ஆனந்தமான அனுபவமாக இருக்காதா என்று நினைத்தான் துரை. மருத்துவர் அழைக்க இருவரும் உள்ளே சென்றனர்.

"எத்தனை நாள் ஆச்சி?"

"பதினைந்து நாட்கள்."

"சரி. யூரின் டெஸ்ட் எடுத்துட்டு வாங்க."

அந்த மருத்துவமனையிலிருந்த சாம்பிள் கலெக்‌ஷன் கவுண்டரில் பிளாஸ்டிக் குவளையை வாங்கிக்கொண்டு, கழிவறை சென்றாள். கொஞ்ச நேரத்தில் குவளையைக் கொண்டுவந்து கவுண்டரில் நீட்டினாள்.

"அங்கே வச்சிட்டுப் போய் டாக்டர் மேடம் ரூம்க்கு வெளில வெயிட் பண்ணுங்க."

கொஞ்ச நேரத்துக்கும் முன்னர் அவளைக் கலவரப் படுத்திய கரு வளர்ச்சி சார்ந்த புகைப்படங்கள் இருக்கும் சுவரைப் பார்ப்பதைத் தவிர்த்து வெளியில் விளையாடிக் கொண்டிருந்த குழந்தைகளை வேடிக்கை பார்த்தாள். அவர்கள் எல்லாரும் ஓடிப் பிடித்து விளையாடிக்கொண்டிருந் தார்கள். சிறுவயதில் அவள் தோழிகளுடன் சத்தம் எழுப்பி விளையாடியது, கீழே விழுந்து காயம் பட்டுக்கொண்டது, அம்மாவிடம் அதற்காக அடி வாங்கியது எல்லாம் நினைவுக்கு வந்தன. அப்படியே சின்னக் குழந்தையாகவே இருந்திருக்க லாம். பெரியவளாகி மாதவிடாய் வந்தும் வராமலும் எப்போது வருமென்று நினைத்து ஏங்கி, இப்போது ஏன் வருகிறது என்று கலங்கி, எப்போது தீரும் இந்த ஏக்கங்கள், எதிர்பார்ப்புகள்...

"நந்தினி..."

நந்தினியும் துரையும் எழுந்து டாக்டரின் அறைக்கு மீண்டும் சென்றார்கள்.

"வாழ்த்துகள்‌ம்மா. நீ கர்ப்பமாக இருக்கிறாய். நாளைக்கு ஸ்கேன் எடுத்துக்கொண்டு வந்து என்னைப் பாருங்கள்."

மனதில் ஏதோ இனம்புரியாத சந்தோஷம் பரவியது. துரையின் முகம் பொலிவடைந்தது. அப்பப்பா எத்தனை

காயாம்பூ 63

கேள்விகள்? பதிலற்ற தருணங்கள்! இனி எல்லார் கேள்விகளுக்கும் என்னிடம் பதில் இருக்கும். நான் போகும்போதே வேறு கண்ணால் பார்த்துக் குசுகுசுப்பவர்க்கு நாளை மிட்டாய் தந்து அசத்த வேண்டும்.

வேகமாக எழுந்தவளை, "பாத்து நிதானமா" என்றான். நந்தினி அதுவரை அடைந்திராத நாணத்தை அடைந்தாள்.

"வண்டிய ஏன் இவ்வளவு மெதுவா ஓட்றீங்க?"

"இனிமே அப்படித்தான்."

"சிரிக்கிறியா? எனக்கு உன் முகம் தெரியல. இப்படி சைட் மிரர் பக்கம் பாரு."

"இல்ல. இப்படி ஓட்டினா வீட்டுக்குப் போறதுக்குள்ளவே ஒன்பது மாசமாயிடும்."

"இனிமே வீட்டில வேலை எல்லாம் அதிகம் செய்ய வேணாம்."

"அப்பறம்?"

"சமையல்கூட நானே பாத்துக்கறேன்."

"உங்களுக்கு வென்னிகூட வைக்கத் தெரியாதே!"

"கத்துக்கறேன்டி செல்லம்மா."

"அடடா! ரொம்பத்தான்."

"துணி துவைக்க வேணாம், பக்கெட் எல்லாம் தூக்க வேணாம்."

"அதெல்லாம் தானா நடக்குமா?"

"இல்ல. வேலைக்கு ஆள் போட்றலாம். வீடு மாறிடலாமா? அடிக்கடி ஏறி இறங்க வேண்டாமே."

"ரொம்பத்தான். கொஞ்சமாவது உழைப்பிருக்கணும். அப்பத்தான் சுகப்பிரசவமாகும்னு சொல்லுவாங்க."

"சரி, சரி. உனக்குக் குழந்தய சரியா பாத்துக்க வேண்டியது மட்டும்தான் முக்கியமா இருக்கணும்."

"ம்."

"நான் உன்ன நல்லா பாத்துக்குவேன்."

"அய்" என்று அப்படியே துரையைக் கட்டிக்கொண்டாள் நந்தினி.

*

16

தேன்மொழிக்கு அந்த வீடு பிடித்திருந்தது. கொஞ்சம் உயர்த்திக் கட்டியிருந்த வீடு. 'இந்தத் தெருவிலேயே முதலில் மாடி கட்டிய வீடு எங்களுடையதாக்கும்' என்று பெருமை பீத்திக் கொண்டாள் அலமேலு. மாடியில் அறை ஒன்று இருந்தது. அது அவளுடைய அறை. எப்படியும் அவ கல்யாணம் ஆகிப் போயிட்டா என்னோடதுதானே என்று நினைத்தாள் தேன்மொழி. பெரிய பெரிய மரச்சட்டங்கள் இருந்த பட்டாசாளை, அதை ஒட்டிய உள்ளறை, இரண்டுக்கும்தான் ஒட்டுப் போட்டிருந்தார்கள். பின்னால் சமையல் கட்டு ஒடு வேயப்பட்டிருந்தது. அதற்கும் பின்னால் தோட்டமும் குளியல் அறையும் கிணறும் இருந்தன. தோட்டத்தில் வாழை தளதளத்துக்கொண்டிருந்தது. வாழையைப் பார்த்த கணம் அப்பாவின் நினைவு வந்து கண்கள் நிறைந்தன. அந்த முறை வாழை விளைச்சல் விற்று வீடு வந்திருந்தால், அப்பாவும் இறந்திருக்க மாட்டார்; என்னை இப்படி இரண்டாந் தாரமாகக் கொடுத்திருக்கவும் மாட்டார் என்று நினைத்தாள்.

திருமணத்துக்குக்கூட வராத மாமியாரிடம் ஆசீர்வாதம் வாங்கினாள். அவள் காலை இழுத்துக் கொண்டாள். "தொடாத, முதலில் குளிச்சிட்டு, விளக்கு ஏத்திட்டுப் பின்ன இங்க வா" என்றாள்.

ராமசாமியின் அம்மா வீட்டை விட்டு எங்கும் போகாதவள். ஸ்ரீரங்கத்தில் ஸ்ரீசக்கரம் வாங்கிக்கொண்டு வீட்டோடு இருப்பவள். வெளியில் எங்கும் தண்ணீர்கூடக் குடிக்க மாட்டாள். காலையில் எழுந்து குளித்து மடியாக உடுத்திப் பெரிய ஸ்ரீசூரணம் இட்டுக்கொண்டு ஆசாரமாக இருப்பாள். கணவன் இறந்ததிலிருந்து

சாமி கும்பிடுவது அதிகமானாலும், மூத்த மருமகள் வாணி இறந்த பின் கட்டுப்பாடும் மிகவும் அதிகமாகிவிட்டது. ஸ்ரீசக்கரம் வாங்கியதுகூட வாணி இறந்த பின்தான். அசைவம் வீட்டில் கூடாது என்று ஒதுக்கிவிட்டிருந்தாள். அவள் எப்படி யிருந்தாலும் ஆசீர்வாதம் வாங்க வந்தவளை அபசகுனமாக நிறுத்தியது, ராமசாமிக்கே பிடிக்கவில்லை. அலமேலுவும் அண்ணியிடம், "வருத்தப்படாதீங்க, தப்பா நினைக்காதீங்க" என்று என்னென்னவோ சொல்லிச் சமாதானப்படுத்தினாள்.

வீட்டுத் தோட்டத்தில் நிறைய மல்லிகைக் கொடிகள் இருந்தன. வீடு எப்போதும் எலுமிச்சை மணத்தோடு இருந்தது. எலுமிச்சைத் தோட்டத்திலிருந்து எல்லா வாரமும் இரண்டு மூட்டை பழங்களாவது வீடு வந்துவிடும். ஓரளவு வசதிதான் என்று நினைத்திருந்தாலும் மாமியார், நாத்தனார், கைக்குழந்தை என்று ஏக செலவு இருந்தது. ராமசாமியின் வேலை தனியார் பள்ளியில் என்பதால், மிகக் குறைந்த சம்பளமே. அதை வைத்துத்தான் காலத்தை ஓட்டவேண்டும். வயது வந்த நாத்தனார் திருமணச் செலவு வேறு. இப்படி நாள் செல்லச் செல்ல, அவளுக்குக் குடும்பத்தின் உண்மை நிலை புரிந்தது.

பக்கத்து வீட்டில் இருப்பவர்கள் இவர்களுக்குப் பங்காளிகள். எப்போதும் இவர்களுடைய வீட்டின் மேல்தான் கண். அதுவும் அந்தப் பங்கஜம் பாட்டி, எப்போதுமே இவர்கள் வீட்டில் என்ன புகையவிடலாம் என்றே எதிர்பார்த்திருந்தாள். அவளுக்குப் புது மருமகள் வந்தது அவல் இடிக்கப்போன இடத்தில் வெல்லம் சிக்கியது போலிருந்தது.

"தேன்மொழி... அதானே உன் பேரு, வாச தெளிக்கிறியா? புள்ளி வச்சிக் கோலம் போடுவியா? வரைவியா? சிக்கல் கோலமெல்லாம் தெரியுமா?"

"ஆமாங்க. எல்லா விதமாவும் கோலம் போடுவேன்."

"போடு, போடு. மாமியாக்காரி சிக்கனம். இரட்டை இழை மட்டும் இழுத்துராத."

"..."

"பாவம் கைப்பிள்ளய வேற பாக்கணும். இந்தக் காலத்துல நமக்குப் பொறந்ததுக்குப் பீ அள்ளவே நம்மால முடியல."

மூத்தாள் பெத்ததுக்கு நாம் ஏன் சவரட்சனை செய்யணும் என்ற எண்ணம் எழுந்தது தேன்மொழிக்குள். நம்ம தலையெழுத்து இரண்டாம் தாரமா வந்ததுகூடப் பெருசில்ல, எவளோ பெத்ததுக்கு நான் ஏன் கைவேலை செய்யணும் என்று

நினைவு கோணியது. முகம் சுருங்கியது. நினைத்தது நடந்து விட்டது என்று பங்கஜம் பாட்டி இன்னும் ஏதோ பேச முற்பட்டபோது,

"தேன்மொழி…"

"கிழவிக்குக் காது பாம்பாட்டம். ஓடு, என்கூடப் பேசினா திட்டுவா."

"…"

"நீ கொஞ்சம் கவனமா இருந்துக்க. உன் மூத்தா வாணியைத் திட்டித் திட்டிக் கொன்னவ உன் மாமியாதான். பாத்து அத வைக்க வேண்டிய எடத்துல வைச்சிடு."

"தேன்மொழி! கூப்புட்டுட்டிருக்கேன், வாசல்ல என்ன ஆடுதா?"

வேகமா உள்ளே போனவள், "ஆமா! உங்க பெரிய மருமவ வாணி வந்து வாசல்ல ஆடறா, பாக்கறீங்களா?"

மாமியார் கிழவிக்கு முகம் சுண்டிப்போனது. தேன்மொழிக்கு மாமியார் வாயைக் கட்டிவைக்க என்ன வழி என்று எளிதாகப் புரிந்தது. ராமசாமிக்குத் தேன்மொழியின் நறுக்கென்ற பேச்சு கோபத்தை உண்டாக்கியது. அம்மாவிடம் இப்படிப் பேசக் கூடாது என்று கண்டித்து வைக்க வேண்டும். ஆனால் பாவம் புதுப்பெண், கொஞ்சங் காலம் விட்டுச் சொல்லிப் புரியவைக்கலாம் என்றும் நினைத்தான்.

※

17

“சூர்யா சென்டர் உன் காலேஜுக்குப் பக்கத்துலதானே இருக்கு. நீயே போயிடுவியா? இன்னிக்கும் ஆபீஸ்ல பர்மிஷன் முடியாது.”

“தனியாவா?”

“ஏன், தனியான்னா என்ன? நீ யாரு, பெரிய ஆளுல்ல. அந்த சென்டர் உன் காலேஜ்ல இருந்து நடந்தே போயிடலாம். கொஞ்சம் அட்ஜெஸ்ட் பண்ணிக்கோ கண்ணம்மா.”

ஸ்கேன் சென்டரில் மீண்டும் மீண்டும் அந்தக் கருவியை வயிற்றில் வைத்துப் பார்த்தார் கதிரியக்கத்துறை மருத்துவர்.

“தண்ணி நிறயக் குடிக்கலயா, என்னால கருவச் சரியா பார்க்க முடியல.”

“நிறயக் குடிச்சேன் டாக்டர்.”

“இல்ல. இன்னும் தண்ணி குடிச்சிட்டு உங்க வயிறு வெடிக்கிற அளவு அழுத்தம் வரும்போது வாங்க.”

கல்லூரியில் ஒருமணிநேரம் பர்மிஷன் வாங்கிக்கொண்டு வந்திருந்தாள். தண்ணீர் குடித்து விட்டுக் காத்திருந்து ஸ்கேன் எடுக்க முடியாது. கல்லூரிக்குத் திரும்பிவிட்டாள். வந்ததிலிருந்து தண்ணீர் குடித்துக்கொண்டேயிருந்தாள். துரைக்குத் தொலைபேசியில் சொல்லி இரண்டு மணிநேரத்தில் வரச் சொல்லியிருந்தாள்.

ஏற்கெனவே தண்ணீர் நிறையக் குடித்திருந் தாள். தற்சமயமும் அதிகம் குடித்துக்கொண்டே யிருந்ததால் அரை மணிநேரத்துக்கெல்லாம் வயிறு வலிக்கத் தொடங்கிவிட்டது. கொஞ்சநேரம்

பொறுத்துப் பார்த்தாள். கண்டிப்பாகக் கழிவறைக்குப் போயே ஆக வேண்டும் என்று ஆகிவிட்டது. வயிறு நிஜமாகவே வெடித்துவிடும் போலிருந்தது. அது ஆணும் பெண்ணும் பயிலும் கல்லூரி. அண்மையில்தான் அங்கே வேலைக்குச் சேர்ந்திருந்தாள். யாரையும் அதிகம் தெரியாது. வேறுவழியில் லாமல் ஒரு மாணவனிடம் இரு சக்கர வாகனத்தில் ஸ்கேன் சென்டர்வரை கொண்டுவிடச் சொன்னாள்.

அங்கே வேறு ஒருத்திக்குப் பரிசோதனை நடந்து கொண்டிருந்தது. சிறுநீர் எந்த நேரத்திலும் பெருக்கெடுத்து விடும் என்று பயமாக இருந்தது.

“சிஸ்டர் எனக்கு ரொம்ப பிரஷர், உட்காரக்கூட முடியல. கொஞ்சம் உள்ள மேடம்கிட்ட சொல்லுங்க, ப்ளீஸ்...”

“உள்ள பேசண்ட் இருக்காங்க மேடம், கொஞ்சம் பொறுத்துக்கங்க.”

உள்ளே இருந்த பெண் வந்ததும், பரிசோதனை மேடையில் ஏறிப் படுத்த உடனேயே சிறுநீர் கசியத் தொடங்கிவிட்டது. விடுவிடுவென்று கருவியை வயிற்றில் ஓட்டிப் பார்த்த பெண் மருத்துவர், “சரி. நீங்க போய் யூரின் பாஸ் பண்ணிட்டு வாங்க” என்றார். வேகவேகமாய்ச் செல்லும் வழியிலேயே சிறுநீர் வழிய ஆரம்பித்துவிட்டது. ஆடை ஈரமானது. மாணவன் வெளியில் அமர்ந்திருந்தான். நந்தினி அவனைப் பார்ப்பதைத் தவிர்த்து நடந்தாள். கழிவறையில் நின்றபோது தாங்க முடியாமல் அழுகையும் வந்தது.

மீண்டும் பரிசோதனை அறைக்குச் சென்றபோது. டாக்டர் அவளை உடனடியாக மருத்துவரைப் பார்க்கச் சொன்னார்.

“உங்களுக்கு ஒவெரியிலேயே கரு தங்கிடுச்சு. உயிருக்கே ஆபத்து. எக்டோபிக் ப்ரகனென்சியை வச்சிக்கிட்டு, இப்படி அசால்டா திரியறீங்க.”

“. . .”

“உங்க ஹஸ்பண்ட் எங்கே? உடனடியா ஹாஸ்பிட்டல் போய் அபார்ஷன் செய்ய என்ன பண்ணணும்ன்னு அனிதாவைக் கேளுங்க.”

இடி விழுந்தது போலிருந்தது. நந்தினியால் நிற்க முடிய வில்லை. காலுக்குக் கீழே பூமி நழுவுவது போலிருந்தது. அருகிலிருந்த நாற்காலியில் அப்படியே எவ்வளவு நேரம் அமர்ந்திருந்தாள் என்று தெரியவில்லை.

"மேம் போகலாமா" என்று அந்த மாணவன் அழைத்ததும், அவனிடம் துரையின் அலுவலக எண்ணைச் சொல்லி அருகேயிருக்கும் கடையிலிருந்து அழைத்து தகவல் சொல்லச் சொன்னாள். செய்வதறியாது அங்கேயே காத்திருந்தாள். மாணவன் குழப்பத்தோடு அங்கிருந்து நகர்ந்தான்.

துரை வந்தபோது பேயறைந்தவள் போல் அமர்ந்திருந்தாள் நந்தினி. அவளை என்ன சொல்லித் தேற்றுவது என்றே தெரியவில்லை. இவளைக் காப்பாற்ற வேண்டும். மறுபடி குழந்தை உருவாகாமல் போகுமா? அம்மாவுக்கு அப்புறம் சொல்லிக்கலாம்னு நினச்சது எவ்ளோ நல்லதாப் போச்சு.

※

லாவண்யா சுந்தரராஜன்

18

அன்று குமாரின் புதுவீடு பால் காய்ச்சு. ஜெயந்தி நிறைமாதமாக இருந்தாள். குழந்தை பிறக்க இன்னும் மூன்று வாரக் கெடுவே இருந்தது. அதனால் கிரகப்பிரவேசம், பெரிய பூஜை, ஹோமம் எல்லாம் செய்யவில்லை. குழந்தை பிறந்தவுடன் எல்லாரையும் அழைத்துப் பெரிய விழாவாகச் செய்துவிடலாம் என்று நினைத்திருந்தார்கள். பிரசவத்துக்கு அம்மா வீட்டுக்குப் போகும் முன் தன் வீட்டுக்கு வந்துவிட வேண்டுமென்று துரிதப்படுத்தியதால் அரைகுறையாக முடிந்திருந்த வீட்டுக்குப் பூஜை வைத்திருந்தார்கள். குமாருக்கு முறைப்படி பூஜை செய்யாமல் வருவதில் கொஞ்சம்கூட மனமில்லை. ஏதேனும் தோஷ மிருந்தால் அது குடும்பத்தைத்தானே பாதிக்கு மென்று சொல்லிப் பார்த்தான். எதற்கும் அவள் அசைந்து கொடுக்கவில்லை. நந்தினிதான் விளக்கேற்றிப் படி நெல்லோடு உள்ளே நுழைந்தாள். பின் பால் காய்ச்சி எல்லாருக்கும் கொடுத்தாள்.

குமார் வீட்டை நன்றாகக் கட்டியிருந்தான். எல்லாமே ஜெயந்தியின் திட்டம்தான் என்று பெருமையாகச் சொல்லிக்கொண்டிருந்தான். ஆனால் மனம் முழுவதும் பதற்றத்தில் இருந்தது. ஏதோ குறைபாடு இருப்பதாக அவன் உள்ளுணர் வில் தோன்றிக்கொண்டிருந்தது. பூஜை முறை யாகச் செய்யாத காரணமாக இருக்கலாம் என்று தன்னைத் தேற்றிக்கொண்டான். ஜெயந்தியால் அதிக நேரம் நிற்க முடியவில்லை. சமையலறையில் பாத்திரங்கள் எல்லாமே புதிதாக வாங்கப்பட் டிருந்தன. மளிகை சேர்த்து வைக்க ஒரே மாதிரி கண்ணாடி ஜாடிகளை வாங்கியிருந்தாள்.

அதையெல்லாம் பார்க்கும்போதே அவள் ரசனை நன்றாகப் புரிந்தது. அந்த வீட்டின் அமைப்பு, அதற்காக எப்படியெல்லாம் கஷ்டப்பட்டார்கள் என்று சொல்லிக்கொண்டிருந்தாள் ஜெயந்தி.

குழந்தை பிறந்தவுடன் புது வீட்டில்தான் குழந்தையைக் கொண்டுவர வேண்டும் என்று அவசரமாக வேலைகளை முடித்திருந்தார்கள். சில அறைகளில் வேலை நிறைவடைய வில்லை. வீடு அவ்வளவு அலங்கோலமாக இருந்தது. குமாருக்குப் பார்க்கப் பார்க்க எரிச்சல் வந்தது. ஜெயந்தி பிரசவத்துக்காகத் தாய்வீட்டுக்குப் போய் வருவதற்குள் எல்லா வேலைகளையும் முடித்து வீட்டைத் தயார் செய்துவிடலாம் என்று குமார் நம்பினான். ஆனால் அன்று இரவே அவளுக்குப் பிரசவ வலி எடுத்துவிடவே, சண்டிகரிலேயே பிரசவத்தை வைத்துக் கொள்ள வேண்டியிருந்தது. அனிதாவிடம்தான் போக வேண்டும் என்று அடம் பிடித்தாள் ஜெயந்தி. குமாருக்கு என்னடா செய்வது என்று திண்டாட்டமாகிப்போனது. ஜெயந்தியைத் தாய்வீட்டுக்கும் அனுப்ப முடியாது. வீட்டு வேலையும் செய்ய வேண்டும். பழைய வீட்டை வேறு காலி செய்வதாகச் சொல்லி விட்டோமே என்று மிகவும் குழப்பமாக இருந்தது. ஜெயந்தியின் அம்மாவும் வர முடியாத சூழ்நிலையில் இருந்ததால் இருக்கவும் மிகவும் கஷ்டப்பட்டுப் போனான். அவனுக்கு ஜெயந்தியின் மீது கொஞ்சம் கோபம்கூட வந்தது. இந்த நிலையில் அவள்மீது கோபப்படக் கூடாது என்று கட்டுப்படுத்திக்கொண்டான்.

அனிதாவின் சொந்த கிளினிக்கில் முன்னரே பதிவு செய்ய வேண்டும். ஆனாலும் குமார் கேட்டுக்கொண்டதன் பெயரில், அவளை அங்கே சேர்த்துக்கொண்டார்கள். அறுவை சிகிச்சை செய்து குழந்தை பிறந்தது. ஜெயந்தி கண்விழித்ததும் முதலில் அனிதாவிடம், "குழந்தை எப்படியிருக்கு?" என்று கேட்டாள்.

"ஆரோக்கியமா இருக்கு. நீங்க எந்தக் கவலையும் பட வேண்டாம். ஆனா, கொஞ்ச நாள் இன்குபேட்டரில் இருக்கும்."

"நீங்கள் சொல்லியபடி இந்தக் குழந்தையைக் கலைத்திருந் தால், நான் எவ்வளவு பெரிய பாவி ஆகியிருப்பேன்?"

". . ."

அனிதாவை அவள் அப்படிக் கேட்டது குமாருக்குக் கொஞ்சம் கூட பிடிக்கவில்லை. அனிதா எவ்வளவு அனுபவ மிக்கவர். அவரிடம் போய் இவள் இப்படி இங்கிதமில்லாமல்

லாவண்யா சுந்தரராஜன்

கேட்கிறாளே. இதைக் கேட்கவே இவள் இங்கே வந்திருக்க வேண்டும் என்று அவனுக்குத் தோன்றியது. கொஞ்சநேரம் கழிந்த பின் அனிதா குமாரை அழைத்து, "குமார், குழந்தை அழவே இல்ல. அசைவுகளும் கொஞ்சம் வித்தியாசமாத்தான் இருக்கிறது. ஆனா இப்போது ஒன்றும் சொல்ல முடியாது. போகப்போகப் பார்க்கலாம். ஒருவேளை இரண்டு மூன்று வாரங்களுக்கு முன் பிறந்த காரணத்தால் இருக்கலாம். ஜெயந்தியிடம் இப்போதைக்கு எதுவும் சொல்ல வேண்டாம்" என்றாள். குமாருக்குக் கருக்கென்றது.

19

காலையில் விரைவாக எழுந்து குளித்து விட்டு செக்டர் நைன் சிவன் கோவிலுக்குச் சென்றான். திங்கட்கிழமைகளில் வழக்கமாக துரையும் நந்தினியும் கோவிலுக்கு வருவார்கள். பார்க்கப் பளிங்கு மாளிகை போலிருக்கும் அந்தக் கோவில். முகப்பில் முகலாயக் கலை வடிவம் போன்றிருக்கும். சனி மூலையிலிருந்த சிவலிங்கம் வெள்ளைப் பளிங்கினால் செய்யப்பட்டிருந்தது. திறந்த வெளியில் நான்கு மரத்தூண்களும் அதன் மேல் கேரளத்துக் கோவில்களில் இருப்பது போன்ற செந்நிற ஓட்டுக் கூரையும் இருக்கும். கூரையின் நடுவில் தொங்கிக்கொண்டிருந்த நீர்க்கலயம் லிங்கத்தின் மேல் தொடர்ந்து சொட்டுச் சொட்டாகத் துளிகளைச் சொட்டிக்கொண் டிருந்தது. அது தனக்காக அழுவதுபோல் துரைக்குத் தோன்றியது.

அன்று நந்தினியைக் கோவிலுக்கு அழைத்து வரத் தோன்றவில்லை. இரண்டுநாட்களாக நந்தினியிடம் சரியாகப் பேச முடியவில்லை. குழந்தை என்ற கனவு இவ்வளவு சீக்கிரம் கலைந்து போகுமென்று துரை நினைக்கவில்லை. இனி என்ன செய்வது? ‘கல்யாணம் முடிஞ்சி ஒன்றரை வருசமாயிடுச்சி, உடனே குழந்தை இருந்தாத்தான், இல்லாட்டி கஷ்டம்ன்னு நிறைய பேர் சொல்றாங்கப்பா’ என்று நேற்று அம்மா சொன்னது வேறு மனதை அரித்தது. ‘கர்ப்பத்தைக் கலைக்கலன்னா உயிருக்கே ஆபத்துங்கறபோது, சரின்னுதானே சொல்லணும். நல்லவேள, உண்டான விஷயத்தை அவசரப்பட்டு யாருக்கும் சொல்லல. மாத்திரை சாப்பிட்டும் கலையலன்னா என்னிடம் உடனடியா வாங்க என்று அனிதா சொல்லியிருக்காங்க. இன்னிக்கி சாயங்காலம்

டாக்டர் கிட்ட போகணும்னு நந்தினி சொன்னா.' கோவிலி லிருந்து எழுந்துகொண்டான் துரை.

"மொஹாலி போய் நான் சொல்கிற டாக்டரை பாருங்க. மாத்திரை சாப்பிட்டும் அபார்ட் ஆகல. சோ, இது ப்ரகனென்ஸியா இருக்க வாய்ப்பில்லை. ஓவெரியில சின்ன கட்டி உருவாகியிருக்குன்னு நினைக்கிறேன். அதை எப்படியும் ரிமூவ் செய்யணும். இல்லன்னா ப்ரகனென்ஸி ரேட் பாதியா குறைய வாய்ப்பிருக்கு. ஏற்கெனவே இர்ரெகுலர் பீரியர்ட்ஸ். அதனால இந்த சர்ஜரி ரொம்ப அவசியம். அந்த டாக்டர் இதுபோன்ற அறுவைச் சிகிச்சையில் கைதேர்ந்தவர். சாதாரணமா யார் கிட்டயாவது போய் ஓவெரி டேமெஜ் ஆச்சுனா, இன்னும் பிரச்சினை. இவங்கதான் பெஸ்ட். போய் உடனே கன்சல்ட் பண்ணுங்க."

டாக்டர் ஷீலா மிஸ்ராவை, அனிதா கொடுத்த பரிந்துரை யின் பேரில் டிபென்ஸ் காலனி என்ற முகவரியில் சென்று சந்தித்தார்கள்.

"சிறிய ஆப்ரேஷன்தான், லேப்ரஸ்கோப்பியில் செய்து விடலாம், கவலை வேண்டாம், அனிதா சொன்னதுபோல எக்டொபிக் ப்ரகனென்ஸியாக இருக்க வாய்ப்பு மிகக் குறைவு தான். இருந்தாலும் ரிஸ்க் எடுக்க வேண்டாம். உடனடியாக அறுவைச் சிகிச்சை செய்துவிட வேண்டும்."

டாக்டர் ஷீலா, ஏற்பாடு செய்து அடுத்த நாளே வந்து மருத்துவமனையில் சேரச் சொன்னாள். எதையுமே சாப்பிடக் கூடாது என்று சொல்லியிருந்தார்கள். அறுவைச் சிகிச்சைக்குக் காலை பத்துமணி என்று குறிக்கப்பட்டிருந்தது. முதல்நாள் சாயங்காலத்திற்குப் பிறகு ஒன்றுமே சாப்பிடவில்லை. ஆகவே மிகவும் பசித்தது. துரையைத் தவிர வேறு யாருமே அருகில் இல்லாதது அவளுக்கு மிகவும் கவலையைத் தந்தது. முதல்முதலாக அறுவைச் சிகிச்சை. ஏதோ குழப்பமும் பயமுமாக இருந்தது.

ஒருவழியாக இரண்டுமணிக்கு அறுவைச் சிகிச்சைக்கு அழைத்துச் செல்லப்பட்டாள். மேல்நாட்டவர், இரவு உடை யாகப் பயன்படுத்தும் நாடாக்களை இழுத்துக்கட்டுவது போன்ற உடை கொடுத்திருந்தார்கள். அதை எப்படி அணிவது என்றுகூட அவளுக்குத் தெரியவில்லை. மேலே போட்டுப் பின்னாடி இழுத்துக் கட்டியிருந்தாள். ஏதோ யோசித்துக் கொண்டே தாடையைத் தடவிக்கொண்டிருந்தாள்.

அனெஸ்தீஷியா கொடுக்கும் ஆள், அவள் ஆடையை அவ்வளவு இறுக்கமாகக் கட்டியிருந்ததைப் பார்த்துத் திட்டினான்.

"இவ்வளவு இறுக்கிக் கட்டினா, எப்படித் தெறப்பாங்க? கட்டு மேல்பக்கமாக வர வேண்டும், மாற்றிப் போடுங்கள்" என்றான்.

அவள் தயங்கினாள். அப்போது அந்த ஒற்றை உடை மட்டுமே அணிந்திருந்தாள். அதை எப்படி மாற்றுவது? அதுவும் ஓர் அந்நிய ஆண் முன்? மாத்தும்மா என்று சரக்கென்று அவன் அந்த ஆடையை இழுத்தான். அந்த உடையோடு அவள் உயிரின் கொஞ்சமும் சேர்த்து உருவப்பட்டது. அனெஸ்தீஷியா கொடுக்காமலேயே மயக்கம் வருவது போலிருந்தது.

○

மொஹாலி ஐன்தா மார்க்கெட், இங்கே கிடைக்காத துணிவகைகளே கிடையாது. செருப்பு, விதவிதமான கைப்பைகள், வீட்டு அலங்காரப் பொருட்கள் என்று அம்மை அப்பனைத் தவிர அந்த மார்க்கெட்டில் எல்லாமே கிடைக்கும். ஒவ்வொரு கடையும் பத்துக்கு எட்டடி கடைகள். கடைக்குள்ளே இருக்கும் பொருட்களின் அதே அளவுக்கு வெளியில், கதவில், ஸ்டாண்டில் தொங்கவிட்டிருப்பார்கள். நடக்கவே சிரமமாக இருக்கும். நெருக்கடி மிகுந்த மார்க்கெட். ஒருமுறை மார்க்கெட் சென்று வந்தாலே மூச்சுத் திணறும். ஒரு முடக்குச் சந்தில், மூத்திர நெடியடிக்கும் இடத்திலிருந்தது அந்த ஸ்கேன் சென்டர். மொஹாலி டிபென்ஸ் காலனியில் மிகப் பகட்டான வீட்டிலிருக்கும் டாக்டர் அம்மாவுக்கு, இப்படி ஓர் இக்கட்டான இடத்திலிருக்கும் ஸ்கேன் சென்டருடன் எப்படித் தொடர்பு என்று நந்தினிக்கு வியப்பாக இருந்தது.

அந்த டாக்டரம்மா, அறுவைச் சிகிச்சை முடிந்தபின்னர் அவள் குழந்தை பெற்றுக்கொள்ள உகந்த தருணத்தைக் கணித்துச் சொல்லச் சில தொடர்பரிசோதனைகள் செய்யச் சொல்லிப் பரிந்துரைத்திருந்தாள். அந்தப் பரிசோதனைக்காகவே நந்தினி இந்த ஸ்கேன் சென்டர் வாசலில் முடை நாற்றமும் மூத்திர நாற்றமும் நிறைந்த சந்தில் பூட்டிய கதவைப் பார்த்து நின்றிருந்தாள். அவளைப் பரிசோதனை செய்யவந்த பெண் ரேடியாலஜிஸ்ட் கடந்த முறை போலல்லாமல் சொன்ன நேரத்திற்கு ஏழு நிமிடங்கள் கழித்து வந்து சேர்ந்தாள். கடந்த முறைபோல் கோபம் கொண்டு சிடுசிடுக்காமல், நந்தினி மருத்துவரைப் பார்த்துப் புன்னகைத்தாள்.

இன்று நந்தினி டாக்டரிடம் இன்முகம் காட்டியது துரைக்கு ஆசுவாசமாக இருந்தது. டாக்டர் வரும்வரை நந்தினி எப்படி நடந்துகொள்வாளோ என்று பயந்துகொண்டே

இருந்தான். கடந்த முறை டாக்டர் தாமதமாக வந்ததற்கு நந்தினி நடந்துகொண்ட விதம் அவனுக்குக் கொஞ்சமும் பிடிக்கவில்லை. பதினைந்து நிமிடம் தானே என்று சொன்னால், நேரத்தின் அருமை டாக்டர்களுக்கு முக்கியமாகத் தெரிய வேண்டும் என்று நந்தினி இன்னும் கோபித்தாள். கர்ப்பம் என்று கனவு வளர்ந்து அது இல்லை என்று தெரிந்த நாள் முதலே அவள் அப்படித்தான் அதிக சோர்வும் கோபமும் கொண்டிருக்கிறாள். நாட்படச் சரியாகுமென்று நினைத்துக் கொண்டான்.

"Hi! how are you?"

"Fine. how do you do? Did you make any eggs?" என்றாள். கரு முட்டைகளை வளர்க்க முடியாத சினைக்குழாய்களை அவள் பெற்றிருப்பதே கருவுற முடியாததற்குக் காரணம் என்றாள் டாக்டர். சிறு சிறு நீர் முட்டைகளைக் கொண்டிருக்கும் அவளது சினைப்பை தரமான பெரிய முட்டைகளை உருவாக்கச் சில மருந்து வழிமுறைகள் உண்டு என்று டாக்டர் ஷீலா சொன்னாள்.

20

குழந்தை ஒரு வாரத்துக்காவது இன்குபேட்டரில் இருக்க வேண்டும் என்று அனிதா சொல்லிவிட்டார். வீடு வேறு இன்னும் முடியவில்லை. குழந்தை பிறந்து மனைவி மருத்துவமனையில். குமார் கொஞ்சம் திண்டாடிப் போனான். ஜெயந்தியின் ஆழ்ந்த முன்யோசனை யில்லாததுதான் எல்லாவற்றுக்கும் காரணமென்று குமார் மிகவும் நொந்துகொண்டான். துரைதான் அவனைத் தேற்றினான். அவனே முடிந்தவரை விடுப்பு எடுத்து வீட்டு வேலைகளை முடித்தான். ஒரு படுக்கையறையும் ஒரு குளியலறை மட்டும் தயார்செய்துவைத்திருந்தார்கள்.

குழந்தையை இன்னும் ஜெயந்தி பார்க்க வில்லை.

“என்ன ஆச்சு, எங்கிட்ட ஏன் குழந்தையக் காட்ட மாட்டேன்கிறீங்க?”

“குழந்தை மூன்றுவாரத்துக்கு முன்னவே பிறந்துட்டதால, இன்குபேட்டரில் வைக்க டாக்டர் சொல்லியிருக்காங்க.”

“மூணுவாரம் முன் பிறந்தா எல்லாம் அப்படிச் சொல்ல மாட்டாங்க. என்கிட்ட உண்மையச் சொல்லுங்க.”

“குழந்தை நல்லாத்தான் இருக்கும்மா. கவலப் படாத. நீயே டாக்டர்கிட்ட கேட்டுப்பாரேன்.”

ஜெயந்தி நம்பியதுபோல் குமாருக்குத் தோன்றவில்லை. இருந்தாலும் என்ன செய்வது என்று கையைப் பிசைந்துகொண்டிருந்தான்.

“டாக்டர் சொன்னதுபோல, அப்பவே இந்தக் குழந்தையக் கலைச்சிருக்கலாம் போல.”

"நல்லபடி குழந்தை பிறந்திருக்கு. ஏன் இப்படிச் சொல்றீங்க அண்ணா?" என்றாள் நந்தினி.

"குழந்தை அழவேயில்ல. மூளைக் குறைபாடு இருக்கலாம்னு சொல்றாங்க. என்ன செய்யறதுன்னு புரியல."

"அப்படி எல்லாம் ஒண்ணும் ஆகாது குமார். கவலப் படாத."

நந்தினியும் துரையும் கிளம்பிச் சென்றபின், 'இந்தக் குழந்தைய எப்படி வளக்கப் போறன்னே புரியலையே. குழந்தை இந்த உலகுக்கு வந்து கஷ்டப்பட நானும் காரணமா யிட்டேனே' என்று நினைத்து ஜெயந்தி அருகே போனதும்,

"உண்மையாவே குழந்தைக்கு ஒண்ணுமில்லதானே!"

"ஒருடைம் சொன்னா தெரியாதா? உன்னோட பிடிவாதம் தான் எல்லாத்துக்கும் காரணம்."

"பேஷண்ட்கிட்ட இவ்வளவு சத்தமா ஏன் பேசறீங்க? சார், நீங்க வீட்டுக்குப் போங்க. நான் பாத்துக்கறேன்" என்றாள் செவிலி.

மேலும் ஒருவாரம் கழித்துத் தேவையான டெஸ்ட் எல்லாம் எடுத்துவிட்டுக் குழந்தையை ஜெயந்தியிடம் கொடுத்தார்கள்.

"இந்தக் குழந்தைக்கு ஒரு பிரச்சனையுமில்ல. ஆரோக்கியமா இருக்கு" என்றாள் அனிதா.

"சந்தோஷம் டாக்டர். நாங்க எப்போ வீட்டுக்குப் போகலாம்?"

"இரண்டுநாள்ல அனுப்பிடறேன். குழந்தைக்கு லிவர் டெஸ்ட், இன்னும் சிலது எழுதித் தரேன். அது மட்டும் மூணு வருஷம்வரை அடிக்கடி பண்ணிடுங்க".

ஜெயந்தி பிரசவத்துக்குத் தாய்வீடு போய்விடுவாள் என, முன் குடியிருந்த வீட்டைக் காலிசெய்துவிடுவதாகச் சொல்லி யிருந்தார்கள். அவர்களும் வேறு குடித்தனக்காரர்களிடம் முன் பணம் வாங்கிவிட்டனர். பழைய வீட்டுக்குப் போக முடியாது. குழந்தையைத் தூக்கிக்கொண்டு புதுவீட்டுக்குத்தான் ஜெயந்தி வந்தாள். நந்தினி ஆரத்தி எடுத்து வீட்டிற்குள் கூட்டிச் சென்றாள்.

"எந்த ஏற்பாடும் இல்ல. குழந்தைய வேற வச்சிக்கிட்டு, ஒரு பாத்ரூம் ஒரு பெட்ரூம்ல எப்படியிருக்கறது?"

"எங்க வீட்டுல நானும் ஜெயந்தியும் இருக்கோம். நான் பாத்துக்கறேன்."

ஒரே வாரம்தான் என்றாலும், ஜெயந்திதான் மிகவும் துயரப்பட்டாள். நந்தினிக்குப் பெரிதாகப் பிரச்சினையாகத்

தெரியவில்லை, பிற குழந்தைகளைப்போல இந்தக் குழந்தை ஓயாமல் அழவில்லை. பெரும்பாலான நேரம் தூங்கிக்கொண்டு தான் இருந்தான்.

"உங்களுக்கு இப்போதான் கல்யாணமாகி வருஷம் திரும்பல. அதுக்குள்ள நான் நந்திபோலக் குறுக்க வந்துட்டேன்."

"அதுல என்ன இருக்கு? ஊர விட்டு இவ்வளவு தூரம் வந்திருக்கோம். ஒருத்தருக்கு ஒருத்தர் உதவியா இருக்கணும்."

"வாரக் கடைசியில் ஒரு டெஸ்ட் பண்ணணும். அதுக்கு அப்பறம் ஊருக்குப் போயிட்டு மூணு மாசம் கழிச்சித்தான் வருவேன்."

"இங்க இருக்க சங்கடப்பட்டுக்கிட்டு எல்லாம் ஊருக்குப் போக வேணாம். நீங்க தாராளமா எங்க வீட்டில இருக்கலாம். இன்னும் பத்துநாளில் வீடு ஓரளவு ரெடியாயிடுமாம். நீங்க அங்கே வேணும்னாலும்…"

"இல்ல. ஏற்கனவே அம்மா அவங்க வீட்டுல வச்சிப் புண்ணியதானம் செய்யாமப் புது வீட்டுக்குப் போக வேண்டாம்னு ஹாஸ்பிட்டல்ல இருந்தபோதே சொல்லி யிருந்தாங்க. அவங்கதான் பாவம் தங்கச்சிக்கு மிஸ்கேரேஜ் ஆயிடுச்சின்னு இங்கயும் வர முடியாம, அங்கயும் இருக்க முடியாம கஷ்டப்படுறாங்க. நந்தினியிருக்கா பார்த்துக்குவான்னு, அவங்களுக்கு உங்க மேல ரொம்ப நம்பிக்கை."

"அதான் சொன்னேன். கவலப்படாம இருங்க. ஐயரக் கூப்பிட்டு இங்கேயும் சின்னதா புண்ணியதானம் வேணும்னா லும் பண்ணச் சொல்லிடலாம். எல்லாம் செட்டில் ஆகட்டும், அதுக்கு அப்பறம் அம்மா வீட்டுக்குப் போங்க."

"நீங்க செய்யறது பெரிய உதவி நந்தினி" என்றான் குமார்.

"ஒரு ஊர்க்காரங்க, இதுகூடச் செய்யாம எப்படிண்ணா?"

வெளியே வந்த குமார், நந்தினி சின்னப் பெண்தான்; ஆனால் பிரசவம் முடிந்த பெண்ணைப் பார்த்துக்கொள்வதெல்லாம் பெரிய வேலை. அதுவும் இவளுக்கு நாளை குழந்தை பிறக்கும் சமயத்தில் எதுவும் மன உளைச்சல் இல்லாமல் இருக்கணுமே என்று நினைத்துக்கொண்டான். ஜெயந்தியை அவசரப்பட்டு ஊருக்கு அனுப்பி, பின்னர் குழந்தைக்கு அங்கே போய் எதுவென்றாலும் என்ன செய்வது? நந்தினி சொல்வதுதான் சரி. ஜெயந்திக்கு உடனே புண்ணியதானம்பண்ணி வீட்டுக்குக் கூட்டிக்கொண்டு போய்விட வேண்டியதுதான்.

※

லாவண்யா சுந்தரராஜன்

21

"ஒருவழியா உங்க எக் வளருது. இந்த முற உங்களால கருவுற முடியலன்னா, ஓவரிஸ்ல ப்ளாக் இருக்கான்னு பார்க்கணும்."

"அதுக்கு என்ன செய்யணும்?"

"அதை நீங்க உங்க ஊரிலயே அனிதாவக் கேட்டுப் பாத்துக்கோங்க" என்றார் ஷீலா.

அந்த முறையும் அவள் கருவுறவில்லை. அனிதா பரிந்துரைத்தபடி, அவள் கல்லூரி அருகில் இருந்த புகழ்பெற்ற சன்பிளார் ஹாஸ்பிடலில், சினைக் குழாய் அடைப்பிற்குப் பரிசோதனைக்குச் சென்றுவரச் சொன்னார்கள்.

வழக்கம்போலக் கல்லூரியில் ஒருமணிநேரம் விடுப்புச் சொல்லிவிட்டு, அந்த மருத்துவமனையை அடைந்தாள். மிகப் பெரிய மருத்துவமனை. பல்கலைக்கழக வளாகம் போலிருந்தது. அந்த மருத்துவமனையின் குறிப்பிட்ட அறை ஒன்றிலிருந்த பெண் மருத்துவரைச் சந்தித்தாள்.

"தனியாவா வந்தீங்க?"

"ஆமா, ஏன்?"

"ஒண்ணுமில்ல. கொஞ்சம் வெயிட் பண்ணுங்க." காத்திருப்பு வளாகத்தில் வந்தமர்ந்திருந்தாள். அதிகம் கூட்டமில்லை. ஒன்றிரண்டு பேர் மட்டுமே இருந்தார்கள். மருத்துவமனை உள்ளே செட்டி நாட்டு வீடுபோல் முற்றம் வைத்து நீரூற்று எல்லாம் இருந்தது. விதம்விதமான பூச்செடிகள் வைக்கப்பட்டிருந்தன. அதுவரை அப்படி ஒரு மருத்துவமனையை அவள் பார்த்ததேயில்லை. கொத்துக்கொத்தாய் அலங்கார விளக்குகளின் முகப்புகள் வைரக்கற்கள்போல ஜொலித்துத்

தொங்கிக்கொண்டிருந்தன. சுவர் ஓவியங்களுடன் பகட்டான நட்சத்திர ஹோட்டல் போலவே இருந்தது.

"நந்தினி."

உள்ளே சென்றவளைச் சிறுநீர் கழித்துவிட்டு வரச் சொன்னார்கள். பின் பரிசோதனை மேசையின் மீது ஏறிப் படுக்கப் போனாள்.

"சல்வாரைக் கழற்றிவிடுங்கள்."

தயங்கினாள். அங்கே ஓர் ஆடவனும் பெண் மருத்துவரின் உதவியாளனாக இருந்தான்.

"ம்... சீக்கிரம்" என்றாள்.

தயக்கத்துடன் கழற்றினாள்.

"அதையும் கழற்றுங்கள்" என்று உள்ளாடையைச் சுட்டினாள்.

அழுகை வந்தது. மேசை மேல் ஏறிப் படுத்தாள்.

"கொஞ்சம் வலிக்கும். பொறுத்துக்கொள்ளுங்கள்" என்றாள்.

ஏதோ ஊசியொன்றில் மையைச் செலுத்தத் தொடங்கினாள். மெல்லப் பொட்டுப் போலத் தொடங்கிய வலி ஒவ்வொரு அணுவையும் புரட்டியது. தசைகளைப் பிசைந்தபடி உடல் முழுவதும் பரவியது. காதுவழியே வலி வெளியேறி மீண்டும் உட்புகுவதுபோல் காதுகள் கொதிக்கத் தொடங்கின. மூக்குத் துளைகளும் அப்படியே. தொண்டை வறண்டது. கண் இருட்டிக்கொண்டு வந்தது. நரம்புகள் எல்லாம் முறுக்கி எடுப்பதுபோல, அப்படியொரு வலியை அதுவரை அவள் அனுபவித்ததேயில்லை. மை ஏற ஏற, வலியின் வேகமும் அதிகரித்தது. உடல் முழுதும் ஒரு புடவையை ஒட்டப் பிழிவதுபோல இருந்தது. சக்தி எல்லாம் இழந்த ஒரு நிமிடம்...

"அய்யோ! ரொம்ப வலிக்குது" என்றாள். ஆனால் கத்தவில்லை. கதறவில்லை. அவளுக்கு வலி தாங்கும் வலிமையும் தைரியமும் அதிகம். "வலிக்கிறது" மீண்டும் முனகினாள்.

"இன்னும் ஒரு ரவுண்டுதான், கொஞ்சம் பொறுத்துக்குங்க, சந்தோஷமான விஷயம்தான். உங்களுக்கு ஓவரீஸ்ல அடைப்பில்ல."

அந்தச் சொற்கள் காதில் விழுந்தாலும், புத்திவரை செல்ல முடியவில்லை. வலியின் உச்சபட்சம் என்பதை உணர்ந்தாள், மயக்கம் வருவது போலிருந்தது.

லாவண்யா சுந்தரராஜன்

“ஆச்சு. நீங்க இறங்கி ட்ரெஸ் பண்ணிக்கலாம்.”

அவளால் எழ முடியவில்லை. அந்த ஆண் உதவியாளன் தான் கைத்தாங்கலாக இறக்கிவிட்டான்.

“நீங்க நெக்ஸ்ட் ரூம்ல கொஞ்சம் ரெஸ்ட் எடுத்துட்டு அப்புறம் போகலாம், உங்கள் ஹஸ்பண்ட் நம்பர் வேணும்னா கொடுங்க. நான் கூப்பிட்டுச் சொல்றேன்” என்றாள்.

ஆடைகூட அணியாமல் அடுத்த அறைக்குச் சென்று படுக்கையில் விழுந்தாள். அரை மணி நேரம் கழித்துக் கல்லூரிக்குச் சென்றவளிடம் உடன் பணியாற்றும் தோழிகளும், தோழர்களும், “என்ன ஆயிற்று, ஏன் இவ்ளோ டயர்டா இருக்கிறீர்கள்?” என்றார்கள்.

தோழி ஒருத்தி கலவரமே ஆகிப்போனாள். “ஏன் நந்தினி, *HSG* டெஸ்டுக்குத் தனியா போனியா? கொஞ்சமானும் அறிவு வேணாமா? சொல்றதுக்கென்ன, நானாவது வந்திருப்பேனே!” என்றாள்.

அவளை அழைத்துப் போக வந்த துரை அவளைப் பார்த்து ரொம்பப் பதறிப் போனான். “உங்க காலேஜ் பக்க மிருக்கு, சாதாரண டெஸ்ட்னு நினச்சேன். என் மேலதான் தப்பு. இது என்ன மாதிரி டெஸ்ட், என்ன ஏதுன்னு முன்னமே கேட்டிருக்கணும். சாரிப்பா சாரி. வீட்டுக்குப் போகலாம். நாளைக்கு லீவ் சொல்லிட்டு வந்திடு” என்றான்.

“வீட்டுல கொஞ்ச நேரம் ரெஸ்ட் எடுத்தா சரியாயிடும். பதறாதீங்க.”

“டாக்ஸி ஒன்னு புக் பண்ணட்டா.”

“இல்ல. இந்த வண்டிலயே போயிடலாம்” என்று அவனது இருசக்கர வாகனத்தில் ஏறி உட்கார்ந்து, அவன் தோளைப் பற்றிக்கொண்டாள். சோர்வாக இருந்ததால், தலையைத் துரை மீது சாய்த்துக்கொண்டாள். “உங்களுக்கு டிரைவ் பண்ண கஷ்டமா இருக்கும்னா சொல்லுங்க. தலைய எடுத்துக்கிறேன்.”

“இல்ல சாஞ்சிக்க, பிரச்சனையில்ல. நான் மெதுவாத்தான் ஓட்டறேன். வலிக்கிதுன்னா சொல்லு, இன்னும் மெதுவா ஓட்றேன்.” பேரன்பான அந்தத் தருணத்தில், மிகவும் பாதுகாப்பாக உணர்ந்தாள். அப்படியே உறங்கிப்போனாள். வீடு வந்ததும் மாடி ஏறக் கொஞ்சம் சிரமமாக இருந்தது. அப்படியே போய்ப் படுக்கையில் விழுந்தாள்...

அவளைப் பார்க்கவே பரிதாபமாக இருந்தது. இந்த அளவு பலவீனமாக்கும் டெஸ்ட்னு தெரிஞ்சிருந்தா நானே

போயிருப்பேன். எவ்வளவு முட்டாள்தனம்! அவளைத் தனியாக இனி டாக்டரிடம் அனுப்பக் கூடாது. பிள்ளைப் பிறப்பு இவ்வளவு கஷ்டமானதா. இரவு நேரம் நெருங்கியும் அவள் உறங்கிக்கொண்டிருந்தாள். உப்புமா கிண்டி வைத்துவிட்டு வந்து பார்த்தான். நந்தினி விழித்திருந்தாள்.

"இப்போ எப்படியிருக்கு? எனக்குத் தெரிஞ்ச மாதிரி உப்புமா செஞ்சிருக்கேன்."

"ஏன் எழுப்பியிருக்கலாமில்ல?"

"இல்ல. தூங்கினா நல்லதுதானேன்னு விட்டுட்டேன்."

உப்புமாவில் உப்புப் போடத் துரை மறந்திருந்தான். ஆனால் அது அவளுக்கு என்னவோ அமிர்தம்போலத் தோன்றியது. அவருக்கு என் மேல் இவ்வளவு அன்பா? அம்மா அப்பாகூட இவ்வளவு கனிவைக் காட்டியதில்லையே என்று நினைத்தாள். வெளியே மழைபொழிந்து மண்வாசனையைக் கிளறி விட்டிருந்தது. இது எனக்கேயான புது வாழ்க்கை என்று நினைத்தாள் நந்தினி.

❍

"இன்னிக்கி டாக்டர்கிட்ட போகணும். ரிப்போர்ட் காட்ட."

"போலாம்."

"இன்னும் என்னென்ன வலியெல்லாம் அனுபவிக்கணுமோ."

"கவலப்படாத. எல்லாம் சரியாகும்."

"ஆமா. உங்களுக்கென்ன, ஈஸியா சொல்லிடுவீங்க. வேதன எனக்குத்தானே?"

"ஏன், இப்படி எரிஞ்சி விழற? நான் என்ன செய்யமுடியும்? உனக்குத்தானே இர்ரெகுலரா இருக்கு."

வழியெங்கும் மரமல்லி மரங்கள் நிறைந்திருந்தன. அவள் வேதனையைக் கொஞ்சமும் அறியாத அந்த மலர்களின் மணம் மூக்கிலேறி நொடி நேரம் உலகை மறக்கச் செய்தது. அந்த மரத்தடியில் ஒரு சிறிய பெண் குழந்தை, அந்த மலர்களைக் கைகளில் சேகரித்து, அருகிலிருந்த இன்னொரு குழந்தைமேல் போட்டு விளையாடிக்கொண்டிருந்தது. அந்தச் சூழலின் வெம்மை, அந்தக் குழந்தைகளின் குதூகலத்தால் முற்றிலும் மாறியிருந்தது. என்னதான் கவலையாயிருந்தாலும், இயற்கையும் குழந்தையும் சூழலை மாற்றி மனத்தை இலகுவாக்க வல்லவர்கள் என்று நினைத்தாள். ஒரு குழந்தைக்காக இந்த

வேதனைகளைச் சகித்துக்கொள்வதில் எல்லா நியாயமும் இருக்கிறது என்று நினைத்தாள்.

“சந்தோஷம். நோ ப்ளாகேஜ் இன் ஓவெரிஸ்.”

“இந்த டேப்லெட்ஸ் எல்லாம் எடுத்துக்கோங்க, ஃபாலிக்குலர் அனாலிஸ்க்குச் சரியாகப் போங்க. ஓவிலேஷன் ஆவுற அன்னிக்கி, என்னை வந்து பாருங்க” என்றாள்.

மருத்துவர் அனிதா கொடுத்த மாத்திரைகள், ஒரு கருமுட்டைக்குப் பதில் இரண்டை ஒரே சமயத்தில் வளரச் செய்ய வைத்தது. அதைப் பார்த்துச் சந்தோஷப்பட்டுக் கொண்டிருந்தவள், எதற்கும் இன்னொரு மருத்துவரிடம் பார்க்கலாமெனக் கல்லூரிக்கு அருகிலிருந்த வேறு ஒரு பெண் மருத்துவரிடம் காட்டினாள். மருந்துகளைப் பார்த்துவிட்டு அவர்கள் சொன்னது அதிர்ச்சியாக இருந்தது.

“இந்த மருந்து வேற நாட்டுலயெல்லாம் தடை பண்ணியிருக்காங்களாம். இதப் போயா கொடுத்தாங்கன்னு கேட்டாங்க.”

“அந்த அம்மாவுக்கு அனிதா மேலப் பொறாமையா இருக்கும். நீ ஏன் இன்னோரு டாக்டர்ட்ட போன...”

“இல்ல. இது மென்சஸ் சைக்கிளப் பாதிக்குமாம்.”

“ஒரு குழந்தை பிறந்ததுக்கு அப்பறம் மென்சஸ் சைக்கிள்னால எந்தப் பிரச்சனையும் இல்ல.”

“பயங்கர சைட் எஃபக்ட் இருக்குமாம். புத்துநோய்கூட வருமாம்.”

“நான் விசாரிக்கிறேன். பயப்படாத. இந்த டிரீட்மெண்ட் மிட் சைக்கிள்ல வேற டாக்டர்ட்ட போக முடியாதுல்லம்மா.”

தடைசெய்த மருந்தை எப்படிக் கொடுத்தார்கள் என்று நந்தினியால் ஜீரணிக்கவே முடியவில்லை. இந்தியத் துணைக்கண்டத்தில் தடை செய்யப்பட்ட மருந்தால் உயிர் போனால்கூட மயிர் போனதென்றுதானே இருப்பார்கள். இதையெல்லாம் என்ன செய்ய முடியும் என்று நினைத்தாள்.

22

தொடர்ந்து சன்ஃப்ளவர் மருத்துவமனையில் கருமுட்டை வளர்ச்சியின் கண்காணிப்பு நடந்தது. "எக் நல்ல வளர்ச்சியடைந்து நாளைக்கு எப்ப வேணும்னாலும் உடையலாம். அதனால நீங்க மருத்துவர் அனிதாவ நாளைக்குப் பார்க்க வேண்டியிருக்கும். அங்க போகும் முன்னாடி இங்க வந்து ஸ்கேன் பார்த்துவிட்டுப் போங்க" என்றார்.

மனம் முழுதும் மிகக் குழப்பமாயிருந்தது. எதற்கு இத்தனை முறை ஸ்கேன் பார்ப்பது, இதெல்லாம் உடல் நலனை எப்படிப் பாதிக்கும் என்ற எண்ணம் தோன்றித் தோன்றி மறைந்தது. மறுநாள் மூன்றாம் பிறை என்று துரையும் நந்தினியும் அவர்கள் வீட்டு மொட்டை மாடியில் பிறை பார்க்கக் காத்திருந்தார்கள். மூன்றாம்பிறை மிக அழகாகத் துலங்கித் தெரிந்தது.

"நீ சிரிக்கிறது அழகாயிருக்கு, மூணாம் பிறை போலவே."

நந்தினிக்குக் கொஞ்சம் வெட்கமாகவும் அப்படிப்பட்ட பேச்சு மிகச் சமீபமாகக் குறைந்து போனதும் நினைவுக்கு வந்தது. குழந்தையின்மை, மருத்துவம், வேலை என்று மிகவும் இயந்திரத்தனமாக ஆகிவிட்டதா நம் வாழ்க்கை என நினைத்தாள். ஒரு குழந்தை இருந்தால், அதற்கான தேவைகளைக் கவனிக்க, அதன் ஒவ்வொரு வளர்ச்சியிலும் நம் பால்யத்தை மீட்டு எடுத்திருக்கலாம். வாழ்க்கை வேறுவிதமான சுவாரஸ்யத்தோடு இருந்திருக்கும்.

"என்ன யோசன நந்தினி? மூணாம் பிறை வேற பாத்தாச்சு. இந்த முற கண்டிப்பா நல்லது நடக்கும்."

மறுநாள் ஸ்கேன் பார்த்துவிட்டு, அனிதாவைப் பார்க்கப் போனார்கள். ஸன் ப்ளவர் மருத்துவமனைக்கு அருகில் பெரிதாக வளர்ந்த வேப்பமரங்கள்

அதிகம் இருந்தன. அந்த இடம் எப்போதுமே குளுமையாயிருக்கும். கிளிகள், கூட்டமாக அருகிலிருந்த வேப்ப மரத்திலிருந்து கிளம்பிப் பறந்துகொண்டிருந்தன. ‘கிளியாப் பிறந்திருக்கலாம். குழந்தையில்ல என்ற கவலை கிளிகளுக்கு இருக்குமா’ என்று நினைத்துக்கொண்டே பின்னிருக்கையில் எதுவுமே சொல்ல மனமில்லாது பயணித்தாள்.

“இன்னிக்கி நைட் ஹேவ் யுவர் இன்டர் கோர்ஸ். நாளை என் கிட்ட டெஸ்ட்க்கு வாங்க.”

நந்தினிக்கு அனிதா சொன்னதும் மிகவும் அசூயையாக இருந்தது. இயற்கையா நடக்கவேண்டிய விஷயமில்லையா? இதுக்குப் போய் நாள் குறிச்சு குழந்தை வேணும்கிற நினப்போட இணைவது, எப்படி ஆரோக்கியமான குழந்தையை உருவாக்க முடியும்?

“டாக்டர், நாங்க இன்னக்கி ஆஃபீஸ் டூர் போறோம், கசௌலி ஹில்.”

“எப்போ திரும்பறீங்க?”

“நாளை மறுநாள்.”

“ஓஹோ. அங்கே போனாலும் பரவாயில்ல. ஓவிலேஷன் ஆகிடுச்சி. எக் ஓவெரியில் ஒரு நாள் முழுதும் உங்க ஸ்பேர்ம்க்காகக் காத்திருக்கும். இந்த நாளத் தவறவிடக் கூடாது. ஆல் தி பெஸ்ட். நாளைக்கோ, நாளான்னிக்கோ வரதுக்கு முன்னாடி கண்டிப்பா ஹேவ் அனதர் இன்டெர் கோர்ஸ் அன்ட் கம் ஹியர் ஃபார் செக்கப்.”

கசௌலி கிளம்ப எல்லாம் பேக்கிங் செய்துவிட்டு, அப்படியே விட்டத்தை வெறித்துப் பார்த்துக்கொண்டு உட்கார்ந்திருந்தாள் நந்தினி.

“என்ன நந்தினி, என்ன ஆச்சு கிளம்பலயா?”

“அங்க ரூம் எப்படியிருக்குமோ, அக்கம்பக்கத்துல எல்லோரும் தங்கியிருப்பாங்க, எப்படி?”

“என்ன எதுக்கெடுத்தாலும் சிணுங்கிற. குழந்த வேணும்னா அதெல்லாம் பார்க்க முடியுமா?”

“குழந்த, குழந்த. இது ஒண்ணுதான் உங்களுக்கு. என்னோட மனசு, என்னென்னே தெரியல.”

“என்ன செய்யலாம்? உனக்கு இருக்கற பிரச்சனைக்கு, எல்லாம் சரியாகி, இன்னிக்கி நல்லபடி நடந்திருக்கு. எப்பவோ கையில் குழந்தையோட சுத்திக்கிட்டு இருந்திருக்க வேண்டியது.”

“என்னக் குத்திக் காட்டுறீங்களா?”

“நந்தினி, இன்னிக்கிச் சண்டை போட்டு உடம்ப கெடுத்துக்காத. நல்ல மனநிலையில் இருந்தாத்தான் நல்லபடி குழந்த உருவாகும்.”

“அதைத்தான் நானும் சொல்றேன். அங்கே சூழ்நில எப்படியிருக்குமோ? எனக்கு வேற இடத்துல கம்ஃபர்டபிளா இருக்குமான்னு, தெரியல!”

“டூர் நான்தான் ஆர்கனைஸ் பண்ணியிருக்கேன். எல்லாரும் நம்ம ரெண்டு பேரும் ஐடியல்ன்னு நினைச்சிட்டிருக்காங்க. அதைக் கெடுத்துராத.”

கசௌளி அவ்வளவு ரம்யமாக இருந்தும் அவளால் எதையுமே ரசிக்க முடியவில்லை. அவ்வளவு பெரிய ஏரியில், உல்லாசப் படகில் எல்லாரும் உற்சாகமாக இருக்க அவர்கள் மட்டும், குழந்தைக்காக வாழ்க்கையைப் போராட்டமாக்கிக் கொண்டவர்கள்போல் சுற்றி வந்தனர். வலுக்கட்டாயமாக உறவுகொண்டார்கள்.

பின் வீட்டுக்கு வந்த பின்னரும் ஒருமுறை உறவு கொண்டார்கள், இயந்திரத்தனமான அந்தக் கூடல் எதற்காக இப்படி குழந்தை பெற வேண்டுமென்றிருந்தது. அனிதா வீட்டின் முன்னறையில் காத்திருந்தார்கள். அவள் முறை வந்தது.

நந்தினியின் தொடைக்கு இடைப்பட்ட பிளவிலிருந்து, துரையின் விந்தினை எடுத்து மைக்ரோ ஸ்கோப்பில் பரிசோதித்துப் பார்த்த அனிதா,

“உயிரணுக்களே தெரியவில்லையே...” என்றார். கொஞ்சநேரம் உன்னிப்பாகப் பார்த்துவிட்டு, “ஒன்றிரண்டு மட்டுமே இருக்கின்றன” என்றார்.

துரையிடம், “நீங்கள் ஸ்பெர்ம் டெஸ்ட் இதுவரை செய்திருக்கின்றீர்களா?” என்றாள்.

“இல்லையே.”

23

நந்தினியும் துரை தெய்வமணியும் கீரனூர் வந்திருந்தார்கள். அவர்களுக்குப் பொங்கல் சீர் தரவில்லை என்று கடந்த வருடமே கண்ணீர் மல்க, "படச்சி பிள்ளைக்குப் பத்துல சீரு, இடச்சி பிள்ளைக்கு எட்டுல சீரு, என் பிள்ளைக்கு எங்க சீரு" என்று தனது மாமியார் சுந்தராம்பா புலம்பியதை அம்மாவிடம் சொல்லிச் சீர் நன்றாகக் கொடுக்கச் சொல்லியிருந்தாள் நந்தினி.

முதல் வருடம் போகி அன்று நந்தினியின் பாட்டி தவறியிருந்தார். அதனால் முதல் பொங்கல் சீர் தர முடியவில்லை. துக்கத்திற்குச் சென்ற சுந்தரா, "பொங்க சீர் கொண்டுவருவீங்க, பொங்கிக் கொடுத்துப் பேத்திக்குப் பேத்தி எடுப்பீங்கன்னு பாத்தேனே இப்படிப் போய்ட்டீங்களே" என்று பொங்கல் சீர் பற்றியே சொல்லி அழுதது பார்க்கும் அத்தனைபேருக்கும், 'என்ன கொடும, நந்தினி போன இடம் இப்படியா' என்று தோன்றியது. முதல் சீர் தவறிய மாதிரி மறுசீரும் இரண்டாம் வருடமென்று நந்தினியின் பிறந்த வீட்டிலிருந்து கொடுக்க முடியாதிருந்தது. ஆனால் பொங்கலுக்குப் போகாமல் இருந்தால் நன்றாக இருக்காது என்று ஊருக்குப் போனார்கள். அப்போது தெய்வானை வந்து, "சீராகச் செய்ய முடியாது. சீர் காசு கொடுத்துட்டுப் போகலாம்ன்னு வந்தேன்" என்றதும், பல் பன்னண்டும் தெரியச் சிரித்த சுந்தரா, "கொடுத்துட்டுப் போங்க. இப்படிக் கைமாத்தி அப்படிக் கொண்டுவந்து கொடுத்துடறோம். எனக்கு இருக்கறது இரண்டு. பெருசுக்குக் கொடுக்க நாதியில்லாத இடம் பிடிச்சிட்டேன். நீங்கதான் பெரும சேர்க்கணும்" என்றாள்.

மூன்றாம் வருடம் இந்த வருடமும் கொடுப்பார்களோ மாட்டார்களோ என்று

நினைத்துத்தான் மூக்கைச் சீந்தினாள். பொங்க சீர் கொடுக்காட்டிப் பிள்ள சீரும் (குழந்தை பிறந்த முதல் பொங்கல்) கொடுக்க முடியாமப் போயிடும் என்று என்னென்னவோ புலம்ப, நந்தினி, "சீர் கொடுத்துவிடுங்கள், கடந்த வருடம் கொடுத்த பணத்தை நான் திரும்பத் தந்துவிடுகிறேன்" என்று சொல்லியிருந்தாள். துரையும் நந்தினியும் வந்து சேரும்வரை சுந்தராம்பாவுக்குப் பொங்கல் சீர் வரப்போவது தெரியாது. திருமணம் முடிந்து மூன்றாம் பொங்கல் போகியன்று காலை வந்து சேர்ந்த பின் சாயங்காலம் பொங்கல்சீர் வருமென்றதும், "அய்யோ, முன்னமே ஏன் சொல்லல? நான் எம் பொண்ணுக்குச் சொல்லல, ஊர் சனத்துக்குச் சொல்லல. வரவங்க எத்தன பேர், என்னென்ன செய்யணும், எப்படி இவ்வளவு சுருக்கச் செய்வேன்" என்று புலம்பிக்கொண்டே விருந்துக்கு ஏற்பாடு செய்தாள் சுந்தரா.

பொங்கல்சீர் முதல்முதலில் கொடுக்கும்போது, இரு வீட்டு முக்கியச் சொந்தங்களும் வருவார்கள். அப்படி நந்தினியின் தாய் மாமாவும் அவர் மனைவி சுடர்விழியும் மதியமே வந்திருந்தார்கள். சீர்தரச் சாயங்காலம்தான் வருவார்கள். வருபவர்களுக்குப் பூ கொடுக்கத் தோட்டத்தில் பூத்திருந்த கனகாம்பரம் மலர்களைப் பறித்துவரும்படி சுந்தரா சொன்னாள். முல்லை வரும்போதே வாங்கி வருவார்கள். அதனுடன் கனகாம்பரமும் கொடுத்தால் நிறைவாக இருக்கும் என சுந்தராம்பாவின் நினைவு. நந்தினியும் சுடர்விழி அத்தையும் தோட்டத்திற்குச் சென்றார்கள். சுடர்விழி மெல்ல விசாரித்தாள்.

"என்ன நந்து விசேஷம் ஏதுமில்லயா?"

அடிக்கடி எல்லாரும் கேட்கும் கேள்விதான் என்றாலும், கொஞ்சமாய் நெருப்பை அள்ளித் தொண்டைக்குள் இறக்கியது போலிருந்தது.

"இல்லங்க அத்த."

"ஏன்?"

"தெர்ல."

சுடர்விழி அத்தையிடமிருந்து தப்பித்து வீட்டுக்கு வேகமாய்ப் போனாள். வழியில் இடைமறித்தாள் பக்கத்து வீட்டம்மா, "என்ன நந்தினி, இரண்டு வருஷம் விட்டு இப்படிப் பொங்கல் சீர் கொண்டு வர? ஒருவழியா பிள்ளை சீர்தான் கொடுப்பீங்கன்னு நினைச்சேன். சரி, டாக்டர் ஏதும் பாக்கலயா?

பெரியவன் பொண்டாட்டிக்கும் இல்ல, உனக்கும் இல்லன்னா எப்படி?"

மறுபடி தர்மசங்கடமானது. "நம்ம கைல என்னங்க இருக்கு?"

"உன் கையிலதான் இருக்கு நந்தினி" எனப் பேசியது படுநாராசமாயிருந்தது நந்தினிக்கு. தவிப்பாய்த் தவித்தாள்; "அத்த திட்டுவாங்க. நான் கிளம்பறேன்" என்று ஓட்டமும் நடையுமாய்த் தன் வீட்டிற்குள் நுழைந்தாள்.

சாயங்காலம் பொங்கல்சீராக வெங்கலப் பொங்கல் பானைகள் இரண்டு, அரிசி மூட்டை, வெல்லம், கரும்பு இரண்டு கட்டு, மஞ்சள் கொத்து, முல்லைப் பூ, தேங்காய்கள் பத்து, முந்திரி அரை கிலோ, உலர் திராட்சை அரை கிலோ, பருப்பு வகைகள் ஆறு மாதத்திற்கு வரும் அளவு, காய்கறிகள், பச்சை மொச்சை, பொங்கல் அன்று பொங்கல் எடுத்து வைக்கக் காய்கறி, குழம்பு வகை எடுத்து வைக்கத் தேவையான கிண்ணங்கள், அதற்குரிய மூடும் தட்டு, பொங்கல் படைக்கப் பூஜைப் பொருட்கள் எடுத்து வைக்கத் தாம்பாளம், சாம்பிராணி போடத் தூபக்கால், மணி, சூடம் காட்டும் தீபக்கரண்டி, பட்டுப் புடவை, பட்டு வேட்டி, இரண்டு பவுன் ஜோடி மோதிரம், கூடவே விறகு, எண்ணெய்ச் செலவுக்கு 2500 ரூபாய் என்று நிறைவாகப் பொங்கல் சீர் கொண்டு வந்ததும் சுந்தராம்பாவுக்கு நிலைகொள்ளவில்லை. எல்லாம் எடுத்துப்போய் உள்ளறையில் வைத்ததும், அந்த அறை பாதி நிரம்பியிருந்ததைப் பார்த்துவிட்டு, "நிறயச் சீர் கொண்டாந்துருக்காங்க. வெள்ளில எதுவும் வாங்காம வந்துட்டாங்க, பரவாயில்ல" என்றாள்.

விருந்து முடிந்து மறுநாள் பொங்கல் வைக்க வேண்டி அந்தப் பானைகளைத் தேய்க்க எடுத்து வரும்போது, "இரண்டு பானையுமே நல்ல கனம். ஆனா ரெண்டுமே பழசக் குடுத்துட்டாங்க. ஒண்ணு மட்டுமாவது புதுசா குடுத்திருக்கலாம்" எனச் சொல்லிக்கொண்டே, பொங்கல் பானைகளைப் பளபளக்கத் தேய்த்துவைத்தாள். மேலும் சில பாத்திரங்கள் அவளருகில் இருந்தன. அவை விறகடுப்பில் வைத்த கரி படிந்தவை. முக்காலி போன்ற ஒன்றில் தனது பெருத்த பின்புறத்தை அழுத்திக் கால்களை நன்றாக அகட்டி அமர்ந்திருந்தாள். பாத்திரம் தேய்க்க வசதியாகப் புடவையை முழங்கால்வரை சுருட்டி விட்டிருந்தாள். எதை நினைத்தோ ஆத்திரத்தோடு அழுத்தி அழுத்தித் தேய்த்துக்கொண்டிருந்தாள் சுந்தராம்பா.

தேய்த்து வைத்திருந்த பாத்திரங்களை எடுத்துக் கழுவ வந்த நந்தினியைப் பார்த்து, "என்ன ஒருமுற கூடவா தள்ளிப் போகல, வேலைக்குப் போகச் சிரமமா இருக்குன்னு கலச்சிப் புடுறீங்களா?" என்று கேட்டாள்.

சுரீர் என்று கோபம் வந்தது நந்தினிக்கு. "உண்டானாத்தான கலைக்கணும். பிரச்சன என்னன்னு உங்க பிள்ளகிட்ட கேளுங்க. அவங்க அண்ணனை டாக்டர் ஆப்ரேசன் செய்யச் சொல்லியிருக்காங்க. இவரயும் டாக்டர்ட்ட போகச் சொல்லுங்க."

"நான் கேட்டப்பக்கூட சொல்லலயே நந்தினி" என்றாள் நந்தினியின் மாமி சுடர்விழி. அவர்கள் பேசிக்கொண் டிருந்தபோது அங்கே கடந்த துரை, நந்தினி மாமாவுக்கு வணக்கம் சொல்லிவிட்டு விருட்டெனக் கண்களைத் தாழ்த்திக் கொண்டு கடந்து போனான். அடக்க முடியாமல் அழுகை வந்தது நந்தினிக்கு. ஐயோ யாருக்கும் தெரியாம சரி செஞ்சு பிள்ள பெத்துடணும்னு நினைச்சிருந்தேன், இப்ப மாமிக்கும் தெரிஞ்சுடுச்சு. மாமி வேற யார்ட்டயாவது சொல்லிட்டா? ஏற்கெனவே துரையின் அண்ணி கலா அரசல்புரசலாக அம்மாவிடம் சொல்லி வைத்திருக்கிறாள். அம்மாவிடம் யாரிடமும் சொல்ல வேண்டாமென்று சத்தியம் வாங்காத குறையாகக் கேட்டு வைத்திருந்தாள். இப்போது ஊர் வாயை எப்படி அடைப்பதென்று அதைப் பற்றியே யோசனையாகவும் குழப்பமாகவும் இருந்தது.

சண்டிகர் போனதும் கலா வீட்டுக்கு, ஊரிலிருந்து கொண்டுவந்த புளி, கடுகு, இடியாப்ப மாவு, பலகாரங்களைக் கொடுக்கப் போயிருந்தபோது, தற்செயலாக அவள் தோழியும் வந்திருந்தாள். கலா தன் தோழியிடம், "எங்க ரெண்டுபேருக்கும் கோவில் கட்டித்தான் இவங்க வீட்டுல கும்பிடணும், நாங்க இதுவரை இந்த விஷயம் வெளிய தெரியாம பாத்துக்கிட்டதுக்கு" என்றாள், நந்தினி அந்தப்பக்கம் போய்விட்டாள் என்று நினைத்து. "நல்லவேளை! இனி உன்னை எதுவும் குறசொல்ல மாட்டார்கள்" என்றாள் அவள் தோழி.

பொங்கலுக்குப் போகிறோம் என்றதுமே இந்த விஷயம் பற்றிக் கேட்பார்கள், தைரியம் வரவழைத்துச் சொல்லிவிடு என்று அறிவுரை சொல்லி அனுப்பியது கலாவின் தோழிதான். "ஏன் உங்க ஃப்ரண்ட்க்கு இந்த அட்வைஸ் சொல்லியிருக்க லாமே" என்று கேட்க உதடு வரை வந்த வார்த்தைகள் ஏனோ அப்போது வெளிவரவில்லை.

துரையிடம், “இப்ப அவங்க நல்லவங்களாயிடுவாங்க. உங்கம்மாகிட்ட நான்தான் இப்படிப் பேசிட்டேன், நந்தினி வெடுக்குன்னு பேசிடுவான்னு ஏற்கனவே கெட்டபேர் எனக்கு.”

“சரி விடு. அப்படியெல்லாம் ஒண்ணும் நினைக்க மாட்டாங்க” என்று சொல்லிவிட்டாலும் துரைக்கு மனது அடங்கவில்லை. அம்மாவிடம் இவள் இப்படிச் சொல்லலாமா? கலா அண்ணியின் மீது கடுங்கோபம் வந்தது. நந்தினியின் அறியாமையை நினைத்துக் கொஞ்சம் கவலையாகவும் இருந்தது. யார் எப்படி என்று கொஞ்சம் சரியாகப் புரிந்து கொண்டால் நன்றாக இருக்கும். எதைப் பேசும்போதும் புறத் தூண்டலைப் பொறுத்து வார்த்தையை விட்டுவிட்டால்?

○

அங்கே எப்படி வந்தோம் என்று நந்தினிக்கு ஆச்சரியமாயிருந்தது; குற்றவுணர்வாகவும் இருந்தது. ஒரு ஆடு அவளை வந்து அழைத்தது. அதன் உடல் முழுதும் பனியால் போர்த்தப்பட்டிருந்தது. ஆட்டின் ரோமம் சுருள்சுருளாயிருந்தது.

“நீதான் பாபா ப்ளாக்ஷிப் பாட்டுல வந்த ஆடா?” என்றதும், “ஆம்” என்றது. “என்னுடன் வா” என்று சொல்லியது. ஆட்டுடன் போனபோது, அவளுக்கு மிகப் பெரிய ஆச்சரியம், அப்பாவைப் பெற்ற பாட்டி அங்கேயிருந்தாள்.

“பாட்டி நீங்க ஏன் ஸ்வெட்டர் போடல” என்றாள்.

“எலும்புக்கு எப்படிக் குளிரும்” என்றாள் பாட்டி.

“பாட்டி நீங்க செத்துப் போய்கூட உங்களுக்குக் காமெடி சென்ஸ் போகலயே.”

“அதெப்படி போகும்? பொறப்புல வந்தது. சரி, நீ ஏன் தூங்காம அழுதுட்டிருக்க?” என்றபடி அங்கேயிருந்த விளக்கை ஏற்றத் தொடங்கினாள்.

“பாட்டி, என் மாமியார், என்னை என்ன வார்த்தை கேட்டாங்க? இவர் பத்தி நான் எங்கேயும் சொல்ல வேண்டாம்னு நினச்சேன். என்னைப் பொறுமைகெட்டவ ஆக்கிட்டாங்களே.”

“பாரு, என்னாலயே ஒரே தீக்குச்சில வெளக்கு ஏத்த முடியல, அந்தக் காலத்துல ரெண்டு தீக்குச்சி கிழிச்சிட்டான்னு நான் உங்க அம்மாவத் திட்டாத திட்டா, இப்ப உன் மாமியா கேட்டுட்டா. நீயும் தப்பா என்ன சொல்லிட்ட? இதுக்குப் போய் அழலாமா, மாமியார்னா எதுக்கெடுத்தாலும் வெடுக் கடுக்குன்னுதான்

இருப்பா. அவகிட்ட நீ சொன்னதுலயும் ஒண்ணும் தப்பில்ல ராசாத்தி."

திடுக்கிட்டு விழித்தாள் நந்தினி. பின் நெடுநேரம் மிகவும் அழுதாள். "ஏன் நடு ராத்திரில எழுந்து இப்படி அழுதுட்டிருக்கே" என்று கேட்ட துரையிடம், "உங்க அம்மா வாயைக் கிளறி விட்டுட்டாங்க. கலைச்சிட்டியான்னு கேட்டாங்க. தாங்க முடியல. நானா சொல்லலைங்க. மாமி கேட்டப்பக்கூடப் படாமத்தான் பதில் சொன்னேன்."

"பரவாயில்ல விடு" என்றான் துரை. நந்தினியின் கைகளை ஆதரவாகப் பற்றிக்கொண்டான். இவள் என்ன செய்வாள் பாவம். பிழை இங்கிருக்கப் பழியை ஏற்றுத் துன்புறுகிறாள் என்று ஆதரவாக அவள் கைகளைப் பற்றிக்கொண்டான். இது யார் செய்த பிழை? தெய்வம் ஏன் எங்களை இப்படிச் சோதிக்கிறது?

✤

லாவண்யா சுந்தரராஜன்

24

ஜெயந்தி சண்டிகர் பஸ் ஸ்டாப்பிலிருந்து பட் பட்டி ஆட்டோவில் ஏறினாள். செக்டர் செவன் மார்க்கெட். மல்லிகைப்பூவில் கட்டியிருந்த மாலை வாங்கினாள். 'தேங்காய், வாழைப்பழம், வெத்தலை இந்த ஊரில் ஒண்ணு ஒண்ணா தேடறதுக்குள்ள அப்பப்பா... இவ்ளோநேரம் வீட்டில பிஜு என்ன பண்றானோ? இவர்கிட்ட சொன்னா, தேங்காய்கூடத் தண்ணி ஆட்டிப் பார்த்து வாங்க மாட்டாரு.' என்று முணுமுணுத்தாள்.

'ஆயுஷ் ஹோமம் பண்ணலாம்னு அத்தை சொன்னதும் நல்ல ஐடியான்னு தோணுச்சி. குமார் தான் நம்ம முறைப்படி அதெல்லாம் பண்றதில்ல யேன்னு புலம்பிட்டே இருக்காரு. இது நல்ல விஷயம்தானே, செய்தா என்ன? ஆனா இந்த அய்யர்மாருங்க இங்கே நம்ம முறைப்படி ஆயுஷ் ஹோமம் செய்வாங்களா தெரியல. லட்டு வாங்கிட்டு வரணும்னு லிஸ்ட்ல போட்டிருக்காங்களே. சாம்பிராணி, கொப்பரை (தேங்காய்), வஸ்திரம், விசிறி. விசிறி எங்கே கிடைக்குது? பிளாஸ்டிக்ல வாங்கலாமா?'

அப்படியே பிஜுக்கு ஒரு புது ட்ரஸ் எடுத்தாள். 'எனக்கும் குமாருக்கும் சாயங்காலம் வந்து எடுத்துக்க லாமா. சாயங்காலம் வேற வரணுமா, ஆமா இன்னும் நாளைக்கு ஹோமம் முடியும் முன் எத்தனமுறை வந்து போகணுமோ. பிள்ள பிறப்புன்னா சும்மாவா, ஒரு வருஷம் ஆயிட்டது பெரிய விஷயமில்லயா?'

அதுவும் எவ்வளவு கஷ்டத்துக்கு அப்பறம் பிறந்த பிள்ளை பிஜு. வயித்துல இருக்கும்போது அனிதா வளர்ச்சி சரியில்ல, மூளைக்கோளாறோட

பிறக்கலாம். அபார்ட் பண்ணிடுங்கன்னு சொன்னாங்களே. நான் தான் நடக்கிறது நடக்கட்டும்னு இருந்தேன். நல்லவேளை நல்லபடி பிறந்தான். இப்பக்கூட எப்ப ஆஸ்பிட்டல் போனாலும், கடவுள் சித்தம் ஏதோ புண்ணியம். குழந்தை நல்லாயிருக்கு. ஆனா, நாங்க சொன்னதுதான். எப்போ வேணும்னாலும் மூளைக் குறைபாடு வரலாம் என்று சொல்லிப் பயமுறுத்தாமலில்லை.

"அப்படியெல்லாம் எதுவும் ஆகாது. மகாமாயியிக்கு வேண்டிக்க. தீக்குழி எறங்கறேன்னு சொல்லி வைச்சிக்க, அவ காப்பாத்துவா" அம்மா சொன்ன வார்த்தை எத்தனை சத்தியமானது. நல்லவேளை குழந்தையைக் கலைக்கவில்லை. ஆரோக்கியமாக இருக்கிறான். இன்னும் ஆரோக்கியமும் ஆயுளும் கூட, நாளைக்கு ஆயுஷ் ஹோமம்.

வாழையிலை கண்ணில் பட்டது. தளதளவென்று அதன் இளம்பச்சை நிறமும் கண்ணாடி போன்ற பளீரிட்ட அதன்மேல் பகுதியும் அவளை ஈர்த்தன. அதன்மீது தெளித்திருந்த தண்ணீர் ஆங்காங்கே பூத்திருந்தது. மனதுக்கு ஏற்கெனவே இருக்கும் கொஞ்சம் குழப்பமும் நீங்கி ஆனந்தம் பொங்கியது. தேவைக்கு அதிகமான வாழையிலைகளை வாங்கிக்கொண்டாள். வீட்டுக்குத் தனி ரிக்ஷா எடுத்து மகாராணிபோல் வந்து இறங்குபவளைப் பார்க்க குமாருக்கு இவள் ஏன் இந்த ஆர்ப்பாட்டம் செய்கிறாள், குழந்தை விஷயத்தில் யார் எது சொன்னாலும் இவள் ஏற்றுக் கொள்வதே இல்லை என்று நினைத்தாலும் வீட்டில் நடக்கும் முதல் பூஜை நல்லபடி நடக்க வேண்டுமே என்று பரபரப்போடு இருந்தான்.

*

25

ஊரில் மாரியம்மன் கோவில் திருவிழா. துரைக்கு முக்கிய அலுவலக வேலையின் பொருட்டு வெளிநாடு செல்லவேண்டியிருந்தது. கல்லூரி விடுமுறை வேறு. தனியாக இருப்பதற்குப் பதில் பத்துநாள் திருவிழாவுக்குப் போய் வா என்றான். அம்மன் கோவிலில் தினம் ஒரு மஞ்சள் காப்பு அலங்காரம். கோவில் திருவிழாவுக்கு வந்திருந்த உறவினர் குழந்தைகள் எல்லாரும் ஓடியாடி விளையாடி அமர்க்களம் செய்துகொண்டிருந்தார்கள். திருவிழா என்று இந்தச் சிறு வியாபாரிகளுக்கும் ரங்க ராட்டினக்காரர்களுக்கும் பலூன் வியாபாரிகளுக்கும் எப்படி தெரியும் என்று ஆச்சரியமாக இருந்தது. கீரனூர் திருவிழா மிகப் பெரியது, மாரியம்மன், செல்லாயி, கருப்புச்சாமி என்று ஒன்றைத் தொடர்ந்து அடுத்ததற்குத் திருவிழா. சித்திரை வளர்பிறையின்போது கிட்டத் தட்டப் பத்து நாட்களுக்கு நடக்கும்.

அன்று மாரியம்மன் பூத்தேர். மல்லிகை மணம் ஊரிலுள்ள அனைவரின் மூக்கையும் துளைத்தது. அடுக்கடுக்காக மல்லிகையை வளைவு வைத்துப் பூந்தேரைத் தயாரித்துக்கொண்டிருந்தார்கள். அம்மன் மேடையும் அவள் அமரும் இடமும் விட்டு, பட்டையாக வளைத்துக் கட்டப்பட்டிருந்த மூங்கில்களுக்கு இடையே மல்லிகை, மரிக்கொழுந்து, வெட்சி, வாடாமல்லி, சம்பங்கி என்று வண்ண வண்ண வளைவுகள் வைத்திருந்தனர். மாரியம்மனுக்கு அன்று காஞ்சி காமாட்சி அலங்காரம். மஞ்சளில் வரைந்திருந்த கரும்புகூடச் சிரிப்பது போலிருந்தது. அம்மன் கிரீடத்தின் இடப்புறம் ஜொலித்தது மூன்றாம் பிறை. அப்போது அம்மன் புன்னகையைப் பார்த்தாள். அதுவும் வாயசைத்து ஏதோ சொல்வது போலிருந்தது. நான் பிள்ளை பெற்று வம்சத்தை

விருத்தி செய்ய வேண்டும்; அதற்கு உன் கருணைக் கண் மலர வேண்டும் தாயே என்று மனப்பூர்வமாக வேண்டினாள்.

திருவிழாவுக்கு நந்தினி கண்டிப்பாக வருவாளா என்று தேன்மொழி விசாரித்தபோது, அவளுக்குப் பெரிதாக எதுவும் தெரியவில்லை. ஆனால் ஹரியின் அம்மா கீரனூருக்கு நந்தினியைப் பார்க்க வந்திருந்ததுதான் என்னவோ மர்மமாக இருந்தது. சுந்தராவுக்கு மருமகள் வீட்டிலிருந்து எந்தச் சொந்தம் வந்தாலும், ஒரே இடக்குதான். “கல்யாணம் ஆகி வருஷம் ஆயிடுச்சி. சீக்கிரம் பேரனைப் பெத்துக் கையில கொடுக்கச் சொல்லுங்க” என்று சொல்லிவிட்டு நகர்ந்தாள். தயங்கித் தயங்கி ஏதோ சொல்ல வருவது போலிருந்தவளிடம், “என்ன விஷயம் அம்மா?” என்றதும் பொலபொலவென்று அழுதுவிட்டாள். “ஹரியப் பாத்தா கொஞ்சம் அறிவுரை சொல்லும்மா, அவன் ஏதோ நினைப்பில கல்யாணம் வேணாம்னு சொல்லிக்கிட்டுத் திரியறான். அவனுக்கும் வயசாகுது. எனக்கும் பேரன் பேத்தி பாக்கணும். வயசாயிட்டே போகுது. நீ சொன்னா கேட்பான்னு தோணுது” என்றாள்.

“நான் சொன்னாவா?”

“ஆமா. அவனுக்கு உன்னக் கல்யாணம் செய்யணும்னு ஆசை. ஆனா அது கூடிவரும் முன்ன, நீ துரையக் கைப்பிடிச்சிட்ட.”

நந்தினிக்கு ஹரி அவளை அடிக்கடி கல்லூரியில் வந்து சந்தித்தது நினைவுக்கு வந்தது. ஆனால் அப்படி ஓர் எண்ணம் இருப்பதுபோல ஒருநாளும் காட்டிக்கொள்ளவே இல்லையே. பாவம் ஹரி, அவர் நல்லா இருக்கணும் என்று நினைத்தாள். நல்லபடி ஹரிக்குக் கல்யாணம் நடந்தால் காணிக்கை செலுத்துவதாக வேண்டி, ஒரு ரூபாயைத் தன் சேலையில் முடிந்தாள். அன்று சமயபுரத்து அம்மன் அலங்காரம் அட்டகாசமாய் இருந்தது. ராஜாத்தியும் நந்தினியும் அம்மன் சன்னிதியில் நின்று மனமுருக வேண்டிக்கொண்டார்கள்.

“இந்த ஒரு ரூபாய்ய வீட்டில கொண்டுபோய்ப் பத்திரமா மஞ்சத்துணில முடிஞ்சி வைங்க. நான் ஹரிகிட்டப் பேசறேன், அவருக்குக் கல்யாணமானதும் இதைச் சமயபுரத்தாளுக்குக் கொண்டு சேத்துடுங்க.”

“நானும் உனக்குச் சமயபுரத்தாளே வந்து பொறக்கணும்னு வேண்டிக்கிட்டேன் நந்தினி. நல்லது நடக்கும், அப்படிப் பொறந்தா உன்னோட வந்து, ஹரி பொண்டாட்டி கையால பொங்கல் வைக்கிறேன்னு வேண்டிக்கிட்டேம்மா.”

"சரி, அம்மா நடக்கட்டும். கண்டிப்பா பொங்கல் வைச்சிடலாம்."

○

"தேன்மொழி உங்களுக்கு அக்கா, எங்க மாமாவக் கட்டினதால எனக்கும் அக்கா, நமக்குள்ள கல்யாணம் பண்ணக் கூடிய முறையே இல்ல."

"..."

"சரி இருக்கட்டும். முற கிற எல்லாம் வேற, எனக்குக் கல்யாணம் ஆச்சுல்ல. என்னை நிஜமாவே அவ்வளவு பிடிக்கும்னா நீங்க கல்யாணம் பண்ணிக்கத்தான் வேணும்."

இப்படி ஒரு வார்த்தையை ஹரி நந்தினியின் வாயிலிருந்து எதிர்பார்க்கவில்லை. கீரனூர் திருவிழாவுக்கு வந்தவள் தன் வீட்டுக்கும் சும்மா வந்திருக்கிறாள் என்றுதான் நினைத்தான். இப்படிக் கல்யாணம் செய்யாதிருந்தால் எனக்கு அது குற்றவுணர்வைக் கொடுக்கும் என்பவளிடம் எப்படி வாதாடு வது? இன்றுகூட எவ்வளவு பாந்தமாக அவள் வீடுபோலவே அம்மாவோடு சமையலறையில் நின்று தோசை ஊற்றிக் கொடுத்துக்கொண்டே இப்படிப் பேசுகிறாள்? இவளை எப்படி மறந்து வேறு திருமணம் செய்வது?

ஹரி நந்தினியை அவள் வீட்டில் விட்டுவரக் கிளம்பினான். வெயில் வாட்டிக்கொண்டிருந்தது. அவர்கள் சிற்றூர்ப் பேருந்து நிறுத்தக் குடையில் அமர்ந்திருந்தபோது, எதுவுமே பேசத் தோன்ற வில்லை. பேருந்து நிலையத்துக்கு அருகே இருந்த வேப்ப மரத்தின் குளுமை கொஞ்சம் இதமாயிருந்தது. கழுத்தில் வழிந்த வியர்வையைத் துடைத்துக்கொண்டு, நெற்றியில் சுருண்டு விழுந்த முடியை ஒதுக்கிக்கொண்டாள். கல்லூரியில் படிக்கும் போது எப்படியிருந்தாளோ, அப்படியேதான் இருக்கிறாள். இப்போதுகூட அப்படியே அழைத்துப் போய், ஏதேனும் ஒரு கோவிலில் வைத்துத் தாலி கட்டிக் கூட்டிக்கொண்டு போகலாம் என்று தோன்றுமளவுக்கு அப்போது பூத்த புதுமலர் போலவே இருக்கிறாள்.

"சண்டிகரில் வெயில் ஜாஸ்தியிருக்குமா?"

"அப்பாடா, உங்களுக்குப் பேசவே மறந்து போச்சோன்னு நினைச்சேன். அங்கேயும் வெயில் கொஞ்சம் அதிகம்தான்."

அவள் ஏறிச் செல்ல வேண்டிய பேருந்து வந்தது. அவளை ஏற்றிவிட்டு வீடு திரும்பிவிடலாமென்றுதான் நினைத்தான்.

ஆனால் இனி, இப்படி அவளுடன் பயணிக்கும் வாய்ப்பு மறுபடி எப்போது கிடைக்குமோ தெரியாது. அவனும் பேருந்தில் நந்தினியுடன் ஏறினான். இருவர் அமரும் இருக்கை காலியாக இருந்தது. ஜன்னலோரம் அமர்ந்துகொண்டவள் தயங்கி நின்றவனை அருகில் உட்காரச் சொன்னாள். வெளியில் வேடிக்கை பார்ப்பதுபோலப் பாசாங்கு செய்தவனை, "நான் சொன்னதுக்கு இன்னும் பதில் இல்லை. படிங்க, பெரிய ஆபீசர் ஆகுங்கன்னு சொன்ன எதுவும் இதுவரை கேட்கல. அம்மாவுக்குன்னு இல்லன்னாலும் உங்களுக்காகக் கல்யாணம் செய்துக்கோங்க."

"..."

"இப்படி உம்முனே இருக்காதீங்க. உலகத்துல முக்காவாசி பேர் ஆசைப்பட்டவங்களத்தான் கல்யாணம் பண்றாங்களா என்ன? இதுபோல எங்கயாவது சந்திச்சிப்போம். அப்ப சந்தோஷமா பேச, விஷயம் வேண்டாமா? உங்க முகத்த நான் பாக்க முடியாத குற்ற உணர்ச்சியில் இருக்கணுமா?"

"சரி யோசிக்கிறேன்."

"யோசிக்க ஒண்ணுமில்ல. அம்மாகிட்ட இவங்க வீட்டு சைடில ஒரு நல்ல பொண்ணு இருக்குன்னு சொல்லியிருக்கேன். ஜாதகம் ஒத்திருந்தா உடனே கல்யாணம் பண்ணிக்கங்க. அவளுக்கும் ரொம்ப நாளா கல்யாணம் தள்ளிப் போயிட்டே யிருக்கு. நான் சொன்னா குடுப்பாங்க."

வீடுவரை வந்தவனைப் பார்த்து, "யார் இந்தத் தம்பி? நீ உங்க தேன்மொழி அத்த வீட்டுக்குத்தானே போறேன்ன?"

"இவரு தேன்மொழி தம்பிதான் அத்த. வீடு வர துணையா வர்றேன்னாங்க."

"இந்தாருக்கு சித்தாம்பூர், தனியா வர முடியாதா? சரி, தம்பிக்கு ஒரு காப்பி குடு."

காபி கலக்கச் சமையல் அறைக்குச் சென்றாள் நந்தினி.

"தம்பி சாப்பிடாமக் கிளம்பிறாதீங்க."

சுந்தராம்பா சொன்னவிதமே ஹரிக்கு உடனே கிளம்பி விட வேண்டுமென்று நினைக்கத் தூண்டியது. நந்தினியின் முகம் கொஞ்சம் சுருங்குவதைக் கவனித்த ஹரிக்கு, தான் இங்கே வந்தது தவறோ என்று தோன்றியது. உடனே அம்மாவிடம் சொல்லி, நந்தினி சொல்லும் பெண்ணைத் திருமணம் செய்து

கொள்ளவேண்டும் என்ற முடிவுக்கு வந்திருந்தான். காபியைக் குடித்துவிட்டுக் கிளம்பத் தயாரானவனை வழியனுப்ப, வாசல் வரைவந்து, கதவருகிலேயே நின்றுகொண்டாள்.

"நான் வரேங்க அம்மா."

"இருங்க தம்பி. சாப்புட்டுப் போலாம்."

"இல்ல. எனக்கு ஊருக்கு பஸ் கிடைக்காது. இப்பக் கிளம்பினாதான் சரியா இருக்கும்."

கதவின் பின் நின்ற நந்தினியை மீண்டும் அவன் ஏறெடுத்தும் பார்க்காமல் கிளம்பினான். அவளுக்கு மதிய உணவு இறங்கவில்லை.

26

ஆயுஷ் ஹோமத்துக்குக் குமாரின் நண்பர்கள் நிறையபேர் வந்திருந்தார்கள். நந்தினியும் ஜெயந்தியும் திருச்சியில் நடக்கும் பூஜைகள், கோவில்கள் என்று நினைவுகளை மீட்டிக்கொண்டிருந்தார்கள்.

"நம்ம ஊரு நம்ம ஊர்தான் நந்தினி, அங்கே அய்யர்ங்க வீட்டுக்கு வந்தாலே ஓங்கி ஒலிக்கிற ஸ்லோகம் கேட்டா, எங்கோ வேற உலகத்துக்குப் போயிட்டது போலிருக்கும்."

"ஆமா ஜெய். இந்த ஊர்ல பிரேக்ஃபாஸ்ட் கன்செப்ட் கூட இல்ல. மிச்சரை, சமோசாவைச் சாப்பிடறாங்க."

"பிரேக்ஃபாஸ்ட் மட்டுமா, இன்னும் எவ்வளவு விஷயம் மிஸ்ஸிங்."

"ஆமா" என்று சொல்லியபடி வடையைப் பொரித்து எடுத்தாள்.

"உனக்குத்தான் வேல போ."

"அதனாலென்ன ஜெய்? கிராமத்தில் பக்கத்து வீட்டு விசேசம்னா போய்ச் செய்யறதுதானே."

பிஜு அதற்குள் முட்டிபோட்டு எழுந்து நின்று கையை நீட்டினான். "இன்னும் ஹோமத்துக்கு அய்யர்ங்க வர்ல. நம்ம ஊர்னா காலைலயே முடிப்பாங்க. கணபதி ஹோமம், விடியறத்துக்குள்ள ஆரம்பிப்பாங்க. இவனுக்கு இப்போதான் கொஞ்சம் வேற டயட் எல்லாம் கொடுக்கறேன். வாசனைக்குக் கைநீட்றான். ஹோமம் முடியாம இது எச்ச பண்ணலாமா தெரியல. பண்டிட் சாப்பிட்டுப் போவாராம்."

"குழந்தையும் தெய்வமும் ஒண்ணு. கொடுக்கலாம், வடை இன்னும் ரெண்டு ரவுண்டு

லாவண்யா சுந்தரராஜன்

தான். அப்பறம் பாயசத்துக்கு நெய்ல முந்திரி திராட்சை வறுத்துப் போட்டு இறக்கி டா போதும்."

"நீ வந்தது பெரிய உதவி நந்தினி" என்று சொல்லிக் கொண்டு இருக்கும்போதே பண்டிட்கள் வந்துவிட்டார்கள்.

அவர்கள் பூஜைப் பொருட்களை எடுத்துத் தயார் செய்து கொண்டிருந்தார்கள். பிஜு அங்கேயும் இங்கேயும் தவழ்ந்து கொண்டிருந்தான். பூஜையில் புகைய ஆரம்பித்ததும் ஜெயந்தி யின் மடியில் அமர மறுத்து வெளியில் வரவேண்டுமென அழ ஆரம்பித்தான். அவனை அப்படி இப்படிப் போக்குக்காட்டி ஹோமத்தில் கொஞ்ச நேரம், வெளியில் கொஞ்ச நேரமென்று இடுப்பு கழன்றுபோனது நந்தினிக்கு.

"ஜெயந்தி பையன் நல்ல வெயிட்ப்பா. இடுப்புவலி எடுத்துடுச்சி."

"நீ எதுக்கு அவ்வளவு சீக்கிரமே போயிட்ட? எவ்வளவு வேல உனக்கு. மத்த ஃபிரண்ட்ஸ் எல்லாரையும் பாரு, மெதுவாதானே வந்தாங்க. யாராச்சும் நீ செய்யறியேன்னு உதவிக்காவது வந்தாங்களா?"

"என்னவோ அவ்வளவு தூரத்தில இருந்து இங்க வந்திருக்கோம், நம்ம ஊர்ன்னா அக்கம்பக்கத்துல வருவாங்க. ஒத்தையில எப்படிங்க விசேசம் எல்லாம் மேனேஜ் செய்ய முடியும்?"

"..."

"பிஜு கொஞ்சம் வித்தியாசமா இல்லை? உடம்புதான் அவ்வளவு எடையாயிருக்கு, ஆனா அவனால நிக்கவே முடியல. ஒரு வயசுக்குக் குழந்தைங்க நிக்கறது, ஏன் சில குழந்தைங்க நடக்கவே ஆரம்பிச்சிடுவாங்க. எங்க சாரணி ஒரு வயசுல நடக்கவும் பேசவும் ஆரம்பிச்சிட்டா."

"பிஜு கொஞ்சம் ஸ்பெஷல் சைல்டா இருப்பான்னு நினைக்கிறேன். அவன் கண்ணு பாரு, எங்கேயோ குத்தி நிக்கிறாப்லயே இருக்கு. வாய்கூட ஒழுகிட்டேயிருக்கு."

"என்னவோ... ஜெயந்தி பாவம் நல்லவங்க. பிஜு நல்லபடி இருக்கணும். ஆயுஷ் ஹோமம் அவங்க வழக்கமில்லையாம். அவங்க அத்த சொன்னாங்கன்னு செய்தாங்களாம். ஆனா திருப்தியாயிடுச்சி!"

27

திருவிழா முடிய இன்னும் நான்கு நாட்களே இருந்தன. திருமணம் முடிந்து இத்தனை நாள் தொடர்ச்சியாக இருந்தது இந்த முறைதான் என்று நினைத்துக்கொண்டே நந்தினி தோட்டத்துக்கு நீர் வார்த்துக்கொண்டிருந்தாள். கல்தொட்டியிலிருந்து செம்பால் தண்ணீரை முகர்ந்துகொண்டுபோய் ஒவ்வொரு செடியாக விடுவது அவளுக்குப் பொழுதுபோக்கு. அவ்வளவு ரசனையோடு நீர் வார்ப்பாள். வீட்டை ஒட்டிய தோட்டத்தில் வாழை, தென்னை, மாமரங்கள் இருந்தன. கனகாம்பரம் செடிகள் நிறைய இருந்தன. கண்ணுக்கு அழகாக மலர்ந்தென்ன? மணமில்லையே. தானும் மணம் இல்லாத கனகாம்பரம்போலத்தானோ என்று தோன்றியது. துரையின் சின்னம்மா மகள் வசுமதி வந்திருந்தாள். சுந்தராம்பா காட்டுக்கு ஏதோ கதிரறுப்பு என மேற்பார்வைக்குப் போயிருந்தாள்.

“என்ன நந்தினி, நீயும் என் தம்பியும் எந்தக் கடையில அரிசி வாங்கிச் சாப்பிடுறீங்க, கல்யாணத்தப்ப எப்படி இருந்தியோ அப்படியே நீ இருக்க. துரை என்னடான்னா ஒடிச்சா ஒடிஞ்சிரும் போல. உடம்பு வைக்க மாட்டேன்கிது.”

“என்னங்க அண்ணி, உங்க தம்பி நல்லாத்தான் சாப்புடறாரு, ஆனா எதைச் சாப்பிட்டாலும் உடம்புமட்டும் ஏற மாட்டேங்கிது. நான் என்ன பண்ணட்டும்?”

“சரி நந்தினி, தப்பா நினச்சிக்காத, துரை உங்கிட்ட நல்லாத்தானே இருக்கான்?” வசுமதி இப்படிக் கேட்டதும் அவளுக்குப் பளாரென்று அறைந்தது போலிருந்தது. அந்த இடத்தில் நிற்க முடியாமல் தவித்தாள்.

"ஏன் அப்படிக் கேட்கறீங்க?"

"இல்லை, சைடில போகுதுன்னு நீ துரைகிட்ட பேசிக் கிட்டிருந்ததா, உங்க அம்மா கேட்டாங்களாம். உங்கம்மா சொல்லி உங்கண்ணா செல்வம் வந்து அப்பாகிட்ட உங்க ஆளு பார்க்கத்தான் திடமா ஆரோக்கியமா இருக்காரு, ஆனா தம் இல்ல போலிருக்கே. தெரியாம பொண்ணு கொடுத்துட்டோம்னு சொல்லிச் சண்டை போட்டாராம். அதான் கேட்கறேன்."

சட்டெனப் பதில் சொல்லாது சிலையென நின்றவளைப் பார்த்து வசுமதி, "ஹூம்ம்ம் எது கேட்டாலும் வாயவே தெறக்காத. சுந்தராம்பா மருமவளாச்சே" என்று சொல்லிக் கிளம்பிவிட்டாள். என்னடா பிரச்சினை எதுவுமில்லாமல் இப்படி முடிந்ததே என்ற நினைப்போடேயே அவள் போனது போலிருந்தது. நீர்வார்த்துக் கொண்டிருந்தவள் செம்பைத் தூக்கி எறிந்தாள். யார் மேல் தனக்குக் கோபம் என்று அவளுக்கே தெரியவில்லை. அடுத்த பஸ்ஸிலேயே கிளம்பி மகேந்திரபுரம் சென்றாள்.

"வா நந்தும்மா."

"அம்மா! நீங்க செல்வம் அண்ணாகிட்ட என்ன சொன்னீங்க?"

"என்ன நந்தினி, கால் செருப்பக்கூட கழட்டல, அதுக்குள்ள எவ்வளவு கோபம்?"

"என்ன ஆச்சு நந்தினி?"

"நீங்க பேசாதீங்க அண்ணி."

"சொல்லுங்க. அண்ணாகிட்ட என்ன சொன்னீங்க? மாப்பிள்ளைக்கு தம் இல்லன்னு அண்ணா வசுமதி அம்மா கிட்டப் போய், தெரியாம பொண்ணக் குடுத்துட்டோம்னு சொல்லிச் சண்டை போட்டிருக்காரு."

"நீதானே சைடில போகுதுன்னு சொன்ன."

"ஏன் பொய் சொல்றீங்க?"

"என்ன நந்தினி, அம்மாங்கிற மரியாதைகூட இல்லாம?"

"பின்ன என் வீட்டுக்காரரக் கேவலப்படுத்துவீங்க. நான் உங்களத் தலமேல வைச்சிக் கொண்டாடணுமா?"

காயாம்பூ

“நீதானே ஒருநாள் நைட் பேசிட்டிருந்த. இப்படி வழிஞ்சி சைடில போகுதே, அதுனால குழந்தை தங்க மாட்டேங்கி தோன்னு.”

“இனிமே இந்த வீட்டுக்கே வர மாட்டேன். எனக்குப் பிரைவசி இல்லையா. எது வழியிதுன்னு சொன்னேன். தம் இல்லைன்னா நான் சொன்னேன். அப்படியே காதுல கேட்டாலும் அதை மைக் போட்டுச் சொல்லுவீங்களா?”

“சைடுல போகுதுன்னா பிள்ள பிறக்காதேடி.”

“அம்மா அசிங்கமா இருக்கு நீங்க பேசறது. ஸ்கலிதம் வழியத பத்தி சொன்னேன். என்ன பச்சயா பேச வைக்காதீங்க எல்லாம் சரியாத்தான் . . .”

“அப்ப இன்னேரம் பிள்ள உண்டாயிருக்காதா? உம் மாமியா மட்டும் உன் பொண்ணுக்குக் கல்யாணத்துக்கு முன்னமே தீட்டு சரியா வராதாமே, அதுக்கு இப்ப ஏதோ ஆப்ரேஷன்கூடப் பண்ணியிருக்காங்க, நல்ல டாக்டர்ட்ட கூட்டிட்டுப் போகலையான்னு சீனு வீட்டுக் கல்யாணத்துல வச்சிக் கேட்டாங்க. அவங்க பிள்ள கிட்டதான் குறன்னு அவங்களுக்குத் தெரியாதா?”

“யார் சொன்னா, அவருக்குக் குறன்னு?”

“கலாதான் சொன்னாளே!”

“ஆமா, அவ நொன்னா. அவ யாரு இங்க வந்து சொல்ல, அவ அம்மாகிட்ட நான் அவ புருஷனப்பத்தி எதுவும் சொல்வேனா?”

“நீயா எதுவும் சொல்லாத . . . வேற வழியா தெரிஞ்சத நாங்க நியாயம் கேட்டாலும் இப்படி கத்தி ஆட்டம் போடு.”

“நீங்க நினைக்கிற குற இல்ல. அப்படியே இவர்கிட்ட தான் குறன்னு நானே சொன்னாலும், உங்க மாப்பிளய நீங்க விட்டுக் குடுப்பீங்களா?”

“உன் மாமியா ஊரெல்லாம் உனக்குக் குற, அதான் பிள்ளயில்லன்னு தம்பட்டமடிக்கும். நாங்க எதுவும் கேட்கக் கூடாது.”

“எனக்குக் குழந்தை பிறக்கும், பிறக்காமப் போகும். அது என் தலையெழுத்து. அதுக்காக வீட்டு மாப்பிள ஆம்பிள இல்லன்னு நீங்களே சொல்லுவீங்களா. .?”

"ஏன்டி இப்படி வளங்கெட்டத்தனமா பேசற?"

"செல்வம் அண்ணா பேசினதுக்கு அர்த்தம் என்ன? என் புருஷன் எங்கிட்ட எப்படி இருக்கார்னு உங்க யார்கிட்டயும் நிரூபிக்க வேண்டியதில்ல."

"ஏன்டி இப்படிக் கத்தற? ஊரே கேட்கும். மானம் போகுது."

"இப்ப மட்டும் என்ன வாழுது? திருவிழாவுக்கு ஏன் வந்தேன்னு இருக்கு. எல்லோரும் சேர்ந்து நல்லா பண்ணிட்டீங்க."

கையில் கிடைத்த பேப்பர் வெயிட்டை எடுத்து எறிந்தாள் நந்தினி. அது சுவரில் மாட்டியிருந்த பெரிய நிலைக்கண்ணாடியில் பட்டு நான்கு துண்டாகிப் பரிதாபமாக விழுந்தது. அப்படியே மடிந்து உட்கார்ந்து அழத் தொடங்கினாள். உடைந்த கண்ணாடி செய்வதறியாது, அழும் நந்தினியின் பிம்பங்களை நான்கு துண்டுகளிலும் பிரதிபலித்தது.

※

28

“நான்தான் மூணு வருஷமாவே சொல்லிட்டு இருக்கேனே. உங்க மகன் ஜாதகத்துல பிதுர் தோஷம் ரொம்ப ஸ்ட்ராங்கா இருக்கு. நாகப் பரிகாரமும் பண்ண வேண்டியிருக்கும். குடும்ப சாபம் வேற இருக்கு. போன வருஷம் மூணு போகம் விளைஞ்சிச்சி என்னோட நிலம், இந்த வருஷம் நாகலாப்பட்டில விதை நெல்லு வாங்கினேன். சுத்தமா முளைக்கவே இல்ல, அது நிலத்தோட கோளாறா?

“உங்க மருமகளுக்குக் களத்தற தோஷம் வேற. மீறிப் பிள்ள பிறந்தா, பிள்ளைக்குப் பதினாலு வயசுக்குள்ள தகப்பனுக்குக் கொள்ளி போட வேண்டியிருக்கும். இப்படிப் பல பிரச்சினைகள் ஓடிட்டிருக்கு. வர ஆடி அமாவாசைக்கு இந்தா இருக்கு அம்மா மண்டபம். அங்க போய் பிதுர் தோஷமும் களத்தற தோஷமும் பரிகார நிவர்த்தி பண்ணிட்டு வந்திட்டா, எண்ணி எட்டு மாசத்துல நல்ல சேதி காதுக்கு வரும்” என்றார் ஜோசியர்.

ஜோசியரிடம் துரையின் தங்கை தேவி தன் மகன், மகள் படிப்பு எப்படி இருக்குமென்று கேட்டுக்கொண்டாள். சுந்தராம்பா, “உடம்புக்கு அடிக்கடி ஏதாவது ஒண்ணு வருது, இதெல்லாம் எப்போ சரியாகும். பேரப்பிள்ளையைப் பாக்கத் தெம்பு வேணுமில்லையா, அதுவர உடம்புக்குக் குறவைக்காம இருக்க என்ன பரிகாரம் பண்ண ணும்” என்று ஜோசியரிடம் கேட்டது நந்தினியின் காதில் விழுந்தது. அய்யோ இந்த அம்மா கொஞ்சம் பேசாமல் இருந்தால் தேவலை என்று துரைக்குத் தோன்றியது.

அம்மா மண்டபப் படித்துறையில் கூட்டம் அலைமோதியது. காவேரிக்குள் நுழைய அந்தக் கல்மண்டபத்துக்குள் நுழைந்துதான் போக

வேண்டும். நதிக்கு எதற்கு நுழைவாயில் என்று நினைத்தாள் நந்தினி. காவேரிக் கரை முழுக்க ஆங்காங்கிருந்த பிச்சைக் காரர்கள் கவனத்தைச் சிதைத்தனர். காவேரிக் கரையோரம் கும்பலாகப் பல புரோகிதர்கள் பரிகாரப் பூஜைகளை நிகழ்த்திக் கொண்டிருந்தார்கள். பூஜை நடத்திய எல்லா புரோகிதர்களிட மும் வியாபார நோக்கமே இருந்தது.

பூஜைச் சாமான்கள் எல்லாம் அங்கேயே கையோடு வைத்திருந்தார்கள். காசு மட்டும் கொண்டுபோனால் போதும். அங்கே சென்றதுமே அய்யர்கள் அப்பிக்கொண்டார்கள். அதிலும் ஓர் அய்யர் பூஜையின் நடுவில் யாரோ ஏதோ கேட்டதற்கு, "சேம் பிளட்" என்றார். இப்படிச் சடங்குக்காகக் கடனே எனப் பரிகாரங்களைச் செய்யும் புரோகிதர்கள் பூஜைகளால் என்ன தோஷம் நிவர்த்தியாகுமென்று புரியாது தவித்தாள் நந்தினி.

ஸ்லோகங்கள் ஓங்கி ஒலிக்க, ஒரு வாழை மரத்துக்கு மஞ்சள் கயிற்றில் கோத்த மஞ்சளைக் கட்டச் சொன்னார்கள், பின் அதை வெட்டச் சொன்னார்கள். நந்தினி வெட்டினாள். வாழைக்கன்றின் பசும் மணம் எழுந்தது. அந்த மணம் அவள் மனத்தை என்னவோ செய்தது. பின் துரை, அங்கிருந்தோர் முன்னிலையில் கையிலும் கழுத்திலும் மஞ்சள்கயிறு கட்டினான். நல்லவேளை நந்தினி கழுத்தை வெட்டச் சொல்லவில்லை.

அதன் பின் ஏதோ ஹோமம் வளர்த்து, இருவர் தலையிலும் தண்ணீர் ஊற்றினார்கள். காவேரியில் சென்று மூழ்கிவிட்டு ஆடையை மாற்றிக்கொண்டு வரச் சொன்னார். உடுத்தியிருந்த உடையை அப்படியே ஆற்றோடு விட்டுவிடச் சொன்னார்கள். எப்போதும் மூழ்கிக் குளிக்கும் காவேரிதான். ஆனால் அன்று மன அழுத்தத்தையும் பெரும் சலிப்பையும் தந்தது. நந்தினிக்குக் காவேரியின் குளுமை உறைக்கவில்லை. எப்போது அங்கிருந்து கிளம்பலாம் என்றிருந்தது.

குளிக்கும்போதும் ஆடை மாற்றும்போதும் கள்ளப் பார்வையோடு ஆடி அமாவாசையில் காவேரியில் மூழ்கி வந்து பெண்களைக் கவனிக்கும் எத்தனை கண்கள் தன்னை இப்போது மொய்க்கின்றனவோ என்று எண்ணிக் குறுகிப் போனாள். மற்ற நாட்களில் மேலே அப்படியே ஆடையைச் சுற்றிக்கொண்டு கிளம்பிவிட முடியும். அணிந்த ஆடையை விட்டுவிடச் சொன்னதால் எல்லாவற்றையும் களைந்துவிட்டு மாற்றுடையை அணிய வேண்டியிருந்தது. தர்மசங்கடத்தோடு மறைவே இல்லாத ஆற்றுப்படுகையில் அமர்ந்தவாறு கஷ்டப் பட்டு உடைமாற்றிக்கொண்டாள். உடை மாற்றிக்கொண்டு

வந்தவளின் கண்கள் வழிவதைப் பார்த்த துரை தன் கண்களை வேறுபுறம் திருப்பிக் கொண்டான்.

பரிகாரம் முடித்தால் எண்ணி எட்டு மாதத்தில் நல்ல சேதி வரும் என்று சொன்ன அந்த ஜோசியர் பரிகாரம் நடந்த, அடுத்த மாதமே திடீர் மரணம் அடைந்துவிட்டார். எண்ணி எட்டு மாதங்களில் எந்தச் சேதியும் வரவில்லையே என்று கேட்க அவரில்லை. அந்த ஒரு பரிகாரம் மட்டுமா? ஒவ்வொருமுறை ஊருக்குப் போகும்போதும் துரையின் அம்மா ஏதாவது ஒரு பரிகாரப் பூஜையைச் செய்ய வைத்தாள். விருப்பப்பட்டோ இல்லாமலோ எல்லாப் பூஜைகளையும் செய்தாள் நந்தினி. அவர் அதைச் சொன்னார், இவர் இதைச் சொன்னார் என்று ஒவ்வொரு முறையும் ஏதேனும் பரிகாரம் நடக்கத்தான் செய்தது.

இரவில் வேலையெல்லாம் முடித்துவிட்டு நிம்மதியாக உறங்கிக்கொண்டிருந்தவள் கனவில் காடு, மேடு, விதம்விதமான பூக்கள் என வந்தன. அருவி, ஆறு என்று பல்வேறு காட்சிகள் வந்தன. எங்கிருந்து அவ்வளவு அழகான சிலைகள் வந்தன? இது என்ன இடம் என்று கேட்க நினைத்தாள். யாரும் அங்கில்லை. அங்கே மலர்ந்திருந்த மலர்களுக்கு அப்படியொரு வாசனை, மல்லிகைபோலவே இருந்த அந்த மலர்கள் சம்பங்கிபோல மயக்கும் மணம் வீசின, மறுபக்கம் திரும்பினால் வைலட் நிறத்தோடு லாவண்டர் மணம் தந்தது, அதைப் பறித்துப் பெரிய மாலையாகத் தொடுத்துத் தலைக்குவைக்கும் நேரத்தில் முதல்நாள் பரிகாரத்துக்குச் சென்று துரை கையால் தாலிகட்டிக்கொண்ட கருமாரியம்மன் அந்த மாலையை வெடுக்கென்று பிடுங்கித் தன் தலைமேல் வைத்துக்கொண்டு குரூரமாகச் சிரித்தாள். திடுக்கிட்டு விழித்தவளுக்கு உடல் நடுக்கம் சற்றும் குறையவில்லை. எழுந்து சமையலறைக்குச் சென்று தண்ணீர் குடித்துவிட்டு மீண்டும் வந்து படுத்தாள். அதன்பின் அன்று தூக்கம் வரவில்லை. புரண்டு புரண்டு படுத்துக்கொண்டிருந்தாள். அவள் உறங்காமல் தவிப்பதைப் பார்த்தும் பார்க்காததுபோல் துரை கண்களை மூடித் தவித்துக்கொண்டிருந்தான். நமக்கெதுக்கு இவ்வளவு கஷ்டம் இத்தோடு எல்லாம் நிறுத்திவிடலாமா என்று நினைத்தான்.

❊

லாவண்யா சுந்தரராஜன்

29

செம்மண் கெட்டித்துவிட்டிருந்த பின்முற்றம். சாணி போட்டு மெழுகியிருந்தாள் தேன்மொழி. சுவரிலிருந்து இறங்கிய தகரத் தாழ்வாரம் லேசான காற்றுக்குக் கிடுகிடுத்துக் கொண்டிருந்தது. சரளைக் கற்களை நிரவிச் சின்னக் கட்டுமானமிருந்த இடத்தில் பாத்திரம் கழுவிக் கவிழ்க்க ஏதுவாகச் சிறிது சிமெண்ட் போட்டிருந்தார்கள்.

சின்னக் கும்மட்டி அடுப்பில் உலை கொதித்துக்கொண்டிருந்தது. தேன்மொழி கையில் இருந்த ஊதுகுழலில் தொடர்ந்து புகைந்துகொண் டிருந்த அடுப்பினை ஊதிக்கொண்டிருந்தாள். "ப் பு ஊஊஊ. . .". வத்தி வதங்கிய உடம்போடு, வயிறு உள்ளே இழுத்து, வலி எடுத்தது. திருமணத் துக்கு முன்பிருந்ததைவிடக் கொஞ்சம் உடம்பு சதைபோட்டிருந்தாலும் எலும்பைத் தடிமனான தோல் போர்த்தியதுபோலே இருந்தாள் தேன்மொழி. சாம்பல் பறந்து தலைமுடியில் நரைமுடிபோலப் படர்ந்தது. கண்கள் எரிந்தன.

"வயிறு எக்கி உள்ளேயே போயிடும் போலிருக்கு. இது எரிஞ்சி தொலைய மாட்டேங்கிது. ஏய் அலமேலு, இங்க வந்து கொஞ்சம் ஒத்தாச பண்ணேன்."

"போங்கண்ணி. எப்போ பாரு, வேலை வச்சிக்கிட்டே..."

"எதுக்கெடுத்தாலும் மறுத்துப் பேசு. உங்கம்மா என்னை எவ்வளவு நொள்ள சொல்லி இருப்பாங்க. ரசம்வைக்க மிளகு தட்டும்போது இரண்டு மிளகு அந்தாண்ட போயிட்டாப் போதும். அவ்ளோதான். இப்படியேயிருந்தா நாள பின்ன, மாமியா வீட்டில கொமட்டுல குத்துவாங்க."

“இப்ப எதுக்கு எங்கம்மாவ இழுக்கறீங்க? நீங்க கரிச்சிக் கொட்டித்தானே, அது உப்புச் சப்பில்லாம சாப்பிட்டு, ஓரமாக் கிடந்துபோய்ச் சேர்ந்துச்சி!”

“ஆமா, உங்காத்தாள நான்தான் கொண்டுக் குழில வைச்சேன். அது நேரம் வந்துச்சி, போய் சேந்துச்சி. நேத்து மழ பெஞ்சப்ப வீட்டுலதான இருந்த, இந்த வெறக எடுத்து உள்ள போட்டிருக்கலாமில்ல. எலுமிச்சக்காட்டில இருக்கவ, இத நினைச்சித்தான் ஓடியாந்தேன். வரதுக்குள்ள நனஞ்சிபோச்சு.”

“அதான் கேஸ் இருக்குல்ல. அதுல சமைக்க வேண்டியது தானே. கரி தேய்ச்சிக் கை காச்சிப் போகுது.”

“உங்க அண்ணன் கொண்டாந்து வீட்டுல ரொப்பறதுக்கு, அப்படியே மகாராணிமாதிரி கேஸ்ல சமைச்சிக் கரியண்டாம வாழ்ந்துறலாம்.”

“அங்கென்ன என் பேரு அந்த ஓட்டம் ஓடுது?”

“ஆமா, நீங்க சீட்டாடிச் சீமய ஜெயிச்சதப் பேசிட்டிருக்கேன்!”

“சரி, சரி. வாய மூடிக்கிட்டு வேலையப் பாரு. பசிக்கிது. வடிக்கிறது படி சோறு, அதுக்கு வாய் நீளுது வயலூருவரைக்கும்.”

நெகுநெகுவென்று பொன்மஞ்சள் நிறத்தில் விளைந்திருந்த எலுமிச்சைப் பழத்தைப் பார்த்தாலே ஆசை பெருகி வந்தது. அதை இரண்டாக அரியும் முன்னர் அம்மிக்கல்லில் அழுத்தித் தேய்த்தாள். கத்தரிக்கூட்டுக்குச் சீரகம் சேர்த்துத் தட்டி யெடுத்த வெங்காய நீர்மையும் மணமும் எலுமிச்சை மணத்தோடுகூடக் கலவையான ஒரு மணம் எழுந்தது. கேஸ் அடுப்பில் கத்தரி பருப்புடன் சேர்ந்து வெந்துகொண்டிருந்த மணமும் பசியைக் கிளறிவிட்டது.

வேகவேகமாய் எலுமிச்சையை இரண்டாகப் பிளந்து பிழிந்தாள். கடுகு, சிவந்த மிளகாய் போட்டு எலுமிச்சைச் சாற்றைத் தாளித்து இறக்கினாள். வாசலில் விறகடுப்பில் சாதம் கொதித்துக்கொண்டிருந்தது. இதுமட்டும் போதும். தனசேகர் சிணுங்குவானே என்று நாலே நாலு வெண்டைக்காயை எண்ணி எடுத்து அவனுக்கு மட்டும் ஆகுமளவு நறுக்கிக் கொண்டிருந்தாள். அதைக் கருக வறுத்தால் அவனுக்குக் கொள்ளைப் பிரியம். அரிந்தெடுத்த வெண்டைக் கிரீடங்களை அலமேலுக்குத் தெரியாமல் தோட்டத்தில் கொண்டு புதைத்தாள்.

“என்ன சித்தி, சமையல விட்டுத் தோட்டத்த நோண்டிக் கிட்டிருக்கீங்க?”

திடுக்கிட்டுத் திரும்பினாள்; மூத்தாள் மகன் அருள் நின்று கொண்டிருந்தான்.

“எலுமிச்சை தாளிக்க ரெண்டு இணுக்குக் கருவப்பில ஒடிக்க வந்தேன்.”

“என்னத்தானே கத்திக் கூப்பிடுவீங்க. நீங்களே கைவேலய விட்டு வந்திட்டீங்க?” அலமேலு கிண்டலாகச் சொன்னாள்.

“ஆமா. நீதான் பரீட்சைக்குப் படிக்கிறது தட்டுப் போகுது. கத்தி என் நோவ கூட்ட, நாய கூப்பிடற நேரம் நானே வாரிடலாம்னுதான்”

முகத்தைத் தோளில் இடித்துக்கொண்டு, “ஹூக்கும்” என்றாள் அலமேலு. அப்பாடா என்ற நிம்மதியோடு சமையலறை திரும்பினாள் தேன்மொழி. அருளும் அலமேலுவும் அர்த்தமாய்ப் புன்னகைத்துக்கொண்டனர்.

“இன்னிக்கும் எலுமிச்ச சோறுதானா?”

“தட்டுல முன்ன உக்காந்துகிட்டு சிணுங்காத, பட்டாட்டம் கத்திரிக் கூட்டாக்கி வச்சிருக்கேன்” எனச் சத்தமாய்ச் சொல்லிக் கொண்டு, வாயில் விரல்வைத்துச் சைகைக் காட்டிச் சின்னக் கிண்ணியிலிருந்த வெண்டைக்காயை எடுத்துக்காட்டினாள். தனசேகர் கண்கள் அகல விரிந்தன. வேகமாய் எலுமிச்சைச் சோற்றுக்குள் வெண்டையை மறைத்துத் தூவினாள். கிண்ணியைக் கழுவி இடத்துக்கு எடுத்துப்போகும் சமயம், சமையலறையில் நுழைந்த அலமேலு, “என்னண்ணி? அரிவாமனையக் கழுவ மறந்துட்டீங்கபோல, வளவளன்னு கிடக்கு” என்றாள். கழுக்கமாகக் கிண்ணியையும் அரிவாள்மனையையும் கழுவி எடுத்தாள் தேன்மொழி.

⁂

30

இரு சக்கர வாகனத்தில் அப்பல்லோ மருத்துவமனை செல்லும் வழியில் ஏதோ பேசிக் கொண்டே சென்றார்கள். எதிரில் சென்ற கனரக வாகனம், வேகத்தடையில் 'ஹீஸ்' என்ற சத்தத்தோடு ஒருநொடி நின்று மீண்டும் தொடர்ந்தது. அப்போது எங்கிருந்தோ பறந்துவந்த பொடித்துகள் ஒன்று சரியாக நந்தினியின் கண்ணில் விழுந்தது. கண்களில் நீர் வழியத் தொடங்கியது.

"சை, ராஸ்கல்! வண்டி ஓட்டத் தெரியாதவனெல்லாம் லாரிய எடுத்துட்டு ரோட்டுக்கு வந்து, நம்ம உசுர எடுக்குறானுங்க."

"ஆமாங்க, பயந்துட்டேன். என்னவோ கண்ணுல விழுந்திச்சி, உறுத்துது."

சட்டென ஓரம் நிறுத்தித் தலைக்கவசத்தைக் கழற்றிவிட்டு நந்தினியைப் பார்த்தான் துரை. கண்களைத் தேய்த்துக்கொண்டிருந்தவளைக் "கண்ண தேய்க்காத" என்று சொன்னான். வண்டியிலிருந்து இறங்கி, திறக்க மறுத்த இமைகளைப் பிடிவாதமாய் விலக்கி, இரண்டு மூன்றுமுறை ஊதினான். நடுரோடு, நந்தினிக்கு வெட்கமாயிருந்தது.

"போதுங்க. நேரமாச்சு."

"இல்ல, கண்டாக்டர்கிட்ட முதலில் காட்டலாமா?"

"அதெல்லாம் வேணாம். உங்களுக்கான டெஸ்ட் முதலில் எடுப்போம். காரணத்தைத் தேடி, இந்த டெஸ்ட் செய்யாம இருக்காதீங்க."

"நான் வரேன். ஆனா அண்ணாவுக்கு நடந்ததே! என்ன ரிசெல்ட்? ஒண்ணும் முன்னேற்றமில்லையே."

"அவங்க கேஸ் எப்படியோ, நீங்க அதுக்கெல்லாம் மனச விடாதீங்க."

"கண்ணுல தண்ணி வந்துட்டிருக்கே நந்தினி; இது வெறும் தூசா இருக்க வாய்ப்பில்ல."

"எதுனாலும் நம்ம செவன் செக்டர்ல போய்ப் பாத்துக்கலாம், இங்கே வந்த வேலய மட்டும் பார்ப்போம்."

அந்த மருத்துவமனை ஐந்து நட்சத்திர அந்துஸ்துள்ள விடுதி போலிருந்தது. வாசலில் தலைப்பாகையுடன் வரவேற்க ஆள்தான் நிற்கவில்லை. வடகிழக்கு மூலையில் ஒரு பிள்ளையார் கோவில் இருந்தது. வாகனத்தை நிறுத்துமிடத்துக்குப் போகிற போக்கில் நந்தினி கன்னத்தில் போட்டுக்கொண்டதைப் பக்கவாட்டுக் கண்ணாடி வழியாகப் பார்த்தான் துரை. அவனுக்கும் பதற்றமாயிருந்தது.

வரவேற்பில் அலங்கார விளக்குகள் அந்தப் பகல் நேரத்தில் பொருத்தமே இல்லாமல் ஒளிர்ந்துகொண்டிருந்தன. பார்க்க அற்புதமாய் இருந்தது. பெரிய பெரிய தூண்கள், நிழல் புகைப்படங்கள், நுட்பமான சித்திர வேலைப்பாடுகள். ஆனால் ரசிக்க நேரமில்லை. தலைக்குள் மாவரைக்கும் இயந்திரம் ஓடுவது போலிருக்கிறது. உள்ளே நுழைந்ததும் பதிவுசெய்வது, ரத்த அழுத்தப் பரிசோதனை எடுப்பது, எடை பார்ப்பது என்று இல்லாத பயத்தைக் கொண்டுவந்துவிடுவார்களோ என்று தோன்றியது துரைக்கு. எதற்கு வந்திருக்கிறேன் என்றே கேட்காமல், இந்தப் பரிசோதனைகள் எதற்கு? இதெல்லாம் பணம் பிடுங்கும் வேலை. அதற்குள் ஒரு செவிலி வந்து ஒற்றை உடுப்பைக் கொடுத்தாள். அருகேயிருந்த ஆடை மாற்றும் இடத்தைக் காட்டினாள்.

"இதானு சேஞ்ச் ரூம். இதப் போட்டு டெஸ்ட் லேப் வரு. அவிட லாக்கருண்டு. பர்ஸ், ட்ரஸ் எல்லாம் அவடே விட்டு வரணும்."

பரிசோதனைக் கூடத்துக்கு அழைத்துச்செல்ல ஆடை மாற்றச் சொன்னார்கள். என்ன இது, அறுவைச் சிகிச்சையா செய்யப்போகிறார்கள்? ஆடை மாற்றிக்கொண்டு வெளியே வந்தான். சக்கர நாற்காலி காத்திருந்தது.

"I can walk."

காயாம்பூ

அங்கிருந்து ஆய்வுக்கூடம் அடைந்ததும், மருத்துவர் அவனுக்கு மறுபடி ரத்தப் பரிசோதனை செய்தார்.

"We are planning to take tissues from your tities and check whether it has capability to turn to sperms."

"தெரியும். அன்னிக்கே டாக்டர் ப்ரொசிஜரைப் பற்றிச் சொன்னார்."

"இங்க பாருங்க. ரொம்ப வலிக்கும் வேணும்ன்னா அனெஸ்தீஷியா கொடுத்துறலாம்."

நல்லவேளை, நந்தினி அருகில் இல்லை. அவ ஏற்கனவே கண்ணீர் விட்டுக்கொண்டு இருக்கா. கண்ணில் என்ன விழுந்ததோ, கண்ண என்ன பண்ணாளோ தெரியல.

"அனெஸ்தீஷியா கொடுக்கவா? அப்படியே ஓகேவா? கொஞ்சம் வலிக்கும்."

ஒரு நிமிடம் சன் பிளவர் ஹாஸ்பிடலிலிருந்து வந்த நந்தினியின் முகம் நினைவுக்கு வந்தது. "அனெஸ்தீஷியா வேண்டாம். வலி பொறுத்துக்குவேன்."

ஆடை களைந்து படுத்திருந்தபோது முதலில் ஊசி குத்துவது போலிருந்தது. அடுத்த நொடி உடம்பே உதறியது. இப்படி ஒரு வலியை அனுபவித்ததேயில்லை. அந்த இடத்தில் ஓங்கி அடித்தது போலிருந்தது. "ஆஆ..." நடுங்க ஆரம்பித்தான்.

"இதுக்குத்தான் அனெஸ்தீஷியா கொடுக்கறோம்னு சொன்னோம். இப்ப ரொம்ப உடம்பைக் குலுக்கிட்டீங்க. மறுபடி எடுக்கணும். கொஞ்சம் பொறுத்துக்கங்க."

அந்த இடத்தில் மெதுவா எதுவும் பட்டாலே வலிக்குமே! நான் ஏன் இப்படி நினைவோட இந்த டெஸ்ட் பண்ணிக்கலாம்னு முடிவெடுத்தேன். மீண்டும் கொடூர வலி. கண்களில் பூச்சி பறப்பது போலிருந்தது. மயக்கம் வந்தது. மயக்கம் தெளிந்து வெளியே வரும்போது அலங்கார விளக்கு பரிதாபமாய் விழிப்பதுபோல் தோன்றியது. இப்போது சக்கர நாற்காலி தேவைப்பட்டது.

கொண்டுவந்துவிட்ட செவிலி, "குறச்சு நேரத்திலே நார்மல் ஆகும் கேட்டா. பின்னே வீடு போவாம் சரிதன்னே."

வெளியே வந்தபோது நந்தினிக்கு அவனைப் பார்க்கவே மிகவும் பரிதாபமாக இருந்தது. கிழிந்த துணிபோல் வந்திருந்தான். கொஞ்சநேரம் கழித்துப் போகலாமென்றான். வண்டி நிறுத்துமிடம் வரை நொண்டி நொண்டி நடந்து வந்தான்.

அவனால் சிறுவலியைக்கூடத் தாங்க முடியாது என்று தெரியும்.

“ரொம்ப வலிச்சதா? ஏன் உங்க குடும்ப சாபம் நம்மை இப்படிப் பழிவாங்கணும்?”

“உனக்குக் கண்ணு சரியாயிடுச்சா?”

“அது கெடக்குதுங்க. இப்போ உங்களப் பாக்கும்போது, இவ்வளவு கஷ்டப்பட்டுப் பிள்ள பெத்துக்கணுமான்னிருக்கு.”

“என்ன பேசற நந்தினி? என்னவிட எல்லோரும் உன்னத்தானே டார்கெட் பண்றாங்க.”

“வண்டி ஓட்ட வேணாம். நாம் பஸ்ஸில போயிடலாம்.”

என்ன வேதனை? இதெல்லாம் முடிவுக்கு எப்ப வருமோ, தெரியலையே. நாளை முடிவு எப்படியிருக்கும்? ஒருவேளை சரிவராதுன்னு சொல்லிட்டா என்ன செய்வது? புரண்டு புரண்டு படுத்துக்கொண்டிருந்தவளைப் பார்க்கப் பரிதாபமாக இருந்தது.

சின்னச் சின்னப் பூக்கள் நிறைந்த வனமொன்றில் நந்தினி போய்க்கொண்டிருந்தாள். அவள் கையில் பல வண்ண மாலை இருந்தது. வரிசையாகப் பலர் அமர்ந்திருந்தார்கள், அவள் தொடர்ந்து நடந்து வருகிறாள். எல்லாரும் அவளையே பார்க்கிறார்கள். அவள் பார்த்துக்கொண்டே வருகிறாள், யாரும் இமைக்கவில்லை. எல்லாரையும் விடுத்து துரை கழுத்தில் மாலை போட வருகிறாள். அசரீரி ஒலிக்கிறது. “அவனுக்குக் குழந்தை பிறக்காது. வேறு கழுத்தைத் தேர்ந்தெடு” திடுக்கிட்டு விழித்தான் துரை. நந்தினி இன்னும் தூங்காதிருந்தாள். அவள் கண்களில் கண்ணீர் வழிந்துகொண்டிருந்தது.

“ஏம்மா இன்னும் தூங்கலையா? நான்தான் அங்கேயே டாக்டரப் பாக்கலாம்ன்னு சொன்னேனே.”

“இல்லங்க. நீங்க ரொம்ப டயர்டா இருந்தீங்க. எனக்குப் பயமா இருந்தது. வீட்டுக்குச் சீக்கிரம் வந்து நீங்க ரெஸ்ட் எடுத்தாப் போதும்னு தோணுச்சி.”

“கண்ணு ஆச்சேம்மா. கொஞ்சம் வீங்கிவேற இருக்கற மாதிரியிருக்கு. இல்ல, சரியாப் பாத்துக்கணும் இல்லயா.”

“காலைல சரியாயிடுங்க.”

“சரி தூங்கு.”

ரிசல்ட் மறுநாள் வாங்கப் போனார்கள். நந்தினி இல்லாத தெய்வங்களையெல்லாம் கும்பிட்டுக்கொண்டிருந்தாள்.

"ஸ்பேர்ம்ஸ் பார்ம் ஆகுது. சின்ன சர்ஜரி செய்துட்டா சரியாயிடும்."

இருவரும் அந்நேரத்தில் எதுவுமே பேசிக்கொள்ள வில்லை. வெளிவந்து வண்டியை எடுத்து அமர்ந்து, "உன் கண் இன்னும் தண்ணி வழிஞ்சிட்டேயிருக்கு பாரு. இனியாவது கொஞ்சம் நிம்மதியா இரு நந்தினி. இன்னிக்கி கண் டாக்டரப் பாத்துட்டுத்தான் போகணும்."

"சரிங்க, பாத்துடுவோம். நான் வர வாரத்திலிருந்து ஒன்பது வெள்ளிக்கிழமை வெறும் தண்ணி மட்டும் சாப்பிட்டு விரதம் இருக்கப்போறேன். காலைல கிளம்பும்போதே அப்படி நேந்துக்கிட்டேன்" என்றாள்.

"ஏம்மா உனக்குப் பைத்தியமா? அதெல்லாம் வேண்டாம்."

"இல்லைங்க. குழந்தை விஷயம். நான் தீவிரமாவே கடைப்பிடிக்கறேன். ஒன்பது வாரம்தானே?"

"ஏற்கனவே சஷ்டி விரதம், சோம வார விரதம், செவ்வாய்க்கிழமை விரதம். ஒண்ணுமே சாப்பிடாம எப்படிம்மா?"

"அதெல்லாம் பிரச்சனை இல்லை."

கண்ணில் விழுந்தது சிறிய இரும்புத்துகள். அதை வெளியே எடுத்துக் கண்ணுக்குக் கட்டுப்போட்டார் கண் மருத்துவர். கண்ணில் விழுந்த இரும்புத்துகளை அகற்றிய பின் கண்ணீர் வழிவது நின்றுபோனது.

❋

118 லாவண்யா சுந்தரராஜன்

31

நடந்தாய் வாழி காவேரி என எழுதிய இடத்தில் நின்று துரையும் நந்தினியும் ஒரு புகைப்படம் எடுத்துக்கொண்டார்கள். அவர்கள் ஒன்றுவிட்ட அக்காவின் சொந்தக்காரர் யாரோ இரண்டு டிஜிட்டல் கேமிரா கொடுத்ததாக, ஒன்றை அவளுக்குக் கொடுத்திருந்தாள்.

மேலணையிலிருந்து ஆரவாரத்தோடு குதூகலித்து ஓடும் காவேரி, குழந்தைபோலக் கல்லணையில் தவழ்ந்துகொண்டிருந்தாள். அணைமேல் ஒரு மாட்டு வண்டி போனால் இன்னொன்று எதிர்த்தாற்போல் வர முடியாது. முக்கொம்பு அணைபோல் இல்லை கல்லணை.

கரிகாலன் சிலை, சிறிய அளவில் பூங்கா என அகண்ட காவேரி மேலிருந்த இடத்தை ரசித்துப் பார்த்துக்கொண்டிருந்தாள். திறந்து விடப் பட்டிருந்தன மடைகள். வெள்ளி உருக்கிக் கொட்டினாற்போல ஓடிக்கொண்டிருந்தது காவேரி வெள்ளம்.

எங்கிருந்தோ தோன்றினாள் ஒரு பெண். அரக்கு நிறத்தில் சுங்குடிப் புடவையணிந்த அம்மன் போலிருந்தாள். கோடாலிக் கொண்டையும் குதப்பிய வாயுமாய்க் "குறி பாக்கறீங்களா, மகராசி கண்ணுல தெரியுது. குடும்பத்துல சாபம் இருக்குது. பித்ருக்கள் சாபம். வீடுல கன்னிமூலையில ஒரு நாகப்பழ மரத்தை வெட்டிட்டாங்க. குடும்பத்துல கன்னியா செத்துப் போய், பெண் தெய்வம் குடியிருந்த அந்த மரத்தைச் சும்மா காரணமே இல்லாம வெட்டிப் போட்டாங்க. இப்போ அனுபவிக்கிறீங்க. போதாக்குறைக்குக் கல்யாணத்தில் கூடவந்து அட்சதையோடு

மந்திரிச்ச கருப்பரிசி போட்டு, வாரிசு இருக்கக் கூடாதுன்னு ஆசீர்வாதம் பண்ணியிருக்காங்க. சரியா சொல்றேன்."

என்னென்னவோ சொல்லிக்கொண்டிருந்தாள். "கொடுமுடி போய் வேப்ப மரமும் அரச மரமும் இருக்கும் நவநாயகருக்குக் காவேரிலயிருந்து ஒன்பதுகுடம் தண்ணி ஊத்துங்க. அங்கிருக்கிற வன்னிமரம் பிரம்மாவோட ஒரு முகம். அது பூக்கும், ஆனா காய்க்காது. அங்கே போய்க் கேளுங்க. வன்னித் தாய்க்கு உங்க கஷ்டம் புரியும். வரம் கிடைக்கும். அடுத்த வருஷமே புள்ள பிறக்கும். மகராசிக்கு ஆண் ஒண்ணு, பெண் ஒண்ணு உண்டு. சாம பூஜை பண்ணணும். என் வார்த்தையக் கேளுங்க. குறி சொல்றேன் கேளுங்க. நான் சொல்றபடிச் செய்யுங்க. பிள்ளை பெறக்கலன்னா என்னைத் தேடி வாங்க, நான் இங்க தான் இருப்பேன்."

"அப்படிகூடப் பிள்ளை பிறக்கக் கூடாதுன்னு ஆசீர்வாதம் பண்ணுவாங்களா?"

". . ."

"உங்கக் குடும்பத்துல பண்ணாலும் பண்ணுவாங்க."

"என்ன பேசற நந்தினி? அந்த மாதிரிக் குறிசொல்றவங்க சொல்றது எல்லாமே உண்மை ஆயிடுமா?"

"புள்ள இல்லன்னு நக்கலா எப்போ பாரு கேட்குதே உங்க பங்காளிவீட்டு பட்டம்மா பாட்டி. அவங்களுக்கு நம்ம குடும்பத்துக்கு வாரிசே இருக்க கூடாதுன்னு நினைப்பிருக்கும்னு இப்ப தோணுது."

"பெரியவங்க, கிராமத்துல இருக்கவங்கன்னா அப்படித் தானே கேப்பாங்க? இத எல்லாம் பெரிசு பண்ணாத. மனச போட்டுக் குழப்பிக்காத."

○

துரை அலுவலகத்தில் குடியரசுதின இரவு விருந்து. 49ஆவது குடியரசு தினப்பெருவிழா கொண்டாட்டங்கள் என்று ஆங்காங்கே பதாகைகள் துரையையும் நந்தினியையும் வரவேற்றன. அவனுடன் பணிபுரியும் தோழனின் குழந்தை துள்ளி விளையாடிக்கொண்டிருந்தது. குழந்தையின் அம்மா சலிப்புடன் அதனை இறக்கிவிட்டிருந்தாள். அந்தத் துள்ளல், வெடிச்சிரிப்பு, நிமிட நேரம்கூட அமரவிடாது ஓடவைத்து, ஒளிந்து பிடித்து, அருகே வந்து வந்து அம்மா தூக்கு என்று சொன்ன குழந்தையைத் தூக்கிக் கொஞ்சத் தொடங்கினாள்.

குழந்தையை வைத்திருந்த நந்தினி பார்க்கவே பூரிப்போடு புது அழகோடு தெரிந்தாள் என்று துரைக்குத் தோன்றியது.

"நீங்க வேற ஒரு குழந்தயத் தூக்கி வைச்சிருக்கும்போது, பார்க்க மிகவும் வருத்தமா இருக்கு. டாக்டர் அனிதாவிடம் ஏன் நீங்க போகக் கூடாது? மிகவும் ராசியான டாக்டர்."

இப்படிச் சொன்னது யாரென்றுகூடக் கவனிக்கவில்லை. சுதந்திரக்கொடி நெளிந்து நெளிந்து பறந்து சிரித்துக்கொண் டிருந்தது. கவி சம்மேளனம் நடந்துகொண்டிருந்தது. அங்கே சொல்லப்பட்ட எந்தக் கவிதையையும் நந்தினியால் ரசிக்க முடியவில்லை. கையிலிருந்த குழந்தையை எப்போது இறக்கி விட்டாள், அது அவள் அம்மாவிடம் எப்போது போனதென்றும் கவனிக்கவில்லை. யார் என்ன சொன்னார்களென்று தெரிய வில்லை. அவள் முகம் வாடி அந்தக் குழந்தையை இறக்கி விட்டதும் சற்றுத் தூரத்திலிருந்து அவளை கவனித்துக் கொண்டிருந்த துரை பெருமூச்செறிந்தான்.

※

32

"ஏன் அந்தப் பீரோவ அவ்வளவு வேகமா சாத்தறீங்க? அதுவும் நாலஞ்சி டைம் தெறந்து மூடற சத்தம் கேட்டது."

"என்ன இளவயோ தேடிட்டிருக்கேன், சும்மா இரேன்."

"அந்த இளவத்தான் கேட்கறேன். பீரோல என்ன அத்தனை டைம் தேடவேண்டியிருக்கு?"

"நாளைக்கு ஹாஸ்பிட்டல் போகணும்."

"அதுக்குப் பீரோ மேல கடுப்பக் காட்டணுமா?"

"ஏற்கனவே டென்சன்ல இருக்கேன், லீவ் வேற அப்ளை பண்ணணும். இப்ப வந்து சண்ட போடாத."

"உங்களுக்குப் பிரச்சனைய சரி பண்ணிக்கிற ஆசையே இல்ல."

"உன்னோட மாரடிக்கிறதுக்குப் பதில் போய்ச் சேந்திடலாம்."

சட்டென மௌனம் பரவியது. அவள் பேசாமல் அங்கிருந்து நகர்ந்தாள். நந்தினிக்கு ஏன் இந்தக் குழப்பம், எப்போ பார்த்தாலும் சந்தேகம்? இந்த சிகிச்சை எடுத்தால் சரியாகும் வாய்ப்புகள் மிகக்குறைவு என்று பலரிடமும் பேசித் தெரிந்து கொண்டதை இவளிடம் எப்படிச் சொல்வது? அண்ணன் இந்த அறுவைச்சிகிச்சை செய்தும் எந்தப் பலனுமில்லை.

"பாத்திரத்தை ஏன் படபடன்னு உருட்டிக் கிட்டேயிருக்க இப்ப? தலவலி இடிக்குது?"

"அதான், போய்ச் சேந்திடலாம்னு சொன்னீங்களே இந்தப் பாத்திரமெல்லாம் இருந்து மட்டும் என்ன ஆகப் போகுது?"

லாவண்யா சுந்தரராஜன்

“ஏன் நந்தினி, பித்துப் பிடிச்ச மாதிரி பேசற?”

“எனக்குச் சீக்கிரம் பிடிச்சிடும். அப்பறம் வசதியாப் போயிடும்.”

“நீ பிடிவாதம் பிடிக்கறதாலதான் நான் சரின்னு சொல்லி ஆப்ரேஷன் நாளைக்கு இருக்கு, போகத்தானே போறோம். ஏன் சண்டையிழுக்கற?”

“இந்த ஆப்ரேஷன் நடக்க வேண்டாம். இப்படியே இருங்க. ஊர்ல உங்களுக்கு வேற கல்யாணம் பண்ணி வைப்பாங்க. அவ வந்து ஆப்ரேஷன் பண்ண வைப்பா?”

“இந்த முறை ஹாஸ்பிட்டல் போறது உருபட்டாப்புல தான்.”

“ஏன் இப்படி எப்போப் பாரு நெகட்டிவாவே பேசிட்டிருக்கீங்க?”

“வேற என்ன பண்ண? நீ தனியா எப்படி மேனேஜ் பண்ணுவ? என் கவல எனக்கு.”

“ஏன் உங்கண்ணாவுக்கு ஆப்ரேசன் நடந்தப்ப, லாஸ் ஆப் பே போட்டுப் போய், நீங்க இருந்தீங்கல, அவரு வர மாட்டாரா?”

“இதெல்லாம் கேட்கமுடியாது நந்தினி. எங்களுது கிட்டத் தட்ட கவர்மெண்ட் ஆபீஸ்போல, அண்ணாவுது அப்படியில்ல.”

“ஆமா. அவங்க வீட்டுக் கவர்மென்ட்டும் வேற மாதிரி. நம்மளதுபோல இல்ல.”

“சரி. நீ திரும்ப இன்னொரு சண்டயக் கொண்டுவராத, குமார்கிட்ட சொல்லியிருக்கேன். ஜெயந்தி உனக்குச் சாப்பாடு கொடுத்தனுப்பறேன்னு சொன்னதா சொன்னான்.”

“நான் ஹாஸ்பிட்டல்லதானே இருப்பேன்? சாப்பாடு எல்லாம் எதுக்கு?”

“நாம வேணாம்னாலும் ஜெயந்தி விட மாட்டாங்க.”

“எதோ உங்களுக்கு நல்லபடி ஆப்ரேஷன் முடிஞ்சாப் போதும். நமக்குன்னு ஒரு குழந்தை வந்துட்டா எந்தக் கவலையும் இல்ல.”

மருத்துவமனையை அடைந்ததும் வழக்கமான மருத்துவப் பரிசோதனைக்குப் பிறகு, துரை அறுவைச் சிகிச்சைக்கு அழைத்துச் செல்லப்பட்டான். உதவியாளர்கள் அமர்ந்திருக்கும் இடத்திலிருந்த ஒவ்வொரு முகமும் வெவ்வேறுவிதமான

பதற்றத்தில் இருந்தன. அங்கே இருந்து எப்போது எழுந்து ஓடலாமென்றிருந்தது. மருத்துவமனை முகப்பிலிருந்து வலம்புரி விநாயகர் கோவிலுக்குச் சென்று கொஞ்ச நேரம் அமர்ந்திருந்தாள். பளிச் என வீட்டின் வரவேற்பறைபோன்ற நாலு சுவருக்கு நடுவில் மையமாகப் பிள்ளையார் அமர்ந்திருந்தார். சிவப்புக் கம்பளம் விரித்து வைக்கப்பட்டிருந்தது. குளிர்காலமாக இருந்ததால் அந்தக் கம்பளம் இதமாயிருந்தது. தன் கம்பளி ஆடை மேலிருந்த ஷாலை இழுத்துப் போர்த்திக்கொண்டாள் நந்தினி. கண்களில் கண்ணீர் பெருகியது. நெடுநேரம் அங்கேயே அமர்ந்திருந்தவள், திரும்ப வந்த சமயம், அறுவைச் சிகிச்சை முடிந்து கண்காணிப்புப் படுக்கைக்கு மாற்றப்பட்டதாக அறிவிப்புப் பலகையில் குறிப்புகள் வந்துகொண்டிருந்தன. கொஞ்ச நேரத்தில் அவளை மருத்துவர் அழைத்தார்.

"அறுவைச் சிகிச்சை நல்லபடியா நடந்து முடிந்தது. இன்னும் கொஞ்ச நேரத்தில் உங்கள் கணவரை நார்மல் வார்டுக்கு மாற்றிவிடுவோம்."

"இனி எங்களுக்குக் குழந்தை பிறக்க எந்தத் தடையுமில்லை யல்லவா?"

"காயமெல்லாம் ஆறிய பிறகு மீண்டும் செமென் ஆனாலிசிஸ் செய்து பாத்துத்தான் சொல்ல முடியும். முன்னரே இந்த முயற்சியில் முப்பது சதம்தான் சரியாக வாய்ப்பிருக்குன்னு துரையிடம் சொல்லியிருந்தேனே."

துரை சொன்னதுபோல இவர்கள் எல்லாரும் ஏமாற்றுக் காரர்கள்தானோ எனக் குழப்பமாயிருந்தது. மீண்டும் கோவிலுக்குச் சென்று வந்தாள். அப்போதும் பளிங்குப் பிள்ளையார், அதே பீடத்தில், அதே போலவே இருந்தார். அப்போதுதான் அணிவிக்கப்பட்டிருந்த சிவப்பு ரோஜா மாலை இன்னும் சிவப்பாய்த் தெரிந்தது. அவள் திரும்பியபோது துரையை அவனுக்குத் தரப்பட்டிருந்த அறைக்கு மாற்றி யிருந்தார்கள்.

"எங்க போயிட்ட, சிஸ்டர் ஏதோ சொல்லணும்னு தேடிட்டிருந்தாங்க."

"..."

"ஏன் என்னவோ போலிருக்க, கொஞ்சம் தண்ணி எடுத்துக் குடுக்கறயா?"

"தண்ணி எடுத்துக் குடுத்துட்டா எல்லாம் சரியாயிடுமா?"

லாவண்யா சுந்தரராஜன்

"என்ன ஆச்சு நந்தினி, இப்போதானே வந்திருக்கேன், உடனே வம்பிழுக்கணுமா?"

"வேண்டுதல் அதான்."

"சரி. நீ வீட்டுக்கு வேணும்னா கிளம்பு."

"என்ன ஏன் துரத்தப் பாக்கறீங்க?"

"என்னால பேச முடியல. நான் ரெஸ்ட் எடுக்கறேன்."

துரை கண்களை மூடிக்கொண்டான். நந்தினி விசும்பும் சத்தம் கேட்டது. அதைக் கேட்டாலும் ஏதேனும் இடக்கு முடக்கா பதில் சொல்வாள். இவளுக்கு நான் என்ன செய்து ஆறுதல் தரமுடியும்? காலம்தான் பதில் சொல்ல வேண்டும்.

※

33

அலமேலு, வீட்டுத் தோட்டத்தில் மல்லிகை மலர்களைப் பறித்துக்கொண்டிருந்தாள். மல்லிகை புதர்போல வளர்ந்திருந்தது. தினம் ஐந்நூறு மல்லிகை மொக்காவது கிடைத்துவிடும். அருளும் சேர்ந்து பறித்துக்கொண்டிருந்தான். அடர்ந்த தலைமுடி நெற்றியில் பாதியை மூடியிருந்தது. அடர்ந்த கூந்தலை ஐந்தாக அடக்கிப் பின்னியிருந்தாள். தலை அலங்காரத்துக்கு மட்டும் அரைமணிநேரமாவு துன்னு நொடிக்கும் அண்ணியிடம், அடிக்கடிச் சண்டையிட முடியவில்லை. வேறுவிதமாகத்தான் பழிதீர்த்துக்கொள்ள வேண்டியிருக்கிறது.

"அத்த இந்த..."

"நல்ல மொட்டு மட்டும் பறி அருள், ரொம்பச் சின்னது விரியாம போயிடும்."

"இதைப் பறிக்க, தொடுக்க வர மாட்டாங்க. ஆனா, தலைக்கு வைச்சிச் சிங்காரிக்க மட்டும் வந்துடுவாங்க."

"என்ன அத்த?"

"ஒண்ணுமில்லடா. உங்க சித்தியச் சொன்னேன். இன்னும் நீ போய் உளறி வச்சிடாத. அப்பறம் நமக்கு இப்ப கிடைக்கிற சோறும் கிடைக்காது."

தன் அறைக்குச் சென்றாள் அலமேலு. பீரோவில் ஆளுயரக் கண்ணாடி. அதில் தன்னைப் பார்த்தால், சிலையைச் செதுக்கிவைத்த அழகு. "அழகிதாண்டி" என்றாள் கண்ணாடியைப் பார்த்து. அது தேன்மொழியின் பீரோ. அதன் கண்ணாடி தன்னை அழகியாகக் காட்டுமா என்று யோசித்தாள். இன்னும் கொஞ்சம் இங்கே இந்தக் கண்ணாடிமுன் நின்றால், அதுக்குக் கூட ஏதேனும் காசு கணக்குப் பண்ணிடுவாங்க.

முகம் அலம்பிப் புதுத்தாவணி உடுத்தி, தலைசீவித் தொடுத்த பூச்சரத்தில் இருபத்தைந்து கண்ணாவிரும்வணணம் இரண்டு துண்டு வெட்டினாள். ஒன்றைத் தேன்மொழி அண்ணி யின் ஒப்பனைப் பொருளிருக்கும் மாடத்தில் கொண்டுபோய் வைத்தாள். இன்னொன்றை எடுத்துப் பூசைக்கூடைக்குள் வைத்துவிட்டுச் சூடம், விளக்குத் திரி, நல்லெண்ணெய்யைச் சின்ன தூக்குப் போவணியில் ஊத்தி எல்லாமே எடுத்துப் பூஜைக் கூடையில் வைத்தாள். மிச்சமிருந்தச் சரத்தை அப்படியே தலையில் சூடிக்கொண்டாள். ஊர் எல்லையில் அரச, வேல மரம் இருக்கும் கோவிலுக்கு விளக்கேற்றக் கிளம்பினாள்.

“அலமேலு அரச மரத்துக்கு விளக்குப் போடக் கிளம்பிட்டியா?”

பக்கத்து வீட்டு பங்கஜம் பாட்டி குரல் கேட்டது. நிமிர்ந்து கூடப் பார்க்காமலேயே, “ஆமாம் பாட்டி” என்றாள்.

“நல்ல புருஷனா கிடைக்கட்டும்.”

“சரி பாட்டி.”

நாணத்தில் சிவந்தது அலமேலுவின் கன்னம்.

“வெக்கத்தப் பாரு. இங்கேருந்து தூரதேசம் போயிடணும்னு வேண்டிக்க, தேனு நல்லவதான். . .”

ஏற்கெனவே உள்ளுக்குள் புகைவது தெரியாதா, இவங்கெல்லாம் வேற.

அவள் வீட்டுத் தெரு கொஞ்சம் அகலமானது. வீட்டு வாசலில் இறங்கிக் கிழக்கே செல்லும் தெருவில் நடந்தாள். பெருமாள் கோவில் பஜனை மடம் கொஞ்சம் தொலைவில் தெரிந்தது. அது வீடு போலத்தான். உள்ளே அறையும் வெளியே திண்ணையும் இருக்கும். உள்ளுக்கிருக்கும் நீள அறையில் கோபிகைக் கண்ணன் படமும் திருப்பதி பெருமாள் படமும் இருக்கும். மார்கழி மாதத்திலும் புரட்டாசி மாதத்திலும் மட்டுமே அங்கே விசேச பூசைகள் நடக்கும். வேகமாய் நடந்து பஜனை மடத்தைக் கடந்தாள். பூச்சாண்டி மாமா பஜனைமடத் திண்ணையிலிருந்தவர் “என்ன அலமேலு? வெளக்கு ஏத்த இத்தனை சுருக்கா கிளம்பிட்ட. இன்னும் பொழுது எறங்கலயே!”

“இல்ல மாமா. விளக்கேத்த, நல்ல வெளிச்சம் இருக்கப்பவே போயிட்டு வந்துறணும். இல்லன்னா விட்டுரு, நானே வெளக்குப் போட்டுக்கறேன்னு நேத்தே அண்ணி சொல்லிச்சி.”

“சர்தான். நம்ம ஊர்ல என்ன பயம்? அது சொல்ற சொல்லும் சரிதான். பொண்ணப் பாரு கண்ணப் பாருன்னு பயலுவ திரியறானுவ.”

‘ஆமா. இவங்களே ஏத்திவிட்டுடுவாங்க.’

நினைத்துக்கொண்டே நடந்தவள், சின்னம்மன் கோவிலைக் கடந்தாள். சின்னம்மன் கோவில் பெயருக்கேற்ப மிகச் சிறியது. உள்பிரகாரம் மட்டுமே ஒற்றையறையாகக் கொண்டது. கோபுரத்துக்கும் ஒற்றைக்கலசம் மட்டுமே. அந்தச் சிறிய கோவிலுக்கு முன்னிருந்த இடத்தை ஓடு வேய்ந்து, பூசை நேரத்தில் நிற்பதற்கு ஏதுவாக, நிழல் முற்றத்தை அமைத்திருந்தனர். அதைக் கடந்ததும் கூரையெதுவுமற்ற பச்சைமேனி ஆஞ்சநேயர் தனியாக நின்றிருந்தார். மெயின் ரோட்டுக்கு அருகே அரச மரமும் வேப்ப மரமும் இருந்த இடத்துக்கு வந்தாள். அந்த மரமிருந்த இடத்தைச் சுற்றிக் கருங்கல்லால் சுற்று கட்டி மண்ணால் நிரப்பி மேடையாக்கி இருந்தார்கள். அந்த மேடையில் மையத்தில் இரண்டு நாகசிலை வடிவங்கள் இருந்தன. எண்ணெய் தோய்ந்து கருமை நிறத்தை அவை எட்டியிருந்தன. கூடையிலிருந்த பூச்சரத்தை இரண்டாகக் கிள்ளி இரண்டு சிலைகளின் மேலும் வைத்தாள். அதன் பக்கவாட்டில் இரண்டு செங்கற்களால் மாடம் போலமைக்கப்பட்டு அதில் மண் அகல் விளக்குகள் இருந்தன. அதில் ஒன்றை எடுத்துக் கொண்டுவந்து திரிபோட்டு எண்ணெய்விட்டாள். பூசைக்கூடையைத் தேடினாள், நெருப்புப் பெட்டி எடுத்து வரவில்லை.

“இந்தாங்க நெருப்புப்பெட்டி.”

“இல்லை, வேணாம். வீட்டுக்குப் போய் எடுத்துட்டு வரேன்.”

“இதை உங்க வீட்டிலிருந்தே கொண்டாந்ததா நினைச்சிக்கோங்க.”

நிமிர்ந்தாள்; அழகாயிருந்தான். அதென்ன ஆட்டுத்தாடி? முஸ்லிமா இருப்பானோ. அடுத்த தெரு ராவுத்தர் வீட்டு வாசலில் ஆள் உயரமிருக்கும் திடமான ஆடு நினைவுக்கு வந்தது. அதன் முகம் கிட்டத்தட்ட மனித முகம் போலவே இருக்கிறதே என்று அவள் வியக்காத நாள் இருக்காது. அது மனிதன்போலவே தும்மவும் செய்யும். சரி. இவன் நம்ம ஊரா? இதுவரை இவனை எங்கேயும் பார்த்ததில்லையே என்று நெற்றி சுருங்க நினைத்தாள். தயக்கத்தோடு வாங்கிக்கொண்டாள். பட்டெனத் திரி பற்றிக் கொண்டது.

“எனக்கு எவ்வளவு பூ வச்சிட்டுப் போயிருக்கா, பாருங்க!”

“அவ சின்னவ. நிறையப் பூ வைச்சிக்கனும்னு நினைச்சிருப்பா.”

“நான் என்ன தொண்ணூத்திக் கிளவி ஆயிட்டேனா?”

“சரி. சத்தம் போடாத. வந்துடப் போறா, இன்னும் கொஞ்ச நாள்ல கல்யாணம் ஆகிப் போயிடுவா. அப்பறம் எல்லாம் உனக்குத்தானே.”

இரண்டு வீடு தூரத்தில் வரும்போதே அண்ணன் அண்ணியின் உரையாடல் கேட்டது. கொஞ்சம் மெதுவாக நடந்தாள். இந்த வீட்டிலிருந்து விரைவில் விடைபெற வேண்டும் என்று அலமேலுவுக்குத் தோன்றியது. யாரவன், அவ்வளவு அழகாய் இருந்தானே? அவன் முகத்தை அருகில் பார்க்கவில்லையென்றாலும், அந்த ஆட்டு தாடி, அது மட்டும் எப்படி நினைவில் இருக்கிறது? வீட்டிற்கு வந்த பின்னும் அவன் கண்ணுக்குள் தெரிந்த தீபம், அவளைத் தொந்தரவு செய்துகொண்டிருந்தது. அந்தத் தீப்பெட்டி ஒரு புதிய தொடக்கத்தின் அடையாளமாக அவளுடைய கையில் புன்னகைசெய்தது.

*

34

தீபாவளி சமயத்திற்குக் கொஞ்சம் முன்னர் விடுமுறை எடுத்துக்கொண்டு ஊருக்கு வந்திருந் தார்கள் நந்தினியும் துரையும். தேவி வீட்டில் தடபுடலாகப் பலகார வேலை நடக்கும். நின்று பார்த்தாலே தீபாவளிக்கு இவ்வளவு வேலையா என்று அலுப்புத்தட்டிவிடும். நாத்தனாரும் அக்கம்பக்க வீட்டுப் பெண்களும் சேர்ந்து வல்லம் கொண்டளக்கும் அளவுக்கு மிக்சரும் ஆயிரக் கணக்கில் ரயில் கட்டடம், அதிரசம், முறுக்கு, மைசூர்பாகு செய்து நான்கு குடும்பங்களுக்கும் பிரித்தெடுத்துக்கொள்வார்கள்.

நந்தினி வீட்டில் அவ்வளவு வேலைசெய்து பழக்கமில்லை என்பதால் அவளை யாரும் ஒன்றும் சொல்லமாட்டார்கள். இருந்தாலும்கூட அமர்ந்து கைவேலை செய்தே முதுகு நொந்துபோகும். வெளியில் வாசலில் வைத்துத்தான் பலகார வேலைகளை அவர்கள் பார்த்தார்கள். அந்த வாசலைத் தாண்டி ஓடுபோட்டு இறக்கியிருந்த கொட்டகை, முன்பு மாட்டுக் கொட்டிலாக இருந்தது. இப்போது அதை ஒட்டி வீடு கட்டி விட்டதால் மாடு கட்டக் கொஞ்சம் தள்ளி இடம் இருந்தது. முன்னர் கொட்டிலாக இருந்த இடத்தில் தான் தேவியின் மகள் ஐஸ்வர்யா தனியாக அமர்ந்திருந்தாள். ஐஸ்வர்யா பெரியவளாகி வருடமாகவில்லை. மாதவிடாய்க் காலத்தில் இப்படித் தனியாக அமரவைக்கிறார்கள்.

தவிட்டுக் குருவிகள் தகரக்கூரை மேல் குதித்து விளையாடிக்கொண்டிருந்தன. 'தட் தட'வென ஒரு தாளகதியில் குதிக்கும் ஓசையும், எதையோ கொத்தியுண்ணும் ஓசையும் இணையற்ற சங்கீதக் கச்சேரியென அற்புதமாயிருந்தன. வெட்டி விட்டிருந்த வேப்பங்கிளையில் கிளி கீக்கிக்கீ

என்றது. தலைகீழாக ஏறி இறங்கியது. அதைப் பார்த்துக் கொண்டிருந்தவளை, "பச்சைக்கிளி, அதப் போய் அவ்வளவு அதிசயமா பாக்கறீங்க" என்றாள் ஐஸ்வர்யா.

"இல்ல, சரியா அது உட்கார வெட்டி விட்டாப்புல இருக்குல அந்த மரக்கிள, அதான் பாத்தேன்."

"பட்டில மாடு கன்னு போட்டா அத அவ்ளோ கொஞ்சுறீங்க, மயில் ஆட்டத்த ரசிக்கிறீங்க, குயிலத் தேடுறீங்க, குழந்தையைப் பத்தியும் யோசிச்சா நல்லாயிருக்கும் இல்ல. உங்க கல்யாணத்தப்ப அஞ்சு வயது ஐஸ்வர்யாவுக்கு. இப்ப அவ பெரியவளா ஆயிட்டா."

"நான் என்ன செய்ய முடியும்? கடவுள் எப்போ கண்ணு தெறப்பாரோன்னு எனக்கும் கவலையாத் தானிருக்கு!"

"கவல மட்டும் பட்டா போதுமா? எங்க மாமியாவுக்குக் கால் ஒருமுறை இழுத்துக்கிச்சி. பக்கத்தூர்ல குறி பாக்கற அக்காகிட்டப் போனோம். மந்திரிச்சித் தந்தாங்க, ரண்டே நாளுல கால் சரியாயிடுச்சி. ஒருமுறை உங்களக் கூட்டிட்டு வரேன்னு சொல்லி இருக்கேன், தீபாவளிக்கு முன்ன போயிட்டு வந்திர்லாம்."

அந்தக் குடிசை, ஓலைமேல் வைக்கோலும் போட்டு வேய்ந்திருந்தது. ஒரே நீள் வட்டமாக இருந்த குடிசைச் சுவர்களில் சமயபுர அம்மன், பண்ணாரி அம்மன், குன்னக்குடியம்மன் என்று விதவிதமாய் அம்மன் சாமி படங்களுடைய காலண்டர்கள் மாட்டியிருந்தன. ஆங்காங்கே வேப்பிலைகளைச் செருகியிருந்தார்கள். சுவர் முழுதும் மஞ்சளில் வட்டமிட்டு, அதில் குங்குமத்தில் மூன்று பட்டையிட்டிருந்தார்கள். நடுவில் சந்தனப்பொட்டும், சுற்றி விபூதியில் குறிபோல் எழுதியும் வைத்திருந்தார்கள்.

நந்தினி, துரை, சுந்தராம்பா, தேவி எல்லோரும் வந்திருந்தார்கள். கீழே விரித்திருந்த பாயில் அமரச் சொன்னவள், கையில் வேப்பிலையையும் எலுமிச்சைப் பழத்தையும் எடுத்து, அருள் வந்தவள்போல, "ஹூம் ஹூம் ம்ம்ம்... உங்க குடும்பத்துக்கு சாபமிருக்கு. ஹூம்... ஹூம்... கல்யாணத்துல இவங்களுக்குப் பிள்ளயே பிறக்கக்கூடாதுன்னு மந்திரிச்ச அரிசி போட்டுச் சாபம் வேற குடுத்துட்டுப் போயிருக்காங்க. ம்ம்ம் ம்ம்..." என்று உறுமத் தொடங்கினாள்.

சுந்தராவைப் பார்த்து, "பிள்ளைக்குத் தொட்டி போட்டுத் தூக்கறேன்னு சொன்னியே, செஞ்சியா?" என்றாள்.

“பிள்ளயே பொறக்கலயே. எங்கிருந்து தூக்குவேன்? உன் செய்முறய, நான் குறைக்க மாட்டேன். நீ எனக்கு வரம் கொடு.”

“தங்கத் தேர் இழுக்கறேன்னு சொன்னியே. நீ முதல்ல இழு, பின்ன நான் என்ன சொன்னேனோ, அதச் செய்றேன். அடுத்த பௌர்ணமிக்குள்ள சன்னிதிக்கு வந்து தங்கத் தேரை இழுத்துடு.”

நந்தினி முந்தானையை நீட்டச் சொல்லி வேப்பிலையை யும் எலுமிச்சைப் பழத்தையும் போட்டாள். “நாளைக்கு விடியும் முன்ன, வாசத் தெளிச்சுட்டு, யாரும் பாக்காம, இந்த வேப்பிலய அரைச்சி, எலுமிச்ச பிழிஞ்சி, வெறும் வவுத்துல குடிச்சிடு. வவுறு சீக்கிரம் தொறக்கும்.”

கூட இருந்தவரிடம் காதில் ஏதோ சொன்னாள். அவரும் அந்த வீட்டின் மூலையில் இருந்த ஒரு கோழியை எடுத்துக் கொண்டுபோய் அறுத்தெடுத்து வந்தார். நந்தினியை அருகில் அழைத்துக் கோழியின் கழுத்தில் சொட்டும் ரத்தத்தை எடுத்து நெற்றியில் வைத்தாள். கோழி இன்னும் துடித்துக்கொண டிருந்தது. உடல் சிலிர்த்தது. என்னால உன் உயிர் போச்சே என்று கண்ணீர் வடிந்தது நந்தினிக்கு. பார்க்கப் பாவமாகவும் பயமும் அருவருப்புமான உணர்வாகவும் இருந்தது அப்போது. கல்யாணத்தின்போது துரையிடம் முதலில் சொன்னது, “என்னை அசைவம் சமைக்கச் சொல்லக் கூடாது.” கோழி ரத்தம் பொட்டிட்ட நெற்றி தீயாய்த் தகித்தது. மறுநாள் விடியும்வரை தூக்கம் வரவில்லை. காலையில் வேப்பிலையை அப்படியே மென்று தின்றுவிட்டு, எலுமிச்சைச் சாற்றையும் குடித்தாள்.

❍

கீரனூர் சிறிய அமைதியான கிராமம். வயலை ஒட்டி வீடு. வீட்டுக்குச் சற்று அருகே அரச மர மேடை. அங்கே எல்லா ஊர் புரளியும் அரங்கேறும். கோவிலுக்குப் போய்விட்டுக் கோவில் திண்ணையில் கொஞ்சநேரம் உட்கார்ந்திருந்தாள் நந்தினி. விறுவிறுவென்று ஓர் அம்மா அவள் அருகில் வந்தமர்ந்தாள். அந்த அம்மாவை அதுவரை பார்த்ததேயில்லை.

“ஏம்மா உங்க வீட்டுக்கு வாரிசு வேணாமா?”

“வேணாம்னு யாருங்க சொல்றாங்க? கடவுள்தான் கண் திறக்கணும்.”

“நீயே முன்ன நின்னு உன் புருஷனுக்கு வேற கல்யாணம் பண்ணி வைச்சிடு, எங்க சாதில எல்லாம் அப்படித்தான் செய்வோம்.”

“சரிங்க பண்ணிடலாம்.”

"குப்பனூர் சாமியார்கிட்டப்போய் கவாள சேவ செஞ்சிட்டு வந்தாக்கூடக் குழந்த கண்டிப்பா பொறக்கும்."

"அது என்ன சேவை?"

"குப்பனூர் சாமி ரொம்ப சக்தியானவரு. அவருக்கு வாளப்பழம் படையல் பண்ணி வைக்கணும். அத அவரு நல்லா மென்னு உங்க வாயில ஊட்டி விடுவாரு."

குமட்டிக்கொண்டு வந்தது நந்தினிக்கு. கூடவே கண்களில் கண்ணீரும். நல்லவேளை அந்த அம்மா நகர்ந்துபோயிருந்தாள். கோவில் திண்ணையிலிருந்து பிள்ளையாரைப் பார்த்தால் தளும்பும் அவளின் கண்ணீரில் பிள்ளையார் கொஞ்சம் தள்ளாடுவதுபோல் இருந்தது. கடவுளே, துரைக்கு விரைவில் சரியாக வேண்டும். சுந்தராம்பா ஜாதகம் பார்த்ததில் துரைக்கும் நந்தினிக்கும் கண்டிப்பாக வாரிசு இருக்குமென்றே இதுவரை எல்லா ஜோசியர்களும் சொல்லியிருந்தார்கள். அப்படி நடந்தால் போகிற வருகிறவர் சொல்லுக்கு ஆளாக வேண்டாம்.

✽

35

வீட்டிலிருந்து வயலுக்கு நடந்துபோய்க் கொண்டிருந்த ராமசாமிக்குக் கண்மாயில் தளும்பி நிறைந்திருந்த தண்ணீரைக் கண்டதும் மனம் அமைதியடைந்தது. சுற்றியிருந்த அனைத்து நிலங்களிலும் பருத்தியும் சோளமும் விளைந்து பரந்திருந்தன. பருத்தி, நெல் எதுவானாலும் அடிக்கடி வெள்ளாமைக்கு உழைக்கவேண்டும். எலுமிச்சை நாத்து விட்டா வருடக்கணக்கில் லாபம் பார்க்கலாம் என்று அவன் அப்பா காலத்தில் முடிவு செய்து எலுமிச்சை வளர்த்தார்கள். ராமசாமியும் கொஞ்சம் படித்துத் தனியார் பள்ளிக்கூடமென்றாலும் அதில் வேலைக்குப் போக முக்கியக் காரணம் அந்த எலுமிச்சைக் காடுதான். கண்ணெட்டும்தூரம்வரை எலுமிச்சை மரங்கள் நிறைந்த அந்தத் தோட்டம் மனத்திற்கு அமைதி தந்தது. எலுமிச்சைச் செடியில் பளபளக்கும் பசுங்காய்களும் இலைகளும் சேர்ந்து பரப்பும் மணம் மனத்தைக் கிளர்த்தியது. ஒவ்வொரு மரத்தடியிலு மிருந்த இலைக் குப்பையைத் தென்னங்கீற்றுகள் கொத்தாகக் கட்டப்பட்ட துடைப்பம்போன்ற ஒன்றால் நீக்கியெடுத்தான். தேன்மொழி வீட்டுக்கு வந்த பின்னர், இலைகளைத் துடைப்பம் கொண்டு கூட்டித்தள்ளக் கூடாது, வீட்டின் முன்னோர்களுக்கு உணவளித்த மரம் நம் குடும்ப ஆதாரம் என்று சொல்லிப்புதிய பாணியில் இந்தத்துடைப்பம்போன்ற ஒன்றை உருவாக்கினாள். அவள் பெரும்பாலும் கைகளாலேயே இலைகளைப் பொறுக்கியெடுப் பாள். இன்று ஞாயிற்றுக்கிழமை. பள்ளிக்கூடம் விடுமுறை. வீட்டிலிருக்கப் பிடிக்காமல் தோட்டத் துக்கு வந்திருந்தான் ராமசாமி. தினம் இலைகளை அகற்றினாலும் அடுத்த நாள் இலைகள் கொட்டிக் கிடக்கும். அதை அப்படியே கூட்டி எடுத்து மண்ணோடு புதைத்துக் காய்கறிச் செடிகளுக்கு

லாவண்யா சுந்தரராஜன்

உரமாகப் பயன்படுத்துவார்கள். எலுமிச்சை மரநிழலில் அப்போது தான் சிறிது நேரம் அமர்ந்தான். அதற்குள் அருள் அரக்கபரக்க ஓடி வந்தான்.

“அப்பா . . . சித்தி உங்கள உடனே கூட்டிட்டு வரச் சொல்லுச்சி.”

“வீடுதேடி வந்தவங்கள அவமானம் செய்யக்கூடாதுன்னு பாக்கறேன். நீங்க கிளம்பிடுங்க.” அவன் வீட்டுக்குள் நுழையும் போதே தேன்மொழியின் சத்தம் கேட்டது.

“வாங்க. உங்க வீட்டு மகாராணி கூட்டி வைச்சிருக்க கூத்தப் பாருங்க, ஜாதி கெட்டவங்க படியேறி வந்து பொண்ணு கேக்கறாங்க.”

“நாங்க ஒண்ணும் கெட்ட ஜாதியில்லைங்க. உங்க ஜாதிக்கு ஒத்த ஜாதிதான். எங்க வசதிக்கு எப்பேற்பட்ட பொண்ணும் கிடைக்கும், உங்க பொண்ண எங்களுக்கு ரொம்பப் பிடிச்சிருச்சி. அதான் முறயா கேட்டு வந்தோம்” என்றாள் பழனிசெல்வி.

வீட்டுக்கூடத்தில் ஐந்து தாம்பாளத்தில் விதம்விதமாய்ப் பழங்கள், மஞ்சள் தாம்பாளம், தேங்காய்த் தாம்பாளம் எல்லாம் ஜமுக்காளம் போட்டு அடுக்கியிருந்தார்கள். ஒரு தாம்பாளத்தில் அலமேலுவின் நிறத்துக்குப் பொருந்தும் விலைமிகுந்த பட்டுப் புடவையும் அதன் மேல் தாலிப் பொன்னும்கூட இருந்தது.

“எங்க வீட்டுப் பையன் குவைத்தில வேலை பாக்கறான். இந்தத் தட்டு எல்லாம் எங்க வழக்கம். அவன் இந்தப் பொண்ண கட்டினா நல்லா இருக்கும்னான். நாங்களும் அவன் வார்த்தைய மதிச்சி உங்க வீட்டுக்கு வந்திருக்கோம்.”

“வீட்டிலயே தளுக்கி மினுக்கிக்கிட்டு ஏதோ அவுசாரிபோல அஞ்சி முழம் பூ வச்சிக்கிட்டு இருக்கும்போதே சொன்னேன்ல.”

“அம்மா உங்க வீட்டுப் பொண்ண நான் ஒரே ஒருமுறை நாக அரச மேடையில பாத்ததோட சரி, அவளுக்கும் நாங்க பொண்ணு கேட்டு வந்ததுக்கும் சம்மந்தமில்ல. வார்த்தை மீறிப் போனா நல்லாயில்ல. அவ நாள பின்ன, எங்க வீட்டுக்கு வரப் போறவ” என்றான் ராஜேந்திரன்.

“யாரக் கேட்டு முடிவு பண்ணீங்க? உங்க வீட்டுப் பொண்ணாமில்ல. மரியாதை கெட்டுரும். எங்க வீட்டுக்கு வந்து எங்ககிட்டேயேவா?”

“தேனு நீ சும்மா இரு. அலமுவ நான் கேட்கறேன்.”

"அவள என்னங்க கேட்டுக்கிட்டு? ஜாதி விட்டு ஜாதி குடுக்கறதுக்கு, என்னைப் போல எங்காவது தாரம் கெட்டவனுக்குக் கொடுக்கலாம்."

"நீ கொஞ்சம் சும்மா இரு."

"நம்ம மானத்த இப்படிக் கப்பல்ல ஏத்திட்டாளே, நாள பின்ன, வெளிய எப்படித் தல காட்டுவேன்?"

"தேன்மொழி, நீ கொஞ்சம் சும்மா இரு. அய்யா இப்படித் திடுதிப்புன்னு வந்திருக்கீங்க. நாங்க எதுக்கும் பொண்ணுகிட்ட கலந்துக்கிட்டுச் சொல்லிவிடறோம். இப்போ நீங்க கிளம்புங்க."

"இல்ல. நீங்க மெதுவா கலந்துக்கிட்டே சொல்லுங்க. ஆனா கொண்டாந்த சீதனத்த எடுத்துட்டுப் போற வழக்கம் எங்களுது இல்லை. அந்தப் பொண்ணு எங்கப் போனாலும் இந்தத் தாலி பொன்னு போட்டே போகட்டும், அம்மா கிளம்புங்க" என்ற ராஜேந்திரன், 'இந்தம்மா என்ன இவ்வளவு ஆங்காரமாக பேசறாங்க. அம்மா, அப்பாவை அவசரப்பட்டு கூட்டிக் கொண்டு வந்துட்டேனே' என்று நினைத்தான்.

"எங்கள என்ன எடுபட்ட வீடுன்னு நினைச்சீங்களா? எல்லாத்தையும் தூக்கித் தெருவுல கடாசிடுவேன். எடுத்துட்டுப் போங்க."

"தேன்மொழி கொஞ்சம் அமைதியா இரு. நீங்க கிளம்புங்க. நாங்க சொல்லிவிடறோம். உள்ளூர்க்காரங்க. தெருதான் வேற. அவங்களும் மரியாதப்பட்டவங்க. எங்க அப்பாரு, தாத்தா காலத்திலிருந்து தெரிஞ்சவங்கதான்."

"என்னங்க நீங்க, தெரிஞ்சவங்க அறிஞ்சவங்கன்னுட்டு. யார் குடுத்த தைரியம், வீடேறி வருவாங்க?

"என்னங்க இப்படிப் பேசறீங்க. எம் மகன் ஆசப்பட்டுட்டான்னுதான் வந்தோம் இவ்ளோ கோவமா ஏன் பேசுறீங்க?" என்றார் ராஜேந்திரனின் அப்பா.

"தேனு ... அமைதியா இரு. ஆனா, ஒரு விஷயங்க. எங்க பொண்ணுக்கு விருப்பம் இல்லைன்னா, நீங்க தட்டுத் தாம்பாளம் எல்லாம் எடுத்துட்டுப் போயிடணும்."

"சரி. நீங்க சொல்லியனுப்புங்க."

"நீங்க தாலிப் பொன்னையும் பட்டுச்சீல தட்டயும் மட்டும் எடுத்துட்டுப் போயிடுங்க."

லாவண்யா சுந்தரராஜன்

“எங்க வழக்கமில்ல. அத எடுத்துப் போனாலும் நாங்க உபயோகப்படுத்த முடியாது.”

“என்னங்க இது, அழிச்சாட்டியம்? எங்ககிட்ட கேட்காமயே வந்துட்டுத் திரும்பி எடுத்திட்டுப் போறது வழக்கமில்லைன்னா...”

“இது சாமி போட்ட முடிச்சிங்க, அதான் சொல்றேன்” என்றாள் பழனிசெல்வி.

“சரி, இருங்க. பொண்ண ஒரு வார்த்தை கேட்டுடறேன்.”

“என்னங்க நீங்க, நம்ம மரியாத என்னாவறது?”

கதவை இறுக அடைத்துக்கொண்டு விம்மிக்கொண்டிருந்த அலமேலுவைப் பார்க்கப் பாவமாக இருந்தது ராமசாமிக்கு. அவள் அருகில் சென்றவன்,

“இந்தப் பையனப் பாத்துப் பேசியிருக்கியா?”

“இல்லண்ணா. ஒரே ஒருமுறை நாகசிலைக்கு விளக்கு வைக்கும்போது நெருப்புப் பெட்டி இல்ல. அப்பக் குடுத்தாரு, வேற எதுவும் தெரியாது. நான் இவர்கூட எல்லாம் அண்ணி சொல்றாப்லப் பழகல.”

“இந்தப் பையன பிடிச்சிருக்கா, உனக்கு இரண்டுல ராகு எட்டுல கேது இருக்கு. அதனால ஜாதிவிட்டு ஜாதிதான் போவன்னு முன்னமே கணிப்பிருக்கு.”

“. . .”

“இந்தப் பையனா வீடு தேடி வந்திருக்கான். பிடிச்சிருந்தா சொல்லு, நான் விசாரிச்சிப் பாக்கறேன்.”

“உங்க இஷ்டமண்ணே. எனக்கு இந்த நரகத்திலிருந்து கிளம்பினா போதும்.”

36

கொட்டமுத்துச் செடிகளில் காய்கள் வெடித்து நட்சத்திரம்போல வயலெங்கும் நிறைந்திருந்தன. எல்லாரும் கொட்டமுத்து எடுக்கப் போயிருந்தார்கள். விடுமுறைக்கு வந்ததால் வீட்டிலேயே அடைந்திருக்காமல் கூடமாடத் தன் பங்குக்குச் செய்யலாம் என்று தோட்டத்துக்குச் சென்றாள் நந்தினி. வழியில் சப்பாத்திக் கள்ளி முள் வெட்டிப் போட்டிருந்ததைக் கவனிக்காமல் மிதித்துவிட்டாள். முள் பெரிதாகக் குத்தவில்லை. “முள்ளை வெட்டி இப்படி யார் போட்டது” என்று கடிந்துகொண்டான் துரை. அவன் பதறியதைக் கண்டு, “சப்பாத்திக் கள்ளி குத்திச் சாவப் போறாளா உன் பொண்டாட்டி? என்னவோ பிரசவ வலி வந்தவளப் பாத்துத் துடிக்கிறாப்பல துடிக்கிற. நாலு மண்ணு அள்ளிக் கட்டிட்டா சரியாப் பூடும், எனக்கும்தான் தினம் ஒரு முள்ளு குத்துது, அதெல்லாம் பாக்க முடியுமா?” என்றாள் சுந்தராம்பா.

அப்படியே அடங்கிப்போனான் துரை. “மதி ஊட்டுல கருப்புச்சாமி கோயிலுக்குப் போனாங்க, அவங்க மாமனார் சரியான ஆள். போறவங்க வண்டில ரண்டுபேர்தான் போக முடியும்னு, மதியோட ஓர்ப்படிக்குப் பிள்ள இல்லன்னு அவங்களப் போவச் சொல்லிட்டாரு. அங்க போயிட்டு வந்த மாசமே, தூரம் நின்னு போச்சாம், இப்போ நாலு அஞ்சி மாசமாவுது. நீயும் நந்தினியும் போயிட்டு வாங்க.”

மதுரை தாண்டி, அழகர்கோவில் ரோட்டில் பிரிந்து, ஐந்தாறுகிலோமீட்டர் உள்ளே சென்றால், கருப்பண்ண சாமி கோவில் இருந்தது. ஊரைத் தாண்டிக் காவல் தெய்வம்போல் அமைந்திருந்தது அந்தக் கோவில். பெரிய பெரிய குதிரைச் சுதைகள்

வெளுத்த கண்களோடு வெறித்து வெறித்துப் பார்க்க, நீண்ட அரிவாளோடும் பிதுங்கிய முழிகளோடும் கருப்பண்ணனும் துணை தெய்வங்களும் இருந்தன.

சாமியாடிக்கு நல்ல கனத்த, கருத்த உடல். ஜரிகை வேலைப்பாடுகள் செய்த பச்சை பார்டருடைய காவி வேட்டியும் கைவைத்த பனியனும் அணிந்திருந்தார். சம்பங்கியில் தொடுத்த மாலைகள் இரண்டை நெஞ்சில் குறுக்காகப் போட்டிருந்தார். நாக்கைத் துருத்தித் துருத்தி அருள் வந்ததுபோல் அடிக்கடி ஆடிக்கொண்டிருந்தார்.

வந்திருந்த தம்பதிகளை வரிசையாக அமரவைத்தார்கள். சுமார் ஐம்பது தம்பதிகள் வந்திருப்பார்கள். பூசை முடிந்து பாட்டிலில் இருந்த சாராயத்தைக் கொஞ்சம்போலக் குடித்தவர், "ஏ கருப்பசாமி! உன் வாக்கு, வாய், சித்தம், சொன்ன சொல் சத்தியமா பலிக்கும். புகழ் விண்ணைத் தொளைக்கும். வந்த மக்களுக்கு நல்ல வாக்குச் சொல்லுமய்யா" என்று கருப்பண்ண சாமி முன் கையுயர்த்தி வணங்கினார்.

வரிசையாக அமர்ந்திருந்த தம்பதியிடம் வந்தவர் முதலில் அமர்ந்திருந்த தம்பதிக்கு, "ஆம்பிளப்பிள்ள பிறக்கும், கருப்பண்ணன்னு பேரு வை. தட்ல காசப் போட்டு, இந்தா இந்த வேப்பிலயச் சாப்பிடு. எலுமிச்சப் பழத்தைக் கொண்டுபோய் ஈசானி மூலயில பொதச்சிவை. ஆவி துடிக்க ஒருத்தி உங்க வீட்ட சுத்திச் சுத்தி வரா, அத அடக்கினா பிள்ள துள்ளிக் குதிக்கும்" என்றார். வேப்பிலையை வாங்கிக்கொண்ட தம்பதிகள் அதை மென்று தின்றார்கள். எழுந்துபோய்த் தட்டில் நூறு ரூபாய் போட்டார்கள். 'அய்யா கருப்புசாமி! கண்ணைத் தொறந்தீங்க' எனச் சொல்லி, உடல் தரையில் பட விழுந்து வணங்கினார்கள்.

அடுத்த தம்பதியிடம் வந்தார். "உங்களுக்குப் பொம்பளப் பிள்ள பிறக்கும். கருப்பாயின்னு பேர விடுங்க. கொஞ்சம் கஷ்டப் படுத்தித்தான் வெளிய வரும். வயிறு கிழிச்சி எடுத்தாலும் எடுப்பாங்க. உசிரு தப்பிடும். முன்ஜென்மத்துல இவங்க காலபைரவர்க்கு ஊசிப்போன சாப்பாட்ட ஒருநா வச்சிட்டாங்க. அந்தச் சாபந்தான் சுத்திச் சுத்தி வருது. உள்ளூர்க் கோவில்ல போய் இந்த எலுமிச்சப்பழத்தில காலபைரவர்க்கு விளக்கேத்தி வையுங்க. தட்டுல காசப் போடுங்க. கருப்பன் காப்பாத்துவான். இந்த வேப்பிலைத் தழயப் பிடிங்க. அப்படியே மென்னு தின்னுங்க."

அடுத்தடுத்த தம்பதியர்க்கு ஏதேதோ கதைகளைச் சொல்லி, வேப்பிலையும் எலுமிச்சைப் பழமும் கொடுத்துப் பரிகாரம்

செய்யச் சொன்னவர், இடையில் ஒரு தம்பதிக்கு "உங்களுக்கு எங்கப் போனாலும் இந்த ஜென்மத்துல குழந்த பாக்கியம் கிடைக்காது. கருப்பனோட கோவத்துக்கு ஆளாயிட்டீங்க," அய் அய் என்று நாக்கைத் துருத்திக் கைகளை ஓங்கி விரட்டுவது போல, "போயிடுங்க. இங்கிருந்து ஓடிடுங்க" என்றார். அப் பெண்மணி கதறியழுதபடி எழுந்தாள். அவள் கணவனும், "நமக்குக் கொடுப்பினை அவ்ளோதான், வா போவலாம்!" என்று போய்த் தட்டில் காணிக்கை போடப் போனார்.

"நிறுத்து, கருப்புக்குக் காசு கொடுத்தா, சரியாயிடுவான்னு நினைக்கிறீயா, பொசங் கெட்ட பயலே. நீ போட்ட காச எடுத்துக் கிட்டுத் திரும்பாம ஓடு. கருப்பு கோவம் கண்ணுல தெரியுது. துப்பத்தப் பயலே, நாலு ஜென்மத்துக்கு முன்ன கருப்பு கோவில்ல மூத்திரம் பெய்ஞ்ச நாயி நீ... ம்ம்... என்ன தைரியம் இருந்தா, இங்கே வந்திருப்ப! ஓடு, ஓடிடு. இல்லன்னா கருப்பன் கொன்றுவான்."

அப்படியே கூட்டத்தைப் பார்த்துத் திரும்பி, "கூட்டத்துல ஒரு பொம்பள, யாரோ இப்பத்தான் தீட்டாயிருக்க. உடனடியா இந்த இடத்தவிட்டுப் போயிடு. கருப்பன் கோபக்காரன். கண்டபடி சாபம் கொடுத்துருவான். பல சென்மத்துக்குக் கருப்போட கோவத்துக்கும் சாபத்துக்கும் ஆளாயிடுவ. யாராயிருந்தாலும் உடனே இங்கிருந்து அஞ்சி கிலோ மீட்டர் தூரத்துக்குப் போயிடு" என்றவர், மீதி இருந்த தம்பதிகளை, "இருங்க. கருப்பக் கொஞ்சம் குளிரவைச்சிட்டு வரேன்" என்றார்.

நந்தினிக்கு இந்த நாடகங்கள் புதிதாயிருந்தன. அவள் கோவில் என்றால் ஸ்ரீரங்கம் தவிர வேறெங்கும் மனமொன்றிப் போனதில்லை. திருவானைக்காவல், சமயபுரம் செல்லும்போது கூட ஸ்ரீரங்கத்தின் ஏதோ ஒருபகுதியை நினைவிலிருத்தியே வணங்குவாள். இந்தக் கருப்புக் கோவில் இடம், சூழல் எல்லாமே பயம்கொள்ளச் செய்தது. அதுவும் அந்தப் பூசாரி சாமியாடி சொல்லும் ஒவ்வொரு கதையும் அத்தனை தத்ரூபமாக இருந்தது போலத் தோன்றியது. தன் வரிசை வரும்போது என்ன சொல்லி விடுவாரோ என்ற பயமிருந்தது நந்தினிக்கு.

முன்னே அமர்ந்திருந்த தம்பதிக்குப் பெண் குழந்தை பிறக்கும், கருப்பாயி என்று பெயர் வை என்று சொல்லிவிட்டு, நந்தினியை நோக்கி வந்தார் சாமியாடி. அவளை நீண்ட நேரம் பார்த்தவர், திடீரென வேகமெடுத்து ஆடத் தொடங்கினார். எலுமிச்சைப் பழத்தை அவள் கையில் கொடுத்தவர், "ஆத்தா! சமயபுரம் ஆத்தாளே உன் வயித்துல வரக் காத்திருக்கா. போய் அவளக் கேளு. எப்ப வீட்டுக்கு நீ வரன்னு கேளு. என் சென்மத்துல

இப்படி ஒரு புருஷன் பொண்டாட்டியப் பார்த்ததில்ல. அந்தக் கருப்பன் சொல்றேன். கருப்பன் வாக்குத் தப்பாது. இன்னும் பதினாலு மாசத்துல பிள்ள தவழக் கிடக்கும். தெய்வத்தப் பெறப் போறீங்க. தேவகி, வாசுதேவரோட மறுசென்மம் நீங்க. யசோதாவோட பெண்பிள்ளைதான் ஸ்ரீரங்கநாதர் தங்கச்சி. சமயபுர ஆத்தா, அவ வருவா உங்களத் தேடி. தைரியமாப் போங்க. இந்த வேப்பிலய மென்று முழுங்கிடுங்க. எலுமிச்சைப் பழத்த எடுத்துக் கிட்டுப் போய் சமயபுரத்தில நாலா வெட்டிக் கோவில்ல நாலு மூலைக்கு எறிஞ்சிடுங்க."

இத்தனையும் சொல்லிமுடிக்கும்வரை அந்தச் சாமியாடி, நந்தினியின் கையை விடவில்லை. எலுமிச்சைப் பழத்தைப் பொத்திவைத்திருந்தது மட்டும் காரணமாக அவளுக்குத் தோன்ற வில்லை. மென்ற வேப்பிலை மிகவும் கசந்தது. நந்தினிக்குக் கை தீப்பிடித்து எரிவதுபோல் இருந்தது. சாமியாடி அப்படியே சரிந்துபோனார். அவள் மெதுவாகக் கைகளை அவரிடமிருந்து விலக்கிக்கொண்டாள். சாமியாடிக்குத் துணை இருந்தவர், மீத மிருந்த தம்பதிகளிடம், "சாமி, மல ஏறிடுச்சி. இனி சாயங்காலம் தான் குறிசொல்லும். இருக்கறவங்க இருக்கலாம், இல்லன்னா கிளம்பலாம்."

நந்தினியையும் துரையையும் பார்த்து, "தட்டில காசுப் போட்டுட்டு நீங்களும் கிளம்பலாம்" என்றான்.

※

காயாம்பூ 141

ஹரி தன் மனைவி ராஜியுடன் மகேந்திரபுரம் வந்திருந்தான். துரையும் நந்தினியும் குளிர்கால விடுமுறைக்கு வந்திருந்தார்கள். ராஜி முழுகாம லிருந்தாள். அவளையும் ஹரியையும் பார்க்க நந்தினிக்கு ஏக சந்தோஷமாயிருந்தது. சோர்வா யிருந்தாள் ராஜி. கேசரி கிண்டி, பஜ்ஜி போட ஏற்பாடு செய்துகொண்டிருந்தாள் நந்தினி.

"ராஜி! என்ன பிள்ளையாண்ட பொலிவே இல்ல!" என்றாள் தெய்வா.

"இல்ல அத்த, உள்ளதுக்கே கைக்கும் வாய்க்கும் போதல, இதுல பிள்ள வேற. பிரசவச் செலவு, பிள்ள செலவுன்னு எப்படிச் சமாளிப்போம்னே தெரியல" என்றாள்.

எல்லா வேலையும் முடித்துவிட்டு வழக்கமாக இளைப்பாற அமரும் மாடிப்படிகளில் ராஜியை அழைத்துக்கொண்டு வந்தமர்ந்தாள். அங்கிருந்து பார்த்தால் காவேரிப் பாலம் தெரியும். மாலைப் பொழுதின் ரம்யம், அங்கிருந்து பார்ப்பவர்களால் மட்டுமே உணர முடியும்.

"சூரியன், பெரிய மாம்பழம்போல இருக்குல, இங்கிருந்து பார்க்க?"

"எதையும் ரசிக்கவே முடியலக்கா. வீட்டு நிலம ரொம்ப மோசமாயிருக்கு. குத்தகைக்கு இப்போ எல்லாம் இவரால எடுக்க முடியல; ஆபீஸ்லயும் வேல அதிகம். பர்மனன்ட் பண்ணாம இப்படி வேலை மட்டும் வாங்கறாங்க."

"ராஜி! நீ ஏதேனும் பிசினஸ் செய்யேன்?"

"எங்கக்கா? முதலுக்கு எங்க போறது?"

நந்தினியின் தோழி ஒருத்தி சின்னாளப்பட்டியில் தறி வைத்திருக்கிறாள். ராஜியை அழைத்துக்கொண்டு மறுநாளே சின்னாளப்பட்டி போனாள். ஐந்தாயிரம் ரூபாய்க்கு மொத்தமாகப் புடவை வாங்கிக் கொடுத்து. "இதை வித்து வர்ற லாபத்துல சேமிச்சு, மறுபடியும் இங்கயிருந்து புடவ வாங்கிக்க" என்றாள்.

"அவரு ஏற்கனவே உங்களப் பத்திச் சொல்லியிருக்காரு. குலதெய்வம்போல வழி காட்டுறீங்க."

"ராஜி, உடம்பைப் பாத்துக்கோ. ஒரு போன் போட்டுச் சொன்னாலே சின்னாளப்பட்டில இருந்து பார்சல் போட்டு விட்ருவாங்க. ஹரியப் போய் கலெக்ட் பண்ணிக்கச் சொல்லு. பணம் மணி ஆர்டர்ல அனுப்பிக்கலாம். இல்லனா அவங்க பேங்க் அக்கவுண்ட் வாங்கிக் கட்டிறலாம். இங்க எங்கக் காலேஜ்ல ஹெச்.ஓ.டி கிட்டப் பேசிட்டேன். நீ வாரம் ஒரு டைம் போய் அங்கக் கடை போட்டுக்கலாம். அங்க இருக்கவங்ககிட்டப் பேசி அதுபோல இந்திரா காந்தி காலேஜ், பாத்திமா காலேஜ் எல்லாம் கடை போடலாம். ஒரு ஆள் வேணும்னா கூடப் போட்டுக்க."

"தங்கச்சி இருக்காக்கா. அவளப் போய்க் கடை போடறத பாத்துக்கச் சொல்லிடலாம். முதலில் கொஞ்ச நாள் நானே போறேன். அவ கூட வந்து பாத்துக்கட்டும். அப்பறமா அவளே போயிக்குவா."

"ஹரிய அவன் நினைச்ச படிப்புப் படிக்கவும் சொல்லலாமே. அதுக்கு அப்பறம் நல்ல வேலை கிடைக்குமே" என்றாள்.

சரி என்று சிரித்தவள் கன்னங்களில் அன்று பார்த்த சூரிய ஜொலிப்பு தெரிந்தது. அவளைப் பார்க்க நல்ல நம்பிக்கை வந்ததுபோல இருந்தது. ஹரியின் குடும்பம் நன்றாக இருந்தால்போதும் என்று நினைத்தாள்.

"ராஜி! அடுத்தவாட்டி வரும்போது, சொந்தமா கடை எடுத்து பிசினஸ் செய்யற அளவு வளந்திருக்கணும்."

"உங்க வாய் முகூர்த்தம் பலிக்கட்டும்க்கா."

38

வீட்டுக்கு வந்து சேர்ந்தபோது சாயங் காலமாகியிருந்தது. அலங்காரப்பொருள் இருக்கு மிடத்தில் மல்லிகை தொடுத்து அப்படியே வைக்கப் பட்டிருந்தது. பாத்திரம் எல்லாம் தேய்த்து இரவு உணவுக்கான ஏற்பாட்டை முக்கால் பாகம் முடித்திருந்தாள் அலமேலு.

"பரவாயில்லயே! வேல எல்லாம் செய்ற. இந்தா பூசணிக்கா அல்வா. ராஜி கொடுத்துவிட்டாள்."

"எனக்கு வேண்டாம் அண்ணி."

"உனக்குத்தான் பிடிக்குமே. எடுத்துக்கோ. அப்படியே முகம் கழுவிப் பொட்டு வச்சிப் பூ வச்சிக்க."

"அண்ணி! உங்களுக்குக் கோவம் இல்லையே?"

"கோவம்தான். ஆனா என்ன பண்றது?"

"நிஜமா, என் மேல எந்தத் தப்பும் இல்ல!"

"சரி. கிளம்பிப்போய் நாகசிலைக்கு விளக்குப் போட்டுட்டு வந்திடு."

அங்கிருந்து அகன்ற அலமேலுவிடம் கொஞ்சம் இரக்கம் வந்தது. எல்லாம் நல்லதுக்குத்தான் என்று தோன்றியது. ராஜி சொன்னதுபோல், அவ என்ன செய்வா? பாவம் என்றே நினைத்தாள்.

"அண்ணி! கோவிலுக்குப் போயிட்டு வரேன்."

"சரி. போயிட்டுச் சீக்கிரம் வா. அங்கிங்க வேடிக்க பாத்துட்டு, மினிக்கி நிக்காத."

சட்டென முகம் வாடிய அலமேலு, "சரி அண்ணி. இந்தாங்க உங்களுக்குப் பூ."

“இருக்கட்டும். நீதான் புதுப்பொண்ணு, நிறைய வைச்சிக்கணும்.”

“இல்லண்ணி, எனக்கு இது போதும்” என்று நீட்டிய சரத்தில், அவள் தொடுத்ததில் பாதிக்கும் மேலிருந்தது. அதில் கொஞ்சம் வெட்டி, இந்தா இதை நாகர் தலைல வச்சி, நல்லா வேண்டிக் கிட்டு வா. அண்ணன் குடும்பம் மேலேறணும், மழை மாரி பெய்யணும், காடு கழனி விளையணும்.”

“சரி அண்ணி.”

தேன்மொழி அண்ணி இவ்வளவு நாள் இந்தக் கனிவை எங்கே வைத்திருந்தாள் என்று யோசித்துக்கொண்டே நடந்தாள். அவள்மேல் தப்பில்லை. வீட்டில் அவ்வளவு வறுமை. அப்படியிருக்கும்போது கொஞ்சம் கடுமை கூடித்தான் போகுமோ.

பங்கஜம் பாட்டி இவளைக் கண்டும் காணாததுபோல, அவள் பேத்தியிடம் பேசிக்கொண்டிருந்தாள். “ஏ கோமதி, நீயும் நாகக்கோவில் வெளக்குப் போடுடி. பெரிய கார் கொண்டவன் தட்டேந்தி வீடேறுவான்.”

அடுத்த வீட்டில் நல்லது நடந்தால் பக்கத்து வீட்டில் நல்லாத்தான் புகையுது. தலைப்பின்னலைப் பின்னால் எடுத்துப் போட்டாள் “போற பவுசு பாரு. இவ அம்மா ஊர நூறு நொள்ள பேசுவா. பொண்ணு இப்படிக் கோவில் மாடு கணக்கா வளந்து ஐதி போடுது. கேடுகெட்டதுங்க. நல்ல ஜாதிக்காரங்க செய்றதா?” எனப் பாட்டி சொல்லியது காதில் விழுந்தாலும் அலமேலு கவலைப்படவில்லை. பங்கஜம் பாட்டியைப் பற்றித் தெரியும். அம்மா சாவுக்கு, ஏன் பெரிய அண்ணி சாவுக்கு இரண்டிலுமே பாட்டியின் முக்கியப் பங்கு இருக்கிறது.

அவளுக்குத் தேன்மொழி மனம் மாறியதே பெரிதா யிருந்தது. தூரத்தில் ராஜேந்திரன் வருவது போலிருந்தது. குனிந்த தலை நிமிராமல் கோவிலை அடைந்தாள்.

“இன்னிக்கி நெருப்புப் பெட்டியிருக்கா?”

“ம்.”

விறுவிறுன்னு நடந்தவள் முன்வந்து வழிமறிப்பதுபோல நின்றான். அவள் விலகி நடக்க, கூட நடக்க ஆரம்பித்தான்.

“அலமு, பேச மாட்டியா?”

“நீங்க என்னை வெளியில வச்சிப் பாக்க வராதீங்க. எதுனாலும் வீட்டில பெரியவங்க கிட்டப் பேசிக்குங்க.”

'என்ன இவ்வளவு பிகு பண்ணிக்கிறா' என்று தோன்றியது ராஜேந்திரனுக்கு. பிறகு தேன்மொழி அன்று ஆவேசமாகப் பேசியது நினைவுக்கு வந்து அப்படிப்பட்ட கட்டுப்பாடு இருக்கும் வீட்டுப் பெண் வேறெப்படியிருப்பாள் என்று சமாதானம் செய்துகொண்டான். திமிருனாலும் இந்த குடும்பத்துக்குக் கொஞ்சம்தான். ஊர்ல நல்ல குடும்பம்ன்னு பெயரெடுத்துட்டாலே இப்படித்தான் கர்வம் வந்துருமோ என்றும் நினைத்தான்.

※

லாவண்யா சுந்தரராஜன்

39

வீடு நிறைய எலுமிச்சைப் பழங்கள் குவிந்து கிடந்தன. நல்ல பெருவட்டான பழமாகப் பொறுக்கி வீட்டுக்குள் வைத்துக்கொண்டு மற்றதை எண்ணி எடுத்து மூட்டையில் கட்டிவைத்துக்கொண்டிருந்தாள் தேன்மொழி.

"அண்ணி."

ராஜேந்திரனின் குரல் கேட்டது.

"யாருக்கு யார் அண்ணி?"

"கோவிச்சிக்காதீங்க அண்ணி. எங்க வரமுறல அடுத்த வீட்டில எல்லோரும் அண்ணன் அண்ணிங்கதான்."

"அருள், அந்த நாற்காலிய எடுத்துப் போடு."

"அண்ணிக்குக் கோவம் தீரலைங்களா?"

"கோழி கோவிச்சி என்ன ஆவப்போவுது? அறுத்துப் போட்டா குழம்புல கொதிக்க வேண்டியதுதான்."

"இல்லைங்க. ஊருல உங்க பெரும எங்கம்மா அய்யாவுக்கு தெரியும். நான் சொல்லித்தான், அம்மா சொந்தமெல்லாம் கூட்டிட்டு வந்துட்டாங்க. எங்க மேலதான் தப்பு. ஒரு வார்த்த கேட்டுக்கிட்டு வந்திருக்கணும்"

". . ."

"நீங்க விசனப்பட வேண்டாம். நாங்க பரம்பரைப் பணம் படைச்சவங்க இல்ல. ஆனா குணம் அதிகம். அலமேலு என் வீட்டுக்கு வந்துட்டா, இதுவும் என் வீடுதான். கண்டிப்பா உங்க எல்லோரையும் நான் பாத்துக்குவேன்."

“இங்க எடுபடாம என்ன கிடக்கு? இருங்க, ஒரு வா காப்பி போட்டாறேன்.”

“இல்லைங்கண்ணி, எலும்பிச்சை ஜூஸ் குடுங்க. அதுவும் உப்புப் போட்டு, உங்க குணம்போல உங்க வீட்டுப் பொண்ணு குணம்போல, எங்க ரத்தத்திலும் கலக்கட்டும்.”

“நல்லாத்தான் பேசறீங்க. நாங்க வக்கத்துப் பொண்ண குடுக்குறோம்னு நினைச்சிராதீங்க.”

“அய்ய அப்படியில்ல, நாடி ஜோசியம் பாக்கப் போயிருந் தேன், அலமேலு எனக்கு ஆறு ஜென்மமா பொண்டாட்டியாம்.”

“ஏழாம் ஜென்மத்துலயும் அலுக்கலையா?”

“அய்யோ அண்ணி, நீங்க ஜோக்காகூடப் பேசுவீங்களா, அலமேலு எங்க?”

“அதானே, நம்மகிட்ட ஏதும் பேச வந்துட்டீங்களோன்னு நினச்சேன். அவ உங்க சத்தம் கேட்டதுமே மாடிக்கு ஓடிட்டா, கீழ வர மாட்டா. ஆனா, பேசறதெல்லாம் கேட்டுக்கிட்டுத்தான் இருப்பா.”

“எங்க கல்யாணம் முடிஞ்சதும் அருளக்கூட அங்க கூட்டி கிட்டுப்போய்ப் பள்ளிக்கூடத்துல சேக்கலாம்னு இருக்கேன் அண்ணி.”

கண்கள் கலங்கிவிட்டது தேன்மொழிக்கு. “காட்டுல விளைச்சல் அதிகமில்ல, அவர் ஸ்கூல்ல டெம்ப்ரவரி போஸ்ட்தான். மேனேஜ்மென்ட் வேற மோசம். ஒரு மாசம் சம்பளம் குடுப்பாங்க, ஒரு மாசம் கொடுக்க மாட்டாங்க. கொஞ்சம் கஷ்டம்தான். பிள்ளைங்கள நல்லா படிக்க வச்சா போதும்.”

“அதெல்லாம் நல்லா பண்ணிடலாம். நானே இங்க ஒரு மளிகைக்கடை வைக்கணும்னு நினைச்சிருக்கேன். அண்ணன் பாத்துப்பாங்கன்னா, நல்ல பிசினஸ் ஏற்பாடு பண்ணிடலாம் அண்ணி.”

“அதெல்லாம் வேணாமுங்க தம்பி. பிசினஸ் பண்ற அளவு நெளிவு சுளிவு அவங்ககிட்ட கிடையாது. அப்பறம் நட்டமின்னா மன வருத்தமாயிடும். அருளுக்குத்தான் ஸ்கூல் இந்த வருசத்தோட வெளியூர் போடணும். செலவு ஏகத்துக்கு ஆவும். என்ன செய்ய? மூத்தா பிள்ளைய கவனிக்காம விட்டாங்கன்னு பழி வரக் கூடாது.”

“அதெல்லாம் எந்தப் பழியும் வராது. இனிமே அருள், தனசேகர் எங்க வீட்டுப் பிள்ளைங்கதான், நான் பாத்துக்கறேன் அண்ணி.”

“அண்ணின்னு சொல்லாதீங்க தம்பி. அக்கான்னாவது கூப்பிடுங்க. முறை தவறா இருக்கு.”

“முறையில் என்ன அண்ணி இருக்கு? அண்ணி, அக்கா எல்லோருமே அம்மாவுக்குச் சமானம் எங்களுக்கு.”

மாடியில் அலமேலு கீழே நடக்கும் சம்பாஷணைகளைக் கேட்டுக்கொண்டு அமர்ந்திருந்தாள். பெரும்பாலும் தனது தனிமை நேரத்தை இங்கே கழிப்பாள். வீட்டில் அவளுக்கு அதிகம் பிடித்த இடம், அந்த அறைதான். கோடை வெயிலில் அங்கே அதிக நேரமிருக்க முடியாது.

வீட்டுக்கு வெளியே சந்தித்தால் ராஜேந்திரனுடன் எதுவும் பேச முடிவதில்லை. இப்போது அவர் வீட்டுக்கு வந்தாலும் தேன்மொழியைப் பேசவிட்டு இவள் ஓடிவந்து அந்தச் சின்ன அறையில் நாற்காலியில் இடுக்கி அமர்ந்துகொள்கிறாள். இதனை வெட்கமென்று சொல்வதைவிட இப்படிச் செய்தால் தேன்மொழி அண்ணிக்கு அவள் மேல் நல்ல மரியாதை இருக்கு மென்று நினைத்தாள். அருள் பற்றி ராஜேந்திரனுடன் பேச வேண்டும் என்று நினைத்திருந்தாள். ஆனால் அதைப் பற்றி அவனே சொன்னதும், மிகவும் பிடித்துப்போயிற்று.

“அருள்! மாமா வீட்டுக்கு இந்த எலுமிச்சம் பழத்தையும் வெண்டைக்காயையும் குடுத்துட்டு வா.”

“ஏன் அண்ணி? நானே எடுத்துட்டுப் போறேன். சரி, கூட வரட்டும். நான் கிளம்பறேன்.”

“ஏ அலமேலு! இங்க வந்துட்டுப் போ. கொஞ்சம் வேல இருக்கு பாரு. மாடில என்ன பண்ற?”

அலமேலு கீழே இறங்கிவந்தாள். ராஜேந்திரன், “எனக்கு இன்னும் ஒரு மாசம்தான் லீவு. அதுக்குள்ள கல்யாணம் முடிச்சிடணும். தோது படுமான்னு அண்ணன்கிட்ட கேட்டுச் சொல்லுங்க அண்ணி.”

“கையில எதுவும் இருக்கறது கஷ்டம்தான் தம்பி. அம்மா வீட்டில கேட்டுப் பாக்கறேன். கொஞ்சம் கடன உடன வாங்கி, எதுவும் பண்ணிடலாம். மாமியார் போட்ட நகை, என் ஜிமிக்கி, கைவளையல் எல்லாம் சேத்தா 25 பவுன் வரும். அவ்வளவுதான் தம்பி, எங்களால முடியும்.”

"அட! நீங்க வேற அண்ணி! நீங்க பொண்ண கட்டுன புடவையோட அனுப்பினா போதும். செலவெல்லாம் கவலப்பட வேண்டாம் எங்க முறைல பையன் வீட்லதான் கல்யாணம் பண்ணுவோம். நீங்க விருந்துக்கு வந்தமா, சாப்பிட்டமான்னு இருந்தா போதும். நீங்க சம்மதம் சொன்னதே பெரிய சீதனம் எனக்கு."

"அப்படி வெறும் கையோடு பொண்ண அனுப்ப முடியுமா? நாங்களும் முறை செய்யணும். எங்க சனங்க என்ன சொல்லுவாங்க?"

"சரி கிளம்பறேன்" என்று அலமேலுவைப் பார்த்துத் தலையாட்டினான். அவளும் மெல்லப் புன்னகைத்து, "வாங்க" என்றாள்.

"பாரேன். கிளம்பல இன்னும். அதுக்குள்ள மறுபடி வாங்கன்னு சொல்றா."

"போங்கண்ணி."

அலமேலுவுக்குத் தன்னுடைய நகையைப் போட்டு அனுப்பணும் என்று சொன்ன நேரத்திலேயே ராஜேந்திரனுக்கு தேன்மொழியின் மீது மரியாதை கூடிப்போனது. என்னதான் அலமேலுவைப் பிடித்திருந்தாலும், பெண் பார்க்க வந்த அன்று தேன்மொழி ஆங்காரமாய் இருந்ததைப் பார்த்தால் விரைவில் சமாதானம் ஆக மாட்டாள் என்று நினைத்திருந்தான் ராஜேந்திரன். தேன்மொழியின் கண்ணீர் அவனை என்னவோ செய்தது. விவசாயத்தில் என்ன வருமானம் வந்துவிடும். சிரமம் தானே? நான்தான் நல்லா சம்பாதிக்கிறேனே. இனி இவர்களுக்கு அதிகம் கஷ்டமில்லாமல் பார்த்துக்கொள்ள வேண்டுமென்று நினைத்தான்.

✤

லாவண்யா சுந்தரராஜன்

40

அலுவலகத்தில் யாரோ சொன்னார்கள் என்று நாட்டு வைத்தியரிடம் அவளைக் கூட்டிக் கொண்டு போனான் துரை. சண்டிகரைத் தாண்டி ஒரு பழைய கிராமம். சிறு சிறு தெருக்கள். அங்கேயே காய்கறி, மாமிசக் கடை, பழக்கடை, மதுபானக் கடை என்று எல்லாம் ஒழுங்குமுறையின்றி இருந்தது. பழைய காசி நகர். திறந்த சாக்கடைகள், அதில் உழலும் பன்றிகள், கொசு என்று சுகாதாரமே இல்லாத இடத்தில் அந்த மருத்துவமனை இருந்தது.

அவர்கள் வாழும் நகரம் புதிதாக நிர்மாணிக்கப் பட்டது. ஹரியானா அர்பன் டெவெலப்மெண்ட் அத்தாரிட்டியால் திட்டமிடப்பட்டது. செக்டார் களாகப் பிரிக்கப்பட்டு மனைகள் ஒதுக்கப்பட் டிருந்தன. ஒவ்வொரு செக்டாருக்கும் தனித்தனியே மார்க்கெட் பகுதி இருக்கும். அங்கு மட்டுமே வர்த்தகம் நடக்க வேண்டும் என்ற கட்டுப்பாடு இருந்தது. வாழ்விடங்களில் கடைகள் எதுவு மிருக்காது. சாலைகள் மிக அகலமாக இருக்கும். ஆங்காங்கே பூங்காக்கள் இருக்கும். கோவிலுக்கும் குறிப்பிட்ட இடம் ஒதுக்கப்பட்டிருக்கும். தண்ணீர் வசதி இருபத்து நான்கு மணிநேரமும் இருக்கும். பாதாளச் சாக்கடைத் திட்டமும் இருந்தது. அப்படிப்பட்ட இடத்திலேயே வாழ்ந்துவந்த நந்தினிக்கு இந்த இடம் வித்தியாசமாக இருந்தது.

"என்னங்க, நம்ம ஊர் போலவே ஒரே களேபரமா இருக்கு. இங்கெல்லாம் இப்படி இடமிருக்காதுன்னு நினச்சேன். எல்லாமே நம்ம செக்டார்கள் போலவே நல்லா இருக்கும்னு நினச்சேன்."

"நம்மளூதும் இப்படிக் கிராமமாயிருந்தது. ஆனா நல்லா திட்டம் போட்டுப் புதுசா நகரத்தை

உருவாக்கியிருக்காங்க. நம்ம ஊர்ல இதெல்லாம் நினச்சாகூட நடக்காது.”

“இந்த இடத்தில மருத்துவம் பாத்தா வியாதிதான் வரும்.”

“ஆமா நந்தினி, கொசு மட்டும் கடிக்காம பாத்துக்கோ. இப்போ ரீசென்டா டெங்குக் காய்ச்சல் பரவிட்டிருக்காம். இந்த ஊருக்கு வந்த அப்பறம்தான் டெங்குக் காய்ச்சல்னு ஒன்னு வரும்னே எனக்குத் தெரியும். நம்ம ஊர்ல அடுப்படிக்குப் பக்கத்துலயே மாடு கட்டியிருப்பாங்க. அங்கேயே சாணி போடும். அங்கே இருக்கற ஈ, அடுப்பங்கரையில் மொய்க்கும். இருந்தாலும் ஒரு வியாதியும் வராது. ஆனா இங்க எல்லாம் அப்படி இல்ல. கவனமா இருக்கணும்.”

அந்த மருத்துவர் நடுத்தர வயதைக் கடந்தவர்போலிருந்தார். அவர் மருத்துவ முறை மிகவும் வித்தியாசமாக இருந்தது. என்ன முறை என்று பெயரிடப்படாத மருத்துவ முறை. மாதச் சுழற்சியைச் சரியாக்க அவரிடம் சில வாரம் ஊசி போட வேண்டும் என்றார். கருப்பை, சினைப்பை போன்றவற்றை வரைந்து காட்டி விளக்கம் சொன்னார். அவர் போடும் ஊசி என்ன செய்யும் என்றும் விளக்கினார். அப்படிப் பேசியதே துரைக்கு மிகவும் பிடித்துப்போனது. நந்தினிக்கும் தன் பிரச்சினையை இவர் சரிசெய்வார் என்ற நம்பிக்கை வந்தது.

நந்தினியைப் பரிசோதனைக்கு அழைத்து, திரையிடப் பட்ட மேடைமேல் படுத்துக்கொள்ளச் சொன்னார். தற்போ தெல்லாம் நந்தினி புடவை அணிந்து மருத்துவமனைக்குச் செல்வதை வழக்கமாகக் கொண்டிருந்தாள். இவர் ஆண் மருத்துவர் ஆயிற்றே என்று தயங்கிக்கொண்டிருக்கும்போது, ஆடையை அகற்றச் சொன்னார். மிகவும் தர்மசங்கடத்தோடு புடவையை மேலே உயர்த்தினாள்.

அவளது இடையின் இடைப்பட்ட பாகத்தில் தன் விரல் நுனியால் தடவிக் கொடுத்தார். கைகளில் கிளவுஸ் அணிய வில்லை. நந்தினியால் கொஞ்சம்கூடப் பொறுத்துக்கொள்ள முடியவில்லை. அவர் மேலும்மேலும் தடவிக்கொண்டே, “இது உங்களுடைய சிஸ்டத்தைச் செயல்படுத்தத் தேவைப்படும் சிகிச்சை, கொஞ்சம் ஒத்துழைக்க வேண்டும்” என்றார். கொஞ்ச நேரம்வரை மரக்கட்டை போலிருந்தவள், கிட்டத்தட்ட இருபது நிமிடத்தில் அவர் மோவாய் ஒழுகுவதைக் கவனித்தாள். அவளுக்கு ஒன்றுமே நேரவில்லை.

“வெளியே வந்த அவர், உங்கள் மனைவிக்குச் சிஸ்டம் மெதுவாகச் செயல்படுகிறது. அதைச் சரிசெய்ய வேண்டும்.

சிகிச்சைக்கு ரெஸ்பாண்ட் செய்யவில்லை. அடிக்கடி வர வேண்டி யிருக்கும்" என்று சொன்னார்.

ஊசி போடப்போனவரைக் கொஞ்சம் காத்திருக்கச் சொன்னான்.

"நான் ஊசி வாங்கிட்டு வந்துடறேன்" என்றான்.

"இது நான் நல்லா ஸ்டெரிலைஸ் பண்ணித்தான் வைச்சிருக்கேன்."

"இல்லை, பரவாயில்லை. நான் வாங்கிட்டு வரேன்" என்று சொல்லிவிட்டு, துரை டிஸ்போசல் ஊசி வாங்கப்போனான்.

நந்தினியால் அங்கே அமர்ந்திருக்க முடியவில்லை. புரிந்து கொண்ட டாக்டர், "குழந்த நீ என்னோட மகள்போல. சங்கடப் படாதே" என்றார். அவர் செய்தது நிஜமான மருத்துவ முறையா, இல்லை வேறு எண்ணமா என்று கண நேரம் தோன்றியது.

உணவுமுறை கேட்டுக்கொண்டு, "புளிப்பு கொஞ்சமும் இல்லாமல் பத்தியச் சமையல் சாப்பிட வேண்டும்" என்றதும், நந்தினிக்குப் புளி போடாமல் என்ன சமைப்பது என்ற கவலையும் சேர்ந்துகொண்டது. வெல்லம்கூட அறவே கூடாது என்றும் சொன்னார். கரும்பு உண்ணக் கூடாது என்றும் சொன்னார். மேலும் பல உணவுக் கட்டுப்பாடுகளைச் சொன்னார். அந்த ராம நவமிக்குப் பானகம் இல்லாமல் நீர்மோர்மட்டும் வைத்து வணங்கத் திட்டமிட்டுக்கொண்டாள்.

"எனக்கு இப்படி ஆம்பிளை டாக்டர்கிட்டக் காட்டிக்கிறது ரொம்பக் கஷ்டமாயிருக்கு."

"இதுல என்ன இருக்கு நந்தினி? டாக்டர் எல்லாம் கடவுள் போல. இதுக்குப் போய் யாரும் கவலைப்படுவாங்களா?"

"கடவுள்னாகூட நான் எப்படி இது மாதிரி..." முடிக்க வில்லை; அழுகை முட்டியது.

"உன்னோட பீரியட் பிராப்ளம் சரியாயிடுச்சின்னா எனக்கும் குணமானதும் சரியா இருக்கும்ன்னு நினச்சேன். இனி போக வேண்டாம்."

"வேணாம்ன்னு முடிவெடுக்க முடியல. குழந்தைக்காகன்னு யோசிக்க வேண்டியிருக்கு."

"எனக்கும் இந்த டாக்டர்கிட்ட நம்பிக்கையில்ல நந்தினி. என்னோட பிரச்சனை டிஸ்கஸ் பண்ணேன். ஸ்பேர்ம் கவுண்ட் ஜீரோவா இருக்க வாய்ப்பே இல்லைங்கிறார். இனி போக வேணாம் விடு."

காயாம்பூ

கொஞ்சம் மனம் சமாதானமாகியிருந்தது. அந்த டாக்டரிடம் போக வேண்டாமென்று முடிவெடுத்தாலும் கொஞ்சநாள் புளிப்பில்லாமல் உணவுமுறைகள் கடைப்பிடித்தாள். அப்படி விரதம் போலிருந்தால் ஒருவேளை மாதச்சுழற்சி சரியாகுமா என யோசித்தாள். ஒன்றுமே சாப்பிடப் பிடிக்கவில்லை. துரை எப்போதுமே எந்த உணவையும் சுவை சரியில்லை என்று ஒதுக்கியதில்லை. நந்தினி சாப்பாடு குறைந்து, மேலும் இளைத்துப் போனாள். புளிப்பு வேண்டாமென்றபோது சாப்பிடப் பிடிக்க வில்லை என்றவள், பின் உப்புக்கூடப் போடாது சாப்பிட வேண்டி யிருக்குமென நினைக்கவில்லை.

✤

41

குலக்கொடியம்மன் கோவில் கொளக்குடி அருகில் இருந்தது. அது அமைதியான வனப் பகுதி. அங்கே சிறிய ஏரியும் சுற்றிப் பசும் வயல்களும் இருந்தன. ஊர் கூப்பிடு தொலைவில் இருந்தது. அமைதியான அந்தக் கோவில், மேற்கூரை இல்லாத சிறுகோவில். அம்மன் உள்ள கர்ப்பக்கிரகத்துப் பிரகாரம் மட்டும் தகரத்தில் வேயப்பட்டிருந்தது. அதிலும் சிறிய அளவில் இடைவெளியிருந்தது. அது சூரிய ஒளி முகத்தில் விழும் கோணத்தில் இருந்தது. கருங்கல்லில் திருத்தமாக வடிக்கப்பட்ட சிலையின் முகம் சூரிய ஒளியில் தகதகத்து ஜொலித்தது. அதிகம் அலங்காரம் செய்யாமல் சிவப்புப் பட்டுடுத்தி இடக்கையில் கரும்பை ஆயுதம்போல் ஏந்தி அருள் பாலித்துக்கொண்டிருந்தாள்.

“இப்படித் திறந்தவெளியில இருக்கிற அம்மன் கோவில இப்பதான் முத முற பாக்கறேன்” என்றான் ராஜேந்திரன்.

“இந்த அம்மன் சமயபுரத்து அம்மன் மாதிரி. உக்கிர ஆத்தா. அதுதான் எவ்வளவு முறை கூர எடுத்தாலும் கூர இடிஞ்சி இடிஞ்சிப் போச்சு. ஒரு தடவ பக்தன் ஒருத்தன் ஆத்தாவப் பாத்து, இப்படி வெயிலும் மழையும் உன்மேல விழறதப் பொறுக்க முடியல, கூர கட்டவிடு, இல்ல இங்கேயே நாண்டுக்குவேன்னு சொல்லி, அம்மன் காலைக் கட்டிப்போட்டானாம். ராஜேந்திரன், பூசாரி சொன்ன இடத்தில் பார்த்தான். அம்மனின் கால் கட்டுண்டிருந்தது. கால்கட்டு இருக்கறதாலயும், கையில் கரும்பு வைச்சிருக்கறதாலயும் கல்யாண காமாட்சியம்மன்னும் சொல்லுவாங்க. கால்கட்டு போட்ட பக்தன் தகரத்துல கூரயைப் போட மேல ஏறி இருக்கான். கூரய இழுத்துக் கட்டக் கட்ட

ஒரு அங்குலம் குறைவாவே இருந்துச்சு. என்னடா, எவ்வளவு நாள் கட்டினாலும், இப்படியே இந்த ஒரு அங்குலத்த மட்டும் கட்டவே முடியலையேன்னு, அவனுக்கு மனக்குற இருந்துச்சாம். அது அசுரனோட வேலன்னு ஆத்தாக்குத் தெரியுது, பக்தனுக்குத் தெரியல."

"கனவுல ஆத்தா வந்து, கால் கட்ட அவுத்துவிடு. அப்பத்தான் கூர கட்ட முடியும்னு சொல்லியிருக்கா. ஆனா அசுரகணம் வந்து, ஆத்தா கால்கட்டை அவுக்கவிட்டா, பெரிய சக்தியாகி எல்லை மீறிடுவான்னு, கால்கட்டை அவுக்க வந்தவனை மயக்க மோகினிய அனுப்பினான். அவனும் இந்த அங்குல தகரத்தைக் கட்டிட்டு, உன் கட்ட அவுக்கிறேன்னு சொல்லி மேல ஏறியிருக்கான். அப்ப பாத்தா, மோகினி சாடை காட்டிக் கூப்பிடுது. அம்மன் அவனுக்குச் சக்தி கொடுக்க, அவனோட கண்ணால மோகினியோட பின்பக்கத்த பாக்க முடிஞ்சது. பின்பக்கம் அசுரனா தெரிஞ்சிது. அதைப் பார்த்ததும் கீழே குதிச்சி ஆத்தா கட்டை வேகமா அவுக்கப் போக, கட்டு வேகமா கழன்று வந்துச்சி, ஆனா முழுசா முடியல. அதுக்குள்ள மோகினி அவன் கண்ணைக் கட்டிடுச்சி. அவனுக்கு முழுசா அவுத்துட்டது போலிருந்தது. வெளிய போனவன, அந்த மோகினி அடிச்சிப் போட்டுடுச்சி. கால்கட்டு கொஞ்சம் மீதியிருக்க, ஆத்தா பக்தன காப்பாத்த முடியாதவளாயிட்டா. அதுக்கப்பறம் தகரக்கூர அப்படியே நிக்கிது. அதுக்கும்மேல என்னதான் எடுத்துக் கட்டினாலும் கோவில் நிக்கறதில்லை இடிஞ்சி இடிஞ்சி விழுந்துடுது. ஆத்தாவால வெளில வர முடியாது. அதான் இந்தக் கோவில் உள்கர்ப்பக்கிரகம்வரை எல்லாரும் வரலாம். ஆனா ரொம்ப சக்தி வாய்ந்தவ. சகலமும் கொடுக்கும் தேவகன்னிக" கதையைச் சொல்லிக்கொண்டே பூசாரி, கோவிலைச் சுத்தம் செய்துகொண்டிருந்தார். அவர் கை பரபரப்புக்குக் கோவில் இடம் போதவில்லை. அப்படியே பொங்கல் வைக்கப் பாத்திரங் களை எடுத்துக்கொடுத்துக்கொண்டிருந்தார்.

"இந்தக் கத கேட்டுக் கேட்டு, எங்களுக்கு அலுத்துப்போச்சு. நீங்க புதுசா மாட்டிக்கிட்டீங்க" என்றான் அருள்.

அதற்குள் பொங்கல்வைக்கத் தயார்செய்த நிலையில், "அலமேலு, வந்து அரிசியப் போடு" என்று அழைத்தாள் தேன்மொழி. ராஜி காய்கறிகளை அரிந்துகொண்டிருந்தாள். அலமேலுவின் நிச்சயத்துக்கு வந்திருந்த நந்தினி தேங்காய் துருவிக் கொண்டிருந்தாள். ஹரியின் பெண் கண்மணி கையை நீட்டி, "அத்த தேங்காய்" என்று கேட்க, "சாமி பொங்கல் செல்லம், பூஜை பண்ணிட்டுத் தரேன்" என்றாள். யாருக்கும் தெரியாமல் ஹரி அவ்வப்போது நந்தினியை பார்த்துக்கொண்டிருந்தான்.

“மாப்பிள, இங்க வாங்க. இந்த எலுமிச்சைப் பழத்தை எல்லாம் எடுத்து ஒவ்வொரு வேலா குத்திட்டு வாங்க. அருள், தனா இரண்டுபேரும் மாமாவுக்கு உதவுங்க” என்று உத்தரவு போட்டாள் தேன்மொழி.

“இந்த ஆட்டுத் தாடிய மட்டும் எடுத்துட்டு வந்திருக்கலாம். கல்யாணத்துக்காவது எடுத்துடுங்க.”

“ஆமாண்ணி. இவரப் பாக்கும்போது காதர் கடையில பெரிசா வளந்து நிக்குமே கிடா, அதப் பாக்கற மாதிரியே இருக்கு.”

“அப்பாடா! என் பொண்டாட்டி என்னைப் பார்க்கக்கூடச் செய்வான்னு இன்னிக்கித்தான் தெரிஞ்சது.”

“விட்டா காதர் கடை ஆட்டை வெட்டற மாதிரி ஒரே போடா போட்டுத் தள்ளிருவா. ஜாக்கிரத, புது மாப்பிள சார்” என்றாள் நந்தினி.

பொங்கலிட்டுப் படையலுக்குத் தயாரானதும் கோவில் முழுதும் மண் அகல் விளக்குகளை எடுத்து ஏற்றச் சொன்னாள். “மாப்பிள! நீங்க எண்ணெய் ஊத்துங்க, அலமு திரி போட்டுத் தீபம் ஏத்துவா, குடி விளங்கணும்” என்று சொன்னாள்.

தீப ஆராதனை முடிந்த கையோடு கொண்டுவந்திருந்த மோதிரத்தை, அம்மன் மடியில் வைத்து அவள் முன்னிலையில் அலமேலு கைப்பற்றி அணிவித்தான் ராஜேந்திரன். ராமசாமிக்குக் கண் கலங்கியது. பூசாரி, ஒருபடி மேலே போய், அம்மன் கழுத்தி லிருந்த இரண்டு மாலையை எடுத்து, ஒன்றை அலமேலுவிடம் கொடுத்து ராஜேந்திரனுக்குப் போடச் சொன்னார். தயங்கித் தேன்மொழியைப் பார்த்தவளை, “ம்ம்… போடு. இன்னும் பத்து நாள்ல போடப் போறதுதானே” என்றாள் தேன்மொழி.

“அதானே” என்றாள் நந்தினி. மாலை கழுத்தில் விழுந்ததும் சிலிர்த்துப்போனான் ராஜேந்திரன். எல்லாரும் பூ சொரிந்து ஆசீர்வாதம் செய்ய, ஹரி எறிந்த பூ உதிரிகள், அலமேலு அருகிலிருந்த நந்தினி மேலும் விழுந்தன. அவள் தலைமேல் விழுந்த பூக்களையும் அட்சதையையும் நந்தினியின் இடுப்பி லிருந்த கண்மணி தட்டிவிட்டுக்கொண்டிருந்தாள்.

※

42

மகேந்திரபுரம் காந்திநகரில் பிரபு மாமா வீட்டுக் கிரகப் பிரவேசத்துக்கு வந்திருந்தாள் நந்தினி. காந்திநகர் மிகவும் மாறிவிட்டது. சின்னச் சின்ன பங்களா நிறைய வந்திருந்தது. அய்யம் பாளையம் தெரு வழியாகச் சிந்தாமணி தெரு போகும் குறுக்குப்பாதை சந்தும் அதை ஒட்டிய பெரிய காலி நிலமும் வீடாகியிருந்தன. ஆல்வா ஆஸ்பத்திரிக்குப் போக வேண்டும் என்றால்கூட மெயின் ரோட்டுக்கு வந்து சுற்றித்தான் போக வேண்டும். வீட்டுக்குப் பின்னாலிருந்த ஆண்கள் மேல்நிலைப்பள்ளியில் சுற்றுச் சுவர் எழுப்பியதால் காந்தி நகர் வழியாக, அற்பனோத்து ஸ்கூல் செல்லும் குறுக்கு வழியும் அடைபட்டிருந்தது. பெரிய பெரிய கடைகள்கூட வந்திருந்தன.

மாமா வீட்டில் மிகப்பெரிய அளவு காம்பவுண்ட் சுவர் கட்டப்பட்டிருந்தது. வீட்டைச் சுற்றி இடம்விட்டிருந்தார்கள். மாமா வாஸ்து பார்த்து பெரிய அளவில் கட்டியிருந்தார். தோட்டத் துக்கு இடம் விட்டிருந்தார்கள். சின்னச் சின்னச் செடிகள் இருந்தன. மாவிலைத் தோரணத்துடன் பெரிய கோலம் வரவேற்றது. இவர்கள் போய்ச் சேர்ந்த நேரம் பூர்ணாகுதி[1] நடந்துகொண்டிருந்தது.

"ஏன் லேட்டு? நல்லவேளை! பூர்ணாகுதிக் குள்ள வந்துட்டீங்க" என்றாள் மாமி.

"எல்லோரும் சாப்பிடப் போங்க."

சாப்பிட்டு வெற்றிலைபோட்டுக்கொண்டு வந்ததும் அம்மாவுக்குப் புடவை, தாம்பூலம் கொடுத்தாள் மாமி.

---

1. பூர்ணாகுதி: யாக முடிவுறல் – யாக பொருட்களோடு முழு தேங்காய் பட்டுத்துணியில் கட்டி அக்னியில் இடுதல்

“சீக்கிரம் நல்ல சேதி சொல்லு நந்து” என்று அவளுக்கும் தாம்பூலம் கொடுத்தாள்.

“பிரபு பொண்டாட்டிக்குப் பதிமூணு வருஷமா குழந்தையில்லாம இருந்தது. ஆரா வளைகாப்புல துணைப் பொண்ணா உட்கார வைக்கவே கூட்டிட்டு வந்தாங்க. அப்படி உட்கார்ந்து வளையல் போட்டுக் கட்டுச்சாதம் சாப்பிட்டா. அடுத்த வருஷமே அவளுக்குக் கட்டுச் சாதம் கட்டினாங்க” வீட்டுக்கு வந்ததும் வராததுமாய் அம்மா சொன்னாள்.

“அம்மா எல்லோரும் ஏதோ ஒருவிதத்தில இந்த விஷயத்த நினைவுபடுத்திட்டே இருக்காங்க. நீங்களுமா?”

“உனக்கும் ஒரு வளைகாப்பு நடத்திக் காலாகாலத்தில் உன் பிள்ளைப்பேறப் பாக்க வேண்டாமா? எனக்கும் வயசாகுது இல்லையா? பிள்ளைய எப்படிப் பாப்பேன்?”

“அம்மா ஆ ஆ...”

❍

அந்த வருடக் கோடை விடுமுறைக்கு ஊருக்கு வந்திருந்தார்கள். தேவி வீட்டுக்குச் சென்றார்கள் நந்தினியும் துரையும். அது கொஞ்சம் வளர்ச்சியடைந்த கிராமம். கிராமத்து மாரியம்மன் கோவில் திருவிழாவின் கடைசிநாள். மஞ்சள்நீர் விழா. வீடு முழுதும் சொந்தங்களும் குழந்தைகளுமாய்க் கலகலவென்று இருந்தது.

ஓடியாடி வேலை பார்த்துக்கொண்டிருந்தாள் தேவி. அவள் அளவுக்கு வீட்டு வேலை பார்க்க நந்தினியால் ஆகாது. குழந்தைகளை மேய்ப்பதை வேலையாக எடுத்துக்கொண்டாள். வெந்நீர் காய்ச்சி ஐந்துமுதல் பத்துவயதுவரை இருந்த எல்லாக் குழந்தைகளையும் குளிக்கவைத்து, உடையுடுத்தி அலங்காரம் செய்து உணவு தந்து என இயன்ற வேலைகளைச் செய்தாள்.

ஒரு மனை அளவு நிலத்தில் கட்டப்பட்ட வீடு. முன்பக்கமும் வாசல். பின்கட்டில் வேலையெல்லாம் முடித்துவிட்டு ஓய்வாக அமர்ந்ததும் மருதாணிக் கிண்ணியைத் தூக்கிக்கொண்டு வந்தாள் ஐஸ்வர்யா. நந்தினி அழகாக மருதாணி இடுவாள் என்று சொல்வாளாம் அவள். ‘நீ மொந்த மொந்தயா வச்சி வுடற. அத்தை அழகா, சின்னதா, மெல்லிசா வைப்பாங்க. சூப்பரா டிசைன் எல்லாம் போடுவாங்க’ன்னு சொல்லுவாளாம்.

“இப்படி எவ்ளோ நாள் இருக்கப்போறீங்க? உங்க கல்யாணத்துக்கு அப்பறம் நாலு வருஷம் கழிச்சி மதி ஓர்ப்படிக்குப் பொறந்த மாலாவுக்கு ஏழு வயசாகுது.”

"நான் வேண்டாம்னு இருக்கேன்னு நினைக்கிறீங்களா அண்ணி?"

"அப்படிச் சொல்லலை. வயசானதுக்கப்பறம் உங்களைப் பார்த்துக்க ஆள் வேண்டாமா?"

வயசான எல்லா அம்மா அப்பாவையும் அவங்கவங்க பிள்ளைகளா பாத்துக்கிறாங்க? வேலைக்குன்னு வெளிநாடு போயிட்ட பிள்ளைங்களோட அம்மா, அப்பா என்ன செய்யறாங்க? அவங்கள யார் பாக்கறா? வாயில கொடுக்கிருக்கு. தனக்குப் பிள்ள இருக்குன்னு இவங்களுக்குகெல்லாம் எவ்வளவு வாய்க்கு வெளிய நாக்கு நீளமாகுது?

"எனக்கு பிள்ள இல்லங்கிற கவல என்னை விட யாருக்கு அதிகமாயிருக்க முடியும்?"

அதன் பிறகு ஒருநாளும் தேவி குழந்தையைப் பற்றிப் பேசுவதில்லை.

※

43

வீட்டில் சாயங்காலக் காப்பிக் கடையைப் பார்த்துக்கொண்டே, "நாளைக்கு மண்டபம் போயிடணும். இன்னும் உறவுக்காரங்க யாருமே வர்ல. கல்யாண வீடு மாதிரியா இருக்கு?" என்றாள் தேன்மொழி.

"கவலப்படாதீங்க அண்ணி, வருவாங்க."

"இதுக்குத்தான் யோசிச்சேன். இதெல்லாம் ஏத்துக்க மாட்டாங்க."

"யாரும் ஏத்துக்கலன்னாலும் பரவாயில்ல. மாப்பிள்ள எவ்வளவு நல்லவரா இருக்காரு!"

"அதெல்லாம் சரிதான். முகூர்த்தக் கால் நடக்கூட மூணு சுமங்கலிங்க நம்ம பக்கத்துல இல்ல பாரு. நிச்சயத்துக்கு வந்த நந்தினிய நிக்கச் சொன்னா, லீவ் இல்ல, ட்ரீட்மெண்ட்னு என்னவோ காரணம் சொல்லிட்டு ஓடிட்டா."

"அத்தை பேசறதேயில்ல அண்ணி. நந்தினியத் திட்டினாங்கன்னு நினைக்கிறேன். அவளுக்கு என் கல்யாணத்துக்கு இருக்கணும்னு ரொம்ப ஆச. நந்தினி அடிக்கடி சொல்லுவா, என்னோட முதல் ஃப்ரண்ட் நீதான்னு."

"அவளுக்கு நிஜமாவே ட்ரீட்மெண்ட்னு மாப்பிள கூட போன்பண்ணிச் சொன்னார்" என்றான் ராமசாமி.

தனசேகர் எங்கோ விழுந்து பல்லில் அடிபட்டு வந்து நின்றான். பால்பல்தான் உடைந்துவிட்டிருந்தது. நெத்தியில் வெட்டுப்போல் அடிபட்டு ரத்தம் கொட்டிக்கொண்டிருந்தது. உப்பை எடுத்து அழுத்தி உடனடியாக அருகிலிருந்த ஆஸ்பத்திரிக்குத்

தூக்கிக்கொண்டு ஓடினாள் தேன்மொழி. வீட்டிலிருந்து காரெடுத்துக்கொண்டு ராஜேந்திரன் வந்துவிட்டான். பெரிதாக ஒன்றும் பிரச்சினையில்லை என்று சொல்லி ஒரு டெட்டனஸ் ஊசி போட்டு மாத்திரை கொடுத்தனுப்பிவிட்டார் டாக்டர். நெற்றியில் இரண்டு தையல். தனசேகர் பயத்தில் தேன்மொழியை விட்டு அகலாதிருந்தான்.

"எனக்கு என்னவோ பயமா இருக்கு; அபசகுனம்போல் தோணுது."

"குழந்தை விளையாட்டுல விழுந்ததுக்கு ஏன் இப்படிப் பதறணும்? நல்ல காரியத்துல கண்திருஷ்டி கழிஞ்சதுபோலத் தான் இது."

அருள் பயந்தபடி வந்தான். "நான் பார்த்துட்டேதான் இருந்தேன் சித்தி. பக்கத்துவீட்டுக் கோமதிப் பிசாசு ஓடிவந்து வேணும்னே தனாவ தள்ளிவுட்டு ஓடிட்டா. சாக்கடையில விழுந்துட்டான். நான் போய் அவளை நல்லா திட்டிட்டு வந்துட் டேன். வர்ற கோவத்துக்கு அவளை நல்லா அடிச்சிருக்கணும்."

"சரி ராஜி, நீ போய் அலமுவச் சமாதானம் செய். தோட்டத் தில் பூப்பூத்திருக்கும். அவளைப் பறிச்சிக் கட்டச் சொல்லு."

மேலே சென்று பார்த்தபோது தேன்மொழி சொன்னது போலவே அலமேலு அழுதுகொண்டிருந்தாள். அவளைப் புடவை மாற்றச் சொல்லித் தலைவாரிவிட்டாள் ராஜி.

"எதுக்கு அழற அலமு, என்ன பயம்?"

"என்னவோபோல இருக்குக்கா, என்ன பயம்னு தெரியல. தனா வேற அடிபட்டுட்டான். அண்ணி அபசகுனமா இருக்கேன்னு சொல்றாங்க."

"அதெல்லாம் ஒண்ணுமில்ல. அது மட்டும்தான் பயமா?"

"இல்லக்கா, அவங்க வேற ஜாதி, அவங்க வழக்கம் என்னன்னு தெரியல. அங்க போய் எப்படி வாழறதுன்னு தெரியல."

"நீதான் குவைத் போயிடுவியே."

"தெர்லக்கா. நாலுநாளைக்கு முன்னதான் பாஸ்போர்ட் அப்ளை பண்ணோம். விசா எடுக்க எப்படியும் ஒரு வருஷம்கூட ஆயிடலாம்னாரு."

"அதுவரை எங்க இருப்ப?"

"அதுதான் தெரியல. ரொம்பப் பயமாயிருக்கு. அவர் இரண்டு மாசத்துக்கு ஒருக்கா வரேன்னு சொல்லியிருக்காரு."

"சரி, கல்யாணம் நடக்கட்டும். பேசிக்கலாம்."

"கல்யாணத்துக்கு வேற யாருமே வர மாட்டாங்களோன்னு இருக்கு. நாங்க என்னக்கா பண்ணோம்?"

"அலமேலு, கீழபோய்ப் பூப் பறிச்சித் தொடுக்கற வேலய மட்டும் பாரு. உன் கல்யாணம். சந்தோஷமா இரு. கண்டத நெனச்சி என்ன ஆகப் போவுது?"

"சரிக்கா, வாங்க. அப்படியே நாகர் சிலைக்கு வெளக்குப் போட்டுட்டு வந்திடலாம்."

"கல்யாணத்தைத் தொடங்கி வச்சவர்க்கு ஐஸ் வைக்கப் போறியோ?"

"போங்கக்கா" என்று வெட்கப்பட்டு ஓடினாள். "வெட்கத்தப் பாரு" என்று சொல்லும் அந்நொடியில் அலமேலு வுக்குக் காலில் அடிபட்டது. முட்டியில் பலத்த அடி. "ஏன் பாத்துப் போகக் கூடாதா?" என்று கடிந்துகொண்டாள் ராஜி.

அப்படியே மடிந்து உட்கார்ந்து வலி தாளாமல் அழத் தொடங்கினாள் அலமேலு. ராமசாமி கவலைப்பட வேண்டா மென்று சொன்னான்.

பூக்களைப் பறிக்க அருளை அனுப்பிவிட்டு, "அண்ணி கொஞ்சம் சுத்திப் போடுங்க. இவளுக்கும் தனசேகர், அருளுக்கும் கூட" என்றாள் ராஜி.

※

44

துறையூர் பாலக்கரை அருகே வாலிஸ்புரம் போகும் வழியில் அமைந்திருந்தது எம்.எஸ்.வி. மஹால். நாளை திருமணம். இன்று எங்க வழக்கப் படி பெண் அழைப்பு என்று ராஜேந்திரன் வீட்டில் சொல்லியிருந்தார்கள். ராஜி மட்டும் துணைக்கு வர வீட்டிலிருந்து கிளம்பியபோது அலமேலு வுக்கு மனம் கொஞ்சம் கலங்கியது. மண்டபத்தை வந்தடைந்ததும் அருகிலிருந்த சிவன் கோவிலில் மாலை நேரப் பூஜைக்கு மணி ஒலித்தது. அது மிகச் சிறந்த சகுனமாகப் பட்டது. அதைக் கேட்டதும் அலமேலுவுக்கு மனம் ஆசுவாசமானது.

மண்டபம் பிரமாண்டமாயிருந்தது. கூடவே சிறந்த அலங்காரத்தோடும் இருந்தது. ஆனால் அருகிலேயே இருந்த பிரபல சினிமா கொட்டகை யிலிருந்து வசனம் மண்டபத்தின் உள்ளறை வரை கேட்டுக்கொண்டிருந்தது. சிறுநகரத்துக்கான எல்லா அடையாளங்களோடும் இருந்த துறையூ ரின் அந்தப் பகுதி, மிக வித்தியாசமாயிருந்தது. மருந்துக்கும் மரங்கள் எதுவும் இல்லை. அந்த இடம் பெரிய கடைத்தெரு இல்லை. ஆனாலும் சிறிய கடைகள் அந்தப் பகுதியில் ஏராளம் இருந்தன. ஆங்காங்கே குடியிருப்புகள் இருந்தன.

ராஜேந்திரனின் உறவு, சொந்தம், நட்பு என்று மண்டபம் முழுதும் நிறைந்திருந்தது. ஆனால் தேன்மொழி, ராமசாமியின் எந்த உறவினரும் வரவில்லை. ஹரியின் சில நண்பர்கள் மட்டுமே வந்திருந்தனர். ராஜி வீட்டிலிருந்து சில முக்கியச் சொந்தங்கள் வந்திருந்தார்கள். ராஜேந்திரன் குடும்பத்தில் பெரியவர்கள் எல்லாம் பட்டுப் புடவையைக்கூடப் பின் கொசுவம் வைத்துக் கட்டி யிருந்தார்கள். தேன்மொழிக்கு அதைப் பார்க்க, என்னவோ போலிருந்தது. அலமேலு முகத்திலும்

லாவண்யா சுந்தரராஜன்

சிறிதும் மகிழ்ச்சியே இல்லாததுபோலிருந்தது. அலமேலு கழுத்து நிறைய ராஜேந்திரன் அம்மா போட்ட நகைகள் கனத்துக்கிடந்தன. முதல்நாள் ரிசப்சனுக்கு ஓர் அலங்காரம், மறுநாள் முகூர்த்தத்துக்கு முன் ஒன்று, பின் ஒன்று என எல்லாமே மிகக்கனமான பட்டுப்புடவைகள். கொஞ்சம் ஆடம்பரம் அதிகமாகத் தோன்றியது. ராஜேந்திரன் அம்மா, ஒட்டியாணம் போட்டு, மிகச் சிறந்த அலங்காரத்தோடு வலம் வந்தது ரசிக்கும்படியாக இல்லை. ராஜேந்திரனின் அப்பா செல்வராஜும் கல்யாண மாப்பிள்ளை அவரோ என்று நினைக்கும்படிப் பட்டுவேட்டி கட்டித் திரிந்துகொண்டிருந்தார்.

“பழனிச்செல்வி, பொண்ணு பக்கத்துல நின்னா, நீதான் பொண்ணுங்கப் போறாங்க. மாப்பிள்ள அப்பன் செல்வா அதுக்கும் மேல அலங்காரம். அப்படித்தான் திரியறான்” என்று கிண்டலடித்தார் ராஜேந்திரனின் தாய்மாமா ஜோதிலிங்கம்.

“நல்லா சொல்லுங்கப்பா. அத்தை எனக்கு மேக்கப் போட்டு விட்டுச்சு. சொன்னா எங்க கேக்குது. எனக்கு என் முகமே அடையாளம் தெரியல,” என்றான் ஜோதிலிங்கத்தின் மகன்.

“ஒரே மகன் கல்யாணம். அதான் உங்க அயித்த தலகாலு புரியாம திரியறா, ரெண்டு நாள்ல தெளிஞ்சிடும்.”

“ஒசந்த ஜாதில பொண்ணு எடுத்துட்டோம்னு இரண்டுக்கும் கொஞ்சம் கிறுக்கு ஏறிக் கெடக்கு” என்றது மாப்பிள்ளை வீட்டுப் பெருசு ஒன்று.

“ஏன்டா மாப்பிள்ள, உங்க வீட்டுல மட்டும் திரண்டிருக் காங்க. பொண்ணு வீட்டுல யாருமே இல்லையே. சீர்முற எல்லாம் உங்களச் சார்ந்துதான்போல” தேன்மொழியின் காதில் விழும்படிக் கிண்டல் பேசினார்கள்.

“இனி நான் வேற, அந்தக் குடும்பம் வேறயா சொல்லு? எங்க ரெண்டுபேருக்காகவும்தானே வந்திருக்கீங்க?” என்றான் ராஜேந்திரன்.

“இருந்தாலும் அவங்க உறவுக் கூட்டமும் வந்தால்ல நிறைவாயிருக்கும்?”

“இப்ப என்ன குற? அரசியல் கூட்டமா நடக்கு, யார் பக்கம் மெஜாரிட்டின்னு பாக்க, வந்தமா தின்னமான்னு கம்முன்னு போவணும்” என்றாள் ராஜேந்திரன் தாயார் பழனிச்செல்வி.

“அம்மாடி! இப்படி ஒரேடியா தேர் ஒரே பக்கம் சாய்ஞ்சா, நில போய்ச் சேராது, ஆமா!”

“இதுக்குத்தான் அப்பவே தலதலயா அடிச்சிக்கிட்டேன். நாங்க இதுக்கெல்லாம் ஆளாக மாட்டோம்” என்று தேன்மொழி கலங்க, அலமேலுவும் அழுதாள்.

“பெரிய மாமி, இப்ப திருப்தியா? நல்ல காரியம் நடக்குது. சந்தோஷமா இருக்கவிட மாட்டீங்க?” என்றான் ராஜேந்திரன். அலமேலு அழுததும் அவன் மனது கலங்கியது. இந்தக் கல்யாணத்தில் இன்னும் என்னென்ன பிரச்சினை வரப்போகிறதோ என்று கொஞ்சம் படப்படப்பாகவே இருந்தது.

“நான் என்ன தப்பா சொல்லிட்டேன்? இந்தக் கேடுகெட்ட கல்யாணத்துக்கு நான் வந்தது தப்புதான்.”

ராமசாமி தேன்மொழியையும் அலமேலுவையும் அழைத்துக் கொண்டு அடுத்த அறைக்குப் போனான். “இப்போ நீங்க இரண்டு பேரும் பேசாம இருக்க மாட்டீங்களா? அந்த அம்மா தன் பொண்ண குடுக்க மாட்டாமப் போயிட்டேன்னு பொறாமயில பேசுது. இதுகூடப் புரியல, மண்டு தலைங்களா.”

அதற்குள் ராஜேந்திரன் அங்கே வந்தான். “அக்கா மனசுல எதுவும் வைச்சிக்காதீங்க. ஆளுங்க ஆயிரம் பேசட்டும். நாம என்ன குறையப் போறோம்?”

“இங்கேயே இப்படிப் பேசறாங்க. உங்க வீட்டிலயும் எப்பயாவது இப்படி நினைச்சிட்டா?”

“இந்தாங்க நுங்கு இளநீர் ஐஸ்கிரீம். என் ப்ரண்ட் புதுசா போட்டிருக்கான். டேஸ்ட் பாருங்க. அலமேலு கவலய விடுங்க. எங்க வீட்டு மகாராணி அவ.”

“ஆமா தங்கம். எனக்குப் பொண்ணு இல்ல. அவதான் இனி என் பொண்ணு. கண்ணு துடைச்சிட்டுப் புதுப்புடவ கட்டிட்டு மேடைக்கு வா கண்ணு” என்றாள் பழனிச்செல்வி.

மங்கல வாத்தியங்கள் முழங்க, இரண்டு அய்யர்மார்கள் வேதங்கள் முழங்க, அலமேலு கைத்தலம் பற்றினான் ராஜேந்திரன். நிறையப்பேர் வந்து, ராஜேந்திரனுக்குத் தங்கக் காசு போட்டுப் பட்டம் கட்டினார்கள். அலமேலு வீட்டு வழக்கம் அது இல்லையென்றாலும் பலரும் அவளுக்கும் பட்டம் கட்டினார்கள். அது தலையில் இறுக்கிக்கொண்டிருந்தது. திருவெள்ளரைக் கோவிலில் செண்பகவல்லி தாயாருக்கு அலமேலு பேரில் விசேச அர்ச்சனைக்குச் சொல்லியிருந்தாள் தேன்மொழி. திருமணம் முடிந்த கையோடு, அதே கோலத்தில் திருவெள்ளரை போய்,

அர்ச்சனையை முடித்துத் திருமணத்திற்கென்று முடிந்து வைத்திருந்த மஞ்சள் முடிப்பைக் காணிக்கையாக ராஜேந்திரன் கையில் கொடுத்துச் சேர்க்கச் சொன்னாள்.

“உனக்குக் கட்டியிருக்க பட்டம் எல்லாமே உங்க அண்ணன் கிட்ட குடுத்துடு, மேலும் நான் மொய்ப் பணமா ஒரு லட்சம் கொடுக்கறேன்” என்று சபையில் சொல்லியதும் பழனிச்செல்வி யின் முகம் கொஞ்சம் இருண்டது.

“எங்கயாவது நடக்குமா இந்தக் கூத்து?” என்ற பெரிய மாமியைச் சும்மா இருக்கச் சொல்லாமல், அம்மா மௌனமாக நின்றதிலிருந்தே, ராஜேந்திரனுக்கு இதில் ஏதோ பெரிய வில்லங்க மிருக்கிறது என்று தோன்றியது. அம்மா இதுவரை எப்போதுமே இப்படி நடந்துகொண்டதில்லை. நிறைய சொந்தக்காரர்களுக்கு ஐம்பதாயிரம் எழுபத்தையாயிரம் என்று மொய் வைக்கும் போதிலெல்லாம் பெருமை பொங்கப் பார்ப்பாள். நாம குடுக்கிற நிலையில் இருக்கோம்டா என்று சொல்வாள்.

கல்யாண மண்டபத்து வரவேற்பிலேயே கணவனிடம் குசுகுசுவென்று பேசிக்கொண்டிருந்தாள் பழனிச்செல்வி. அவளைப் பொறுமையாகச் சமாதானம் செய்துகொண்டிருந்தார் அவர். பழனிச்செல்வியின் ஓரளவு கனமான உடல்கட்டு, அதிமிஞ்சிய பொருமல் காரணமாக ஒட்டியாணம் இடையை ஒடிக்கும் அளவுக்கு இறுகிப்போனது. அதே அளவு மனதும் இற்றுப்போனவளாக வீடு திரும்பினாள் பழனிச்செல்வி.

❋

45

துலுக்க நாச்சியார் ரெங்கநாதருக்கு மிக நெருக்கமானவள். ரெங்கநாதர் சிலைமேல் காதல் கொண்டு டெல்லியிலிருந்து ஸ்ரீரங்கம் வந்தவள். அப்பறம் நெருக்கமில்லாது எப்படி? ஆண்டாளும் ரெங்கநாச்சியாரும் வெளிப்பிராகாரத்திலிருக்க, மூலஸ்தானத்துக்கு மிக அருகில் இருப்பவள் துலுக்க நாச்சியார். அவள் வெளியே வந்து பார்த்தால், அவள் இடம் போலவே இருக்கட்டும் என முகமதியப் பாரம்பரியச் சுவர் அமைப்புகள் எல்லாம் வெளி மண்டபத்துச் சுவர்களிலில் இருக்கும். வருடத்தில் ஒருநாள் லுங்கி உடுத்தித் துலுக்க நாச்சியார் சேவைக்குக் காட்சி தருவார் ரங்கநாதர். அப்படிப் பட்டவளைப் பார்க்காமல் போக முடியுமா? துலுக்க நாச்சியாரை வணங்கிவிட்டுப் பக்கவாட்டிலிருக்கும் கல் மண்டபத்தில் வந்தமர்ந்தாள் நந்தினி. அவ்விடம் தண்ணென்றிருந்தது. அந்த மண்டபத்தின் பெயர் கிளி மண்டபம். அவ்விடத்திலிருந்து பார்த்தால் கோபுரக் கலசங்கள் தெளிவாகத் தெரியும். எல்லாம் கல்லாலான தரை, வெள்ளைக் கல்லாலான நடைபாதை உள்வளவு. ஆயிரம் கோடி மக்கள் நடந்து நடந்து பாதம் போலவே மென்மையாகி விட்டது. ஒரு குழந்தையும் பாட்டியும் பேசிக்கொண் டிருந்தார்கள். பாட்டி தலபுராணக்கதை சொல்லிக் கொண்டிருந்தாள். குழந்தை அவளைக் கேள்வியால் துளைத்துக்கொண்டிருந்தது.

“காவேரில வெள்ளம் வந்து கோவில் முழுசும் மணல்மேடா ஆயிடுத்தாம், கோவில் இருந்த இடத்த யாராலேயும் கண்டே பிடிக்க முடியலயாம்.”

“இவ்ளோ பெரிய கோவிலா பாட்டி, யார் கண்ணுக்கும் தெரியாம மறைஞ்சது?”

“ஆமா. அப்பறம் ஒரு கிளிதான் கோவிலிருந்த எடத்த அடையாளம் காட்டுச்சாம்.”

“அந்தக் கிளிக்கு மட்டும் எப்படித் தெரிஞ்சது?”

“அது பெருமாளோட அனுக்கிரகம்.”

“அப்படின்னா?”

“தொணதொணக்காம கதயக் கேளு, அப்பறம் ராஜா கிள்ளிவளவன் இந்தக் கோவிலைப் பெரிசு பண்ணிக் கட்டினாராம். கூடவே நன்றி சொல்றதுபோல இந்த மண்டபத்துக்குக் கிளி மண்டபம்னு பெயர் வைச்சாராம்.”

“பெருமாளோட அனுக்கிரகம்ன்னா?”

“கடவுள் அனுக்கிரகம்ன்னா, நீ இப்படிக் கேள்வி கேக்கிற பாரு, அதுதான் கடவுள் அனுக்கிரகம்” என்றாள் நந்தினி.

“அப்பக் கிளியைக் கேள்வி கேக்கச் சொல்லி அனுப்பினாரா பெருமாள்?”

சிரிப்புப் பொங்க, அந்தக் குழந்தையைத் தூக்கிக் கொண்டாள். “அப்பா! ரொம்ப சுட்டி” என்றாள் நந்தினி. அதன் பின்னர் கோவிலிலிருந்த முழுநேரமும் அவர்களுடனேயே இருந்தாள். கோவில் சம்மந்தமாக இன்னும் நிறையக் கதைகளையும் சிற்பங்களையும் காட்டிக்கொண்டே வந்தாள்.

“நீங்க இதே ஊரா, உங்களுக்கு எத்தன குழந்த?”

“எனக்குக் குழந்த இல்லை.”

“ஓ! இப்போதான் கல்யாணம் ஆச்சா?”

“இல்ல. கொஞ்ச வருஷம் ஆச்சு.”

“குழந்தைமேல இவ்வளவு பிரியமா இருக்கீங்க, நீங்க ஏன் ஒரு குழந்தயத் தத்து எடுக்கக்கூடாது?”

இந்தக் கேள்வியைக் கேட்டது ஒருவரல்ல, நந்தினியின் தூரத்துச் சொந்தத்திலிருக்கும் ஒரு பெண்மணி, உடன்பயின்ற தோழி, பங்காளி வீட்டு அக்கா, முதன்முதலாகப் பார்க்கும் ஒரு தோழி, இப்படி இலவச அறிவுரை வழங்கும் எண்ணற்றோர்.

குழந்தையைத் தத்து எடுக்கலாம். ஆனால் அதை என் பிள்ளை பெற இயலாமையைக் குறிப்பிடும் அடையாளமாக, நான் பார்க்க ஆரம்பித்தால்? அந்தக் குழந்தை என்னிடம்

ஒட்டாமல் போய்விட்டால்? அந்தக் குழந்தைக்கு 'நான் இவர்களின் தத்துப்பிள்ளைதானே' என்ற எண்ணம் வந்து விட்டால்... வாழ்க்கை குழந்தையின்றிக் கொடூரத் தனிவனமாக நீள்கிறது. அதற்காக நமக்கு விதிக்கப்படாத ஒன்றை வலுக் கட்டாயமாகப் பெற நினைப்பது பேராசையா? கேள்விகள், கேள்விகள் . . . எண்ணற்ற கேள்விகள்!

46

அலமேலுவுக்கு ரெண்டுவாரம் கழித்து அண்ணன் வீட்டுக்கு வருவது பெரிய நிம்மதியாக இருந்தது. கொடைக்கானலிலிருந்து நேரே அண்ணன் வீட்டுக்குத்தான் அழைத்து வந்தான் ராஜேந்திரன்.

திருமணம் முடிந்து வீட்டுக்கு வந்த உடனேயே, "எனக்கு ரொம்ப உடம்பு முடியல" என்று பழனிச் செல்வி படுத்துக்கொண்டாள்.

"அம்மா அவ இன்னிக்கித்தானே வந்திருக்கா? புது இடம், புதுக் கிச்சன் எல்லாமே பழகணுமில்ல?"

"எல்லாரும் சொன்னது சரியாப் போச்சு. பொண்டாட்டிக்கு இப்படிக் குட பிடிக்காத. கஷ்டப் படுவ. அவள வைக்கிற இடத்தில வை."

அலமேலுவுக்கு அந்தக் கணமே அந்த வீட்டின் மீது ஒவ்வாமையாகிப் போனது. பெரிய வீடு. மிக நேர்த்தியான மரவேலைப்பாடுகள். மூடிச் சாத்தி யிருந்த அலமாரிகளுக்குள் அத்தனையும் ஒழுங்கற்றுக் கிடந்தன. ஆனால் என்ன, மூடித்தானே இருக்கிறது?

"இன்னிக்கி நாள் சரியில்ல, ரெண்டுநாள் பொறுத்துச் சாந்தி முகூர்த்தத்துக்கு நாள் பாத்துக்கலாம்."

அலமேலுவுக்கு ஒதுக்கப்பட்ட அறை மாடியில் இருந்தது. புதுப்படுக்கை விரிப்பின் பளபளப்பு கண்ணைக் கவர்ந்தது. நல்ல அலங்கார வேலைப்பாடுகள் நிறைந்த தேக்கு மரத்தாலான கட்டில். நான்குபேர் தாராளமாகப் படுக்கும் படுக்கை. அவ்வளவு பெரிய கட்டில் போட்டும் இன்னும் ஒரு படுக்கை போடுமளவுக்கு ரெண்டு பக்கமும் இடம் இருந்தது. குளியலறை இணைந்த படுக்கை யறை. பெரிய அலங்கார ஒப்பனை மேசை. அவளுக்கு

என ராஜேந்திரன் வாங்கி அடுக்கியிருந்த புடவைகள், நகைகள் நிறைந்த பீரோ. எல்லாமிருந்தும் அவள் அங்கிருந்து சிறிது அந்நியப் பட்டேயிருந்தாள். அருள், தனசேகரைப் பார்த்தால் மனதுக்குக் கொஞ்சம் நிம்மதியாக இருக்குமோ என்று நினைத்தாள். எவ்வளவு நேரம் அந்த அறைக்குள்ளேயே இருப்பது? எல்லா வேலையும் பார்க்க, வீட்டைப் பளிங்குபோல் பராமரிக்க வேலையாள் பலர் இருந்தனர். சமையல் விரைவில் முடிந்துவிடுகிறது. வெளியே வந்து பால்கனியில் நின்றாள்.

நல்ல விசாலமாக இருந்த மேல்முற்றத்தில் அழகிய பூ வேலைப்பாடுகள் கொண்ட கண்ணாடியாலான தாழ்வாரம் இறக்கப்பட்டிருந்தது. அது வெயிலைத் தடுத்து ஒளியை உள்ளே கொடுத்துக்கொண்டிருந்தது. வீடும் முற்றமும் அண்ணன் வீட்டை விட மிகப் பெரியவை. அங்கிருந்து பார்க்கும்போது தோட்டத்துப் பசுமை அவளை ஈர்த்தது. வேப்ப மரமும் புங்கை மரமும் கொஞ்சம் இடைவெளி விட்டிருந்தன. செம்பருத்தியும் நந்தியாவட்டையும் நிறைந்திருந்த தோட்டத்தைப் பார்க்கக் கண்ணுக்கு இதமாக இருந்தது. பெரிய தோட்டம்தான். மாமனார் செடிகளுக்குத் தண்ணீர் விட்டுக்கொண்டிருந்தார். மாமியாரைத் தவிர வேறு யாரிடமும் அவர் பேசுவதேயில்லை. தன் அறையில் எப்போதும் எதையாவது படிக்கிறார்; எப்போதாவது தோட்டத்தில் சிறு சிறு வேலைகள் செய்கிறார்.

என்னதான் பெரிய தோட்டமென்றாலும், வீட்டில் பெண் பிள்ளைகள் இல்லாததால், தலைக்கு வைக்கும் மல்லிகை, கனகாம்பரம், முல்லை என்று எதுவுமே இல்லை. வாழைக்கன்று ஒன்று வைக்க வேண்டுமென்று நினைத்தாள். கருவேப்பிலை, மாமரக் கன்றுகூட நடவேண்டுமென்றும் தோன்றியது. அத்தை யுடனானப் பேச்சைத் தோட்டத்தை வைத்துத் தொடங்கலாம் என்று நினைத்துக் கீழே வந்தாள். சமையலறையில் ஏதோ எடுத்துத் துடைத்து அடுக்கிக்கொண்டிருந்த பழனிச்செல்வி, அவள் அருகே வந்து நின்றும் எதுவும் பேசவில்லை.

"நல்ல பெரிய தோட்டம் அத்தை, பாக்க அழகாயிருக்கு."

"ம்ம் . . . அழகா இருக்கறதுதான் பிரச்சனை. அழகு, வாழ்க்கைக்கு அவ்வளவு நல்லதில்ல."

"தோட்டத்துல ஒரு வாழைக்கன்னு வச்சா, ரொம்ப நல்லாயிருக்கும். வீட்டுக்கும் உபயோகமாகும்."

"இப்ப வாழ மரம் ஒண்ணு இல்லாமத்தான் வாழ்க்கை நின்னு போவுதா."

வெடுக்கென்று பேசியதும் கொஞ்சம் கண்ணீர் துளிர்த்து விட்டது அலமேலுவுக்கு. எதுவும் பேசாமல், அங்கிருந்து நகர்ந்து

தோட்டத்துக்கு வந்தாள். ஒவ்வொரு செடியாக நீர் வார்த்துக் கொண்டிருந்தவளைப் பார்க்க ஏக்கமாக இருந்தது ராஜேந்திர னுக்கு. முதல்முறையாகத் தப்புப் பண்ணிவிட்டேனோ என்ற எண்ணம் வந்தது. அம்மா ஏன் இப்படி நடந்துகொள்கிறாள், இவளை நம்பி அலமேலுவை எப்படி இங்கே விட்டுப் போவது என்று தோன்றியது. கடந்த இரண்டுநாட்களாக அம்மாவுக்கு என்னதான் கோபம் என்று கண்டறிய முயன்றும் அவனால் கண்டுபிடிக்க முடியவில்லை. அப்பா சொன்னால் அம்மாவிடம் எதுவுமே எடுபடாது. வேண்டுமென்றே முரண்டுபிடிப்பாள். மாமாவிடம் பேச வேண்டுமென்று நினைத்தான்.

"அலமேலு உனக்கு மல்லிகைப் பூவுன்னா ரொம்பப் பிடிக்கும்னு அக்கா சொன்னாங்க, இன்னிக்கி நர்சரி போய் மல்லிகைச் செடி வாங்கிட்டு வரலாம்."

"சரிங்க. எதுக்கும் அத்தையக் கேட்டுக்கங்க."

"அதெல்லாம் பிரச்சனையில்ல. வா, துறையூர் போய் வாங்கிக்கிட்டு வரலாம்."

இருவரும் காரில் ஏறிப் போவதை வெறுப்புடன் பழனிச் செல்வி பார்ப்பதைப் பார்த்து அலமேலுவுக்குப் பயமாயிருந்தது. காரில் எதுவும் பேசவில்லை. அவள் மௌனத்தைக் கலைக்க விரும்பாத ராஜேந்திரன், இதமான பாடல்களைக் கேசட்டில் ஓடவிட்டான். அலமேலுவுக்கு அந்தப் பாடல்களில்கூட லயிக்க முடியவில்லை. அத்தை கோபத்தை எப்படிச் சமாளிக்கப் போகிறோம் என்றே தோன்றியது. நர்சரியை நெருங்கியவுடன் மனம் லேசானது. சின்னச் சின்னப் பசும் செடிகள் பையில் அடைக்கப்பட்டு எங்கேனும் வேர்பிடிக்கக் காத்திருந்தன. அதைப் பார்த்ததும் ஒவ்வொரு செடியும் தன்னைப் போலப் புது இடத்துக்குப் போய் வேர்பிடித்து வளரத் துடிப்போடிருப்பது போலிருந்தது. ஆனால் போகும் தோட்டம் எப்படியிருக்குமோ? மூன்று மல்லிகைச் செடிகளை வாங்கிக்கொண்டு கிளம்பினார்கள். வீட்டில் இறங்கியபோது ஜோதிலிங்கம் மாமா வந்து வெளி ஊஞ்சலில் அப்பாவுடன் பேசிக்கொண்டிருந்ததைப் பார்த்த வுடன், ராஜேந்திரனுக்குக் கொஞ்சம் நிம்மதியாக இருந்தது.

"யாரக் கேட்டு இந்தச் செடியெல்லாம் வாங்கிட்டு வந்த?"

"என்ன பழனிச்செல்வி, பூச்செடி வாங்கியாந்ததுக்கா கோவப்படுவ?"

"மல்லிகச் செடி வைச்சா வீட்டுல பாம்பு பூந்துடும். ஏற்கனவே பூந்திருக்கறத எப்படிச் சமாளிக்கிறதுன்னே தெரியல!"

"மனசுல ஒன்னு வைச்சிட்டு வெளில வேற பேசாத, சாந்தி முகூர்த்தம் வேற நாள் பாக்காம தள்ளிப் போட்டுக்கிட்டே யிருக்க, உனக்கு என்னதான்ம்மா பிரச்சன?"

"கல்யாணம் முடிஞ்சும் முடியாம, பொண்ணுக்கு எல்லாரும் கட்டின பட்டம் எல்லாத்தையும் குடுத்ததத் தூக்கி அவ அண்ணன் வீட்டுக்குக் குடுத்துட்டான். வீட்டுக்கு வந்த சீதனம் வீட்டு லட்சுமியாட்டமில்ல?"

"பொண்ணுக்குக் கட்டினா, அது பொண்ணு ஊட்டுக்குத் தானே போவும்?"

"அவங்க நம்ம சனமா, மறுபடி செய்முற நம்மதானே செய்யணும்?"

". . ."

"அது மட்டுமில்ல. லட்ச ரூவா சீதனம் கொடுத்த லட்சணம் இங்கன மட்டும்தான் இருக்கும். என்னை ஒரு வார்த்த கேட்கணும்னு தோணுச்சா? அப்படி என்ன, தாலி கட்டியும் கட்டாம, அவ்வளவு மயக்கம்!"

"ஓ, அதா சங்கதி? அவன் எங்கிட்ட ஏற்கனவே கேட்டான், கொடுக்கறது முறதான பாப்பா?"

"மொய் ஒரு லட்சம் வைப்பாங்களாண்ணா? என் வீட்டு ஆம்பள எதுவுமே பேச மாட்டேங்கிறாரு. ஊருல உலகத்துல நடக்கிறதா இதெல்லாம்?"

"பழனி, புரியாமப் பேசாத. இவன் பத்துநாள்ல கிளம்பும் போது, பொண்ண அங்கதான் உட்டுட்டுப் போவணும். அதுக்குன்னு காசு குடுத்தா நல்லாயிருக்குமா?"

"ஏன், அவ இங்க இருந்தா என்ன?"

"இது பேசித் தீர்க்கற விஷயமில்ல, மாப்பிள பொண்ண கூட்டிட்டு என்னோட கொடைக்கானல் கெஸ்ட் ஹவுஸ் போ, இன்னிக்கி முகூர்த்தம் நல்லாத்தான் இருக்கு. போயிட்டு வா, பேசிக்கலாம்."

கொடைக்கானலிலிருந்து நேரே அண்ணன் வீட்டுக்குப் போனதும் இனி அத்தையைப் பார்த்து பயப்பட வேண்டாம் என்றிருந்தது. வந்த இரண்டாம்நாள் ராஜேந்திரன் கிளம்பி குவைத் போய்ச் சேர்ந்தான்.

※

லாவண்யா சுந்தராஜன்

போது

47

ஸ்ரீரங்கம் கிழக்குவாசல் ராயர் கோபுரம் அருகே நந்தினியும் சுதாவும் காலணிகளைக் கழற்றிவிட்டனர். சுதா, நந்தினியோடு பிஎஸ்சி படித்த கல்லூரித் தோழி. பிஎஸ்சி முடிந்ததும் அவளுக்குக் கல்யாணம் ஆகிவிட்டது. ஆயிரம்கால் மண்டபம் கடந்து மணல்வெளி வழியாக அப்பிரதட்சனமாக வந்து சந்திர புஷ்கரணியை யும் பரமபத வாயில் வெளியையும் கடந்தனர். மேட்டு அழகியசிங்கர் கோவிலுக்குப் பின்புறமாகப் பரமபத வாசல் நோக்கித் தன் விரல்களைப் பதித்து ரங்கநாயகி ரங்கநாதருக்குக் காத்திருக்கும் அஞ்சிக்குழி மூணுவாசல்வழியாக தாயார் சன்னிதியை அடைந்தார்கள். சிவப்பு நிற இட்லிப்பூ, சம்பங்கி, மரிக்கொழுந்தாலான தலைக்கிரீடம்போல் பின்னப்பட்ட மலர்ச்செண்டைப் பட்டரிடம் கொடுத்தாள் நந்தினி. ஸ்ரீரங்கம் ரங்கநாதரும் ரங்க நாயகியும் அலங்காரப் பிரியர்கள். நறுமணமும் விதம்விதமான நிறங்களில் ஆடை ஆபரணங்களும் திளைக்கத் திளைக்க வாழ்பவர்கள். பெருமாள் கோவிலில் தாயாரைத்தான் முதலில் சேவிக்க வேண்டுமென்று நந்தினியும் சுதாவும் கிழக்கு வாசல்வழித் தாயார் சந்நிதியை அடைந்தார்கள். தாயாரை அருகில் போய்ச் சேவித்து, மஞ்சள்காப்பும் சடாரியும் வாங்கிக்கொண்டார்கள். சுதாவுக்குப் பத்தாவது படிக்கும் மகனிருக்கிறான். சென்னையில் வசித்தவள், தன் கணவரின் அகால மரணத்துக்குப் பின் மாமியாருடன் ஸ்ரீரங்கத்திற்கு வந்துவிட்டாள். தாயாரின் கொலு மண்டபத்தை எட்டு முறை சுற்றினர். ஒவ்வொரு முறை சுற்றும்போதும் கொலுமண்டபத்தின் எல்லா முனைகளிலும்

கட்டப்பட்டிருந்த தொட்டில்கள் கண்ணுக்குப் பட்டன. வெளியே வில்வமரத்திலும் சிலர் வளையல்கள் கட்டிவிட்டிருந்தனர்.

"நீயும் தொட்டில் கட்டேன். ரங்கநாயகி கண்ணுக்கு அது தெரியுதா பார்ப்போம்?"

"அகிலம் ஆளும் அவளுக்கு, அந்தத் தொட்டிலோ இந்த வளையலோ கட்டினால்தான் என் நிலம தெரியுமா?"

"நீ சொல்றதும் சரிதான். கோவிச்சிக்காதேடி, ஏதேனும் நல்லது நடக்குமென்றுதான்."

O

நந்தினியும் துரையும் திருக்கருகாவூர் சென்றுகொண்டிருந்தார்கள். வழிநெடுகப் பசுமையான நெல்வயல்களும் வாழையும் தானியங்களும் நிறைந்து கண்ணுக்கே மிகவும் குளுமையாக இருந்தது பயணம். கர்ப்பரட்சாம்பிகை கோவிலுக்குச் சென்று வந்தால் கட்டாயம் குழந்தை பிறக்கும் என்று ஐதீகம். அந்தக் காலத்திலேயே வாடகைத் தாயாகித் தன் பக்தை வேதிகையின் கருவைக் காப்பாற்றித் தந்தவள், கருகாத்த நாயகி கர்ப்பரட்சாம்பிகை. மூலவர் முல்லை வனநாதர். கோவிலின் உள்பிராகாரத்துக்குள் நுழைந்த நொடியே மன அமைதி வந்து சேர்ந்தது.

கருகாவூரில் கர்ப்பரட்சாம்பிகையை வலம் வந்து, வாசலை நெய்யால் மெழுகிக் கோலம் போடச் சொன்னார்கள். அவர்களைப் போல ஏராளமானோர் வந்து பரிகாரம் செய்து கொண்டிருந்தார்கள். மனதார வேண்டிக்கொண்டு நெய் மெழுகிக் கோலமிட்டாள் நந்தினி. பூஜை செய்து கொடுக்கப்பட்ட நெய்யை, ஒரு மண்டலத்துக்கு நந்தினியையும் துரையையும் உண்ணச் சொன்னார்கள். கர்ப்பரட்சாம்பிகையின் படத்தினை வீட்டில் வைத்துப் பூஜிக்க வேண்டுமென்று ஒரு படத்தை வாங்கச் சொன்னார்கள்.

இன்னுமொரு சமயம், ஒன்றுவிட்ட அக்காவின் சொந்தத்தில் ஒருவர் உடுப்பிக் கிருஷ்ணன் கோவிலிலிருந்து, எண்ணெய் கொண்டுவந்து கொடுத்தார். அதனைத் தினம் வயிற்றில் தடவிக்கொள்ளச் சொன்னார்கள். மனத்தில் உடுப்பி கிருஷ்ணனை நினைத்து அவனுக்குப் பொன்னால் மாலைசெய்துபோடுவதாக வேண்டிக்கொள்ளச் சொன்னார்கள்.

கருகாவூர் நெய்யும் பயன் தரவில்லை. உடுப்பி கிருஷ்ணன் எண்ணெய்யும் எந்த முன்னேற்றமும் தரவில்லை. எண்ணெய்யைத் தடவிய வயிறு, எப்போதும்போல மௌனமாகவே கிடந்தது.

176 லாவண்யா சுந்தரராஜன்

கடவுளர் ஆசீர்வாதங்களை மீறிய சாபத்தைப் பெற்ற வயிறு மீளாத்துயரத்தோடு அடங்கியே கிடந்தது. பரிகார நிவர்த்திகளும் ஏதோ ஒருவடிவத்தில் தொடர்ந்துவந்தபடியே இருந்தன. எதையும் தடுக்கவோ, வேண்டாமென்று சொல்லவோ துரைக்கோ நந்தினிக்கோ எந்த உரிமையும் கொடுக்கப்படவில்லை. வாழ்க்கையின் ஓரங்கம்போலவே எல்லா வழிபாடுகளையும் செய்துவந்தனர். சென்றுவந்த எல்லாத் தெய்வங்களும் சலிப்புற்றுப் போயிருந்தன. அவர்களால் ஆகாதென்று தெரிந்தும் வந்து வந்து கதவைத் தட்டும் பேதைகளுக்குக் கைவிரிக்க அந்தத் தெய்வங்கள் கொஞ்சமும் வெட்கமுறவில்லை.

※

48

அந்த ஆறுமாதத்தில் அலமேலு ஒரு முறைகூட மாமியார் வீட்டுக்குப் போகவில்லை. தேன்மொழிகூடப் பலமுறை சொல்லிப் பார்த்துப் பின் விட்டுவிட்டாள். மாப்பிள்ளை கொடுத்த பணத்தில் ஒரு பகுதியை எடுத்துக் கிணறு வெட்டி விட்டு, அருளை மீதிப் பணத்தில் புதுப்பள்ளியில் சேர்த்திருந்தார்கள். தோட்டக் கிணற்றை ஒட்டி யிருந்த பகுதியில் சிறிது கரும்பும் ஊடுபயிராக மஞ்சளும் போட்டிருந்தார்கள். இரண்டும் நினைத்த படி விளைந்தால் இன்னும் ஒரு வருஷத்துக்குப் பிரச்சினையில்லை. கொஞ்சம் பணம் வங்கியில் போட்டு காலத்தை ஓட்டிடலாம் என்று நினைத்தாள் தேன்மொழி. இடையிடையே எலுமிச்சை விற்று, காய்கறி விற்றுக்கூட ஒப்பேற்றிவிடலாம். எல்லாம் நன்றாக நடக்க வேண்டுமே என்று இருந்தது தேன்மொழிக்கு.

மொத்தப் பணத்தையும் செலவு செய்து விட்டார்கள் என்று வருத்தம் அலமேலுவுக்கு. அவளுக்கும் அது தன் காசு என்ற எண்ணமே இருந்தது. ராஜேந்திரனிடம் பேசும்போது ஆடி சீர், தீபாவளி சீர் எல்லாம் செய்வதற்காக வைத்திருக்க லாம் என்று சொன்னதுக்கு அதற்கும் சேர்த்து அவளுக்குப் பணம் அனுப்பிவைத்திருந்தான். அதையெல்லாம் அவள் தேன்மொழியிடம் தரவில்லை. பணத்தை நகைச்சீட்டு கட்டுவதாக ராஜேந்திரனிடம் அலமேலு சொன்னாள். அலமேலு ஏன் இப்படி சுயநலமாக இருக்கிறாள், அவள் அண்ணன் வீடுதானே என்று நினைத்தான் ராஜேந்திரன். அந்த ஆறுமாதத்திற்குள் கம்ப்யூட்டர் கோர்ஸ் படிக்கச் சொல்லி ராஜேந்திரன் எழுதி யிருந்தான். வீட்டுக்குப் புதிதாகத் தொலைபேசி இணைப்புத் தர எழுதிக் கொடுத்துவிட்டுப் போயிருந்தான். அலமேலுவுக்குப் படிப்பதற்கும்

லைப்ரரி போகவும் சரியாயிருந்தது. ஆறுமாதத்தில் விசா வந்ததும் ஒருமுறை மாமியார் வீட்டுக்குப் போய்ச் சொல்லி விட்டு ஆசீர்வாதம் வாங்கிவரச் சென்றாள். தேன்மொழியும் உடன் சென்றிருந்தாள்.

"கல்யாணப் புதுசுல அப்படி நான் என்ன சொல்லிட்டேன்னு நீ உங்கண்ணன் வீட்டுக்குப் போனவ வரவேயில்ல?"

"இல்ல அத்த. கம்பியூட்டர் க்ளாஸ், வீட்டு வேலை, தோட்ட வேலைன்னு கொஞ்சம் வர முடியாமப் போயிடுச்சி..."

"நானெல்லாம் என் மாமியார்க்கு எவ்வளவு பயந்திருந் தேன் தெரியுமா?"

அதற்குள் வேலைக்காரி காப்பியும் பலகாரமும் எடுத்து வந்தாள். அதை மாமியாரிடம் அவள் கொடுத்துவிட்டுப் போனாள். இரண்டு தட்டுமே பழனிச்செல்வி அருகிலிருந்தன.

"ஏன் இதை எடுத்துக்கன்னு சொன்னாதான் எடுத்துக்குவியா?"

தேன்மொழி வேகமாய் எழுந்து இரண்டு தட்டுகளையும் எடுத்து ஒன்றை அலமேலு கையில் கொடுத்தாள். இன்னொன்றி லிருந்து பலகாரங்களை எடுத்து அவசர அவசரமாய் உண்டாள்.

"ஏன் மகாராணி, பலகாரத் தட்டுகூட வந்து எடுக்க மாட்டாங்களா?"

"இல்லைங்க அத்த, அண்ணி எழுந்துட்டாங்க."

"சரி, சரி. காப்பி குடி. உங்க வீட்டுலயாவது ஏதாவது வேல செய்யுமா? இங்க இருந்தப்ப துரும்பு எடுத்துப் போடாது."

"வீட்ல எல்லாம் நல்லா வேலை செய்வாம்மா."

"இங்க வந்திருந்தப்ப மட்டும் என்ன பொணக்கோ?"

"விசா வந்திருச்சிம்மா. அதான் வர வெள்ளிக்கிழம கிளம்பறா. பெரியவங்க ஆசீர்வாதம் பண்ணணும்."

"ஆசீர்வாதம் மட்டும் போதுமா? இல்லை, இன்னும் காசு பணம் எதுவும்..."

"அண்ணி கிளம்புங்க, போலாம்."

"இரு அலமு."

"அம்மா! இந்த வாட்டி வெள்ளாமை நல்லா வந்திருக்கு. இத அப்படியே எடுத்து, அடுத்த முற பெருக்கி, மாப்பிள கொடுத்த வெச்ச ரூபாய திரும்பக் கொடுத்திடறோம்."

“ம்கூம். சரி, சரி. அவள வெளக்கேத்தி வைச்சிக் குலம் வெளங்கணும்ன்னு கும்பிடச் சொல்லுங்க.”

பூஜையறை சென்று, எல்லா விளக்குகளையும் எடுத்துச் சுத்தம் செய்தாள் அலமேலு. கூடவே அங்கிருந்த திரியைத் திரித்துப்போட்டு எண்ணெய்விட்டு விளக்கையும் ஏற்றினாள். பழனிச்செல்வி, சூடம் காட்டித் திருநீறு பூசிவிட்டாள். காலில் விழுந்து ஆசீர்வாதம் பெற்றாள் அலமேலு.

“மகராசியா இரு, ஒரு நிமிஷம்.”

திரும்ப வரும்போது பழனிச்செல்வி கையில், வெற்றிலைப் பாக்கும் குங்குமம் வைத்த இரண்டு தட்டுகளும் இருந்தன. அதில் மங்கலப் பொருட்களோடு புடவையும் இருந்தது. அலமேலுவுக்கு ஓர் அட்டிகை போட்டுவிட்டு, “ஊருக்குப்போகும் முன்ன, அண்ணன் பிள்ளங்கள கூட்டிட்டு வந்து, இங்க இரண்டு நாள் இருந்துட்டுப் போ. எம் மருமவள, என் வீட்டுக்கு வான்னு ஏதோ விருந்தாளியக் கூப்பிடறாப்புல, கூப்புட வேண்டியிருக்கு.”

“மனசுல வைச்சிக்காதீங்கம்மா. நான் இங்க வந்து இருக்கச் சொல்றேன்.”

“நான்தான் ஏதோ ஆத்தாமைல பேசிட்டேன். இங்க நான் ஒத்தயில கெடக்கேன். இது எல்லாமே அவன் சம்பாதிச்சதுதான். நான் பூதமாட்டம் கட்டிக் காத்துக்கிட்டிருக்கேன். எல்லாமே இவளோடதுதானே, இங்கதானே இருக்கணும் இவ?”

“சரிங்க அத்த. இன்னிக்கி மட்டும் அண்ணன் வீட்டுக்குப் போயிட்டு, நாளைக்கே இங்க வந்துடறேன். ஊருக்குக் கிளம்பற வர, இங்கேயே இருக்கேன்.”

49

"இவ்வளவு நாள் ஸ்ரீரங்கத்திலேயே இருந்திருக்கீங்க. சேர்த்திப் பெருமாள் சேவிச்சா குழந்தை பாக்கியம் உண்டாகும்னு தெரியாதா? ஸ்ரீரங்கம் சேர்த்திப் பெருமாள் பல விதத்தில் விசேசமானது. பங்குனி உத்திரத்து அன்னிக்கு வருஷத்துல ஒருநாள் மட்டும் திவ்யத் தம்பதி களான ரங்கநாதர் ரங்கநாச்சியார் ஒருசேரக் காட்சி தருவா. அந்த அற்புதக் கோலத்தைச் சேவிக்க ஸ்ரீரங்கமே திரண்டு வரும். உறையூர் சேர்த்திக்குப் போயிட்டு வந்ததுக்கப்புறம், மோதிரம் மணல்வெளியில் தொலைஞ்சதா பொய் சொல்லுவார் பெருமாள். லோக நாயகியாச்சே ரங்கநாயகி. கண்டுபுடிச்சு மட்டையால அடிச்சி கதவ சாத்திடுவா. பெரியாழ்வார் சமாதானம் பண்ணி ஊடலைத் தீர்த்துவைக்கச் சேர்த்திச் சேவை திருமஞ்சனத்தோடு தொடங்கும். அது மட்டு மல்ல, ரங்கநாயகி பாற்கடலில் பங்குனி உத்திரத் தன்னிக்கித்தான் ஜனித்தா. ஆக, பிறந்த நாளும் மண நாளும் ஒண்ணாயிருக்க, அந்த நல்ல நாளில் தாயாரைச் சேவிச்சா எல்லாச் செல்வ மும் கிடைக்கும். எண்ணமெல்லாம் ஈடேறும். அன்னிக்கித் திருமணம் ஆகாம இருக்கறவா சேவிச்சா, அடுத்த சேர்த்திக்குள்ள இரண்டுபேராவே சேவிப்பா. குழந்தை வேண்டி சேவிச்சா அடுத்த சேர்த்தில மூணா வருவா. இதுதான் நம்பிக்கை. நீயும் போய் ஒருமுறை சேவிக்கணும்."

புதிதாகச் சண்டிகர் வந்து தமிழ்க் குடும்பங் களோடு ஐக்கியமாகிவிட்ட சுகன்யா மாமி இப்படிப் பெரிதாகக் கதாகாலட்சேபமே செய்து விட்டுப் போனார்கள். சுகன்யா மாமி பிறந்தது சேர்த்தி சேவித்துத்தானாம். ஆக, அடுத்த ஏற்பாடு, பங்குனி உத்திரம் சேர்த்திப் பெருமாளைச் சேவிக்க நந்தினியும் துரையும் கிளம்பினார்கள்.

ஸ்ரீரங்கத்தில் வைகுண்ட ஏகாதசிக்கு அடுத்தாற்போல் இவ்வளவு கூட்டத்தை நந்தினி பார்த்ததேயில்லை. தாயார் சந்நிதி முன்னே பெரிய வரிசை. நாலைந்து அடுக்கு மடங்கி நெளிந்து மேட்டு நரசிம்மர் கோவில் பின்புறமிருந்து ஒரு வரிசையும், வசந்த மண்டபம் தாண்டிச் சக்கரத்தாழ்வார் சன்னிதியிலிருந்து ஒரு வரிசையும் மெதுவாக நகர்ந்தன.

ஜன நெரிசல் கட்டுக்கடங்காதிருந்தது. கோவில் நிர்வாகம், முடிந்த அளவுக்குக் கட்டுப்படுத்தி வரிசையை ஒழுங்கு செய்திருந்தது. இருந்தாலும் தள்ளுமுள்ளு இருந்தது. ஒழுங்கற்றவற்றைப் பெரும்பாலும் தட்டிக் கேட்கும் நந்தினியிடம் துரை 'கோவிலுக்குக் குழந்தை வேணும் என்று வந்திருக்கிறோம். மனசை வேற எதிலும் செலுத்தாதே. அமைதியாக இரு' என்று ஏற்கெனவே சொல்லித்தான் அழைத்துவந்திருந்தான்.

நான்கைந்து மணி நேரம் காத்திருந்து, பங்குனி உத்திரம் மண்டபத்தை அடைந்தார்கள். உள்கட்டில் நுழைந்த நொடி, அத்தனை இடிபாடுகள் ஏச்சு பேச்சுகள் எல்லாம் மறந்து போய், மாமி சொன்னதுபோலப் பெருநிம்மதி கிடைத்தது. திவ்யத்தம்பதிகள் ரங்கநாயகியும் ரங்கநாதரும் அவர்கள் கண்களில் தெரிந்தனர். ஆனால் பக்கத்தில் சென்று சேவிக்கக் கூட்டம் விடவில்லை. எவ்வளவோ பொறுமையாயிருந்தாலும், அருகில் செல்லச் செல்ல இடித்துத் தள்ளிவிடுவார்கள் போலிருந்தது. எதைக் கேட்டு வந்தாளோ அந்தக் கோரிக்கையை, அவளால் அங்கே சேவிக்கையில் வைக்க முடியவில்லை.

நல்லவேளை! என்னிடம் அக்கோரிக்கையை நீ வைக்கவில்லை என்று ரங்கநாதரே மகிழ்ந்த சேர்த்திச் சேவை அன்றுதான் நடந்தேறியிருக்க வேண்டும். உலகில் எந்தக் கடவுளாலும் தீர்க்க முடியாத குழந்தைப் பேற்றின்மை என்ற ஆசீர்வாதத்தை எல்லாக் கடவுளரும் ஒருசேர வழங்கியிருந்தனர். நந்தினிக்கும் துரைக்கும் நம்பிக்கை தளரவில்லை. இன்னும் போகவேண்டிய தூரமும் பட வேண்டிய கஷ்டமும் இருக்கின்றன என்று அவர்களுக்குக் கொஞ்சமும் தெரியவில்லை.

50

சண்டிகரின் மிக முக்கியமான பள்ளி. பார்க்கவே பிரமாண்டமாயிருந்தது. நுழை வாயிலில் பெரிய சரஸ்வதி சிலை; அதைச் சுற்றிப் பூங்கா; விதம்விதமான பூக்கள்; கற்பூரவல்லிச் செடிகள். நடைபாதை எல்லாமே அலங்காரமாய் இருந்தது. 'ஃபீஸ் கொஞ்சநஞ்சமா வாங்குறாங்க' என்று ஜெயந்தி நினைத்தாள். இங்கே பிஜுவுக்கு எல்கேஜி இடம் கிடைத்தது பெரிய விஷயம்தான். இன்று எதற்காக வரச் சொல்லியிருக்கிறார்கள் என்று நினைத்துக்கொண்டே வாசனைப் பூக்களை முகர்ந்துகொண்டு பிரின்சிபல் அறைக்குச் சென்றார்கள்.

"வாங்க, மிஸ்டர் அன்ட் மிஸஸ் குமார். உங்களை எதற்கு அழைத்திருக்கிறோம் என்று தெரியுமா?"

"தெரியாது மேடம்."

"உங்க மகனைப் பெரிய ரெகமெண்டேஷன் என்றுதான் இன்டர்வியூ புரோசிஜர்கூட பைபாஸ் செய்து பள்ளியில் சேர்த்தோம். ஆனால்..."

"ஆனால், என்ன மேடம்?"

"I think your child needs special attention. Hope you understand. இதற்கான பிரத்யேகப் பள்ளிகள் இருக்கின்றன. அங்கே பயிற்சி எடுத்துப் பின் ரெகுலர் ஸ்கூலில் முயற்சி செய்யலாம்."

"ஏன் மேடம்? அவன் நார்மலா எல்லாக் குழந்தையும் போலத்தானே இருக்கிறான்?"

"பார்க்க வித்தியாசம் தெரியவில்லை. ஆனால் நடவடிக்கை எல்லாமே ரொம்ப ரெஸ்பான்ஸ் குறைவாயிருக்கு. கேக்கிற திறன் குறைவா இருக்கா

அல்லது அப்சர்வ் பண்ணி ரிஃப்லெக்ட் பண்றது குறைவா இருக்கா என்பதை நீங்கதான் கண்டுபிடிக்கணும். வேண்டும். எப்படினாலும் எங்க ஸ்கூலில் அனுமதிக்க முடியாது."

"நான் என்ன பயிற்சி கொடுக்க வேண்டுமென்று சொல்லுங்கள். நானே கொடுக்கிறேன்."

"மிஸஸ் குமார், உங்க குழந்தை. ஆகவே நீங்க இதச் செய்திட முடியும்னு ஈஸியா நினைச்சுராதீங்க. இது சாதாரண விஷயமில்ல. இப்ப என்ன சின்ன வயசுதானே, சின்ன கிளாஸ் தானே என்று விட்டுட வேண்டாம். பிஜுவோட நல்லதுக்காகவே சொல்றேன்."

"..."

"உங்களுக்கு ஏத்துக்க சிரமமாயிருக்கலாம், ஆனா இது தான் உண்மை."

"..."

"நீங்கள் பிரியப்பட்டால் அட்மிஷன் கட்டணத்தைத் திரும்பக் கொடுத்துவிடுகிறோம்."

ஒன்றும் பேசாமல் வெளியேறி பிஜுவை அழைத்துக் கொண்டு குமாரும் ஜெயந்தியும் திரும்பினார்கள். மூன்று வயதாகியும் இன்னும் அதிகம் பேசத் தொடங்காத பிஜுவிற்கு, எல்லாரும் சொல்வதுபோல மூளை வளர்ச்சி குறைவாக இருக்கிற தென்று அவளால் நம்ப முடியவில்லை. வீட்டில் எவ்வளவு துடிப்புடன் இருக்கிறான். கொஞ்சநேரம்கூட அவனால் சும்மா யிருக்க முடிவதேயில்லை. ஏன் பேசவில்லை என்று பரிசோதனை செய்தபோது, காது கூர்மையாகத்தான் இருக்கிறது. சில குழந்தைகள் பேச நிறையநாள் எடுக்கும். இது மிகச்சாதாரண பிரச்சினை என்றுதானே சொன்னார்கள்?

"ஜெயந்தி இவனை அந்த ஸ்கூல்ல சேர்க்கணும்ன்னு சொன்னப்பவே வேணாம்ன்னு சொன்னேன்ல. நீ ஒரே பையனுக்குச் செலவுசெய்யக்கூட யோசிக்கணுமான்னு எவ்வளவு டார்ச்சர் பண்ணின?"

"இதுதான் சாக்குன்னு பேச ஆரம்பிச்சிடுங்க. நல்ல ஸ்கூல்ல பிள்ளய சேர்க்கணும்னு நினைக்கிறது ஒரு தப்பா?"

"நம்ம குழந்தைக்கு மூளை கொஞ்சம் கம்மியாதான் வேலை செய்யுதுன்னு பலமுற நான் உனக்குச் சொல்லியும் நீ ஏத்துக்கவே மாட்டேன்கிற. சொன்னாலே டென்ஷன் ஆகற."

"இல்லை உங்க யாருக்குமே என் குழந்தையைப் பற்றித் தெரியல. நாம வேற ஸ்கூல்ல போடலாம். கொஞ்சம் மந்தமாப் படிச்சாலும் பரவாயில்ல, இவங்க சொல்வதுபோல ஸ்பெஷல் அட்டென்ஷன் எல்லாம் எதுவும் தேவையில்ல" என்றாள் கோபமாக.

இவளுக்குப் பிள்ளை என்று வந்துவிட்டால் வீதியென்று கூடத் தெரியாது; சண்டைபோட ஆரம்பித்துவிடுவாள். 'ஏன் இப்படி?' என்றால் யாருக்கு இங்க பாஷை புரியப்போகுது? என்பாள். பாஷை புரியாது. ஆனால் முகபாவங்கள் புரியு மில்லையா? குழந்தை சம்பந்தப்பட்ட எந்த உண்மையையும் ஏற்றுக்கொள்ளாத இது என்ன கண்மூடித்தனமான நம்பிக்கை என்று குமாருக்கு மிகவும் கோபம் வந்தது.

※

51

சண்டிகர் செக்டர் பதிநான்கின் மார்க்கெட்டில் இருந்தது நோபல் மருத்துவமனை. அது ரொம்பப் பரபரப்பான மார்க்கெட் இல்லை. எல்லாவிதப் பொருட்களும் கிடைக்கும். சண்டிகரில் திட்டமிட்ட செக்டர் வீட்டுப் பகுதியில் எந்தக் கடையும் வைக்கக் கூடாது. ஒதுக்கப்பட்ட இடத்தில் மட்டுமே கடைகள் இருக்கும். பத்தாவது செக்டர் மார்க்கெட் மட்டும் விதிவிலக்கு. திட்ட மிட்ட அந்தப் பகுதியில் மட்டுமல்லாமல், சாலை ஓரங்களிலிருக்கும் வீட்டுப் பகுதியையும் கடையாக்கி வைத்திருப்பார்கள். அங்கு போனால் எப்போதும் யாராவது தெரிந்தவரைக் கண்டிப்பாகச் சந்திக்கலாம். அதுபோலில்லாது, பதினான்காவது செக்டரில் சில முக்கியக் கடைகள் மட்டுமே செயல்பட்டுக்கொண்டு அமைதியாயிருந்தது. அங்கிருந்த நோபல் மருத்துவமனை ஒரு செயற்கைக் கருத்தரிப்பு மையம். தரைத்தளத்தில் அமைந்திருந்தது டாக்டர் மேக்னாவின் அறை. அவர் அறைமுன் அமர்ந்திருந்தபோது ஒன்றிரண்டு நபர்கள் மட்டுமே காத்திருந்தார்கள். ஆயினும், இரண்டு மூன்று மணி நேரம் காத்திருந்த பின்னரே அவர்களது முறை வந்தது.

“ஹவ் கேன் ஐ ஹெல்ப் யூ.”

“நீங்க மட்டுமே உதவ முடியும். எங்களுக்குத் கல்யாணமாகி பனிரெண்டாண்டுகள் ஆகிடுச்சி. குழந்தையில்லை.”

மேக்னா எழுந்து அறைக் கதவைச் சாத்தினார்.

“மேடம் எனக்கு *azoospermia,* மனைவிக்கு *hormonal imbalance.*”

"வேறு எதுவும் பிரச்சனையிருக்கா இருவருக்கும்? முக்கியமா டிபி, தைராய்டு இதுபோன்ற பிரச்சனைகள்?"

"எதுவுமில்லை."

"இவ்வளவு நாளாக ஏன் ட்ரீட்மெண்ட் எதுவும் எடுக்கலை?"

"முதல் அஞ்சுவருஷம்வரை ட்ரீட்மெண்ட் எடுத்தோம். எனக்கு ஒரு சர்ஜரிகூடச் செஞ்சாங்க. இயற்கையாகக் குழந்தைப் பிறப்புக்கு வழியில்லன்னு தெரிஞ்சதும் கொஞ்சம் தளர்ந்து போய்ட்டோம். அப்புறம், இப்பதான் மறுபடி தொடங்குறோம்."

"உங்களுக்கு உங்கள் குழந்தைதான் வேணுமா? அல்லது டோனர் ஸ்பார்ம், டோனர் எம்பிரியோ இப்படியிருந்தாலும் பரவாயில்லையா?"

"எங்களுக்கு எங்க குழந்தைதான் வேண்டும்."

"டாக்டர், எனக்கு ஒரு சந்தேகம்."

"சொல்லுங்க, மிஸஸ். நந்தினி."

"என் வயதுக்கு இனிக் குழந்தையை ஆரோக்கியமாகப் பெற முடியுமா? குழந்தை உருவானால், அதன் எலும்பு வளர்ச்சி, மற்ற உறுப்புகள் வளர்ச்சி சரியா இருக்குமா?"

"ஸ்கேன் பார்த்துவிடலாம். குழந்தை உருவான பின்கூட அதன் வளர்ச்சி, ஆரோக்கியம் எல்லாம் கண்டறிய முடியும்."

ஸ்கேன் கருவியை உள்செலுத்திக் கருவறையின் வளைவு களை ஆராய்ந்தவாறே, மேக்னா, "கருப்பை மிகவும் ஆரோக்கிய மாயிருக்கிறது. எல்லாம் சரியாயிருந்தா, உங்களால ஆரோக்கிய மான குழந்தைய பெற முடியும். நான் சில டெஸ்ட் எழுதித் தருகிறேன். அதெல்லாம் செஞ்சுட்டு, அதன் முடிவுகளோடு, என்னை வந்து பாருங்கள்."

சாயங்காலம் வீட்டு வேலை முடித்துவிட்டு நடைப் பயிற்சிக்குப் போனபோது, "இந்த டாக்டர், கொஞ்சம் நல்லவங் களா ரொம்ப அன்பா இருக்காங்கள்ல" என்றாள் நந்தினி.

"நீ யாரையும் நம்பிடுவ. அவங்களுக்கு நம்மால நல்ல பிசினஸ். அதான் அவ்வளவு அக்கறையா பேசறதுபோலப் பேசறாங்க."

"ஆனா, அவங்க பேசினதுக்கப்பறம் கொஞ்சம் நம்பிக்கை வந்தது போலவும் இருக்கு. ஆனாலும் பயமாவும் மனசு

காயாம்பூ

என்னவோ பண்றது போலுமிருக்கு. இந்த வயசுக்கு மேல இதெல்லாம் தேவையா?"

"சும்மா மனசைக் குழப்பிக்காத. நல்லதே நடக்கும்."

நீள்பாதையில் நடந்துகொண்டிருந்தார்கள். தொலைவில் வெளிச்சம் தோன்றுவதுபோலிருந்தது. அது நிஜ வெளிச்சமா கானல் நீரில் ஜொலிக்கும் வெளிச்சமா என்று மனத்திற்குப் பிரித்தறியத் தெரியவில்லையே! வெளிச்சத்தைக் கையில் பிடிக்க முயற்சி செய்தாள் நந்தினி, அதைக் கையிலேந்தி அவள் வயிற்றுக்குள் வைத்தாள் மேக்னா. அந்த ஒளி வளர்ந்துவந்தது. "பார்! உனது நம்பிக்கையை உன் வயிற்றுக்குள் வைக்கிறேன்" நந்தினிக்கு விழிப்புத் தட்டியது. அதிகாலை மணி 4.40. விடியற்காலைக் கனவு. நிச்சயம் பலிக்கும்.

※

52

தேன்மொழி, எலுமிச்சைச் சோறு பிசைந்து கொண்டே தன் வாழ்க்கையை நினைத்துக் கவலைப்பட ஆரம்பித்தாள். அலமேலு இருந்தவரை சாப்பாட்டிற்குக் கவலையில்லை. அலமேலு துறையூர் போனபோதெல்லாம் ஏதேனும் பழங்கள், காய்கறிகள் வாங்கிக்கொண்டுவந்து போட்டாள். அவ்வப்போது முணுமுணுத்தபடியே எண்ணெய், பருப்பு எல்லாம் வாங்கிக்கொடுத்தாள். இப்போது பழைய குருடிக் கதையாகிவிட்டது. பட்டாசாலை யில் படுத்துப் பஞ்சாமிர்தம் சாப்பிடும் நிலை எனக்கு எப்போதுமில்லை. கடவுள் எனக்கு மட்டும் முதுகுல எழுதிட்டுப் போயிட்டார்போல. அருள் பாடு கொஞ்சம் நிம்மதிதான். நான் இங்கே தனியாத் தானே இருக்கேன் என அலமேலு மாமியார் கூட்டிப் போய்வைத்துக்கொண்டார். தினமும் ஸ்கூலில் கொண்டுவிடுவதும் அவனைக் கூட்டிக்கொண்டு வருவதுமாய் அவர்கள் பொழுது கழிகிறது.

அலமேலு முடிஞ்ச அளவு இந்தக் குடும்பத்துக்குச் செஞ்சிட்டா. நான் மட்டுமென்ன, அவ நல்லாயிருக்க வேணும்னு, என் அம்மா போட்ட பத்துப் பவுன் நகைய அப்படியே எடுத்துப் போடலையா? கழுத்துக்குக் காதுக்குக் கவரிங் போட்டுக்கிட்டு, எல்லாம் அவளுக்குக் கொடுத்ததில அம்மாக்குக்கூடக் கொஞ்சம் வருத்தம்தான். வேற ஜாதிதானே குடுக்கற, உன் நகை போடாட்டி என்ன என்று கேட்டபோதும், நம்ம வீட்டுக் கௌரவம்னு யோசிச்சி என் நகையைப் போட்டு அனுப்பலையா? ஆனால் அலமேலு கெட்டிக்காரி. அவள் புருஷன் அனுப்பியதில் மிச்சம் பிடித்து, இரண்டு மூணு சீட்டு கட்டி, என் நகையெல்லாம் எனக்கே கொடுத்துப் புதுசா ஏழு பவுனில் ஆரம் செட் எடுத்துவிட்டாள். இன்னும் மூணு பவுனுதான். அதுக்கும் ஏதாவது வழி செஞ்சிடுவா. நான் நகைகளையெல்லாம் கொடுத்ததில நெகிழ்ந்துபோய்ட்டா. ஆனால்

மிச்சம் பிடிக்கிறேனு வீட்டுக்கு வாங்கி வரும் காய்கறி, பருப்பு எல்லாம் கொஞ்சம் கொஞ்சமாக நிறுத்திட்டா. அவளுக்கும் தன் குடும்பம், தன் பணம் என்ற எண்ணம் வரும்தானே.

போதும். எலுமிச்சங்காடு வஞ்சனையில்லாம வாரித் தருது. கிணறும் கருணையோடு இருக்கு. ஏதோ கொஞ்சம் வீட்டுக்கும் பழனிச்செல்விக்கும் கொடுக்கிறமாதிரி காய்கறிகள், கீரை போட முடியுது. எலுமிச்சை விற்றும் அவர் சம்பளமும் கொண்டு மூன்று பேர் சாப்பிடத் தாராளமாய்ப் போதும். இனி, அலமேலு பிள்ளைப் பிறப்பு, அது இது என்று வந்தால்தான் கொஞ்சம் சிரமம். அதுக்கும் ஆண்டவன் என்ன வழி வச்சிருக்கி றானோ! அலமேலு புருஷன் நல்லா சம்பாரிக்கிறார். அவளுக்கு மனசு வந்து, அம்மா வீட்டுக்கு, அண்ணன் பிள்ளைக்குன்னு எதுவும் அனுப்பினால் ஏதோ நம் வீடு பிழைக்கும். ஆனா, கட்டிக் குடுத்த பொண்ணுகிட்டப் போய், இப்படிக் குடுக்கறத வாங்கிக் கிட்டு... எப்படி இது நாள் வர அவ இங்கேயிருந்தா. அதனால், காசு புழக்கம் எல்லாம், ஒண்ணா மண்ணா இருக்கட்டும்னு நினைக்கலாம். இப்போ அவ புருஷனோடு போனபின்ன, பணம் அனுப்பினாகூட வேணாம்னு சொல்றதுதானே மரியாத?

'அன்புள்ள அக்கா, அலமேலு மாப்பிள்ளை, அநேக நமஸ்காரம். நானும் அலமேலுவும் நல்ல சுகம். நல்ல செய்திதான். அலமேலு பிள்ளை உண்டாகியிருக்கிறாள். அவளை இங்கேயே வைத்துப் பிரசவம் பார்த்துக்கொள்ளலாம் என்று முடிவு செய்திருக்கிறேன். அம்மாவை முதலில் கொஞ்ச நாள் உதவிக்கு அழைக்கப் போகிறேன், அதனால் எங்கள் வீட்டை நீங்கள்தான் பராமரிக்க வேண்டும். அம்மா இங்கே வரும்போது அப்பாவை யும் நீங்கள்தான் பார்த்துக்கொள்ள வேண்டும். அப்பா கொஞ்சம் சோம்பியிருக்கப் பழகிவிட்டார். வீட்டைப் பராமரிக்க, அதற்கு வேலையாட்களுக்கும் மேல்செலவுக்கும் நான் மாதந்தோறும் ஒரு தொகை அனுப்பிவிடுகிறேன். வங்கியில் கணக்கு ஆரம்பித்து விட்டு, எனக்கு விவரம் சொல்லவும். வீட்டு மாப்பிள்ளையிடம் பணம் எப்படி வாங்கிக்கொள்வது எனத் தயங்க வேண்டாம். எங்க வீட்டைப் பத்திரமாகப் பார்த்துக்கொள்ளவே அதை அனுப்புகிறேன். அம்மாவுக்கு அருள் கூட இருப்பது மிகவும் சந்தோஷமாய் இருக்கிறது. அவனை அடுத்த வருடம் இங்கே பள்ளியில் சேர்த்துவிட யோசிக்கிறோம். அம்மாவுக்கு எங்களுட னேயே இருக்க முடிந்தால், அப்படிச் செய்துவிடலாம். அருளை விட்டு அம்மா இருக்க மாட்டேன் என்று சொல்வதால்தான் இந்த ஏற்பாடு. பாப்போம். அம்மா மீண்டும் அங்கேயே வந்துவிட்டால், அருளும் அங்கேயே வந்துவிடுவான்.

அலமேலுவுக்கு இங்கே எல்லாம் மிகவும் பிடித்திருக்கிறது. விரைவில் அவளுக்கு ஒரு வேலையும் ஏற்பாடு செய்து

விடுவேன். பிறகு அவள் சம்பாதிப்பதை உங்களுக்கு அனுப்பச் சொல்லியிருக்கிறேன். அதுவும், அவள் பெயரில் ஏதேனும் வீடு தோட்டம் வாங்கிப் பராமரிக்கவே. நீங்கள் அங்கிருந்து எங்கள் உடைமைகளைப் பாதுகாப்பீர்கள் என்ற நம்பிக்கையில் நாங்கள் இங்கே நிம்மதியாக இருக்கிறோம். அப்படியிருந்தால் மட்டுமே மேலும் மேலும் எங்களால் சம்பாதிக்க முடியும். ஆகவே, அதில் எங்கள் உழைப்போடு, உங்கள் நேரமும் அக்கறை யும் ஏன் உழைப்பும்கூட அடங்கியிருக்கிறது. எப்போதும் என்னையும் அலமேலுவையும் உங்கள் குடும்ப அங்கமாகவே நினைத்துக்கொள்ள விரும்புகிறேன்.'

கடிதத்தைப் படித்த ராமசாமி, "ஜாதி கெட்டவன்னு சொன்னியே! என்ன குணம் பாரு? நம்ம நிலை, இன்னும் கொஞ்சம் மேல வந்துட்டா, பிறகு நாம காசே கொடுக்காதீங்க, உங்க வீட்டப் பாக்க எங்களால முடியாதா? அதுக்குப் போய்க் காசான்னு கேட்டுடுவேன். ஏதோ மாப்பிள்ள வந்த அப்பறம்தான், நீயும் புள்ளைங்களும், நல்ல துணி உடுத்தி, நல்ல சாப்பாடு சாப்பிடுறீங்க."

"சரி. கண்கலங்குனது போதும். நாளைக்குக் குலதெய்வக் கோவிலுக்குப் போய், விளக்குப் போட்டுட்டு வாங்க, நல்ல சேதி வந்திருக்குல்ல, வீட்டுப் பொண்ணு நல்லபடிப் பெத்துப் பிழைக்கணும்."

அடுத்த முறை அண்ணனுக்குப் பேசியபோது இந்த கடிதம் பற்றி ஏதோ நெகிழ்ந்து ராமசாமி பேச, அதன் பின்னர் அலமேலுவுக்குச் சரியாகப் பேச முடியவில்லை. தடுமாற்றமாக இருந்தது. விரைவாகப் பேச்சினை முடித்துவிட்டு, "இதுவரை செஞ்சது எல்லாம் பத்தாதா, நமக்குப் பிள்ளையாகுது. ஒண்ணு, ரெண்டு சேர்த்தாதான் நல்லது. இப்படியே தானம் பண்ணிட்டு இருந்தா, நம்ம பொளப்பு அவ்வளவுதான்" என்றாள் அலமேலு. ராஜேந்திரனுக்கு அலமேலு ஏன் இப்படிப் பிரித்துப் பார்க்கிறாள், அம்மா அப்பாவுக்கு எப்படிப் பணம் அனுப்புகிறேனோ அதேதானே இவள் குடும்பத்துக்கும் செய்ய வேண்டும், நல்ல சம்பாத்தியம் கொஞ்சம் அவர்களுக்கும் கொடுத்தால் என்ன என்றே நினைக்கத் தோன்றியது. இதைச் சொன்னால் சண்டை போடுவாள். இந்த நிலைமையில் அவளை மன உளைச்சலுக்கு உள்ளாக்க வேண்டாமென்று விட்டுவிட்டான்.

53

காலை நேரம். சமையல் தாளிக்கும் வாசனை பரவியது, அப்போதுதான் குளித்துவிட்டுவந்த துரை, மதிய உணவைக் கட்டிவைத்துவிட்டுக் காலையில் சாப்பிடத் தேவையான உணவுவகைகளை மேசையில் வைக்க ஒவ்வொன்றாய் எடுத்துச்சென்றான். நந்தினி சமையல் மேடையைப் பரபரப்பாய்த் துடைத்துக் கொண்டே, "ஏங்க டாக்டர் எழுதிக்குடுத்த டெஸ்ட்ல ஒண்ணு, பீரியட் செகண்ட் டேல பண்ணனும்னு இருக்கே?" என்று கேட்டாள்.

"ஆமா, அதனால என்ன?"

"அது என்ன டெஸ்டா இருக்கும்? ஸ்கேன் எதுவும் பண்ணுவாங்களா?"

"எனக்கு எப்படி தெரியும்?"

"ஸ்கேன் பண்ணுவாங்கன்னா அது எப்படீங்க? ஃப்ளோ இருக்குமே, வலிக்குமான்னு தெரியலையே!"

"அப்படியெல்லாம் எதுவும் பண்ண மாட்டாங்க. பயப்படாத."

"நீங்க சும்மா சொல்லிடுவீங்க. அனுபவிக்கிறது நான்தானே."

"இன்னிக்கி ஆபீஸ்ல எல்லாம் விளங்கின மாரித்தான்."

சட்டென மௌனமானாள் நந்தினி. கல்லூரி விடுதியில், செவிலியாகப் பணிபுரிந்த அறைத் தோழியின் அக்கா, கருத்தடைக்குக் கருவி பொருத்துவது மாதவிடாய் நிகழும் நாட்களில்தான் என்று சொன்னது தேவையில்லாமல் இப்போது நினைவுக்கு வந்து தலைசுற்றியது. அதெப்படி, உதிரப் போக்கிருக்கும்போது என்று எண்ணும்போதே குமட்டல் எடுத்தது.

அடிவயிறு சுருக்கென்றது. அய்யோ! அதுக்குள்ள பீரியட்ஸ் வந்துவிட்டதா? இன்னிக்கி ஹாஸ்பிடல் போக வேண்டுமே என்று நினைத்துக்கொண்டாள். இரண்டாம் நாள் என்ன செய்வார்களோ! அய்யோ, இதென்ன? தொடைக்கிடையே வளைந்து நெளிந்து பாம்பு ஒன்று அவள் வயிற்றுக்குள் இறங்கத் தொடங்கியது. தொப்புள்வழித் துளைத்து வெளி வந்த அது, அவள் வயிற்றை வெடுக்கென்று கொத்தியது. "ஆ! அய்யோ" என்று மதிய நேரத் தூக்கத்திலிருந்து அலறி விழித்தவளைப் பயந்து பார்த்தான் துரை. நந்தினிக்குத் தலைவலிக்க ஆரம்பித்தது.

"மனசப் போட்டு ரொம்ப அலட்டிக்கிற. தினம் ஏதாவது கனவு வருது. அமைதியா இரு. இப்படியிருந்தா, நான் எப்படி நிம்மதியாயிருக்க முடியும்?"

"உங்களுக்கு என்ன என் மேலதானே எல்லா டெஸ்டும் நடக்குது. பீரியட்ஸ் செகண்ட் டேல இன்டேர்னல் செக்கப் பண்ணா, எப்படித் தாங்க முடியும்?"

"உனக்கு விருப்பமில்லன்னா, விட்றலாம் நந்தினி."

"அப்பறம் இவ்வளவு கஷ்டப்பட்டதும் வேஸ்ட்டா?"

"என்னை என்னதாம்மா பண்ணச் சொல்ற?"

"அய்யோ! எனக்குத் தல வலிக்குது. நீங்க ஏன் என்னை இவ்வளவு டார்ச்சர் பண்றீங்க? மலய சுமக்கிற மாதிரியிருக்கு." நந்தினியின் இரைச்சல், வீட்டைத் தாண்டி வீதிவரை கேட்டது.

"எனக்கு ஏன் இருக்கோம்னு இருக்கு."

"போங்க. என்னை இனிப் பிடிக்காமக்கூடப் போயிடலாம். போயிடுங்க. என் கண்ணுல முழிக்காதீங்க."

கதவை வேகமாக அறைந்து சாத்திவிட்டுப் படுக்கையறைக்குச் சென்றவள், இரவு சமைக்கக்கூட வரவில்லை. அந்த இரவு நேரத்தில், எங்கே செல்வதென்று தெரியாமல், ஒன்பதாவது செக்டர் ஷீரடி சாய்பாபா கோவிலுக்குப் போனவன், கருணை மிகுந்த முகத்தைப் பார்த்து, "இவள் ஏன் இப்படி நடந்து கொள்கிறாள்? இந்த அளவுக்குக் கோபத்தை எப்போதும் காட்டியதில்லை. ஏன் இவ்வளவு மன உளைச்சல் இவளுக்கு? ஒருவேளை இந்த மருத்துவ முறை தவறானதோ? என் பொருட்டு, இவளை மிகவும் அதிகமான துயரத்துக்கு ஆளாக்கிவிட்டேனோ! பாபா, நல்லது நடக்கவிடு.

பாபாவிடம் நிஜமாய் வாய்விட்டுப் பேசியதை நினைத்தால், தனக்கு விரைவில் மனக்கோளாறு வந்துவிடுமோ என்று தோன்றியது துரைக்கு.

மாதவிடாய் வந்ததும், இரண்டாம் நாள் பரிசோதனைக்குப் போனபோது, டாக்டர் எழுதிய பரிசோதனை இரத்தப் பரிசோதனை மட்டுமே என்று தெரியவந்ததும் நிம்மதியாயிருந்தது.

"இந்தப் பத்துப் பதினஞ்சு நாளா எவ்வளவு பயந்த? தேவை யில்லாத பயம். ஒண்ணுமில்லாத விஷயம்."

"ஆமா. ப்ளட் டெஸ்ட்னு முன்னமே தெரிஞ்சா பயப்பட்டேன்?"

"ஒருகட்டத்தில் இது வேணாம் நிறுத்திடலாம்னு உறுதியா நினச்சேன்."

"ஆமா. நிறுத்திட்டு என்னைப் பிள்ள பெக்க வக்கில்லா தவன்னு ஆக்கணும். அதானே உங்க ஆச?"

அதற்கும் மேல் இருவருமே பேச்சைத் தொடரவில்லை.

மாதவிடாய் வந்து நான்காம் நாள் ஒரு பரிசோதனையும், எட்டாம் நாள் ஒரு ஸ்கேனும் என வேறு சில பரிசோதனை களும் முடிந்து, அதன் முடிவுகளை ஒருவழியாக எடுத்துக் கொண்டு சனிக்கிழமை மேக்னாவைப் பார்க்கச் சென்றார்கள். பரிசோதனை முடிவைப் பார்த்தார் மேக்னா. இருவர் முகத்தையும் அதில் குழந்தைத் தேவைக்கான ஏக்கத்தையும் பார்த்தார்.

"இன்று எங்கள் மருத்துவமனையின் ஐவிஎஃப் நடந்து முடிந்த பெண்ணின் எம்பிரியோ இருக்கிறது. நந்தினிக்கு இது பன்னிரண்டாம் நாள். சரியாக வந்திருக்கிறீர்கள். அதனை நந்தினி யின் கருவறையில் வைத்தால், குழந்தைக்கான வாய்ப்பு அதிகம்."

நந்தினி துரையை ஏக்கத்தோடு பார்த்தாள். அவன், பிடிவாத மாகப் பதில் சொல்லாமல், மௌனமாக அமர்ந்திருந்தான்.

"I know you can't take this decision across table but by God's grace you come on the same day. So I asked. These embryos will go waste by today."

ஏதும் பேசாது துரை எழுந்துபோனான். நந்தினி மௌன மாக அவன் பின்னால் நடந்தாள்.

"நாம டாக்டர் சொல்றபடியே நடந்துக்கலாமேங்க."

"உங்கிட்ட இதான் பிரச்சனை. எந்தப் பின்விளைவையும் யோசிக்காம jumping to solutions."

"இல்லங்க. பிள்ள இல்லன்னு ஏங்கிக்கிட்டேயிருக்கறதுக்கு ஒரு முடிவு கட்டலாமே."

"அதுக்குன்னு இதுதான் வழியா? நம் குழந்தைக்கு முயற்சி எடுக்க வேண்டாமா?"

"நமக்கு இதுதான் விதிச்சிருக்கோ என்னவோ?"

"வேறு மருத்துவமனை பார்ப்போம். நம் குழந்தை நமக்குக் கண்டிப்பாகப் பிறக்கும். நம் வம்சம் தழைக்கும்."

54

வீட்டில் மாலைநேர டிபன் செய்ய ஏற்பாடுகளைப் பார்த்துக்கொண்டிருந்தாள் ஜெயந்தி. மிக்சியில் உளுந்துவடைக்கு அரைத்துக் கொண்டிருந்தாள், கிர்ர்ர்ர்ர் என்ற மிக்சியின் சத்தத்தை மீறி வாசலில் பிஜுவின் பெருங்குரல் கேட்டது. பாதி அரைத்த மாவை அப்படியே விட்டுவிட்டு ஓடினாள். பக்கத்துத் தெருப் பையன் மைக்கேல் தள்ளிவிட்டதில் கீழே விழுந்து அங்கிருந்த கல்லில் மோதி நெற்றியில் ரத்தம் வழிவதை அழுத்திப் பிடித்து நிறுத்தத் தெரியாமல் கத்திச் சண்டை போட்டுக்கொண்டிருந்தான் பிஜு.

"ஆண்ட்டி! இங்க பாருங்க. என்னைக் கடிச்சி வைச்சிட்டான் பிஜு" என்று கையைக் காட்டினான் மைக்கேல். உடனே உள்ளே ஓடியவள், ஆண்டி செப்டிக் கிரீம் போட்டுப் பாண்ட்எயிட் சுற்றிவிட்டாள். பிஜுவோடு வீட்டுக்குள் போனவள், அவனது காயத்தைக் கழுவி மருந்துபோட்டுக் கொண்டே, பெரிதாகக் கையை ஆட்டி, "ஏன்டா, அவனைக் கடிச்சே?" என்றாள்.

"என்னைப் பந்துபோட விடமாட்டேன்னு சொன்னான். அதான் கடிச்சேன்."

"அதுக்குக் கடிப்பியா? கடிச்சா விஷ மருந்து ஊசி போடணும். ஊசி போட்டா, அவனுக்கு வலிக்கும்தானே?" எல்லாமே அவனுக்குச் சைகை யிலும் உணர்ச்சியைக் கண்வழிக் காட்டியும் செய்ய வேண்டியிருந்தது.

"ஓ! அப்படியா? இனிமே யாரையும் கடிக்க மாட்டேன்" என்றான். அவனும் அபிநயம் காட்டியே பேசினான். ஆரம்ப நாளில் இப்படிப் பேசுவது கொஞ்சம் கடினமாக இருந்தது. ஆனால் இப்போது எல்லாரிடமும் அவள் சைகையுடன்தான் பேசுகிறாள்.

அனைவரும் சொல்வதுபோல, பிஜு கொஞ்சம் பிற குழந்தைகளைவிட அதிகப்படி கவனிப்புத் தேவைப்படுபவன் என்பதை ஓரிரு வருடங்களுக்கு முன்புதான் ஜெயந்தி அறிந்து கொண்டாள்; ஆனாலும் விரைவில் பிஜு மற்றபிள்ளைகள் போலாகிவிடுவான் என்றே நம்பினாள்.

"இனி நீ, வெளிய விளையாடப் போகாத. அம்மாவோட விளையாடு."

"ம்ம்..." உற்சாகமாகத் தலையாட்டினான்.

"வீடியோ கேம் ஆடிட்டிரு. அம்மா வடை சுட்டு எடுத்துட்டு வரேன்."

வடைக்கு எண்ணெய் ஊற்றிவைத்துவிட்டு எண்ணெய் கொதிக்கும்முன் அவள் மனம் அதிகப்படியாகக் கொதித்துக் கொண்டிருந்தது. ஆரம்பத்திலேயே டாக்டர் அனிதா, கருக் கலைக்கச் சொன்னார்கள். யோசித்திருக்க வேண்டும், பின்னர் ஸ்கூல் பிரின்சிபால் சொன்னாங்க. நான்தான் முட்டாள்தனமாக எந்த அறிவுரையையும் ஏற்கல.

என்ன செய்கிறான் எனப் படுக்கையறையை எட்டிப் பார்த்தாள். நாக்கைத் துருத்திக்கொண்டு கேம் விளையாடிக் கொண்டிருந்தான். அதில்கூடக் கவனமாக விளையாடத் தெரியாது. எப்போதும் டெமோ போட்டுவிட்டுக் கையில் கொடுத்துவிடுவாள். பார்க்க நல்ல வளர்ச்சி, களையான முகம், நிமிர்ந்து பார்த்தால் மட்டுமே கண்கள் ஏதோ நிலை குத்தி நிற்பது கொஞ்சம் தெரியும், இன்னும் நன்கு கவனித்தால் மட்டுமே உதட்டு ஓரம் எச்சில் வழிவதைத் துடைக்கத் தெரியாத பாலகன் என்று புரியும். தொலைக்காட்சியில் செய்திகள் ஓடிக்கொண்டிருந்தன. இரட்டைக் கோபுரத்தை இடித்த காட்சியை மறுபடி மறுபடிக் காட்டிக் கொண்டிருந்தார்கள். உலகமே சோகத்தில் மூழ்கியிருந்தது. ஆனால் ஜெயந்தியின் மனத்தை பிஜு பற்றிய கவலைகளே ஆக்கிரமித்துக்கொண்டிருந்தன.

கண்களைத் துடைத்துக்கொண்டு சமையலறைக்கு வந்தாள். மீண்டும் மிக்சியை ஓடவிட்டுப் பதமாக மாவைக் கிண்ணியில் வழித்தாள். கருவில் குறைபாடிருக்கும் என்று அனிதா சொன்னபோது என்ன மாதிரி என்று கேட்டதற்குக் கைகால் வளர்ச்சிக் குறைபாடு வரலாம், என்ன பாதிப்பு என்று சொல்லமுடியாது என்றுதான் சொன்னார்கள்; இப்படி உடல் வளர்ச்சி இருக்கும், மன வளர்ச்சி இருக்காது என்று சொல்ல வில்லை. இயந்திரம்போல வடைகளைப் பொரித்து எடுத்தாள். நல்ல மணத்தோடு முறுகலாக வந்திருந்தன. ஒன்றைப் பிட்டுச்

சாப்பிட்டுப் பார்த்தாள். சூடாகத் தொண்டையில் அது இறங்குவது கொஞ்சம் ஆறுதலாயிருந்தது.

"சரி, இந்தா சாப்பிடு" என்று வடைகளை அவனிடம் நீட்டினாள். ஒரே சமயத்தில், இரண்டு மூன்று வடைகளை எடுத்து வாயில் திணித்தான் பிஜு.

"ஒண்ணு, ஒண்ணா சாப்பிடு."

"ரொம்பப் பசிக்குது" என்று சொல்லும்போதே கவனித்தாள், படுக்கையில் சிறுநீர் வாடையடித்தது.

"பிஜு! உச்சா வந்தா எங்கிட்ட சொல்லணும். பாத்ரூமுக் குள்ளதான் போகணும்னு சொல்லியிருக்கேன்ல."

"மறந்துட்டேம்மா." அவள் சினம் பார்த்துப் பிஜு அழத் தொடங்கினான். ஜெயந்திக்கும் அழுகை வந்தது. "அய்யோ! நான் என்ன பாவம் பண்ணேன்? ஐந்து வயசுப் பிள்ளைக்கு மூத்திரம் பீ அள்ளிப் போடணும்னு."

"அம்மா! அழாத, அழாதம்மா. இனிமே கண்டிப்பா சொல்றேம்மா. மறக்க மாட்டேம்மா" என அழுதுகொண்டிருந்த பிஜுவைப் பார்க்கப் பரிதாபமாயிருந்தது. கட்டிக்கொண்டு கதறினாள் ஜெயந்தி. குமார் வரும்போதே மைக்கேல் வீட்டில் அவனை அழைத்து என்ன சொன்னார்களோ கோபமாக உள்ளே நுழைந்தவன், ஜெயந்தியும் பிஜுவும் அழுதுகொண் டிருப்பதைப் பார்த்து எதுவும் செய்ய முடியவில்லை. பிஜுவின் நெற்றிக்காயத்தை மெல்ல வருடிவிட்டான். ஜெயந்தியை ஆறுதலாக அணைத்துக்கொண்டான். படுக்கையை எடுத்து வெளியே போட்டுவிட்டு, வேறு படுக்கையை விரித்தான். இந்த குழந்தையைக் கருவிலேயே கலைத்திருக்க வேண்டுமென்று நினைத்தான். ஆனால் கடவுள் இதுபோன்ற குழந்தைகளையும் உலகத்துக்கு அனுப்ப நிர்ப்பந்தப்பட்டிருக்கிறார். அதைத் தாங்கக்கூடிய அம்மாவாக ஜெயந்தி உருவாகியிருக்கிறாள். ஜெயந்தியின் நம்பிக்கை வீணாகக் கூடாது. பிஜு விரைவில் சரியாக வேண்டும் என்று மனதார வேண்டிக்கொண்டான்.

55

சாரணியின் திருமணத்துக்கு வந்திருந்தாள் நந்தினி. இந்தக் குட்டிப் பொண்ணு இப்போ கல்யாணத்துக்கு ரெடியாயிட்டா. நந்தினிக்கு அவளைத் தன் கையில் முதன்முதலில் தூக்கிய நாள் நினைவுக்கு வந்தது. திருமணம் கோலாகலமாய் நடந்தேறியது.

“என்ன அண்ணி, பொண்ண கட்டிக் குடுத்து ஃப்ரீயாயிட்டீங்க. அப்பறம் என்ன, இன்னும் முகம் வாட்டமாயிருக்கு, கல்யாண வேலை ஜாஸ்தியா?”

“எல்லாம் உங்க பெரியம்மா பண்ணதுதான். சபையில் வெறும் ஐந்நூறு ரூவா வச்சிட்டுப் போயிருக்காங்க. எனக்கு என்ன மரியாத இருக்கு?”

“விடுங்க அண்ணி. அடுத்த கல்யாணத்துல செய்வாங்க.”

“கிழிச்சாங்க. அவங்க பையன வச்சிருக்காங்க. அது வரவு. என் பொண்ணுக்கு இன்னும் அதிகமா செய்திருக்க வேண்டாமா? அதிகமில்லைன்னாலும் நான் செய்த அளவுக்காவது செய்ய வேண்டாமா? கொஞ்சம்கூடக் கூறில்லாதவங்க.”

“சரி, விடுங்க அண்ணி. இதுக்கெல்லாம் கணக்கு என்ன இருக்கு?”

“அது சரிம்மா. உனக்கு வாரிசு இல்லை. நீ கவலப்பட வேண்டாம். ஆனா, நான் அப்படி இருக்க முடியுமா?” என்று சொன்னவள் நாக்கைக் கடித்துக் கொண்டாள்.

உடனடியாகக் கலங்கியவள், வேறுபுறம் திரும்பிக் கண்களைத் துடைத்துக்கொண்டாள். அவள் முகம் வாடியதை ஒரு நொடிக்குப் பிறகே கவனித்த சரளா, “ஸாரி நந்து. தெரியாம வாய்ல

வந்துருச்சிடா. நீதான் ட்ரீட்மெண்ட் எடுக்கறியே. குழந்தை கண்டிப்பா பொறக்கும்மா" என்றாள்.

அண்ணியின் சாமர்த்தியமான பேச்சு எதுவும் அவளுக்கு மனத்தில் ஏறவில்லை. குழந்தை பிறக்கும் என்றது ஆறுதல் வார்த்தையில்லை. ஒருவேளை வாரிசில்லாமல் போனால்? கல்யாணம், காது குத்து, பிள்ளை சீரு எல்லாத்துக்கும் பெரிய பெரிய தொகையைச் செய்யும் எனக்கு இவர்கள் எப்படித் திரும்பச் செய்வார்கள் என்று முதன்முதலாக நினைத்தாள் நந்தினி.

செய்முறை என்பது வெறும் ஆசீர்வாதமல்ல. அது ஒரு கடன். நான் எந்த ஜென்மத்தில் பட்ட கடனோ?

O

மதவானி அம்மன் கோவில். பெரம்பலூர் அருகே இருக்கும் இந்தக் குலக் கோவிலுக்கு வருடம் ஒருமுறை குடும்பத்தோடு வருவார்கள். ஏரிக்கரையில் அமைந்த அழகான சிறிய ஆலயம். கோவிலுக்கு வெளியே கொடிமரத்தை ஒட்டிப் பல வேல்களும் வீச்சரிவாள்களும் எலுமிச்சம்பழம் சொருகி நட்டுவைத்திருப் பார்கள். கருங்கல்லால் கட்டப்பட்ட மண்டபம். கூரையும் தரையும் கற்களாலேயே ஆனது. கருவறையில் ஏழு கன்னிமார் களுக்கும் ஒரே கல்லில் சிற்பமும் அதற்கான பீடமும் இருக்கும். கருவறையுள்ளே எவரும் அனுமதிக்கப்படுவதில்லை. தேங்காய், பழம், எலுமிச்சை, ஊதுபத்தி, சாம்பிராணி, சூடம், மாலை அடங்கிய தட்டைப் பூசாரியிடம் கொடுத்தார்கள். "கம்மா நெறஞ்சி, காடு வெளஞ்சி, மக்க மனம் நெறஞ்சி, ஆண் போற இடம் அரசாள, பெண் போற இடம் பூவா மலர ஆத்தா அருள் புரியணும்" என்று அருள்சொல்லிப் படையல் போட்டார் பூசாரி. ஐம்பத்துநான்கு மண் சிட்டிகளை ஏற்றி அந்த மண்டபம் முழுவதும் வைத்தார்கள். பெரிய மண் விளக்கை உள்ளே கொடுத்திருந்தாள் நந்தினி. அதனை வீட்டுக்கு எடுத்துச்சென்று அடுத்த முறை வரும்வரை தினமும் ஏற்றுவார்கள்.

கறுப்புக் கோவில் பல சுதை வடிவங்களுடைய பொம்மை களால் நிறைந்திருக்கும். அங்குப் போகும்போதெல்லாம் உச்சி வெயில் வந்துவிடும். கறுப்புக் கோவிலுக்குக் கூரையில்லை. மர நிழலில் பெரிய பெரிய மாடங்கள் இருக்கும். அங்கு கருங் கற்களையே தெய்வங்களாக மாலைபோட்டு வைத்திருப் பார்கள். பெண்கள் உள்ளே வரக் கூடாதென்று சுற்றுச் சுவருக்கு வெளியே பெண்களை நிறுத்திவிடுவார்கள். திருமணம் முடிந்து சிலமுறை நந்தினி அந்தக் கோயிலுக்குப் போயிருக்கிறாள். அதன் பிறகு போகப் பிடிக்கவில்லை. பெண்களை ஏன் வெளியே நிறுத்தறாங்கன்னு சொல்லிச் சண்டையிடுவாள். ஆனால்

தற்சமயம் எங்கும் போக, எந்தக் கடவுளிடமும் மண்டியிடத் தயாராக இருக்கிறாள்.

கோவிலுக்கு அருகிலிருந்த அந்த வறண்ட ஏரியின் மொத்தப் பரப்பில் ஆங்காங்கே கருவேல மரங்கள் வளர்ந்திருந்தன. அதன் சிறு நிழலில் ஆடு மேய்க்கும் சிறுவர்கள் ஓய்வெடுத்துக் கொண்டிருந்தார்கள். கோடை மழை சிறிது பெய்திருந்ததால் ஆங்காங்கே நீர் நிறைந்திருந்தது. அதில் பனங்காடைகளும் வேறு சில பறவைகளும் நீர் அருந்தவோ மேனி நனைக்கவோ அந்தச் சிறிய நீர்த்தேக்கத்தைச் சலப்பிக்கொண்டிருந்தன. ஏரியில் நீரின்றி ஆங்காங்கே வெடித்துக் கரிசல் மண் தெரிந்து கொண்டிருந்தது. பார்வைக்கு இதம் சேர்த்த சூழல், மனத்துக்கு இதம் சேர்க்கவில்லை. அதன் கரை மட்டுமே அந்த இடத்தில் ஏரி இருந்ததற்கான அடையாளம். நீர் இல்லாத ஏரியையும் ஏரி என்றுதானே சொல்வார்கள். அதற்கும் தனக்கும் அதிக வித்தியாசம் இல்லை என்று நினைத்தாள் நந்தினி. பங்காளி வீட்டக்கா காமாட்சி நந்தினியிடம், "எனக்கு அப்பறம் விளக்குப் போட ஆள் வேணாமா, வீட்டுக்கு வாரிசு குடுன்னு மதவானியம்மன் கிட்ட கேளு" என்றாள்.

"சரிக்கா."

"நல்லா வேண்டிக்க. யாரும் எவ்வளவு பணம் வச்சி யிருக்கீங்க, எவ்வளவு பவுன் வச்சிருக்கீங்கன்னு கேட்க மாட்டாங்க. கார், பங்களா எது இருந்தாலும் அது பெரிய விஷயமா? கேளு, மனசார வேண்டிக்கோ!"

'இந்த அக்காவுக்கு இப்ப என்ன திடீர்ன்னு அக்கறை வந்தது நந்தினி மேல' என்று துரைக்கு எரிச்சல் வந்தது.

56

கோவை, மேட்டுப்பாளையம் சாலை யிலிருந்தது சிசு மருத்துவமனை. அந்த மருத்துவ மனையை வெளியிலிருந்து பார்ப்பதற்கு ஏதோ ரைஸ் மில் போலிருந்தது. கட்டடங்கள் எல்லாம் பழங்கால வடிவமும் வண்ணமும் கொண்டு பொலிவற்று இருந்தன. அதற்கும் மிக அருகிலேயே புத்தம் புதிய கட்டடங்கள் எழுந்துகொண்டிருந்தன.

“என்னங்க, இந்தக் கட்டடம் அழுது வடியுது? பக்கத்துல வேற, பளபளக்கும் கண்ணாடி மாளிகை. இது ஹாஸ்பிடலா, இல்ல அதுவா?” நந்தினி நினைத்ததையே அவர்களருகே நடந்து கொண்டிருந்த வேறு ஒரு தம்பதியும் பேசிக் கொண்டிருந்தனர்.

“எவ்வளவு பணம் கொள்ளையடிக்கிறாங்க? அம்மா, மக இரண்டுபேர் கோவில் உண்டியல் வைச்சிச் சேர்க்காத கணக்குதான். பின்ன இப்படிப் பளபள கட்டடம் கட்டாம என்ன? நான் வெளியிலயே கேள்விப்பட்டேன். இவங்க பண்ற அட்டூழியம் எல்லாம்...”

“நீங்கதான் இப்படிச் சொல்றீங்க. மீரா சேட் பொண்ணு இங்கேதான் வந்து பிள்ள பிறந்துச்சாம். நிறைய கேஸ் ஸக்சஸ் பண்றாங்களாம். இங்கயே கூட்டம் வந்து அம்முது. பக்கத்துலயே வாடகைக்கு ரூம் கிடைக்கிதாம். வாடகைதான் கொள்ளக்காசு. பெரிய பிசினஸ். நல்ல செண்டிமெண்ட் பிசினஸ் வேற.”

துரை வேகமாக நடந்துபோக, இவளும் அந்த உரையாடலை முழுதாகக் கேட்க முடியாமல், வேகமாகச் சென்றாள். தெரு முழுவதுமே அந்த மருத்துவமனைக்கான பக்கத்தொழில்களைக் கொண்டதாகத் தென்பட்டது. மருந்தகங்கள், தங்கும் விடுதி, உணவு விடுதி, டீக்கடைகள் என்று

பலவிதமான கடைகளும் அதன் இயக்கங்களும் பரவியிருந்தன. மருத்துவமனை உள்ளேயே ஒரு பிள்ளையார் கோவிலும் இருந்தது. 'எல்லா ஹாஸ்பிட்டலிலும் ஏன் பிள்ளையார் கோயில் இருக்கு?' என்று அன்றைய சூழ்நிலைக்கு ஒவ்வாத கேள்வி நந்தினிக்குள் தோன்றி மறைந்தது.

பெரிய வேப்பமரமும் ஆலமரமும் இருந்தன. அதைச் சுற்றி மேடை அமைத்திருந்தனர். அதைப் பார்க்கக் கிராமத்து வேப்பமர, ஆலமர மேடைபோலவே இருந்தது. சுற்றுச் சுவரையொட்டி நீளமான திண்ணைபோலக் கல்மேடை அமைத்திருந்தார்கள். அதில் சிறிதுகூட இடமின்றி நெருக்கமாய் நிறையப்பேர் அமர்ந்திருந்தார்கள். ஏன் இந்தக் காலை நேரத்திலேயே இவ்வளவு கூட்டமாய் இருக்கிறது என்று அவளுக்கு ஆச்சரிய மாக இருந்தது. அந்த மருத்துவமனைக்குப் பரிந்துரைத்த அவளுடைய சொந்தக்காரரான அரசியல்வாதி, சீக்கிரமே போயிடுங்க என்று சொன்னது இதற்குத்தானா? நமக்கும் முன்னரே இவ்வளவு பேர் என்றால், இவர்கள் எல்லோரும் நேற்றிரவே இங்கே வந்துவிட்டார்களோ என்று தோன்றியது.

வரவேற்பறையில் நுழைந்ததும் பதிவுசெய்யப் பணம் கட்ட வேண்டியிருந்த வரிசையைக் கவனித்தாள் நந்தினி. அதுவே மிக நீண்ட வரிசையாயிருந்தது. இன்று புதிதாக மட்டும் இத்தனை பேர் வந்திருக்கிறார்களா என்று நினைத்தாள். பணம் கட்டிய பின்னர் ஒரு சிவப்புநிறக் கோப்பினைத் தந்தார்கள். கோப்பின் நிறத்துக்கும் மருத்துவம் பெறும் நோயாளியின் மருத்துவத்திற்கும் சம்பந்தம் இருந்தது. அது அந்த மருத்துவமனை யின் நடைமுறை அடையாளம் என்று கொஞ்சநேரம் கழித்துத் தெரிந்தது.

சிவப்புக் கோப்பில் முதலில் சுயவிவரம் எழுதித் தன்னிடம் தரச் சொன்னார் செவிலி. கோப்பினைப் பெற்றுக்கொண்டவர், "நீங்க காலைல எதுவும் சாப்பிடலன்னா, உள்ளயே ஓட்டல் இருக்கு. அங்க காலை டிபன் முடிச்சிருங்க" என்றார். "அதுக்குள்ள என்னை கூப்பிட்டுட்டாங்கனா? டாக்டரப் பார்த்துட்டுப் போய்ச் சாப்டுக்கிறோம்" என்றாள் நந்தினி.

சிரித்துக்கொண்டே, "டாக்டரப் பார்க்க மதியம் மூணுமணி கிட்ட ஆயிடுமே!"

"ஏன் டாக்டர் இன்னிக்கி மத்யானந்தான் வருவாங்களா?"

"இல்ல. அவங்க வந்ததும், கேஸ் எல்லாம் பார்த்துட்டுப் புதுசா வந்தவங்களப் பார்க்க மதியம் ஆயிடும். ஆனா வெளியிலெல்லாம் போகாதீங்க, கேம்பஸ்க்குள்ளேயே இருங்க."

பின் எதற்கு இவ்வளவு காலை நேரத்திலேயே வரச் சொன்னார்கள் என்றிருந்தது. மதியம்வரை என்ன செய்வது என்றும் புரியவில்லை. காலை உணவைச் சாப்பிட்டார்கள். வெளியே செல்ல வேண்டாமென்று சொல்லியிருந்ததால், மருத்துவமனைக்குள்ளேயே இருந்த பிள்ளையார் கோவிலில் கொஞ்ச நேரம் அமர்ந்திருந்தார்கள்.

"நந்தினி, துரை தெய்வமணி..." ஒலிபெருக்கி கூப்பிட்டது.

"அய்யோ நம்மளையா கூப்பிடறாங்க?"

"மதியம் ஆகும்னு சொன்னாங்களே!"

வரவேற்பறையை அடைந்து செவிலியைச் சந்தித்ததும், "நீங்க இந்த ரூம்க்குப் போங்க. அங்க அசிஸ்டண்ட் டாக்டர் இருக்காங்க. பாருங்க" என்று சொன்னார்கள்.

"ஃபைல் குடுங்க, ஏற்கனவே இருக்கற ரிப்போர்ட்ஸ் எல்லாம் கொடுங்க."

கோப்பில் சில விவரங்களைக் குறித்துக்கொண்டார். "குடும்பத்துல யாருக்கும் எதுவும் ஹெரிடிட்டரி வியாதி யிருக்கா, டிபி, ஆஸ்துமா இதுபோல?"

"இல்ல."

"கருப்பையில் புற்றுநோய் எதுவும் இருக்குதா என்று ஒரு டெஸ்ட் பார்க்கணும். நீங்க போய் அதுக்குப் பணம் கட்டிட்டு வாங்க."

துரை எழுந்து போனதும், நந்தினியின் உள்ளிருந்து கொஞ்சம் திசுவை எடுத்துச் சோதனைக்கு அனுப்பிவிட்டு, "காத்திருங்க, கூப்பிடுவாங்க, அதுக்குள்ள டெஸ்ட் ஸ்கேனெல்லாம் எடுத்துடுங்க."

துரையைப் பார்த்து, "நீங்களும் உங்கள் ப்ளட் சாம்பிள் குடுங்க, செமன் அனாலிஸ்க்கும் கொடுத்துடுங்க."

"சண்டிகர்ல எடுத்த எல்லா ரிப்போர்ட்டும் இருக்கு மேடம்."

"நாங்க வெளியில் எடுத்ததெல்லாம் பார்க்க மாட்டோம். எங்க லேப் ரிசல்ட்தான் சரியா இருக்கும். அதைத்தான் நம்ப முடியும்."

"என்னங்க அநியாயம்? இவங்க கேட்கற எல்லா டெஸ்ட் ரிசல்ட்டும் கட்டுக்கட்டா நம்மகிட்ட இருக்கே."

"அதான் சொல்றாங்கல்ல. வெளில எடுத்ததைப் பார்க்க மாட்டோம்னு. இவ்வளவு இன்வெஸ்ட் பண்ணி எல்லாத்தையும்

வாங்கிப் போட்டிருக்காங்க. அப்பறம் அவங்களுக்கு வருமானம் வேணாமா?"

"அவங்க இன்வெஸ்ட் பண்ணினத கிடைக்கிற எல்லார் கிட்டயுமா வசூலிக்கணும்? இவ்வளவு கூட்டம் வருதே? பேராசைங்க இதெல்லாம்."

"நம்மள இங்க வரச்சொல்லி அவங்க வற்புறுத்தலயே செல்லம்மா."

வியாபாரம், எங்கு நோக்கினாலும் வியாபாரம். ஆயினும், எப்படி இவ்வளவு கூட்டம்? இக்கூட்டத்திலிருந்து வேறுபட்டவள் என்று சொல்லிக்கொள்ளவே ஆசைப்படுகிறாள் நந்தினி. ஆயினும், அவளை அப்படி இருக்க விடாதது எது என்ற கேள்விக்கு அவளால் விடையறிய முடியவில்லை.

இரத்தப் பரிசோதனைக்கு இருவரும் பணம்கட்டிப் பரிசோதனைக்கூடத்தில் மாதிரிகள் கொடுத்தார்கள். இரண்டு மணி நேரத்தில் வந்து பரிசோதனை விவரங்களை வாங்கிக் கொள்ளலாம் என்று சொன்னதும், ஸ்கேன் எடுக்கப்படும் இடத்திற்குச் சென்றார்கள்.

அங்கேயும் கூட்டம் அலைமோதிக்கொண்டிருந்தது. தன் கோப்பினைக் கொண்டுபோய் அங்கிருந்த செவிலியிடம் கொடுத்தபோது, "வெயிட் பண்ணுங்க. யெல்லோ ஃபைல், ப்ளூ ஃபைல் எல்லாம் முடிஞ்சப்பறம்தான் கூப்பிடுவோம்" என்றார்.

வெளியில் வெயில் கொளுத்தியது. ஷாமியானாவைப் பந்தல்போல் கட்டியிருந்த இடத்தில், குடும்பம் குடும்பமாய் எவ்வளவு பேர்? தேர்த் திருவிழா தோற்றுவிடும்.

"இவங்க ஏன் ஒருநாளைக்கு இத்தனைபேருக்குத்தான் வைத்தியம் பார்க்க முடியும்னு யோசிக்காம இவ்வளவுபேரை இங்கே கூடவிடறாங்க?"

"இத்தனைபேர் வந்து கதியாகிடப்போம்னு இருக்கும் போது அவங்களுக்கு என்னம்மா பிரச்சனை?"

"இது அராஜகம்ங்க."

"பொறுமையா இரு நந்தினி. நம்ம விதி. இங்க வந்துட்டோம். என்னதான் நடக்குதுன்னு பார்ப்போம்."

ஸ்கேன்செய்ய அவள் முறை வந்தது. ஐந்தாறு ஸ்கேன் அறைகள் இருந்தன. அதில் ஒன்றில் உள்ளே போகச் சொன்னார்கள். நுழையும்போதே திடுக்கிட்டாள். அங்கே ஏற்கெனவே ஒரு பெண்ணுக்கு ஸ்கேனிங் நடந்துகொண்டிருந்தது. இதுவரை அப்படி எங்குமே நிகழ்ந்ததில்லை. அங்கிருந்த எல்லாரும்

பெண்களே என்றாலும், இன்னொரு பெண்ணுக்குச் சிகிச்சை நடந்துகொண்டிருக்கும்போது, தன்னை உள்ளே விட்டதை, நந்தினியால் தாங்கிக்கொள்ளவே முடியவில்லை.

"அங்கப் போய் டிரெஸ் கழட்டிட்டுக் காத்திருங்க. இவங்களுக்கு ஸ்கேனிங் முடிஞ்சதும் உங்களுக்கு."

திரைமறைவில் தன் ஆடைகளைக் கழற்றிக் காத்திருந்தாள் நந்தினி. வெளியே பேச்சுச் சத்தம் கேட்டது.

"உங்களுக்கு இந்தக் கட்டியைத்தான் ரிமூவ் செய்யணும். உங்க ஹஸ்பண்டுக்குக் காட்டணுமா?"

"ஆமா காட்டனும்" என்றாள் அந்தப் பெண், கதவு திறக்கப்படுவதும், "பேசண்டோட ஹஸ்பண்ட் யாருங்க, ஸ்கேன் ரூம் உள்ள வாங்க" என்றதும், "ஏம்மா இவர்தானே உன் ஹஸ்பண்ட்" என்றதும், "பாருங்க இதுதான் அந்த சிஸ்ட், இதைக் கட்டாயம் நீக்கணும்" என்றதும், யாரோ உள்ளே வருவதும், அந்த யாரோ வெளியே போனதும், அந்தப் பெண் உடை மாற்றும் திரைமறைவை நோக்கி வருவதும். . . எல்லாம் சத்தங்களாகக் கேட்டன. கூடவே நந்தினிக்கு அம்மணமாய்த் தெருவிலே அலையவிட்டது போலிருந்தது. கையாலாகாத கோபம் வந்தது. அந்தரங்கம் என்பதற்கான எந்த மரியாதையையும் யாரும் கொடுக்கமாட்டார்களா? இந்த மருத்துவமனையில் இதற்கும் மேல் ஒருநிமிடம்கூட இருக்க முடியாது என்று நினைத்தாள்.

வெளியே வந்ததும், அந்தச் செவிலியிடம் சொன்னாள், "என்ன பாவம் பண்ணமோ? இப்படி வந்து டிரிட்மெண்ட் எடுக்க வேண்டியிருக்கு, உள்ளே ஒரு பேஷண்ட் இருக்கும் போது, இன்னோருத்தரை அனுப்பாதீங்க, அதுவும் ஆம்பளைய" நாத்தழுதழுத்தாள்.

"இப்படி அனுப்பும்போதே, இவ்வளவு நேரமாயிடுதும்மா. அடுத்தமுறை நீங்க வரும்போது சொல்லிடுங்க. வெளிநாட்டி லிருந்து வரவங்க சிலர், அப்படிச் சொல்லிடுவாங்க. அப்ப நாங்க யாரையும் உள்ள விடமாட்டோம்" என்றாள்.

துரையிடம் வந்தவள் அழத் தொடங்கினாள். எதற்கு அழுகிறாள் என்று தெரியாமல் அவளைச் சமாதானப்படுத்த முடியாமல் தவித்தான் துரை. அவள் அழுவதைக் கொஞ்சமும் பொருட்படுத்தாத செவிலி, கோப்பினைத் துரையின் கையில் திணித்து, "போய், ப்ளட் ரிசல்ட்ஸ் வாங்கிட்டு டாக்டரைப் பாருங்க" என்றாள்.

"இது பெரிய தொழிற்சாலைங்க, குழந்தை பெறும் இயந்திரங்களைத் தயாரிக்கும் தொழிற்சாலை."

“ஏம்மா என்ன நடந்துச்சு?”

“உள்ள இன்னொருத்தங்களுக்கு ஸ்கேன் நடக்கும்போதே ட்ரஸ்...” மேலே சொல்ல முடியாமல் தேம்பினாள்.

“. . .”

“வெளிநாட்டுல இருந்து வரவங்கள மட்டும் தனியாக அனுப்புவாங்களாம். அனுப்பினா தெரியும், கேஸ் போட்ருவாங்க” சொற்கள் பிதற்றலாக வந்தன.

“ஆமா அங்கெல்லாம் பல் பிடுங்கினதக்கூட வெளிய சொல்ல டாக்டருக்கு அத்தாரிட்டி இல்ல.”

“இது எவ்வளவு அந்தரங்கமான விஷயம்? இவ்வளவு அலட்சியமா நடந்துக்கிறாங்க. ஹ்யூமன் ரைட்ஸ் அத்தாரிட்டி கிட்ட மாட்டிவிடணும்.” ஆவேசமானாள் நந்தினி.

“நந்தினி நாம வந்திருக்கறது ட்ரீட்மெண்டுக்கு.”

“இது ரொம்பக் கேவலம். மனுஷங்களுக்கு, உசுரோடிருக்கவங்களுக்குத்தானே ட்ரிட்மெண்ட் பாக்கறாங்க. ரொம்பக் கஷ்டமா இருக்குங்க. இங்க என்னால ஒரு நிமிஷம் கூட இருக்க முடியாது.”

“இவங்க எல்லோருமே ஜூனியர் டாக்டர்ஸ். பெரிய டாக்டர ஒரு டைம் பார்த்துட்டு, அப்பறம் முடிவு பண்ணுவோமே.”

மருத்துவ முடிவுகளை வாங்கிப் பார்த்த இன்னொரு பெண் மருத்துவர், “உங்களுக்கு டோனர் எம்பிரியோதான் சரியாயிருக்கும். டாக்டரும் அதைத்தான் சொல்வார். உங்கள் ஜாதியிலேயே இருக்கும் ஒருவரின் டோனர் எம்பிரியோவை, நீங்க வாங்கிக்கலாம். அதுக்கு கொஞ்சம் எக்ஸ்ட்ராவா சார்ஜ் இருக்கும். மத்தபடி ரிசெல்ட் எல்லாம் ஓகே.”

செவிலி மீண்டும் அவர்களிடம் வந்து, “மதியம் சாப்பிட்டீங்களா? போய்ச் சாப்பிட்டு வந்திடுங்க.” என்றாள் மிகவும் அக்கறையோடு. சாப்பிடப் போனார்கள்.

“உங்க ஜாதில வாங்கிக்கலாம். ரொம்ப ரொம்பக் கேவலமா இருக்கு இந்த வியாபாரம். அட்டூழியம்.”

“சரி விடு, சீனியர் டாக்டர் வேற எதுவும் சஜெஸ்ட் பண்ணலாமில்ல.”

57

அன்று விடுமுறை. வீட்டுவேலைகள் முடித்து ஆறுதலாகத் தன் வீட்டின் முற்றத்தில் அமர்ந்திருந்தாள் ஜெயந்தி. மேற்குப் பார்த்த வீடு. ஆகவே சாயங்கால வெயில் தீவிரத்தைக் குறைக்க, முற்றத்தில் பந்தல் இறக்கி, அதில் முல்லைக்கொடி போலவே இருக்கும் படுதா பெல் என்ற தாவரத்தை வளர்த்துவிட்டிருந்தார்கள். இந்தப் படுதா பெல் கொடியும் பிஜுவைப் போலவேதானே என்று தோன்றியது. வளர்ச்சியில் அதிக வனப்புடன் காணப்படும் இதனால், தாவர இருப்புக் கொஞ்சம் குளுமை என்பதைத் தவிர, வேறு பலன்கள் இல்லை. பந்தல்மேல் அது சுமத்தும் பாரம்தான் அதிகம். அவனும் பிள்ளை எனப் பேருக்கு வீட்டிலிருக் கிறான். கிட்டத்தட்ட எட்டு வயசாகிறது. ஆனால் இன்னும் தானாகத் தன்னைச் சுத்தப்படுத்திக் கொள்ளக்கூடத் தெரியவில்லை.

"அம்மா! நான் அந்த ஸ்கூல் இனிப் போக மாட்டேன்."

"வரும்போதே என்ன அழுகை? வா, கை கால் கழுவிட்டுச் சாப்பிட்டுப் பேசலாம்."

"இன்னிக்கி உனக்கு லீவா அம்மா? வீட்ல இருக்க?"

"ஆமா கண்ணா, இன்னிக்கி மஹாவீர் ஜெயந்தி."

"அய்! உன் பேரு."

அகமகிழ்ந்து போனாள். இந்தப் பிள்ளைக்கா மூளை வளர்ச்சிக் குறைவென்றார்கள். மூளை இவனுக்கு நாலைந்து வயது கம்மியாக வளர்கிறது. இருந்தாலும் என்ன, இறைவன் படைப்புத்தானே? இதை ஏன் பிறர் பெரிதுபடுத்துகிறார்கள்?

லாவண்யா சுந்தரராஜன்

“வா கால், முகம் எல்லாம் நல்லா கழுவணும். கழுவிட்டு என்ன பண்ணணும், அம்மா சொல்லியிருக்கேன்ல.”

“துண்டுல நல்லா துடைக்கணும்.”

“வெரி குட். துடைச்சிக்க.”

“அம்மா! அந்த ஸ்கூல் வேண்டாம். என்னை யுஸ்லெஸ்னு டீச்சர் திட்டிட்டாங்க. பசங்க எல்லோரும் சிரிச்சிட்டாங்க. வீணாகூட சிரிச்சா.”

“ஏன் திட்டினாங்க?”

“2 + 2 இஸ் 4 ன்னு சொன்னாங்க 2 x 2வும் 4 ன்னு சொன்னாங்க.”

“அப்பறம்.”

“4 + 4 இஸ் 8ன்னா 4 x 4 = 8 தானம்மா வரணும். சரியாத் தானே சொன்னேன்?”

“. . .”

“அதுக்குக் கைல அடிச்சாங்கம்மா. ஸ்டுப்பிட் யுஸ்லெஸ்னு சொல்லிட்டாங்கம்மா. நான் அந்த ஸ்கூல் போகலம்மா.”

“சரி. அப்பா வரட்டும், பேசிக்கலாம். உன்னை டியூஷன்ல போடலாம். அங்க இன்னும் கொஞ்சம் அதிகம் சொல்லித் தருவாங்க.”

“அம்மா! எனக்கு ஸ்கூல் வேண்டாம். வீட்டிலயே இருக்கேன். உன்கூடவே இருக்கேன்.”

“அம்மாக்கு ஆபீஸ் போகணும்ல்ல. சரி, இரு. டிவி பாக்கலாம்.”

“அம்மா கார்ட்டூன்.”

டிவியைப் போட்டாள். ஏதோ படம் ஓடிக்கொண்டிருந்தது. அதில் விட்டத்தில் தொங்கிய கால்களைப் பிடித்துக்கொண்டு ஒருவன் அழுதுகொண்டிருந்தான். உருக்கமாயிருந்தது, அந்த நடிப்பு.

“ஏம்மா, அந்த அங்கிள் அழறாங்க?”

“அந்த ஆண்டியால கீழ இனிமே உட்கார முடியாதுன்னு அழறாங்க.”

“அதான். அந்த ஃபேன்ல என்னோட சர்ட் மாட்டினா தொங்குமே, அப்படி அவங்க தொங்கறாங்கலே.”

“பிஜு ! நாம கார்ட்டூன் பாக்கலாமா ?”

“ம்ம்... டாம் அண்ட் ஜெர்ரி.”

விடாப்பிடியாக டாம், ஜெர்ரியைத் துரத்தித் துரத்தி வம்புசெய்துகொண்டிருந்தது. பிஜு பார்த்துச் சிரித்துக் கொண்டிருந்தான். “அம்மா, அந்த டாம, அந்த ஆண்டிபோல பேன்ல தொங்கவிட்டுட்டா, ஜெர்ரி பாவம் சிரிச்சிட்டே இருக்குமில்ல. பாவம் ஜெர்ரி.”

“பிஜு ! நீ கார்ட்டூன் பாரு, அப்பாவுக்கு டிபன் ரெடி பண்றேன். வந்துடுவாரு.”

குமார் அலுவலகத்திலிருந்து வந்தான்.

“டீ போடவா ?”

“ம்... போடும்மா”

“பிஜுவுக்கு ஸ்பெஷல் கோச்சிங் கொடுக்க, நல்ல டியுசன் பார்த்தால் என்ன ?”

“உன் இஷ்டம். ஆனா அதெல்லாம் முன்னமே செய்திருக்கணும். சும்மா எக்ஸ்பெரிமெண்ட் செய்துகிட்டே இருக்கறதவிட இப்பவானும் ஸ்பெஷல் ஸ்கூல்ல போடலாம்.”

“அவன் கத்துப்பாங்க. ப்ளீஸ் ஒருமுறை முயற்சி பண்ணலாம்.”

“நம்ம குழந்தை நார்மல் குழந்தைகளோட இருக்க முடியாது, நாலுவயசு சின்ன கிளாஸிலும் போடமுடியாது. அவனை ஸ்பெஷல் ஸ்கூலில் போடலாம், அவனோட நல்லதுக்கு.”

“இல்ல. கடைசியா இத மட்டும் ஒரே ஒரு டைம் பாப்போம். ட்யூஷன்போட்டா கொஞ்சம் சரியாயிடுவான். அவனுக்கு மூளை வேலையெல்லாம் செய்யுது. இரண்டு மூணு வயசு அளவுதான் அவன் அறிவு வளர்ந்து இருக்குன்னு என்னால ஏத்துக்க முடியல. இரண்டுவயசு குழந்தைக்கு இவ்வளவு அறிவு இருக்காது.”

“அப்பறம் உன் இஷ்டம். நான் சொல்லிட்டேன், உன் பாடு...”

58

மதியம் சாப்பிட்டு மீண்டும் காத்திருக்கத் தொடங்கினார்கள். அவர்களுக்கும் முன்னரே வந்திருந்த ஒரு ஜோடியும் அங்கே காத்திருந்தார்கள். "எவ்வளவு நேரந்தான் இங்கே இருக்கறது?" என்று வெவ்வேறு விதமாகத் துரையிடம் நந்தினி கேட்டுக்கொண்டிருந்தாள். அவனும் குழந்தையைச் சமாதானம் செய்வது போல் சமாதானம் செய்து கொண்டேயிருந்தான். அவர்கள் முறை வந்தது. அறுவைச் சிகிச்சையிலிருந்து வெளியேறி வந்தது போல் உடையணிந்திருந்தார் அந்தப் பெண் மருத்துவர்; பார்க்க அம்பாள் போலிருந்தார்; யாரையும் வசீகரம் செய்யும் தோற்றம்; தொலைக் காட்சியில் ஏதோ சதைப்பிண்டமாகத் தெரிந்த சில காட்சிகளைப் பார்த்தபடிக் கவனமில்லாது கோப்பினைப் பார்த்தார்.

"இதுக்கு வேற எதுவும் ஒத்துவராது. உங்களுக்கு டோனர் எம்பிரியோ பிரிஸ்கரைப் பண்றேன்" என நந்தினியிடம் சொல்லிக்கொண்டிருக்கும்போதே, ரத்தக்களரியாகத் தெரிந்த வேறொரு திரைக் காட்சியில் ஒரு சிறு துடிப்பினைக் கண்டு டாக்டர் "அதென்ன, ஏன் அப்படிப் போறது? வெயிட் பண்ணச் சொல்லுங்க. வந்துட்டேன். அது சரியில்ல, அது சரியான ஸ்பேஸ்ல இல்ல, துடிப்புல ரிதமில்ல. கை கால் விளங்காமல் வளரும், அவ ஹஸ்பண்ட கூப்பிடுங்கோ. உடனடியா ரிமூவ் பண்ணியாவனும்... இன்னும் இரண்டுமாசத்துல இன்னொரு வாட்டி வச்சிட்டா வளர்ந்திடப் போவுது" என்று பேசிக்கொண்டே எழுந்து உள்ளே சென்றாள்.

செவிலி, "கொஞ்சம் காத்திருங்கள்" என்றாள். உள்ளே போனவள், சம்பந்தப்பட்டவர் அழைத்து வரப்பட்டதும், தலையை மட்டும் வெளியே நீட்டி,

வந்திருந்த அந்த நபரிடம், "பாருங்க. இதுனால ஒண்ணுமே உபயோகமில்ல. தொந்தரவாத்தான் ஆகும். ரிமூவ் பண்றேன். அதான் அவளுக்கு நல்லது. மறுபடி இன்பிளாண்ட் பண்ணலாம், கொஞ்ச நாள்ல. ரிமூவ் பண்ணிடவா?" என்று கேட்டாள். அவர் கண்கள் கலங்க, ஒன்றுமே சொல்லாமல் தலையாட்டினார். கொஞ்சமாவது இரக்கம் அந்த அம்பாள் கண்களில் தெரிகிறதா என்று பார்த்தாள் நந்தினி. இல்லை; சொட்டுக்குக்கூட இல்லை. "சரி. நீங்க போய்ப் பணத்தக் கட்டிடுங்கோ" என்று சொல்லிக் கொண்டே உள்ளே சென்றார் பெரிய மருத்துவர் அம்மா.

"இதுவரைக்கும் இவ்வளவு மெக்கானிக்கலா இருக்கற ஒரு டாக்டர நான் பார்க்கவே இல்லைங்க" என்று துரையின் காதில் மட்டும் கேட்கும்வண்ணம் சொன்னாள் நந்தினி.

"இந்த அறையில் இவ்வளவு நேரம் யாருமே இருந்ததில்ல மேடம். ரொம்ப நல்ல டாக்டர்ங்க" என்றாள் செவிலி. அரை மணிக்கும் மேலான பின்னர் வந்த மருத்துவர், மீண்டும் தொடர்ந்தார்.

"என்ன சொல்லிண்டிருந்தேன்? ஆங் . . . டோனர் எம்பிரியோ, உங்களுக்கு மூன்றுமாதம் போனப்பறம் டோனர் எம்பிரியோ ட்ரான்ஸ்பர் பண்ணலாம், உங்க ஸ்கின், ஃபியீச்சர்ஸ் எல்லாம் மேச் பண்ணி எடுத்துக்கலாம், உங்க ஜாதியில இருக்கவங்களோடதையே எடுத்து உபயோகிக்கலாம். அதுக்குள்ள குடுக்கிற இந்த மாத்திரைகளச் சாப்பிடுங்க, இது விவசாயம் பண்ணும் முன்ன மண்ணுக்கு உரம் போடுவதுபோல. இவங்க கர்ப்பப்பை கொஞ்சம் சின்னதாயிருக்கு. அதை வளர்க்கறதுக்கு ஊசி எழுதித்தரேன். அது இல்லாம என்ன பிரச்சனையால எல்லாம் கரு வளராமப் போகுமோ, அது எல்லாத்துக்குமான மருந்தெல்லாம் எழுதியிருக்கேன். எப்படி சாப்பிடணும்னு கீழே டாக்டர்..." என, என்னவோ சொல்லும்போது, அறையில் நுழைந்த உதவியாளரிடம், "ஏம்மா அப்பா பிறந்த நாள் வருதுல்ல... அந்தப் பாடகர்கிட்ட கேட்டுட்டீங்களா, புரோக்ராம் இங்கே நம்ம கோவில்ல பண்ணணும்னு சொன்னேன்ல, கொஞ்சம் போய்க் கீழே செல்வத்த வரச் சொல்லு. மறந்துடப்போறேன். ம்ம்... என்ன சொன்னேன், டாக்டர் கீழே இருக்கவா சொல்லிக் கொடுப்பா. நீங்க அங்க போய்க் கேட்டுக்கோங்க. அடுத்த மாசம் ஹிஸ்டோகிராம் பண்ணக் காலையிலே வெறும் வயித்தோட வாங்க." இருவரும் வேகமாக அந்த அறையிலிருந்து வெளியேறினார்கள்.

“இங்கயெல்லாம் என்னால ட்ரீட்மெண்ட் தொடர முடியாதுங்க. கொஞ்சம்கூட மனசாட்சியே இல்ல. மனிதாபிமானமும் இல்ல. மேக்னா சொன்னதையே தானே இவங்களும் சொல்றாங்க. அங்கேயே பாத்துக்கலாம்.”

“கோவப்படாத நந்தினி. அவங்களுக்கும் நம்ம மாரி லட்சக்கணக்குல பேஷண்ட்ஸ்.”

வெளியில் வேப்பமரம் சிலுசிலுத்துக் காற்றை வீசியது. அதன் இலைகள் பசுமையாய் மினுமினுத்துக் கொண்டிருந்தன. கீழே இருந்த சிறு மரங்களின் இலைகள் தூசி படர்ந்து காணப் பட்டன. நாளெல்லாம் வெயிலில் நின்றாலும், இந்த மாஞ் செடிகளுக்குச் சலிப்பில்லை.

“ஒருநாள் எத்தனபேரைப் பார்க்கறாங்க. அவங்க அனுபவம் கூடணும். பக்குவம் வரணும். அதென்ன அவ்வளவு அலட்சியம்?”

“போனா போ. இன்னும் ஆயிரம்பேர் வருவாங்கங்கிற திமிர்தான்.”

“அதேதான். இந்தக் கல் நாற்காலி பெட்டர்ங்க.”

“. . .”

“உயராம வளர்ந்தது, உயரத்தப் பார்த்துத் தெரியணும். இந்த வேப்பமரம்போல. இது வளர்ச்சியே இல்லை. இவங்க மருத்துவம் பாக்கறதைத் தடை செய்யணும்.”

“இது வேண்டாத டென்ஷன். காம் டவுன்.”

“இல்ல. எனக்குத் தாங்கல. இங்கே என்னால ட்ரீட்மெண்ட் எடுக்கவே முடியாது.”

“சரிம்மா. நீ கஷ்டப்படாம இருந்தா போதும். வேற டாக்டர் பாக்கலாம்.”

59

வீடு நிறைய விளையாட்டுப் பொருட்கள். ஓர் அறையில் அதை எடுத்து அடைப்பதும், பின் அதை வெளியில் எடுப்பதுமென பிஜுவைத் தொடர்ந்து சுறுசுறுப்பாக வைத்துக்கொண்டனர். அவன் வயதொத்த பிள்ளைகள் எவருமே அவனை விளையாடச் சேர்த்துக்கொள்வதில்லை. வயதில் சிறியவர்களும் அப்படியே. பிறகு வேறென்ன செய்வான் குழந்தை? ஆனாலும் டியூசன் போகும் நேரமாகிவிட்டதே!

"பிஜு! டியூஷன் போகல."

"எனக்கு அங்க போக வேணாம். விளையாடறேன்."

"ஏன் டியூஷன் மிஸ் எதுவும் சொன்னாங்களா பிஜு?"

"மிஸ்ஸுக்கு ஒண்ணுமே தெரியலம்மா. நான் சொல்றது எல்லாமே தப்புன்னு சொல்றாங்க."

"அவங்களுக்கு உன்னைக் கவனிச்சிக்கச் சொல்லித்தான் பணம் தரோம் பிஜு. அவங்க சொல்றதக் கேட்டுப் படிச்சிக்க."

"அவங்க என்கிட்ட வரதேயில்ல. எனக்கு எதுவுமே சொல்லித் தர மாட்டாங்களாம்."

"சரி, வா. நான் பேசி விட்டுட்டு வரேன்."

"போம்மா. எனக்கு விளையாடணும்."

எதற்கும் டியூஷன்சென்டர்வரை போய் வரலாமென்று நினைத்து, வீட்டுக்கு அருகே நடக்கும் அந்த டியூஷன் சென்டருக்குப் போனாள். டாலியா மலர்கள் தலையசைத்து அவளை வரவேற்றன. அது ஒரு பெரிய தனி வீடு. வீட்டின் இரண்டு அறைகள் கொண்ட பகுதியை டியூஷன்

லாவண்யா சுந்தரராஜன்

சென்டராக மாற்றியிருந்தார் டெஸ்ஸி. பகுதிநேரப்பணிபோல அல்லாமல் சிறப்பாக ஒருபள்ளிபோலவே நடத்திவந்தார். எல்லாப் பிள்ளைகளுக்கும் தனிக் கவனம் தருகிறார் என்று சொல்லியே பிஜுவை இந்த இடத்தில் சேர்த்திருந்தாள்.

தோட்டமும் வீடும் அமைந்திருந்ததுபோலவே டெஸ்ஸி டீச்சரும் மிக நேர்த்தியாக இருந்தாள். எந்த நேரமும், டியூஷன் பிள்ளைகளுக்கு, புதிதாக என்ன கற்றுத் தருவது என்று யோசித்துக்கொண்டே வாழும் ஜீவன். ஜெயந்தியைப் பார்த்ததும், "வாங்க வாங்க" என்றாள் டெஸ்ஸி. ஜெயந்தி தயங்கியபடி அமர்ந்திருந்ததைப் பார்த்த டெஸ்ஸி, "காப்பி எடுத்துக் கொண்டு வருகிறேன், இருங்கள்" என்றாள். "இல்ல, பரவாயில்ல" என்று மறுத்தும், தனது பணியாளிடம் சொல்லிக் காப்பி வரவழைத்தாள் டெஸ்ஸி.

"ஜெயந்தி! சொல்ல வருத்தமா இருக்கு. பிஜுவின் கிராஸ்பிங் பவர் மிகவும் குறைவா இருக்கு. மறதின்னு இல்ல. புரிஞ்சிக்குற தன்மை குறைவா இருக்கு. மீண்டும் மீண்டும் சொல்லும்போதும் அவனுக்கு அது புரியமாட்டேங்குது. பிற பிள்ளைகளோடு ஒப்பிடும்போது அவனுக்கு அதிகம் சொல்லித் தர்றேன். ஆனா, அவனுக்கு அது போதல. அவனால் செய்ய முடியாதத வற்புறுத்துறது போலிருக்கு."

"அவனுக்கு மூளை வளர்ச்சி நாலு வருஷம் பின்தங்கி யிருக்கு."

"அது அவனோட இயற்கை. அத மீறிப் பொது இடத்தில அவன் வயதொத்த பிள்ளைகளோட பழங்கவிடுறது, அவ்வளவு நல்லதான்னு எனக்குத் தோணல. எனக்குத் தெரிஞ்ச பெண் ஒருத்தி வேலை தேடுறா. ஏழை; மிகவும் நல்ல பொண்ணு; அவள வீட்டுக்குக் கூப்பிட்டுத் தனி டியூசன் எடுக்கச் சொல்லிக் கேட்டுப் பாருங்க."

"அத முயற்சிக்கலாம். ஆனா, அவன் எப்படி சோஷியலைஸ் ஆவான்?"

"தவழ்ற குழந்தைய ஓட்டப்பந்தயத்தில் ஓடவிட நினைப்பது முட்டாள்தனம் ஜெயந்தி. நீங்க அவனோட அம்மா. ஆனா, அவன் தனி உயிர்."

வீட்டுக்கு வந்து பொத்தென்று படுக்கையில் அமர்ந்தவள், மடிந்து அழ ஆரம்பித்தாள். என்னவென்று புரியாமல், பிஜு அருகில் வந்து, "அம்மா, ஏதேனும் வலிக்கிதா? ஏன் அழறீங்க?" என்று கேட்டதும் அவள் அழுகை இன்னும் கூடியது

குமார் வந்ததும், "அம்மா க்ரையிங் சோ மச். என்னன்னு கேளுங்க டாடி. யாரும் செத்துட்டாங்களா?" என்றான்.

அதிர்ச்சியடைந்த குமார், "யாரும் செத்துட்டா அழுவாங்கன்னு, எப்படித் தெரியும் உனக்கு?"

"டியூஷன்ல பேசிக்கிட்டாங்க. யாரும் செத்துப் போயிட்டா, கூட இருக்கறவங்க ரொம்ப அழுவாங்களாம். செத்துப் போறதுன்னா, என்ன டாடி?"

உள்ளறைக்குச் சென்றவன், அங்கே ஜெயந்தி குறுகிப் படுத்திருப்பதைக் கண்டு மிகவும் மனச் சோர்வடைந்தான்.

"இப்போ என்ன ஆச்சு, நீ அழுதா பிஜு பயப்படறானே."

"அவனாலதான் அழறேன். இவன அனிதா சொன்னப்ப, கருவிலேயே அழிச்சி இருக்கலாம். எவ்வளவுபேர் பிள்ளை யில்லன்னு கவலப்படறாங்க. நம்ம பிள்ளையா பொறந்து இவன் படற கஷ்டம் தாங்க முடியல. யார் கூடயும் பழகவிடக் கூடாதுன்னு சொன்னா எப்படி?"

"கடவுள் விட்ட வழி. நம்ம கர்மா. அதெல்லாம் மாத்த முடியுமா இப்ப? நீ கவலப்படறதாலே, என்ன ஆகப்போகுது?" குமார் ஜெயந்தியைச் சமாதானம் செய்தாலும் மனம் முழுவதும் குழப்பங்களும் இவனை என்ன செய்வது, படிப்பு ஏறலைன்னா எப்படி வாழ்க்கையை நடத்துவான் எண்ணற்ற கேள்விகள் மனத்தை அழுத்தின.

❋

60

ஓரிரு மாதங்கள் ஆன பின், சென்னையில் சிறப்பான செயற்கைக் கருத்தரிப்பு நிலையம் ஒன்றுக்குச் சென்றார்கள். மருத்துவ ஆலோசனைகளும் நேரடி மருத்துவக் கவனிப்பும் அங்கு இருக்கும் என நந்தினியிடம் மகேந்திரபுரம் வீட்டருகே இருந்த பெண் சொல்லியிருந்தாள். அந்தப் பெண் அங்கேதான் பிள்ளை பெற்றுக்கொண்டாள். சென்னையின் மிக முக்கியமான பகுதியின் பிரதான சாலையிலேயே அந்த மருத்துவமனை அமைந்திருந்தது. கோயம்புத்தூர் சிசு மருத்துவமனை போன்று விசாலமாக இல்லை. ஆனால் மருத்துவமனைக்கான எல்லா அம்சங்களும் பொருந்தும் சிறிய இடம்.

வரவேற்பறை கிட்டத்தட்ட சின்ன அரங்கம் போலிருந்தது. பக்கச்சுவரில் ஆங்காங்கே தொலைக்காட்சிப் பெட்டியைச் சுவரோடு பொருத்தியிருந்தார்கள். ஒவ்வொன்றிலும் வெவ்வேறு காட்சிகள் ஓடிக்கொண்டிருந்தன. காமெடி, சின்னத்திரை தொடர், பாடல்கள், திரைப்படம் என. எதிலும் லயிக்காது இடம் கிடைத்தால் போதுமென அமர்ந்திருந்தது கூட்டம். என்ன காட்சி ஓடுகிறதென சிலர் கவனித்தார்கள். சிலர் கண் மூடி உறங்கும் முயற்சியில் ஈடுபட்டிருந்தார்கள். இடமின்றிப் பலர் நின்றிருந்தனர். கூட்டத்தைக் கண்டு மீண்டும் மிரண்டுபோனாள் நந்தினி. அங்கே மருத்துவரின் நேரம் ஒதுக்கும் செவிலி, "இன்று அப்பாயின்மென்ட் கிடைக்கிறது கஷ்டம். நீங்க எதுக்கும் மதியம் இரண்டுமணிக்கு வந்து பாருங்க" என்றாள்.

"எப்படியாவது நேரம் ஒதுக்கிக் கொடுங்க. நாங்க சண்டிகர்ல இருந்து வரோம்" என்று கெஞ்சாத குறையாகக் கேட்டான் துரை.

காயாம்பூ 217

"யாரைப் பார்க்கணும் மேடமையா, டாக்டரையா?"

"இரண்டுபேரையும் பார்க்கணும்."

"சரி. இரண்டுமணிக்கு வாங்க. பார்த்துச் சொல்றேன்."

எங்கே போவது? அந்த நகரம் முழுவதும் சொந்தங்களும் நட்பும் இருந்தாலும், எப்படி எங்கே செல்வது? சிகிச்சைக்கு வந்திருப்பதை முன்பே யாரிடமும் சொல்லவில்லை. சொல்லாது கொள்ளாது திடீரெனப் போனாலும் வேண்டாம் என்று யாரும் சொல்லப்போவதில்லை. ஆனால் போய்விட்டு மீண்டும் மதியம் வர வேண்டுமே! என்ன காரணம் சொல்வது? மருத்துவத்துக்காக வந்திருக்கிறோம் என முன்பே சொல்லி யிருந்தால் இந்தப் பிரச்சினையில்லை. துரைக்கும் நந்தினிக்கும் அதை வெளியில் சொல்ல வேண்டாமென்று இருந்ததுதான் பிரச்சினை. இந்த மருத்துவமனையின் மருத்துவப் பரிசோதனைகள் பற்றி பல ஊகங்களும் வதந்திகளும் பரவியிருந்தன. அதுவும் கோயம்புத்தூர் சிசு மருத்துவமனையில் கடந்த முறை எனக்கு அருகில் அமர்ந்திருந்த ஒருத்தி, "இங்க எப்படியாவது ஸக்சஸ் பண்ணிடணும்னு, எவனுதயோ போட்டுத் தந்துடறாங்க. வம்சம் தழைக்கத்தானே இங்க வர்றோம். அது எந்த வம்சம்னே தெரியலைன்னா" என்று அங்கலாய்த்துக்கொண்டிருந்தாள். அடுத்தவள், "ஆமா. இங்க வரவங்க, பெரும்பாலும் அப்பன் பேர் தெரியாத பிள்ளையத்தான் பெத்துக்கிறாங்க. உங்க ஓர்ப்படிய இங்க ஏன் கூட்டியாந்த? காலக் கொடுமை. இத எல்லாம் வெளியில சொல்ல முடியுமா?" என்றாள்.

"ஆமா. அவகிட்ட எவ்வளவோ சொன்னேன்? என் பிள்ளயில ஒன்ன தத்து எடுத்துக்க. வம்சத்துக்கு வம்சமும் மாறாது, சொத்துக்கு வாரிசுமாச்சுன்னு, எங்க? ரொம்பப் பணமிருந்தாலே குணம் பத்த மாட்டேங்கிது. நாம என்ன சோத்துக்கு இல்லாமலா இருக்கோம் புள்ளய தத்து குடுத்து சாப்பிட! ஏதோ கோடி கோடியா வைச்சிருக்காங்க. நமக்குள் ளேயே இருந்தா நல்லா இருக்கும்? என்னோட குழந்தய எடுத்தா இவளுக்கு என்ன குறஞ்சிடும்?"

நந்தினியால் பொறுக்க முடியவில்லை. அங்கிருந்து நகர்ந்தபோது, "நாம இந்த ட்ரீட்மெண்ட் பண்ணிக்கிறது யாருக்கும் தெரிய வேண்டாம்" என்றாள். அதற்கும் முன்னரே துரையும் அப்படித்தான் நினைத்திருந்தான். நந்தினி அளவுக்கு வெளியில் பெரும்பாலும் அவன் பேசவும் மாட்டான். இங்கே போகிறோம்னு யாருக்கும் தெரிய வேண்டாமென்று நந்தினியும் துரையும் சேர்ந்தே தீர்மானித்தார்கள். மருத்துவமனை

வரவேற்பறையிலேயே மதியம்வரை அமர்ந்திருந்தார்கள். அவர்கள் மேல் இரக்கம் கொண்ட செவிலி, இரவு எட்டு மணிக்கு மருத்துவரிடம் நேரம் ஒதுக்கினார். மீண்டும் எட்டு மணிவரை என்ன செய்வது என்று தெரியாமல் விழித்தாள் நந்தினி. திரையரங்குக்குக்கூடப் போய்விட்டு வர முடியாது. கையில் புத்தகத்தை வைத்துக்கொண்டு கொஞ்ச நேரம் படித்தாலும் அதில் முழுக்கவனம் போகவில்லை. மனதிருக்கும் நிலைக்கு எதில் கவனம் செலுத்த முடியும்?

"எட்டுமணிவரை என்ன செய்வது?" என்று துரையிடம் கேட்டாள்.

"நேரம் சரியாயிருக்கும். அசிஸ்டன்ட் டாக்டரைப் பார்த்து, மெடிக்கல் ஹிஸ்டரி ட்ரீட்மெண்ட், கவுன்சிலிங் எடுத்துக்கங்க. அப்பறம் சில டெஸ்ட் வெளியில் எடுக்கணும். அதெல்லாம் எடுத்துட்டு வந்துடுங்க" என்றார் செவிலி.

உதவி மருத்துவரைச் சந்தித்து, இதுவரை என்னென்ன மருத்துவ முறைகளைச் செய்துகொண்டார்கள் என்று சொல்லிப் பதிவுசெய்துகொள்ளச் சொன்னார்கள். அந்த உதவி மருத்துவரும் சங்கரன்பாளையம் சிசு மருத்துவமனை டாக்டர் கேட்ட டெம்பிளேட் கேள்விகளைக் கேட்டார். கூடவே குழந்தையின்மை என்னென்ன காரணங்களால் வரும் என்ற விளக்கப் படங்களையும்! IUI, ஐவிஎஃப் மருத்துவமுறைகளை விளக்கும் காணொளியையும் காட்டினார். ஏற்கெனவே தெரியுமா, இந்த மருத்துவ முறைகளைப் பற்றித் தெரிந்துகொள்ள வேண்டுமா? எந்தக் கேள்வியுமின்றி ஓர் இயந்திரம்போல எல்லாவற்றையும் சொல்லிக்கொண்டிருந்தார். இங்கே யாருக்குமே அடுத்தவர் நேரத்திற்கும் அதே மதிப்பிருக்கிறது என்பது தெரிவதில்லையே என்று நினைத்தாள் நந்தினி.

அங்கே எழுதிய ஒரு பரிசோதனைக்காக மேற்கு மாம்பலம் சென்றார்கள். அது மார்புப் புற்றுநோய் இருக்கிறதா எனப் பார்க்கும் பரிசோதனை. சங்கரன்பாளையம் சிசு மருத்துவமனையிலும் இப்பரிசோதனைகளை எடுத்திருந்தார்கள். அந்தப் பரிசோதனை முடிவுகளை இந்த மருத்துவமனையில் ஏற்க மாட்டார்கள் என்று செவிலி சொன்னார். அந்தச் செவிலியிடம் பேசி எந்தப் பயனும் இருக்காது. புராணம் சொல்ல ஆரம்பிப்பார். "ஸ்கேன் முதக்கொண்டு, எங்க டாக்டரே பாப்பாங்க. அப்படித்தான் ஒரு பேசண்ட பேபிக்கு ஹார்ட் பீட் கேட்கல, அபார்ட் பண்ணனும்னு வேற இடத்தில சொல்லிட்டாங்க, ஆனா, இங்க டாக்டர் பார்த்தப்ப, ஹார்ட் பீட் தெரிஞ்சது. அதனால வேற இடத்தில குடுக்கிற

எந்த ரிப்போர்ட்டையும் ஏத்துக்க மாட்டோம். ப்ளட் டெஸ்ட் இங்க பண்ற புரோசிஜரே வேற." செவிலி சொன்னது போலவே இரண்டு மூன்று டெஸ்ட் எடுத்து முடிக்கும்போது இரவு ஏழு மணியானது. சாப்பிட்டுவிட்டு வந்து காத்திருந்தனர்.

கிட்டத்தட்ட ஒன்பதுமணிக்கு மருத்துவரைச் சந்திக்க நேரம் கிடைத்தது. அந்த மருத்துவரின் கண்கள் தூக்கம் இழுப்பது போலிருந்தன. அக்கறையே இல்லாமல் விவரங்களை வேகவேகமாகக் கேட்டறிந்தார். செவிலியிடம், "ஒரே நாளில ஏன் இவ்வளோ அப்பாயிண்மெண்ட் தர்றிங்க?" என்றார். "டாக்டரப் பார்க்கச் சொல்லுங்க" எனச் சொல்லியனுப்பினார்.

"கிட்டத்தட்ட கண்ணு மூடிக்கிட்டது. சொக்கி விழாத குறதான். இவங்ககிட்ட எப்படிங்க நம்பிட்ரீட்மெண்ட் எடுக்கிறது? டே கால்குலேசன் எல்லாம் தப்புத் தப்பா சொல்றாங்க."

"மெதுவா சொல்லு. நர்ஸ் காதில விழப்போகுது."

விழுந்தாவது திருந்தினால் பரவாயில்லை என்றிருந்தது நந்தினிக்கு. ஆனால் எது காதில் விழுந்தாலும் இவர்கள் திருந்தமாட்டார்கள். இவர்களுக்கென்ன? கூட்டம் குவிகிறது. டாக்டரம்மா கணவரும் டாக்டர். அவரிடம் அதிகக் கூட்ட மில்லை. இரண்டாம் நபராகச் சந்திக்க முடிந்தது. அவர் அதி வேகக் கேள்விகளை அடுக்கினார். பதில் அவர் எதிர்பார்த்ததாய்த் தெரியவில்லை. "உங்களுக்கு இருக்கும் பிரச்சனைக்கு ஐவிஎஃப் தான் சரிவரும். அதுக்கான ட்ரீட்மெண்ட தொடங்கிடலாம். டீடெயில்ஸ் நர்ஸ் சொல்லுவாங்க" என்று சொல்லிக்கொண்டே, செவிலியிடம் சமிக்ஞையில் சொல்லி, "ஐவிஎஃப் எல்லா டீட்டைலும் சொல்லிடுங்க" என்றவர், பேச்சைத் தொடர்ந்தார்.

"ஒரு மாதத்துக்கு எத்தனை முறை செக்ஸ் வைச்சிப்பீங்க?"

"நான்குமுறை."

"இனிமே வாரத்துக்கு நான்குமுறையாவது வைச்சிக் கோங்க."

நந்தினியால் அங்கே அமர்ந்திருக்கவே முடியவில்லை.

"கண்டிப்பாக ஸக்ஸஸ் பண்ணிடலாம். ஒரே ஒரு விந்து தான் தேவை. ஸிஸ்டர் புரொசிஜர் எல்லாம் சொல்லுவாங்க." என்றார் மீண்டும்.

டைப் செய்யப்பட்டிருந்த பெரிய மாத்திரைப் பட்டியலைக் கொடுத்து, "இதெல்லாம் கண்டிப்பா சாப்பிடணும். ஒருநாள்கூட மிஸ் பண்ணிடாதீங்க. பீரியட்ஸ் வந்த பின்னர்,

லாவண்யா சுந்தரராஜன்

இரண்டாம் நாள் வாங்க. அன்னிக்கி நிறைய டெஸ்ட் இருக்கும். அட்வான்ஸ்பணம் கட்டிட்டீங்கன்னா, வர அன்னிக்கிக் கொஞ்சம் பிரிபரன்ஸ் குடுத்து, முன்ன அனுப்ப முடியும்" என்றாள் செவிலி. கிட்டத்தட்ட இருபதுநாளுக்கும் முன்னரே முன்பதிவு செய்வதும் ஒருவிதமான பொறிதான். பணம் கட்டியதற்காகக் கட்டாயம் வருவார்கள் இல்லையா?

இரவு பத்து மணி. பணம் கட்டும் வரிசையில் நின்றார்கள். அப்போதும் பெரிய வரிசை நின்றது. இந்த நேரத்திற்குமேல் என்ன மருத்துவம் இங்கே நடக்க இருக்கிறது? இவர்கள் இருபத்து நாலுமணிநேரமும் வேலை செய்வார்களோ என்று தோன்றியது நந்தினிக்கு. இங்கே வந்தால் பொறுமை அதிகமாகி விடும் என நினைத்தாள்.

பணம் கொடுத்துவிட்டு, அவர்கள் சொன்னபடி அங்கேயே மாத்திரை வாங்க அதற்கென நீண்ட வரிசையில் நின்று பட்டியலிலிருந்த எல்லா மாத்திரைகளையும் வாங்கினார்கள்.

"இப்படி ஏற்கனவே தயாரிச்ச லிஸ்ட் கொடுத்து மாத்திரை வாங்கச் சொல்றாங்களே.? இதெல்லாம் சரியா?"

"ஏன்."

"எனக்கு என்ன பிரச்சனை? அதுக்கு என்ன மாத்திரை சாப்பிடணும்னு, பாக்கறதில்லையா?"

"என்னென்ன காரணத்தால கர்ப்பம் தரிக்காதோ, அதுக்கு எல்லாத்துக்கும் மாத்திரை குடுத்துருவோன்னு சங்கரன் பாளையத்திலயே சொன்னாங்களே?"

"என்னங்க படிக்காதவங்கபோலப் பேசறீங்க. ஒவ்வொருத்தருக்கும் ஒரு காரணம் இருக்கும். மேக்னா எல்லாம் டெஸ்ட் பார்த்துத்தானே பிரஸ்கிரைப் பண்ணாங்க?"

"இங்கேயும் டாக்டர்ங்க பாத்துத்தான், இதை பிரிபேர் பண்ணியிருப்பாங்க."

"அட்லீஸ்ட் எது ஒத்துக்கும், ஒத்துக்காது, என்ன சைட் எஃபக்ட், எதுவுமே செக் பண்ண வேணாமா?"

துரையிடம் பதில் இல்லை. இது அவளுக்கு மட்டுமில்லை, எல்லா நோயாளிகளுக்கும் இதே நிலைதான். குழந்தை இல்லை என்று படாத பாடுபடும் குழந்தையற்ற பெற்றோர்க்கு, "கட்டாயம் சக்ஸஸ் பண்ணிடலாம்" என்ற இந்த நம்பிக்கை தரும் வார்த்தைகள் போதாதா? விஷத்தைக் கொடுத்தால்கூட எதுவும் கேட்காமல் சாப்பிடுவார்கள். அந்த மாத்திரை

மூட்டையைப் பார்க்க மலைப்பாயிருந்தது. சண்டிகர் வீட்டிற்கு ஒருமுறை மாமியார் வந்திருந்தபோது, "வீட்டில ஒரு காச்ச மாத்திரைகூட, அவசரத்துக்கு வச்சிக்க மாட்டீங்களா" என்று திட்டியது இந்த நேரத்தில் நினைவு வந்தது. இதுவரை தலைவலி, காய்ச்சல் என்றால்கூட அவள் எப்போதுமே மாத்திரை மருந்து சாப்பிட்டதில்லை. இப்போது இவ்வளவு மாத்திரை, மருந்து சாப்பிட வேண்டும். இந்த முறையில் குழந்தைபெறுவது கிட்டத்தட்ட ஒரு வியாதி வந்தது போலத்தான். இரவு பேருந்தைப் பிடித்துத் திருச்சி வந்தார்கள். அங்கிருந்து நந்தினியை மகேந்திரபுரத்தில் விட்டுவிட்டுத் துரை மட்டும் சண்டிகர் கிளம்பினான்.

※

லாவண்யா சுந்தரராஜன்

61

வீட்டுக்கு வந்து பாடம் சொல்லிக் கொடுக்கும் அந்தப் பெண் சமேலி, பார்க்க மிகவும் அழகாயிருந்தாள். சமேலியைப் பார்த்தபோது குமாருக்கு நிம்மதியும் பயமும் ஒரே சமயத்தில் வந்தது. ஜெயந்தியிடம் "இப்படி வீட்டில் அதிக நேரம் இருக்க ஆள் பார்த்தா நாம கொஞ்சம் கவனமா இருக்கணும்" என்றான். ஜெயந்திக்கு அவன் சொன்னது மிகவும் எரிச்சலைக் கொடுத்தது. குமாருக்கு எதையெடுத்தாலும் சந்தேகம் என்று நினைத்தாள். அவள் மிகவும் சின்னப் பெண், அவளால் என்ன கெடுதல் வந்துவிட முடியும் என்று நினைத்தாள். ஜெயந்தி இளைய வகுப்புகளுக்குப் பாடம் எடுத்தபடித் தன் கல்லூரிப் படிப்பையும் தொடர்ந்தாள்.

அவள் வந்ததிலிருந்து, பிஜு நடவடிக்கை கொஞ்சம் மாறியிருந்தது. பிஜுவுக்குப் பாடங்கள் மட்டுமல்லாது, இல்லத் தூய்மையையும் புத்தகங்கள் பராமரிப்பதையும் சொல்லிக் கொடுத்தாள். கணக்கில்லாத கதைகளைச் சொல்லிப் பிஜுவின் கவனத்தை எப்போதும் ஒருநிலையிலேயே வைத்திருந்தாள். அவள் என்ன சொன்னாலும் பிஜு கேட்டது குமாருக்கும் ஆச்சரியமாக இருந்தது. பொதுவாக ஜெயந்தியைத் தவிர வேறு யார் பேச்சையும் அவன் அப்படிக் கேட்டு அடிபணிந்ததில்லை. சமேலி பிஜுவிடம் பேப்பர் கொடுத்து நினைத்ததையெல்லாம் வரையச் சொன்னாள். அவனுள் இந்தக் கலைத்திறன் இருப்பதை இதுவரை குமார், ஜெயந்தி இருவருமே கண்டதில்லை. அவன் சுவரில் வரைந்திருக்கும் ஒவ்வொரு கிறுக்கலுக்கும் சமேலி ஓர் அர்த்தம் சொன்னாள். இவன் பெரிய ஓவியனாக வருவான் என்றும் சொன்னாள்.

சமேலியின் கவனிப்பு ஜெயந்திக்குத் திருப்தி தரும்வண்ணமிருந்தது. குமாருக்கும் அவள்மேல் கொஞ்சம் கொஞ்சமாக நம்பிக்கை வளர்ந்தது.

அவளே புதிது புதிதாகப் பாஸ்தா, டோக்லா என்று வீட்டிலேயே செய்து தந்து அசத்தினாள். மெல்ல மெல்லக் கணக்கு, வரலாறு என்று சொல்லிக் கொடுக்கத் தொடங்கியவள் விரைவில் பிஜுவுக்கு வேகமாகக் கற்க முடியாது என்பதையும் சொன்னாள். பொறுமையோடு அவள் கற்பித்ததால், சமேலியால் மட்டுமே பிஜுவுக்குக் கற்றுத்தர முடியும் என்ற மிகப்பெரும் நம்பிக்கையில் ஜெயந்தி இருந்தாள். அந்த வருடம் எப்படியும் பள்ளியில் அவன் தேறிவிடுவான் என்றும் நினைத்தாள். ஆனால், விதி வேறு விதமாயிருந்தது. சமேலி தன் வீட்டிற்கு அருகிலிருந்த ஒரு பையனுடன் தன் வாழ்வைத் தொடங்கத் திட்டமிட்டு மாய மானாள். அது பிஜுவுக்குப் பெரிய பாதிப்பைத் தந்தது. கொடியில் அசையும் துணிகளையே கண்கொட்டாமல் பார்த்தவன், “சமேலி அக்காவுக்கும் என் மேல கோவமா? ஏன் என்னைப் பார்க்க வர மாட்டேன்கிறாங்க?” சமேலிபோல வேறு யாருமிருந்தால், இவனைப் படிக்கவைத்துவிடலாம் என நினைத்துக்கொண்டு, வேறு யாரும் கிடைக்கிறார்களா என்று தேடிப்பார்த்தாள் ஜெயந்தி. யாரும் அகப்படவில்லை.

அந்த வருட இறுதித் தேர்வில் எல்லாப் பாடங்களிலும் மிகக் குறைவான மதிப்பெண் எடுத்தவுடன், ஸ்கூல் நிர்வாகம் இனிமேல் இவனை எங்கள் பள்ளியில் வைத்திருக்க முடியாது என்றது. அது மட்டுமில்லாமல், ஏற்கெனவே அவன் ஒருமுறை ஆறாம் வகுப்பிலும் மற்றொரு முறை ஏழாம் வகுப்பிலும் மீண்டும் படித்திருந்தான். வயதுக்கு மீறியவனை எட்டாம் வகுப்பில் சேர்த்தாலும், எந்தப் பிரயோஜனமும் இல்லை. சண்டிகர் பள்ளிகளில் எட்டாம் வகுப்பு, அரசு தேர்வுக்கு ஒப்பானது. அதனால் அவனை ஏழாம் வகுப்பிலும் வைத்திருக்க முடியாது. எட்டாம் வகுப்புக்கும் அனுப்ப முடியாது என்றார்கள். மேலும் பிஜுவிடம் கடும் குணங்கள் அதிகமாகி வருவதாக வும், அவனை அப்படியே விடாமல் யோகாபோல் மனத்தைச் சாந்தப்படுத்தும் விஷயங்களைச் செய்யச் சொல்லுங்கள் எனவும் கூறினார்கள். அவனை ஸ்பெஷல் ஸ்கூலில் சேர்ப்பதற்கு, இறுதியாக ஜெயந்தி ஒத்துக்கொண்டாள். ஆனால் குமாருக்கு இத்தனை வருடங்களுக்கு பிறகு இதை முயற்சி செய்வதில் கொஞ்சம் தயக்கம் இருந்தது. ஆனால் ஜெயந்தி, சொன்னால் கேட்கவும் மாட்டாள். நடப்பது நடக்கட்டுமென்று இருந்தான். வீட்டு வராண்டாவில், கார்டன் கீரிப்பர் (படுதா பேல்) மலர்ந் திருந்தது. அந்தச் சிறு மலர்கள் மணமற்றிருந்தன. ஆனால் அவை இடத்தின் குப்பையை அதிகரித்தன. அதன் மெல்லிய இழைகள் பறந்து மூக்கிலேறித் தும்மலை வரவழைத்தன. அதைப் பராமரிக்கும் மனநிலையில் ஜெயந்தியும் குமாரும் இல்லை.

62

மாதவிடாய் வந்ததும், அன்று இரவே நந்தினியும் அவள் அம்மாவும் கிளம்பிச் சென்னை சென்றார்கள். காலையில் வெறும் வயிற்றோடு வரச் சொல்லியிருந்ததால், எதுவும் சாப்பிடவில்லை. ஏழுமணிக்கே மருத்துவமனையில் கூட்டம் அலைமோதியது. பார்க்கவே மிகவும் மலைப்பாயிருந்தது. மேலும் என்னென்ன பரிசோதனை செய்வார்கள் என்று மனம் தடுமாறியது.

சர்க்கரை அளவு பார்க்க, பதினைந்து நிமிட இடைவெளி விட்டுவிட்டுப் பத்துமுறையேனும் அழைத்தனர். இத்தனை முறை எதற்கு ரத்த மாதிரிகளை எடுக்க வேண்டுமென்று நந்தினிக்குப் புரியவில்லை. குளுக்கோஸ் கலக்கிக் குடிக்கச் சொல்லிவிட்டு, ஒருமணி நேரம் கழித்து மீண்டும் வரச் சொன்னார்கள். அது மட்டுமின்றிப் பிற பரிசோதனைகளுக்காகவும் தனியாக ரத்தமெடுத்தார்கள். ஒன்றுமே சாப்பிடாமல், அத்தனை முறை ரத்த மாதிரிகளைக் கொடுத்ததால், நிற்க முடியாமல் தலைசுற்றியது. ரொம்பப் பசித்தது.

"நீங்கள் ஏதாவது சாப்பிட்டுவிட்டு, ஸ்கேன் சென்டர்க்கு வந்திடுங்க" என்றார் செவிலி. இரண்டாம் நாள் ஸ்கேனா? முன்னர் எப்போதோ பயந்து நடுங்கியது நினைவுக்கு வந்தது. தொலைக்காட்சியில் பேய்ப்படம் ஓடிக்கொண்டிருந்தது. ஒருத்திமேல் மஞ்சளைத் தேய்த்துத் தண்ணீர் விட்டுப் பேய் விரட்டும் மலையாள தேசத்துப் பூஜைக்கான ஏற்பாடு நடந்துகொண்டிருந்தது. அந்த இடத்தில் தன் உருவம் நந்தினிக்குத் தெரிந்தது. உடல் முழுதும் மஞ்சளாகியிருந்தது. தண்ணீர் ஊற்ற ஊற்ற, மஞ்சளோடு மஞ்சளாகக் கரைந்துகொண்டிருந்தாள் நந்தினி. மஞ்சள் கரையும்போது, சிவந்த நிறமாக மாறிவிடுமா? அதைப் பார்க்க, அவள் ரத்தம், வீதியில் வழிவது

போலிருந்தது. "உணவுக்கூடத்தில் மேடம், இன்னும் கொஞ்சம் சாம்பார் ஊத்தவா, வேற ஏதாவது வேணுமா?" என்ற சர்வர் குரல் கேட்டுத் திடுக்கிட்டாள் நந்தினி.

"என்னாச்சு நந்தும்மா? ஏன் உன் முகமெல்லாம் இப்படி வெலவெலக்குது? என்ன பண்ணுது?"

"ஒண்ணுமில்லம்மா."

"ஒண்ணுமில்லன்னா, ஏன் பேயறைஞ்ச மாதிரியிருக்க? ட்ரீட்மெண்ட் எடுக்கறதால நல்லதுதான் நடக்கும். நல்லதயே நினை. தலமல சஞ்சீவிராயன நினைச்சிக்க."

"அம்மா தொணதொணக்காதீங்க. கொஞ்ச நேரம் அமைதியா இருக்க விடுங்க."

"எப்பப் பாரு, வெடுக்வெடுக்குன்னு பேசாத பாப்பா. உனக்கிருக்கற வெறுப்பெல்லாம் என்மேல காட்டாத."

அய்யோ என்று கத்தி ஆர்ப்பாட்டம் செய்ய வேண்டும் போலிருந்தது. அவள் எவ்வளவு கோபப்பட்டாலும் தாங்கிக் கொள்ள, என்ன புலம்பினாலும் கேட்டுக்கொள்ள இப்போது அருகில் துரையில்லை. மிகப்பயமாயிருந்தது. அழ வேண்டும் போலிருந்தது. ஸ்கேன் சென்டர் நெருங்க நெருங்க, அரக்கனின் குகையை நெருங்குவது போலிருந்தது. ஆயினும் மன வலிமையை வரவழைத்துக்கொண்டு அங்கே போனாள்.

"இரண்டாம் நாள் ஸ்கேனா? எப்படிம்மா? தண்ணி வேற குடிக்கலையே."

"அம்மா! சும்மா இருங்கம்மா."

ஸ்கேன் சென்டரின் "டே 21" என்று சொன்னதும், விருட்டென எழுந்து ஒரு கூட்டம், வரவேற்பு மேசையருகே சென்றது. அதே போல டே 16, டே 10, டே 4, டே 2 என்று வரிசையாகக் கூப்பிட்டார்கள். ஒவ்வொரு அழைப்புக்கும் முண்டியடித்தது பெண்கள் கூட்டம். செவிலியர்கள் மேடையருகே போனவர்களுக்கு டோக்கன் கொடுத்தார்கள். கிட்டத்தட்ட ஆறு மணி நேரம் கடந்த பிறகு அழைக்கப்பட்டாள் நந்தினி. உள்ளே இரு பரிசோதனை மேடைகள் இருந்தன. டாக்டர் இரு மேடைக்கும் அருகே பறந்து பறந்து ஸ்கேன் செய்து கொண்டிருந்தார். உதவியாளர்கள் குறிப்புகள் எடுத்துக் கொண்டிருந்தார்கள்.

கல்லூரி படிக்கும் நாளில், பி.ஈ.எல் நிறுவனத்தில், வாக்குப் பதிவு இயந்திரம் செய்யும் தொழிற்சாலைக்கு ஒருநாள் பார்வையிடச் சென்றிருந்தார்கள். அந்த இயந்திரத்தில்

உபயோகப்படுத்தும் மின்னணு நுண்சில்லுகளை அருகிலிருக்கும் தட்டிலிருந்து எடுத்து மையச்செயல் தட்டில் பொருத்தும் இயந்திரக்கை அதன் இரு பக்கத்திலும் கன்வேயர் பெல்ட்டில் அந்த மதர் போர்ட்கள் நகர்ந்தபடியிருக்கும். தட்டில் நுண்சில்லுகளைப் பொருத்த இரு புறமும் மாறிமாறித் தாள கதியோடு இயங்கும் இயந்திரக் கையின் வேகமும் இயந்திரத் தனமும் எப்படியிருந்ததோ, அதே அளவிற்கான நுட்ப இயக்கம், அந்தப் பெண் மருத்துவரிடமும் இருந்தது. இதையா தனிப்பட்ட அக்கறை என்றார்கள். ஆனால், இதை அக்கறை என்றால், மேக்னாவைப் போன்ற மருத்துவர்களை இவர்கள் என்ன சொல்வார்கள்?

திரைமறைவில் ஆடை மாற்றிக்கொள்ளச் சொன்னார்கள். இது சங்கரன்பாளையம் சிசு மருத்துவமனையைவிட, இன்னும் மோசமான வியாபார நோக்கோடு இருந்தது. மூன்று நான்கு திரைகள். எல்லாவற்றிலும் ஒரு பெண் ஆடைகளை மாற்றிக்கொண்டிருந்தாள். பரிசோதனை முடித்தவள் ரத்தம் தொடைகளில் வழிய வழிய ஆடை அணிய வந்துகொண் டிருந்தாள். கீழ்ப்பகுதியில் ஆடையை அவிழ்த்துவிட்டு நின்றுகொண்டிருந்த நந்தினிக்கு, தனது அந்தரங்கம் என்ற நினைப்புக்கூட இல்லை. எப்போது அங்கிருந்து தப்பித்து வீட்டுக்குப் போகலாமென்றிருந்தது. மேடையருகே சென்றவள், அசூயைக்கு உள்ளானாள். மேடை விரிப்பில் அவள் அதிர்ச்சி சிவப்பு நிறத்தில் பரவியிருந்தது. அதைத் தொட்டால் சுட்டிருக்கும். 'ஏறுங்க, ஏறுங்க!' அவசரப்படுத்திய செவிலிக்குப் பரிதாபமாகச் சைகையில் காட்டினாள். "ஓ! சாரி" என்றாள் சாதாரணமாக. விரிப்பை மாற்றிய பின்னர் ஏறிப் படுத்ததும், ஸ்கேன் கருவியின் ஹான்டிலில் ஆணுறை. அதில் ரத்தம் படிந்திருந்தது. நந்தினிக்கு ரத்த ஓட்டமே நின்றுபோனது.

டாக்டர் அவளருகே வந்ததும் செவிலியைக் கடிந்து கொண்டாள். "இன்னும் ஏன் காண்டம் மாத்தாம இருக்கீங்க?" நந்தினியியைப் பார்த்து, "ஏம்மா, காண்டம் வாங்கிட்டு வந்தீங்களா?" என்று கேட்டாள்.

"இல்லை" என்றாள் நந்தினி.

"என்னம்மா, வர்ரவங்க எல்லோரும் இப்படியே பண்றீங்க? ஸிஸ்டர் பில்லுல மறக்காம காண்டம் சார்ஜ் சேர்த்துடுங்க."

பரிசோதனை முடிந்து, கட்டணம் செலுத்துமிடம் சென்றாள். எல்லாக் கட்டணமும் ஏற்கெனவே செலுத்தியிருந்ததுதான். "இந்தாங்க பத்து ரூபாய் நிரோத்துக்கு" என்று எறிந்துவிட்டு, வேறு எதையுமே சொல்லாமல் அம்மாவுடன் நந்தினி புறப்பட்டாள்.

"ஏம்மா! டாக்டரைப் பார்க்கலையா?" என்று அம்மா கேட்டதற்கு, "இல்லம்மா. அடுத்த முறை வரும்போது காண்டம் வாங்கிட்டு வந்து பார்க்கலாம்" என்றாள்.

"என்ன உளர்ற?"

"இப்போ என்கிட்ட எதுவும் கேட்காதீங்க. அப்பறம் எரிஞ்சி விழறேன்னு சொல்லாதீங்க. எனக்குப் பிள்ளயே பெத்துக்க வேணாம்."

"நந்தினி ... அய்யோ கடவுளே! என் தல எழுத்து, என் வயித்துல பொறந்ததால, இவ்வளவு கஷ்டப்படுறியே? நான் ஒரு ராசி கெட்டவ."

"அம்மா அ ... அ ... நீங்க எனக்குப் பைத்தியம் பிடிக்க வைக்காதீங்க. ஊருக்குப் போகலாம். முதல்ல கிளம்புங்க."

விடியற்காலையில் மகேந்திரபுரம் அடைந்தனர். இரண்டு நாளாக இரவில் பேருந்தில் சரியான தூக்கமில்லை. மூன்றாம் நாள் குளித்துவிட்டு அப்படியே படுத்துக்கொண்டாள். ஒன்றுமே சாப்பிடப் பிடிக்கவில்லை. முன்தினம் நடந்ததை நினைத்தாலே குமட்டிக்கொண்டுவந்தது. மறுநாளே சண்டிகருக்கு டிக்கெட் போடச் சொல்லி துரைக்குப் பேசினாள்.

"தீட்டு முடிஞ்சதும் போ. தீட்டு இருக்கவே பயணம் போறது வீட்டுக்கு ஆகாது."

"ஆமா. எனக்கு இப்போ எல்லாம் வெளங்கியிருக்கு. இனிம புதுசா ஆகாம போறதுக்கு."

"எதுக்கெடுத்தாலும் எகனைக்கு மொகனையா பேசாத நந்தினி. நல்லதுக்குத்தானே சொல்றேன்."

"தீட்டு இன்னிக்கி முடிஞ்சிடும். நாளைக்குத்தானே நான் கிளம்பறேன். விடுங்க."

வெளியில் வந்து நின்று பார்த்தால் மெல்லிய இளங்காற்று. பக்கத்து வீட்டில் ஊதா நிறத்தில் அவரைப்பூ பூத்திருந்தது. திருமணத்திற்கு முன்னும் பின்னும் எத்தனையோ முறை மாடிப்படியில் அமர்ந்து அவரைப்பூ அழகிலும், சங்குப்பூவின் சருக்கல்களிலும் மனம் லயித்து மயங்கியிருப்பாள். மகேந்திரபுரம் வந்திருக்கும்போது பக்கம் பக்கமாய்த் தோழிகளுக்கும் கணவருக்கும் கடிதமெழுதும் இடம். அதுவும் வெள்ளிக்கிழமை யில், எண்ணெய் தேய்த்துக் குளித்துவிட்டு, அந்த மாடிப்படியில் வந்தமர்ந்தால், சூரியன் உச்சிக்குவரும்வரையோ, அம்மா அங்கே

என்னாதான் பண்றியோ என்று சத்தம்வைக்கும்வரையோ அமர்ந்திருப்பது எவ்வளவு ஆனந்தமாய் இருக்கும்?

அவரைப்பூ அழகு அப்படியேதான் இருந்தது. அவரைப்பூ பூத்தால் போதும், இரண்டு வாரத்தில் காயாகிவிடும். ஆனால் பெண் வாழ்க்கை மட்டும் ஏன் மலர்ந்தால் கட்டாயம் காயாகும் விதி அமைவதில்லை. ஏன் இயற்கை இப்படி விளையாடுகிறது? மீண்டும் பார்த்தாள். அவரைப்பூ, திருமணத்திற்கு முன்பு கன்னிப் பெண்ணாயிருந்து பார்த்தபோது எவ்வளவு மகிழ்ச்சியாய் அசைந்ததோ, அதே மாதிரிதான் இப்போதும் அசைந்தது. அதைப் பார்க்கும்போதெல்லாம் கவித்துவமான வரிகள் பொங்கி வருவது போல, இன்று எதுவும் வரவில்லை. அவரைக் கொடியோ, மலரோ, அந்த இடமோ மாடிப்படியில் அவள் அமரும் கோணமோ, ஏதோ ஒன்று மாறியிருந்தது.

63

சண்டிகரிலிருந்து முப்பது கிலோ மீட்டர் தொலைவிலிருந்தது பின்சோர் நகரம். அங்கே மனநலம் பாதிக்கப்பட்டவர்களுக்கான சிறப்புப் பள்ளி இருப்பதாக அறிந்து, ஜெயந்தியும் நந்தினியும் சென்றிருந்தார்கள். காருண்யா என்று பெரிய எழுத்தில் பெயர்ப்பலகை இருந்தது. அதைத் தாண்டி உள்ளே பெரிய மைதானம், விதம்விதமான மரங்கள், செடிகள் எனக் கண்ணுக்கு இதமாயிருந்தது. மனதளவில் வளர்ச்சியடையாமல் இந்த உலகத்தை எதிர்கொள்ளும் சவாலுடையவர்களுக்கு வாழ்வதற்குப் பொருத்தமாக இருந்தது. போகும் வழியில் போதிமரம் போன்ற ஒரு மரத்தடியில் அமர்ந்திருந்தவர் வானத்தையே நிலைகுத்திப் பார்த்துக்கொண்டிருந்தார். அருகிலிருந்த இன்னொருவர், "எங்கே என் கண்ணன்? எங்கே என் ராதை? பூஜைக்கு நேரமாகிறது, அழைத்து வாருங்கள். அங்கேதான் இருக்கிறார்கள், கூப்பிடுங்கள்" எனச் சொல்லிக்கொண்டேயிருந்தார். வானம் பார்த்திருந்தவர், எதுவும் சலனமற்று அங்கேயே பார்த்துக்கொண்டிருந்தார்.

கொஞ்சம் தொலைவில், சின்னஞ்சிறு குழந்தையைப் பாரம்ப்ரேலட்டரில் வைத்துத் தள்ளிக்கொண்டு வந்தாள் ஒரு தாதி. மூக்கிலும் தொண்டையிலும் குழாய்கள் இருந்தன. அந்தக் குழந்தைக்கு உண்ட உணவு செரிப்பதற்கான கட்டளைகளை அதன் மூளை இடுவதில்லையாம். மற்றபடி ஆரோக்கியமான குழந்தைதான். இறக்கும்வரை இப்படித்தான் இருக்க முடியுமென்றாள் தாதி. இன்னோர் இடத்தில், ஒரு பெண் விரித்த தலையுடன் ஓடிவந்தாள். "இங்கே வராதீங்க, அடிப்பாங்க" எனச் சொல்லி ஓடினாள்.

"எத்தனை விதம்விதமான மனிதர்கள்? எவ்வளவு பிரச்சினைகள்? என் பிஜு, இப்படியெல்லாம் இல்லை, பின் இங்கே எதுக்கு விடணும்?"

லாவண்யா சுந்தரராஜன்

"நானும் அதேதான் நினைச்சேன் ஜெய்."

அந்நிறுவனத்தின் காப்பாளரைச் சந்தித்தார்கள். கண்களில் காருண்யம். நீள வெண்மை அங்கி உடுத்திய அந்த அம்மணி, மிக மேதைமை பொருந்தியவராயிருந்தார். "இங்கே இருப்பவங்க எல்லாரும் மன வளர்ச்சியில்லாதவர்கள் இல்ல. சிலர் நீங்கள் சொல்ற மாதிரி மூளை வளர்ச்சியில் பின்தங்கி யிருக்கலாம்."

"அவங்கள, எங்க தங்க விடுவீங்க?" என்று கேட்டாள் நந்தினி.

"எல்லோருக்கும் ஒரே எடந்தான், ஒரே சாப்பாடுதான்."

"வகுப்புகள்?"

"ஆனா, வகுப்புகளும் பயிற்சிகளும் வேறுபடும்."

"கட்டணம்?"

"கட்டணம் எதுவும் இல்ல. உங்களுக்குத் தனி அக்கறை வேணும்னா சண்டிகர்ல இன்னொரு தனியார் நிறுவனம் இருக்கு."

"அது, எங்க இருக்கு?"

"செக்டர் 19இல் இருக்கு. அது முன்ன காருண்யாவோட அங்கமாயிருந்தது. இப்ப ஹாப்பி ஹோம் எனத் தனியே இயங்குறாங்க. முகவரி, தொடர்பு எண் கொடுக்கிறேன்" என்றார்.

கொஞ்சம் நிம்மதியாயிருந்தது ஜெயந்திக்கு. இங்கே தன் மகனை விடவேண்டாம். மேலும், சண்டிகர் என்றால், வீட்டிலிருந்தே போய்வரலாம். மன நலம் குன்றிய காப்பகத்தில், வெறும் பயிற்சிக்காக என்றாலும், தங்கவைத்தால் ஊர் உலகம் என்ன பேசும் என்ற கவலையில்லை.

"என்ன யோசிக்கிறீங்க ஜெய்?"

"சண்டிகர்னா தினம் வீட்டிலிருந்தே அனுப்பிடலாம். நல்லதுன்னு யோசிச்சேன். அவன இங்க விட்டு, என்னால நிம்மதியா இருக்க முடியுமான்னு தெரியல."

"நீங்க சொல்றது சரிதான் ஜெய். வீட்டிலிருந்து அனுப்பறது போலன்னா, இன்னும் பெட்டர்தானே?"

"அங்கே போய், அந்த ஹாப்பி ஹோம் எப்படி யிருக்குன்னு பார்க்கலாம். குமார்கிட்ட சொல்லிச் சம்மதிக்க வைக்கணும். வீட்டிலிருந்தனுப்ப அவரும் ஒத்துக்கணுமில்ல."

✺

64

மதவானியம்மன் காற்றாட வெளியில் வந்தாள். நந்தினி கவலையோடு ஏரிக்கரையில் அமர்ந்திருந்தாள். கருவேல மரங்களில் அமர்ந்திருந்த நாரைகள், ஏரி நீரில் நீந்த ஏங்கித் தம் காய்ந்த சிறகைக் கோதிக்கொண்டிருந்தன.

"வா நந்தினி! நாம் கவலையெல்லாம் மறந்து காலாற ஏரியில் நடந்துவிட்டு வரலாம்."

நந்தினி எதுவும் பேசாதிருந்தாள். "நீர் நிறைந்திருந்தால்தான் ஏரி. இதை எப்படி ஏரி என்று சொல்ல முடியும்? தாயே!"

கலகலவென்று சிரித்தாள் மதவானி அம்மன். மழை கொட்டியது. ஏரி நிறைந்தது.

"ஏரி நிறைந்ததுபோல் உன் வீடும் நிறையும். ஒரு திரியிலிருந்து இன்னொன்று எரியும்." நீ மகிழ்ச்சியாய் இரு.

கனவு கலைந்தெழுந்தவள், தெளிவு பெற்று மருத்துவத்தைத் தொடர வேண்டுமென்று தீவிர மாக முடிவெடுத்தாள். காலை வேலைகளைக் கொஞ்சம் முடித்துவிட்டுத் தொலைக்காட்சி பார்த்துக்கொண்டிருந்தாள். சிங்கப்பூரில் நடந்து முடிந்திருந்த கோடைகால ஒலிம்பிக்ஸ் நிகழ்வுகள் ஒளிபரப்பாகிக்கொண்டிருந்தன. பெண்கள் பிரிவு மல்யுத்தத்தில் வெற்றிபெற்ற பூஜா தத்தா வெள்ளிப் பதக்கத்தையும் கோப்பையையும் உயர்த்திக் காட்டியபடி மகிழ்ச்சியுடன் சிரித்துக் கொண்டிருந்தாள். நந்தினிக்கு அவள் பள்ளி, கல்லூரி பருவத்தில் வாங்கிய வெற்றிக் கோப்பைகள் நினைவுக்கு வந்தன. எவ்வளவு அழகான காலங்கள் அவை என்று பெருமூச்செறிந்தாள்.

232 லாவண்யா சுந்தரராஜன்

வெளிநாட்டில் டாக்டராயிருக்கும் பள்ளி பருவத் தோழி அருந்ததியிடம் ஆலோசனை கேட்க நினைத்து சங்கரன் பாளையம், சென்னை மருத்துவமனைகளில் நடந்த பரிசோதனைகள், மருந்து, மாத்திரைப் பரிந்துரைகள் பற்றிச் சொல்லிக் கலங்கினாள். இரு வார விடுமுறையில் இந்தியா வந்திருந்தவள், எல்லாவற்றையும் கேட்டு அதிர்ந்துபோனாள்.

"என்ன நந்தினி இது? ஸோ ஷாக்கிங். நோ ஹுமானிட்டி. ஹுமன் ரைட்ஸ் பற்றிச் சிந்திக்காதவங்களா இருக்காங்களே. அவங்களச் சொல்லிக் குத்தமில்ல. இவ்வளவு மோசமா அலட்சியமா ட்ரீட்மெண்ட் செய்றவங்ககிட்ட போற உங்கள தான் குறை சொல்லணும்."

"உனக்குத் தெரியாதா, குழந்தையில்லன்னா எவ்வளவு டார்ச்சர்னு?"

"அதுக்குன்னு உனக்கு டிபியே இல்லையேம்மா. அதுக்கு மாத்திரை சாப்பிடச் சொல்லி மூன்று மாதம் விடாமல் அதச் சாப்பிட்டிருக்க."

". . ."

"மை காட். தைராய்டு டெஸ்ட் கிளியரா நெகட்டிவ் வந்திருக்கு. படிச்சவதானே? இன்ன மாத்திரை இதுக்குன்னு நெட்ல தெளிவா தேட முடியுமே!"

"யாரக் கேட்டுச் சாப்பிடாம இருக்கறது? பார்ட் ஆஃப் ட்ரீட்மெண்ட்ன்னு சொன்னப்ப, எதச் சாப்பிடாம இருக்கறது?"

"உன் உடம்புதானே, ஊரான் வீட்டுப் பண்டமா?"

"உடம்புதானே போகும், குழந்தை கிடைக்குமில்ல?"

"சில ஸ்டீராய்ட்ஸ், *ASAP (Anti Sperm Anti Bodies)* எல்லாம் மூணு அட்டெம்ப்ட்க்கு மேல, ஒரு எஃபக்ட்டும் இருக்காது. மேலும், எலும்பைக் கொஞ்சம் கொஞ்சமா தேய்க்கும். இதெல்லாம் நாங்க இருக்கற நாட்டுல தடை செய்யப்பட்ட மருந்துகள்."

". . ."

"எனக்குத் தெரிஞ்சி, இந்த ஹாஸ்பிடல் மேல வழக்கே போடலாம் நந்தினி. உனக்குக் குழந்தை வேணும்னு நினைக்கிறதவிட, நீ ஆரோக்கியமாக இருக்கணும்னு நினை. இந்த விபரீதங்களை விட்டுடு."

"அருந்ததி என்ன சொன்னாங்க" என்று மாலை நடைப்பயிற்சியின்போது துரை கேட்டான்.

“அது . . . ஒன்னும் பெரிசா சொல்லல. ட்ரீட்மெண்ட் எடுத்துக்கச் சொன்னா?”

“நாளைக்கி மேக்னா கிட்ட போகும்போது, மற்ற ஹாஸ்பிடல் ரிப்போர்ட்ஸ் எல்லாம் அவங்ககிட்ட காட்டலாம்.”

“வேணாங்க. வேற இடத்தில ட்ரீட்மெண்ட் எடுக்கப் போனோம்னு தப்பா நினைச்சிட்டா?”

“தப்பா எதுக்கு நினைப்பாங்க?”

“இவ்வளவு நாள் ஏன் வரலைன்னு கேட்க மாட்டாங்களா?”

“கேட்க மாட்டாங்க.”

“நான் சொன்னபடிக் கேட்டிருந்தா இந்நேரம் குழந்தை பிறந்திருக்குமேன்னு கேட்டா என்ன சொல்றது?”

“அவங்க நடத்தறது ஒரு கமெர்சியல் ஹாஸ்பிடல். வரவங்களுக்கு ட்ரீட்மெண்ட் குடுப்பாங்க. ரெண்டு வருசம் ஆகுது. பழைய ஹிஸ்டரி எல்லாம் நினைவு வைச்சிக்க மாட்டாங்க.”

மேக்னா மருத்துவமனையில் நுழையும்போது சங்கரன் பாளையம், சென்னை மருத்துவமனைகளில் இருந்த மனக்கலவரமில்லாமல் நிம்மதியாயிருந்தது. இரண்டு மூன்று பேர் மட்டுமே காத்திருந்தார்கள். முன்வந்த ஒருசிலமுறை இதேபோல்தான் இருந்தாலும், மருத்துவமனையில் கிட்டத் தட்ட இரண்டு மூன்று மணிநேரமாகிவிடுகிறது என்று வருத்தப்படுவாள். இனி அப்படியெல்லாம் பொறுமை இழக்க மாட்டாள் நந்தினி.

மேக்னா, அதே புன்னகையோடு வரவேற்றார், எப்படி இருக்கிறீர்கள் என்று விசாரித்து விட்டு. “எனக்குத் தெரியும். அது கடினமான முடிவென்று. ஆனால், உங்கள் இருவரின் முகத்தைப் பார்த்து, அது கடவுள் சித்தமென்று நினைத்தேன். மற்றபடி முடிவு, உங்கள் மனப்பக்குவத்தைப் பொறுத்தது. முடிந்துபோன விஷயம்தான் என்றாலும், அதைத் தாண்டி வந்திருப்பதும் நல்லதுதான்” என்று ஆங்கிலத்தில் சொன்னார்.

“. . .”

“உங்களுக்கு உங்கள் வாரிசுதான் என்பதில் முடிவாக இருந்தால், ஐவிஎஃப்தான் போக வேண்டியிருக்கும். அதற்குச் செலவு நிறைய ஆகும். மேலும், நிறைய மருந்து உட்கொள்ள வேண்டியிருக்கும். நிறைய ஊசிகள் போட வேண்டியிருக்கும். குழந்தை இயற்கையாக உருவாக ஒரு கருமுட்டை போதும். ஆனால் நமக்குப் பல கருமுட்டைகள் தேவை. அதான் மருந்தின்

உதவியோடு, ஒரே சமயத்தில் பல கரு முட்டைகளை வளரச் செய்யனும். அதற்கு முன் துரையையும் பரிசோதிக்கனும். ஐவிஎஃப் அன்று, உங்களிடமிருந்து முதிர்ந்த விந்துகள் பெற முடியாத நிலையிருந்தால், நம் முயற்சி எல்லாமே வீணாகிவிடும்."

"ஏற்கனவே அந்த டெஸ்ட் செய்திருக்காங்க மேடம். விந்து உருவாகிறது. ஆனால் அது வெளியே வருவதில்லை" என்றான் துரை.

"அது எப்போது நடந்தது? எங்கு நடந்தது?"

"ஏழு வருடங்களுக்கும் முன், அப்பல்லோவில் நடந்தது."

"ஏழு வருடம், மிகப்பெரிய காலம், அதை இப்போது செய்துவிடுவது நல்லது. உங்களுக்கு அனெஸ்தீஷியா கொடுத்துத்தான் செய்ய வேண்டியிருக்கும்."

"மேடம், ஐவிஎஃப் தினத்தன்றே அதைச் செய்துவிடுங்க ளேன். என் விந்து இல்லையென்றால், விந்து வங்கியில் சொல்லி, டோனார் ஸ்பேர்ம்ஸ் வாங்கிக்கலாமே."

"விந்து வங்கியின் உதவியை நாட வேண்டுமென்றால், அதனை முன்னரே தெரிவிக்க வேண்டும். நீங்கள் அப்படி ஒரு விஷயத்திற்குத் தயாராக இருக்கிறீர்கள் என்றால், இப்போதே நந்தினிக்கு IUI (intra unine insemination) with donor sperms செய்யலாமே? அது மிக எளிதான செயல்முறை. இயற்கையான கருத்தரிப்பாயிருக்கும்"

"சரி மேடம். அதையே செய்திடலாம்."

"வேண்டாம்ங்க. நாம ஐவிஎஃப் முறையில் நம்ம குழந்தைக்கே முயற்சி செய்வோம்."

"நந்தினி, இந்த முறையில் குழந்தை பிறந்தாலும், அது உங்கள் குழந்தைதானேம்மா?"

"இல்லை டாக்டர். இன்றைக்கு இருக்கிற மனநிலையில, குழந்தை வேண்டும் என்ற ஏக்கம் மட்டும்தான் இருக்கிறது."

"அப்பறம் என்ன?"

"பிறகு என்றேனும் ஒரு சிறு பிசகின்போது இந்தக் குழந்தை நம் வம்சமில்லையே என்ற எண்ணம் வந்துவிட்டால்?"

"நந்தினி நல்லதையே நினையுங்கள். ஏன் எதிர்மறையாக யோசிக்க வேண்டும்?"

"விந்து தானம் செய்கிறவர்களுக்கு எதுவும் வியாதியிருந்து, பிறக்கும் குழந்தை குறைபாட்டுடன் பிறந்தால்?"

காயாம்பூ 235

"விந்து வங்கியில் விந்து தானம் செய்வோரை முறையான பரிசோதனைக்கு உட்படுத்தியிருப்பார்கள். ஆரோக்கியமான வரையே அனுமதிப்பார்கள். அதனால் கவலை வேண்டாம்."

"இவர்களின் குடும்பத்தில், இவர்களுடைய வாரிசைப் பெற்றுத் தருவேன் என்றுதானே என்னை மணம் முடித்தார்கள்? அதுவே இல்லையென்றால்? மேலும் அது எனக்கு மிக அருவருப்பாயிருக்கிறது. யார் பிள்ளை என்றே தெரியாமல், அதை நான் எப்படிச் சுமக்க முடியும்?"

"நந்தினி, அது உன் குழந்தையாக இருக்கும். உன் குழந்தை, அந்தக் குடும்பத்துக்கு வாரிசு ஆகாமல் போகுமா? குழந்தை உன் வயிற்றில் உதைக்கும்போது, உன் தாய்ப் பாசம், அதனை உங்கள் குடும்ப வாரிசாக நினைக்க வைக்கும்."

"நந்தினி, டாக்டர் சொல்வது சரிதான். நாம் IUI முயற்சி செய்வோம்."

சில மருந்துகளையும், பின் ஸ்கேனுக்கு வரவேண்டிய நாள் விவரங்களையும் சொல்லி மேக்னா அனுப்பிவைத்தார்.

"ஏங்க நிஜமாவே, இந்த முறையில குழந்தை உருவானா, உங்களுக்குக் கஷ்டமா இருக்காதா?"

"அதப் பத்திப் பேச வேண்டாமே நந்தினி."

இப்படி ஒரே வரியில் முடித்துவிட்டாலும் நந்தினியால் முழுமையாக ஏற்றுக்கொள்ள முடியவில்லை. குடும்பத்துக்கு வாரிசு வேணும். ஆனால், எந்த வம்சம் எனத் தெரியாத ஒண்ண எப்படிச் சுமக்கிறது? இதற்குத் தத்து எடுத்துக்கலாமே. அதை ஏன் யோசிக்க மாட்டேங்கிறார்? ஆனா குழந்தை என் வயித்துல உதைக்கும்போது எப்படியிருக்கும். நான் அம்மா ஆகப்போறேன்னு நினைக்கிறப்பவே பறப்பது போலிருக்கே. ஆனா என் குழந்தைக்கு அப்பா யார் என்று தெரியாது என்ன நானே ஏமாத்திக்கிறது போல இல்லையா. பின்னால குழந்தைக்கு இந்த விஷயம் தெரிஞ்சா என்னப் பத்தி என்ன நினைக்கும்? அம்மா என் அப்பா யார்ன்னு எங்கிட்ட கேட்டா நான் அப்போ என்ன செய்வேன். இதுக்கு செத்துப்போயிடலாம்.

மனக்கலக்கத்தில் எப்போது உறங்கினாள் எனத் தெரிய வில்லை. கனவில் விஷ்ணுவின் மோகினியலங்காரம். மோகினி வடிவம், ஒருபக்கச் சாயலில் நந்தினியை ஒத்திருந்தது. "சிவனுக்கே பிள்ளையை நான் பெற்றபோது எதில் தவறு

நந்தினி?" விஷ்ணுவின் வயிற்றிலிருந்து எழுந்த நாபிக் கமலம், மேக்னாவின் ஸ்டதஸ்கோப்பாக மாறியது. அடடா என்று நந்தினி வியக்கும் அதே நேரம், மேக்னா வந்தாள், "நான் சொன்னா கேட்க மாட்டே, இப்போ பாரு உன் கடவுளே வந்து சொல்லிட்டார். கலங்காதே மகளே! எல்லாம் நன்மைக்கே" என்றாள். உடனே துரையும். அவன் எங்கிருந்தான் இவ்வளவு நேரம் என்று யோசிக்கும்போது, "நான் கனவிலிருந்து எழுந்து, ஆன்ம வடிவில் போய் அந்த டோனரிடம் கலந்து, என் விந்துவே உனக்கு வந்து சேரும்" என்றான். "அப்படியே ஆகட்டும் ததாஸ்து" என்றாள் மேக்னா. இப்போது மேக்னா, விஷ்ணு போலிருந்தாள். அவள் தொப்புளிலிருந்து கமலக் கொடி நீண்டிருந்தது.

❋

65

சண்டிகரின் அகலமான செக்டர் பத்தொன்பதில், பெரிய பெரிய வீடுகள் மிகப் பகட்டாக இருந்தன. ஒவ்வொன்றும் தனிவீடு. வீட்டுக்குள்ளேயே பெரிய தோட்டம். சில மாடி வீடுகளில் தொங்கும் சட்டியில் செடிகளை வளர்த்திருந்தார்கள். தெருவோர மரங்களில் நிறையப் புழுதி படிந்திருந்தது. பாதாளச் சாக்கடை கழிவுநீர் தெருவில் ஓரிடத்தில் வழிந்து ஓடிக்கொண்டிருந்தது.

"பார்க்கத்தான் பகட்டாயிருக்கு இந்த ஏரியா. கேட்பார் பிடிப்பார் இல்ல போல."

அவர்களின் கார் கடந்த இடத்தில், ஹரே ராமா ஹரே கிருஷ்ணா பதாகைகள் அதிகம் வைக்கப்பட்டிருந்தன. பிருந்தாவனக் கோகுல நந்தன் ஆலயம் அங்கே இருந்தது. முற்றிலும் வெள்ளைப் பளிங்குக் கற்களால் நிர்மாணித்த ஆலயம், அந்தப் பிரதேசத்திற்கே புது அழகைக் கொடுத்தது. காவியுடையும் நெற்றியில் ஆண் பெண் வித்தியாசமில்லாது சந்தனத்தில் U வடிவில் போட்ட நாமமுமாக அந்த இடம் கடக்கும் வரை பக்திமயமாயிருந்தது. சிறப்புப் பள்ளிக்குக் கொடுக்கப்பட்டிருந்த தொடர்பில் பேசி முகவரி வாங்கியிருந்தாள் ஜெயந்தி. அம்முகவரிக்குச் செல்லச் சிலரிடம் விசாரித்துப் பார்த்ததில், ஒருவருக்கும் சரியாகத் தெரியவில்லை. ஒருவழியாக விசாரித்துச் சென்று பார்த்தால், அது ஒரு வீடு. அந்த செக்டரிலிருந்த புதிய மாடல் வீடுகளுக்கு நடுவே மிகவும் பழைமையான வீடு அது மட்டும்தான். 'ஹேப்பி ஹோம்' என்ற சிறு பலகை மட்டுமே வைக்கப்பட்டிருந்தது. மாடியிலும் கீழுமாக ஏழு படுக்கையறைகள் இருந்தன. ஒவ்வொன்றிலும்

லாவண்யா சுந்தரராஜன்

ஐந்தாறு படுக்கைகள் போடப்பட்டு, மிக இட நெருக்கடியி லிருந்தது போலிருந்தது அம்முகாம்.

காருண்யாவில் பார்த்த சேவை நோக்கு எதுவுமே அங்கே தெரியவில்லை. ஒருமணிநேரம் பேச (கவுன்சிலிங் எடுக்க) ஆயிரம் ரூபாய் கட்டணம் என்றிருந்தது. விசாரிக்கச் சென்றாலும் அதே கட்டணம்தான் போலும். வியாபார நோக்கு அப்பட்டமாகத் தெரிந்தது. பிஜுவின் பிரச்சினையை எடுத்துரைத்த பின், அது மிகச்சாதாரணம் என்றார்கள்; அதற்காகக் கோச்சிங் கொடுக்கப்படும். சிறப்புப் பயிற்சி தரப்படும். ஆனால், வீட்டுக்கனுப்ப முடியாது. இங்கேதான் விட வேண்டும். அதற்கான காரணத்தைப் பிரத்தியேகமாய்க் கேட்க முடியவில்லை. பணமே அதன் உள்நோக்கம் என்றால், பணம் கொடுத்துவிடலாம் என்று யோசித்துக்கொண்டிருந்தாள் ஜெயந்தி.

"இல்லைங்க. ஒருவரை அப்படி வெளியே விட்டா, எல்லோரும் கேட்க ஆரம்பிப்பாங்க. எங்களால் கட்டுப்படுத்த முடியாது" என்ற விளக்கம் சரியாயிருந்தது. குமாரும் ஜெயந்தியும் அங்கிருந்து கிளம்பினார்கள். இதைவிடக் காருண்யாவிற்கே அனுப்பலாம் என்று ஜெயந்திக்குத் தோன்றியது.

"பிஜு இங்கே வந்து இருப்பானா?" என்றாள் ஜெயந்தி

"இருப்பான்னுதான் தோணுது" என்றான் குமார்.

". . ."

"எல்லாம் நல்லதுக்கே. வீட்டிலேயே இருந்ததாலதான், செல்லம் அதிகமாகி அவனால் எந்த விஷயத்தையும் கத்துக்க முடியல."

குமார் சொல்வது சரியென்று பட்டது. அருகில்தானிருக்கி றோம், அடிக்கடி வந்து பார்த்துக்கொள்ளலாம் என்று நினைத்தாள். தொலைபேசியில் அவர்களை உடனே தொடர்பு கொண்டு அதைக் கேட்டபோது "அடிக்கடி வந்து பாக்க முடியாது. நீங்க மாதம் ரண்டுவாட்டி வரலாம். இதுகூட உள்ளூரிலேயே இருக்கீங்கன்னுதான் சலுகை. இது எல்லாமே எங்க கட்டுப்பாடு. இப்படி நடைமுறை வைக்கலைன்னா, எங்களால பயிற்சி குடுக்க முடியாது. நினைத்த பலனைக் கொண்டுவர முடியாது" என்றார்கள்.

ஜெயந்திக்கு வரும் வழியெல்லாம் ஒரே யோசனையா யிருந்தது. அங்கே விடுவதா வேண்டாமா? ஆனால், வேறு வழி? பகல் நேரத்தில் பிஜுவை எப்படிப் பாதுகாப்பது? வேலையை

விடலாம் என்பது நல்ல யோசனையில்லை என்று எல்லாருமே சொல்கின்றனர். பார்ப்போம். கடவுள் விட்ட வழி என்று நினைத்தாள். வீடு வந்தது. படுதா பெல் அசைந்து வரவேற்றது.

"நந்தினி, பிஜு எதுவும் தொல்லை கொடுத்தானா?"

"இல்ல. ஒரே ஒருமுறை டாய்லெட் போனான், வாமிட் எடுத்தான்."

"அடடா! நீ வேற ட்ரீட்மெண்ட்ல இருக்க. காலேஜ் வேல எல்லாம் வேற பார்க்க வேண்டியிருக்குமே."

"பரவாயில்ல."

※

66

பெட்டியில் பிஜுவின் துணிமணிகளை எடுத்துவைத்ததைப் பார்த்துவிட்டு, பிஜுவுக்கு ஏக குஷியாகிவிட்டது. "அம்மா! ஆர் வி கோயிங் அவுட்?" என்றான் ஆர்வமாக. அவனைப் பார்க்கப் பாவமாயிருந்தது. 'போர்டிங் ஸ்கூலில் விடப்போறோம்னு சொல்லாமல் விட்டுட்டு வந்துடலாம்' என்றான் குமார். ஜெயந்திக்கு அதில் கொஞ்சமும் விருப்பமில்லை. அவனிடம் சொல்லி, இங்கிருந்தே அழவோ முரண்டு பிடிக்கவோ செய்ய வேண்டுமா என்பது குமாரின் எண்ணமா யிருந்தது.

பிஜுவுடன் பின்னிருக்கையில் ஏறும்போது, "அம்மா எப்போதும் முன் சீட்ல தானே உட்காருவீங்க? இன்னிக்கி என் கூடவா? அய்!" என்றான். ஒன்றும் பேசாது, பிஜுவைப் பார்க்காமல், ஜன்னல் பக்கம் திரும்பினாள் ஜெயந்தி.

"அம்மா ஏன் *Sad*ஆ இருக்கீங்க?"

"..."

"ஏ பாரு! நாங்க பிக்னிக் போறோம்."

தெருவில் போய்ப் பக்கத்து வீட்டு பார்வதியைப் பார்த்துக் கத்தினான் பிஜு.

"நீ பிக்னிக் போகல ஃபூல்!" என்று திரும்பக் கத்திய பார்வதியை வேகமாக இழுத்துக்கொண்டு சென்றாள் பக்கத்து வீட்டுக்காரி.

"ஏம்மா, அவ அப்படிச் சொல்றா? என் பெட்டியெல்லாம் எடுத்து வைச்சிருக்கோமே. உங்களுக்கு ட்ரெஸ் எதுவும் வேண்டாமா? எத்தன நாள் போறோம்?"

எதற்கும் பதில் சொல்லத் தெரியவில்லை. "அம்மாவ டிஸ்ட்ரப் பண்ணாத பிஜு!" அவன் வெளியே வேடிக்கை பார்க்க ஆரம்பித்தான்.

"அய், அம்மா! அங்கப் பாருங்க கிளி."

ஜெயந்தியின் துயர் தெரியாத கிளிகள் இரண்டு, அருகருகே அமர்ந்து முத்தங்களைப் பரிமாறிக்கொண்டிருந்தன.

"அம்மா, கிளி மூக்கு, ஏன் செவப்பா இருக்கு, தெரியுமா?"

". . ."

"அம்மா நீங்க ஏன் பேச மாட்டேங்கிறீங்க? நான் ஒண்ணும் தப்புப் பண்ணலயே."

"சொல்லு."

"அது, ஒரு டைம் காட் கிட்ட பொய் சொல்லுச்சாம். காட் பனிஷ் பண்ணிக் கிளி மூக்கு எப்பவும் புண்ணு கலர்ல வரணும்னு சொல்லிட்டாராம்."

"யார் சொன்னா?"

"இல்லம்மா, நானாத்தான் சொன்னேன்."

'இவனுக்கா அறிவில்லைன்னு சொல்றாங்க. சமேலி சொன்னது மாதிரி இவனுக்கு ஓவியம் வரையுறதுல, பிற விஷயங்களக் கற்பனை செய்றதுல, கண்டிப்பா சிறப்பம்சம் இருக்கு. கணக்கு, வரலாறு படிச்சா மட்டும் என்ன ஆகப் போகுது? இவனைச் சிறப்புப் பள்ளிக்கு ஏன் அனுப்ப வேணும்? கலை சார்ந்த திறனை வளர்த்தெடுத்தா என்ன?' இப்படி யோசித்துக்கொண்டே இருக்கும்போது ஹரே ராமா ஹரே கிருஷ்ணா கோவில் வந்தது. அங்கே இறங்கி பிஜுவின் பெயரில் ஒரு சிறப்பு அபிஷேகம் செய்தார்கள். குருக்கள் ராம ஸ்தோத்திரம் சிலதைச் சொல்லிப் பிஜுவைச் சொல்லச் சொன்னார். அவனும் மகிழ்ச்சியாய்த் திரும்பச் சொன்னான். அதைப் பார்த்தபோது ஜெயந்திக்குக் கொஞ்சம் நம்பிக்கை வந்தது. இவ்வளவு உற்சாகமானவன் இன்னும் சற்றுத் தூரத்திலிருக்கும் அந்தப் பள்ளி வந்ததும் என்ன சொல்வானோ? அங்கிருந்து கிளம்பி ஹேப்பி ஹோம் சென்றனர். இறங்கியவுடன் பிஜு, "ஹேப்பி ஹோம்" என்று வாசித்தான்.

"பிஜு, இதுதான் பிக்னிக் இடம்."

"இது வீடு மாதிரியிருக்கே டாடி."

"இங்க நிறைய ப்ரண்ட்ஸ் உனக்கு இருக்காங்க. உங்கூட விளையாடுவாங்க. அப்பறம் டீச்சர் பாடம் எல்லாம் சொல்லிக் கொடுப்பாங்க. நீ இங்கதான் இருக்கப் போற."

"நீங்க?"

"அம்மாவுக்கு ஆபீஸ் போகணும் இல்ல, எனக்கும் ஃபேக்டரி போகணும்தானே?"

"சரி. ஈவ்னிங் வர இங்கயே இருக்கேன். ஈவ்னிங் வந்து கூட்டிட்டுப் போயிடுவீங்கள்ல."

ஜெயந்தி அழுகையை அடக்கிக்கொண்டு நின்றாள். பிஜுவை உள்ளே அழைத்துச் சென்றார்கள். குமாருக்கும் கொஞ்சம் கலக்கமாக இருந்தது. அவன் அறையைப் பார்த்தாள் ஜெயந்தி. ஒன்றின்மேல் ஒன்றாக அடுக்கப்பட்டிருந்த கட்டிலில், அவனுக்கு இடைப்பட்ட பகுதியைக் கொடுத்திருந்தார்கள். அது அவன் வளர்ச்சிக்குப் பொருந்தாததாயிருந்தது. வேறு படுக்கை கொடுப்பீர்களா என்று விசாரித்தபோது அடுத்த அறையில் படுக்கை காலியாகும்போது தருவோம் என்ற பதில் வந்தது. இந்த இடத்தைப்பற்றி இன்னும் கொஞ்சம் விசாரித்துவிட்டு முடிவு எடுத்திருக்கலாம் என்று குமாருக்குத் தோன்றியது. பிஜுவை அங்கே விட்டுவிட்டுக் கிளம்பும்போது, சட்டமிட்ட அந்தக் கதவுகளில் கன்னத்தைப் பதித்து, அவர்கள் செல்வதை ஏக்கத்தோடு பார்த்தான். வண்டியில் ஏறிய பின் ஜெயந்தியால் அழுகையை அடக்க முடியவில்லை.

"அழாத ஜெயந்தி, வேற வழியில்லாமத்தானே இங்க விட்டுட்டுப் போறோம். எல்லாம் சரியாயிடும். விடு."

"இங்க ஃபெசிலிட்டியே சரியில்லங்க, மேலும், நாம சாயங்காலம் வரலைன்னா இவன் எப்படி நடந்துக்குவான்னு தெரியல. நமக்கு ஏன் இந்தக் கஷ்டம்? யாருக்கு என்ன பாவம் பண்ணோம்?"

அந்தக் கேள்விகள் குமாருக்குள் ஆழமாக இறங்கின. இந்த ஜென்மத்தில் யாருக்கும் எந்தத் துரோகமும் பாவமும் செய்யவில்லையே என்று நினைத்தான்.

67

மாதவிடாய் வந்த ஆறாம் நாளிலிருந்து ஸ்கேன் எடுக்கவரச் சொல்லியிருந்தார் மேக்னா. அந்தச் சமயத்தில் கருப்பையின் வளர்ச்சி அற்புதமாயிருப்பதாகச் சொன்னார். கருமுட்டையை நன்கு வளர்க்க பிரத்தியேக மருந்துகளை உட்கொள்ளச் செய்தார். கருமுட்டையும் மிக நன்றாக வளர்ந்து வந்தது. கருப்பை பத்தாம் நாளே மூன்று அடுக்குகளை உருவாக்கிக்கொண்டது மிக நல்ல விஷயமென்றார். பதினாறாம் நாள், எந்த நேரத்திலும் உடையக்கூடும் என்ற கட்டத்தை எட்டியிருந்தது கரு முட்டை.

"இன்றிரவோ நாளையோ கருமுட்டை உடைந்துவிடும். உங்களுக்கு *IUI* செய்ய வேண்டிய நாள் அது" என்றார் மேக்னா.

"வலிக்குமா டாக்டர்?"

"சிறிய வலியிருக்கும்" என்று தலையைத் தடவிக் கொடுத்தார்.

"டாக்டர் ஒரு வேண்டுகோள். அனிதாவிடம் பார்த்தபோது ஒன்றிரண்டு ஸ்பேம்ஸ் இருப்பதாகச் சொன்னார். விந்து தானம் செய்தவர் விந்தோடு துரையின் விந்தையும் கலந்துட்டா, ஒருவேளை எங்க குழந்தையே பிறக்க வாய்ப்பிருக்கா?"

"அதுக்குச் சாத்தியம் குறைவுதான். ஆனா, செய்யலாம். சிலர் இப்படி ஒரு காரணமற்ற திருப்திக்காகச் செய்யச் சொல்வார்கள். அப்படித்தான் ஒரு பேஷண்ட், தன் கணவரின் அண்ணனின் விந்து வழியாகப் பிள்ளை பெறலாம் என்ற முடிவு எடுத்துவிட்டுப் பின் கணவரின் விந்தையும் கலக்கச் சொல்லி அவரே சொன்னதாக என்னிடம் சொன்னார். செய்யலாம்."

"இல்லை. துரை அப்படி எதுவும் சொல்லல. எனக்கே ஒரு நப்பாசை. அதுதான் கேட்டேன்."

வீட்டுக்கு வரும்போதே நந்தினியைப் பார்த்த துரைக்கு அவள் மிகவும் குழப்பத்திலிருக்கிறாள் என்று தோன்றியது. இவளை எப்படியாவது சரிசெய்ய வேண்டுமே என்று நினைத்தான்.

"இன்னிக்கி நாம சினிமாவுக்குப் போவோம். ரொம்ப நாள் ஆச்சு, சினிமா பாத்து."

"சினிமா பாத்து மட்டும்தான் ரொம்ப நாளாச்சா? ப்ச்! என்ன வாழ்க்கை."

"சரி புலம்பாத. உன் மூட மாத்தலாம்ன்னுதான் சினிமா போலாம்னு சொன்னேன்."

அங்கிருந்த சிறிய அங்காடி வளாகம் ஒன்றில் திரையரங்கங்கள் இருந்தன. அங்கே போய் முன்பதிவு செய்து விட்டு, இரவு உணவை அங்கே இருந்த உணவு வளாகத்தில் முடித்துவிட்டு, அரங்கத்தில் போய் அமர்ந்தார்கள். அவர்களின் பின் வரிசையில் அமர்ந்திருந்த இளைஞர் கூட்டம் விசிலடித்து அமர்க்களம் செய்துகொண்டிருந்தார்கள். சண்டிகர் அரங்குகளில் திருச்சி அரங்கம்போல ஆர்ப்பாட்டமில்லாது அமைதியாகப் படம் பார்க்கமுடியும். அவர்கள் தொடர்ந்து ஓசை செய்தது நந்தினிக்குப் பொறுத்துக் கொள்ள முடியவில்லை. இரண்டு மூன்று முறை சத்தம் செய்யாதீர்கள் என்று சொன்னவள், அந்த இளைஞர்கள் தமக்குள் கெட்ட வார்த்தைகளால் பேசிச் சிரித்துக்கொண்டிருப்பதைக் கேட்டு, "நீங்களெல்லாம் நல்ல குடும்பத்துல பிறந்தவங்கதானா?" என்று எழுப்பிய ஓலத்தில், மொத்தத் திரையரங்கமே அதிர்ந்து போனது.

"நந்தினி, உனக்கு நாளைக்கு எவ்வளவு முக்கியமான ட்ரீட்மென்ட்? இப்படி எல்லாம் டென்ஷன் ஆகாத."

மறுநாள் இனம்புரியா உணர்வோடு மருத்துவமனையை அடைந்தாள் நந்தினி. ஸ்கேன் பார்த்துவிட்டு, "ஓவிலேஷனாகி விட்டது, நீங்கள் அந்த அறையில் காத்திருங்கள்" என்றார் மேக்னா. அது ஒரு பிரசவ அறை. முறைப்படிக் கருவுற்று ஒன்பது மாதம் கழித்து நிறைமாதமாக வலிதாளாது அந்த அறைக்கு வந்திருக்க வேண்டும். இப்போதும் கருவுற்றால் ஒன்பது மாதம் கழித்து வர வேண்டிய அறை. ஏனோ பிரசவ மேசையைப் பார்க்கப் புரியாத கோபமும் அசூயையான உணர்வும் வந்தன. அரைமணிநேரத்தில் அங்கே வந்தவர், பிரசவமேடைமீது

படுத்துக் கால்களை அகட்டி மடித்துக்கொள்ளச் சொன்னார். உலோக உருளை ஒன்றை நந்தினியுள் திணித்துவைத்தார். அது சில்லிட்டது. நந்தினிக்கு நடுங்கத் தொடங்கியது. மேக்னா அந்தக் கருவியின் மையத்திலிருந்த திருப்புளி போன்ற ஒன்றைத் திருகினார். கொஞ்சம் வலித்தது.

"ஸ்ஸ்" என்றாள் நந்தினி.

"அவ்வளவுதான். இன்னும் அரை நிமிடம்தான்"

". . ."

"முடிந்தது. இருபது நிமிடம் படுத்திருங்கள். நர்ஸ் வந்து ஒரு ஊசி போடுவாங்க. அதன்பின் நீங்கள் வீட்டுக்குப் போகலாம்" என்றார் மேக்னா.

நந்தினிக்கு இந்த ரத்தக் கலப்பில் எந்த வித்தியாசமும் தெரியவில்லை. ஆனாலும், என்னவோ ஒவ்வாமையிருந்தது. 'இது எனக்குப் பிறக்கும் குழந்தைதான். ஆனா இதுக்குக் காரணமானவர் யாராயிருக்கும்? எனக்கு ஏன் இப்படியொரு கேவலமான நிலை? வாரிசு வேண்டாமென்று முடிவு எடுத்திருந்தால், எவ்ளோ நல்லாயிருந்திருக்கும்? நந்தினிக்கு அவள் மேலேயே கோபம் வந்தது. இருக்கும் எல்லோர் மேலும். குறிப்பாக துரை மீதும்.

"என்ன யோசனை? நல்ல விஷயமாவே நினைச்சிக்கங்க. இன்னும் இரண்டு வாரத்தில எனக்கு ஸ்வீட் எடுத்துட்டு வரணும்" என்று சிந்தனையைக் கலைத்து, ஊசி போட்டாள் மேக்னாவின் உதவியாளர்.

"மெதுவா எறங்குங்க. வீட்டுக்குப் போய், இன்னிக்கி நிறைய நேரம் படுத்தேயிருங்க. அதிகம் வேலை செய்ய வேண்டாம்."

வீட்டுக்கு வந்ததும் ஒழுங்கற்றுக் கிடந்த செருப்புகளைத் தூக்கி எறிந்தாள். "என்னால இந்தச் செருப்பை மட்டுமே தூக்கி எறிய முடியும். என்னை இந்த நிலைக்கு ஆளாக்கிய நீங்க எல்லாரும் எந்தக் கதிக்குப் போவீங்களோ தெரியாது!"

"ஏன் இப்படியெல்லாம் பேசற நந்தினி?"

"வேற எப்படிப் பேசச் சொல்றீங்க? சாகலாம் போலிருக்கு. அப்பன்பேர் தெரியாத பிள்ளயச் சுமக்கணும். தலவிதி!"

"என்னைக் குத்திக் காட்டறது போலிருக்கு நந்தினி."

"உங்களை ஏன் குத்திக் காட்டணும்? எனக்கு ஒமட்டிட்டு வருது. பிடிக்கவேயில்ல."

லாவண்யா சுந்தரராஜன்

IUI நடந்த தினத்திலிருந்து ஒவ்வொரு நாளும் கருவுறுதலில் என்னென்ன நடக்கும், இத்தனை நாளில் என்ன நிகழும் என்று தினமும் ஒருமுறையாவது பார்த்துக்கொண்டிருந்தாள் நந்தினி. கூடவே இது எனது வம்சமில்லை என்றும் நினைத்தாள். இரண்டு வாரக் காத்திருப்பைத் தாங்குவது மிகவும் கடினமான விஷயமாகத் தோன்றியது. இது கருவாகாதிருந்தால்கூட நல்லது என்றும் நினைத்தாள்.

“சாப்பிட்டுத் தட்டையும் கையையும் ஏன் இப்படிக் காய விடறீங்க? அப்படி டிவில என்ன ஆடுது? ஏற்கனவே இந்த வீட்டுல இருக்கற கருமாந்திரம் எல்லாம் போதாதா?” “ஏன் இந்தப் பைப்பு சொட்டிக்கிட்டேயிருக்கு? டப்டப்னு வர சவுண்டு மண்டைக்குள்ள குடையுது. தண்ணிய வீணாக்குனா வீடு விளங்காதுன்னு சொல்லுவாங்க. எங்கப் போய் நிக்கப் போறோம்னே தெரியல.” “சாயங்கால நேரத்துலதான் தல அரிக்கிது. வீடு ஏற்கனவே வெளங்குது.”

எதற்கெடுத்தாலும் சிடுசிடுத்தாள்; தொணதொணத்தாள். பொறுமையை முற்றிலும் இழந்திருந்தாள். துரையிடம் அதிகம் சண்டையிட்டாள். அடுத்தமுறை மேக்னாவைச் சந்திக்கப் போனபோது, இதனைப் பற்றித் தெரிவித்தபோது, இதெல்லாம் மிகவும் சாதாரணம்தான். ஆங்சைட்டியே காரணம் என்று மேக்னா சமாதானம் சொன்னார். கவலை வேண்டாமென்றார். ஆனால், ஸ்கேனின்போது, முக மாற்றத்தைப் பார்த்த நந்தினி, “டாக்டர், எதாவது பிரச்சனையா?” என்றாள்.

“இல்லை அந்தச் சின்னஞ்சிறு கரு, தன் கால் தடம் பதிக்கத் தவிக்கிறது. அது எங்கே என்று தேடிக்கொண்டிருக்கிறேன். இன்று இருபத்தொரு நாட்கள்தானே ஆகிறது. சில கருப்பதிவுகள் ஸ்கேனில் தெரியாது. அடுத்த வாரம் மாதவிடாய் தவறினால், பிறகு மற்றதைப் பார்த்துக்கொள்வோம். நீங்கள் தொடர்ந்து ஊசிபோட்டுக்கொள்ளுங்கள், அது கருப்பதிவை வலுப்படுத்தும். கருவறைச் சுவர்களை மேம்படுத்தும்” என்றார்.

ஐயோவென்றிருந்தது. வேண்டாம் வேண்டாம் என்று நினைத்தால் எப்படிக் கரு பொதிஞ்சு வளரும்? வீட்டுக்கு வந்த விருந்தாளிய விரட்டியடிச்சா, அவன் தங்கியிருப்பானா? விருந்தாளியே அப்படி நினைக்கிறப்ப அது சிசு, உயிர் பிறக்கும் முன் அனைத்தும் அறிந்த ஆன்மா, எப்படித் தங்கும்?’ இந்தச் செயல்முறையாலும் கருவுறவில்லையென்றால் என்ன செய்ய முடியும்? ‘கடவுளே! என் சிசுவைக் காப்பாற்று. அது யாருடையதா இருந்தா என்ன? என் பிள்ளை. நான் அம்மா. அதனால துரைதான் அப்பா. அது எங்க வம்சம்தான்.’ சரியாக இருபத்தெட்டாம்

நாள். *HCG* இரத்தப் பரிசோதனையும் சிறுநீர்ப் பரிசோதனையும் செய்யச் சொன்னார்கள்.

"இப்படி ஏன் சவுக்குசவுக்குன்னு சாப்பிடுறீங்க இரிட்டேட்டிங்கா இருக்கு."

சத்தமின்றி மௌனமாய் வாய் அசையும் ஓசை கேட்காமல் சாப்பிட்டான். கொஞ்சம் உப்புமா பாத்திரத்தோடு ஒட்டியிருந்தது. சுரண்டிப் பார்த்தவள், "சனியன்! இதுகூட எனக்குக் கிடைக்க மாட்டேங்கிது" என்று சத்தமிட்டபடிக் கரண்டியைத் தூக்கி எறிந்தாள்.

"ஏன் இப்படிப் பதற்றமாயிருக்க? இவ்வளவு டென்ஷனானா டிரீட்மெண்ட் வேணாம்னு சொல்லிடலாம். நமக்குக் குழந்தையே வேணாம்."

"ஒண்ணுமத்தவள்னு இன்னும் எத்தன நாளைக்குப் பேச்சு வாங்கணும்? உங்களுக்கு என்ன சிங்காரிச்சிப் புதுமாப்பிள்ள ஆக்குவாங்க."

"ஏன் வேண்டாத விஷயங்களப் பேசற?"

தட்டையும் விட்டெறிந்தாள். பல்லைக் கடித்துக் கோபத்தை அடக்கிக்கொண்டான் துரை. நந்தினிக்குத் தலை வலிக்கத் தொடங்கியது. உடல் தீப்பற்றியதுபோல எரிச்சல் வந்தது. மருத்துவமனைக்கு வரும்வரை நெருப்புப்பந்துமீது அமர்ந்திருந்தவள்போல, நிற்க, அமர எதைப் பற்றியும் சிந்திக்கப் பொறுமையின்றித் தவித்தாள். உடல் எரியும் வேதனை எப்படியோ, அதைவிட அதிக வேதனையோடு அவள் மனம் தடுமாறியது. சிறுநீர்ப் பரிசோதனையில் கருவுறவில்லை என்றே முடிவு வந்தது. கண்கள் கலங்கத் தொடங்கிய நந்தினியைப் பார்த்துச் செவிலி, "கவலப்பட வேணாம், ப்ளட் டெஸ்ட்ல சரியா தெரியும்" என்றாள். கொஞ்சம் ஆசுவாசமாக உணர்ந்தாலும் தலைவலி மீண்டும் தொடங்கியது. பாறாங்கல்லால் இடிப்பதுபோலத் தலைவலித்தது. பொறுக்க முடியாத வேதனை. இந்தத் தலைவலி அடிக்கடி வருகிறது. கிடைக்குமா கிடைக்காதா என்ற வேதனை மட்டுமா இதற்குக் காரணம்? அன்றைக்குப் போடவேண்டிய *HCG* ஊசியைப் போட்டுக் கொண்டாள். *IUI* நடந்த நாள்முதலே இந்த ஊசியையும் இன்னும் சில ஊசிகளையும் போட்டுக்கொண்டிருந்தார்கள். அவள் மன அழுத்தத்திற்கு இந்த மருந்தெல்லாமும் காரணமென்று துரை நினைத்தான்.

வீட்டுக்கு வந்ததும் மாடியில் உலர்த்தியிருந்த துணியை எடுக்கச் சென்றாள். ஒவ்வொன்றாக எடுக்கப் பொறுமை

யின்றிக் கொத்தாகப் பிடித்திழுத்தாள். அது மெல்லிய இரும்புக் கம்பியினால் ஆனது. துணி உலர்தத எடுத்துக் கட்டியிருந்த அந்தக் கம்பி, ஆங்காங்கே முறுக்கப்பட்டு முனை நீண்டு கிடக்கும். கொத்தாக இழுக்கும்போது முனைகள் நீண்டிருந்த கம்பியில் மாட்டிய புடவை கிழிந்துபோனது. அதைப் பார்த்ததும் விம்மியழத் தொடங்கினாள். செய்வதறியாது கம்பித் துணுக்குகளை அடித்தவளின் கையையும் பதம் பார்த்தது அந்த இரும்புக் கம்பி. "இன்னும் என்னை எந்தக் கதிக்கு ஆளாக்க இருக்கீங்க சாமி?" என்று கேட்டபடி யாருமற்ற மொட்டை மாடியில் தேம்பித் தேம்பி அழுதுகொண்டிருந்தாள். அவள் சென்று நேரமானதைப் பார்த்து மாடிக்கு வந்த துரையிடம் புடவையைக் காட்டி அழுதாள். "என்னாலதான் புடவ கிழிஞ்சிப் போச்சு" எனத் தேம்பியவளைப் பார்த்து, "இனி துணிமணி எல்லாம் நானே எடுத்துட்டு வரேன். நீ கவனமாயிரு. உடனே டெட்டனஸ் ஊசி போடணும்" என்றான்.

"நாளைக்கு ஆஸ்பிட்டல் போறோம்ல, அப்பப் போட்டுக்கலாம்."

"சரி. கைக்கு மஞ்சள் வச்சாவது கட்டுப் போடு."

மறுநாள் மீண்டும் ரத்தப் பரிசோதனை செய்தபோது, HCG மிகக் குறைவாகவே உயர்ந்திருந்தது. அது கிட்டத்தட்ட இரட்டிப்பாக வேண்டும்.

"நந்தினி HCG கொஞ்சம் உயர்ந்திருக்கிறது. ஆனா, ரொம்ப ஜாஸ்தியாகல. இன்னும் ஒண்ணு ரெண்டு நாள் பார்க்கலாம்" என்றார் செவிலி. மறுநாளுக்கு மறுநாள், HCGயின் அளவு முந்தைய நாளைவிடக் குறைந்திருந்தது.

"சாரி நந்தினி. இந்தக் கரு நிலைக்கவில்லை. எல்லா மாத்திரைகளையும் ஊசிகளையும் தற்போதைக்கு நிறுத்தி விடுவோம். உங்க ரத்தம் கொஞ்சம் தடிமனாயிருக்கிறது என்று நினைக்கிறேன். அதுவே கரு வளர்ச்சியைப் பாதித்திருக்க வேண்டும். ஆகவே ரத்தத்தை மெல்லியதாக்க அடுத்தமுறை இன்னும் கூடுதலாக ஒரு ஊசியைத் தினமும் போட வேண்டும். வரும் மாதம் விடுத்து, அடுத்த மாதம் மீண்டும் இந்த IUI செய்யலாம்" என்றார் மேக்னா.

கண்கெட்டபின் தாமரை மலரைத் தரிசிக்க வேண்டுமென்று நினைத்தாள். "இவ்வளவு கரிச்சிக் கொட்டினா, அந்தக் குழந்தை எப்படி நல்லா இருக்கும்?" என்று முன்பொரு நாள் துரை சொன்னது நினைவுக்கு வந்தது. இந்தக் கரு நிலைக்காமல் போனதற்குத் தான்தான் காரணம் எனக் கண்களில் கலங்கி

வந்த நீரை மேக்னா அறியாது மெல்லத் துடைத்தாள் நந்தினி. ஆயினும் அந்தக் கரு தங்காமல் போனது இனம் புரியா நிம்மதியைக் கொடுத்தது போலவேயிருந்தது. மனத்தில் எங்கோ ஒரு மூலையில் எங்க வம்சத்துக் குழந்தை எனக்குக் கிடைக்கும் என்ற நப்பாசையே அந்த ஆசுவாசத்திற்குக் காரணமாக இருக்கக்கூடும்.

அடுத்த *IUI*யும் வெற்றி பெறவில்லை.

'உண்மையில நான் மலடா? மிகச் சிறந்த விந்துகூட ஏன் என்னைக் கருவுறச் செய்யல்ல? எனக்கு எந்தப் பிரச்சினையுமில்ல. என் கருவறை மிகவும் ஆரோக்கியமானது என்று சொல்வதும் பொய்தானோ?

"Am I sterile?"

"Don't be silly Nanthini. இதற்குக் காரணம் *aging.* கருமுட்டையின் ஓடு தடிமனாகி விடலாம். அப்போது அதனை விந்து துளைக்க முடியாது போய்விடலாம். அதற்கு உங்கள் வயதுதான் காரணமே தவிர வேறு எதுவுமல்ல. மேலும், ஒவெரியல் ப்ளாக் எதுவும் இருக்கா என்றும் பார்த்துவிடலாம்."

"ப்ளாக் இல்லை. அதற்கான டெஸ்ட் செய்திருக்கிறோம்."

"எப்போது?"

"பன்னிரெண்டு வருடங்களுக்கும் முன்."

"இத்தனை வருடங்களில் எத்தனையோ மாற்றம் உங்கள் உடலில் நிகழ்ந்திருக்கும். ஹிஸ்டோகிராம் செய்து பார்த்து விடுவோம். கருப்பையில் டிபி இருந்தால், கருப் பதிவில் வளர்ச்சியில் பிரச்சனையிருக்கும். அது ஒரு மைக்ரோஸ்கோப்பிக் சர்ஜரி. ஒரு நாள் ஹாஸ்பிடலில் இருந்தால் போதும். வெறும் வயிற்றோடு, அதாவது பன்னிரண்டு மணிநேரம் காலியான வயிற்றோடு வர வேண்டும்" என்றார் மேக்னா.

பாத்திரத்தைத் தடபுடவென உருட்டி உருட்டித் தேய்த்துக் கொண்டிருந்தாள் நந்தினி. அதன் சத்தம் எப்போதுமில்லாத வன்முறையோடு வெளிப்பட்டது. '*HSG* ரொம்ப வலிக்குமே. அது முன்னாடி ஒருமுறை செஞ்சபோதே, என் முழு எனர்ஜியும் வெளியேபோன மாதிரி இருந்தது. இன்னும் என்னென்ன பரிசோதனை செய்யணுமோ, தெரியல. இந்த ஹிஸ்டோகிராம் எப்படிச் செய்வாங்களோ? வலித்தாலும் பொறுத்துக் கொள்ளத்தானே வேண்டும். இரண்டு முறை *IUI* செய்த பின் கருப்பையில் டிபி இருக்கா என்று பார்க்கும் முன்பே இதனைச் செஞ்சிருக்கணும். மைக்ரோஸ்கோப்பிக் சர்ஜரி என்றால்

அனெஸ்திஷியா கொடுத்துத்தான் செய்வாங்களா? ஷீலா மிஸ்ரா செய்த அறுவைச் சிகிச்சையைக் கூட மைக்ரோஸ்கோப்பிக் சர்ஜரி என்றுதானே சொன்னாங்க. வெறும் வயித்துல வரச் சொல்லியிருந்தாங்களே.'

"பாத்திரத்த ஏன் அவ்வளவு உருட்டற?"

"ஆமா. இந்தப் பாத்திரமெல்லாம் அவ்வளவு முக்கியம்."

இன்னும் கழுவி முடிக்காத பரங்கிக்காய் வடிவிலிருந்த பாத்திரத்தை விட்டெறிந்தாள். தடாலென்ற சத்தத்தோடு அது உருண்டது. குட்குட்குடென அதன் சத்தம் அடங்கும் முன், "உன்னோட கோவத்தை இப்படிக் கண்டது மேல காட்டறது கொஞ்சம்கூட நல்லா இல்ல நந்தினி. முன்னெல்லாம் நீ இப்படி பிஹேவ் பண்ணவே மாட்ட. என்ன டென்ஷன் இப்போ?"

"எனக்கு வம்சம்கூட முக்கியமில்ல. குழந்தைன்னு ஒண்ணாவது கிடைக்காதான்னு பார்த்தா, அதுக்கு என் உடம்பு டெஸ்ட் லேப்போல, இதுவா அதுவா, இந்த மாத்திரை அந்த ஊசின்னு சாதாரணமாப் போச்சு. எனக்குத்தானே எல்லா வலியும்?"

"என்னைப் பெட்டைன்னு பின்னால பேசறாங்க. அதை விடவா நந்தினி?"

சடாரெனப் பரவிய மௌனம் தவிர்க்கவே முடியாததா யிருந்தது. கண்ணீர் முட்டிக்கொள்ள வாஷிங் மெசினைப் பார்க்கப் போனாள். துணி ஒன்றோடு ஒன்று இணைந்து பிணைந்து மிகவும் சிக்கலாயிருந்தது. அதை ஒவ்வொன்றாக எடுக்கக்கூடப் பொறுமை இல்லை. 'இப்போது மாத்திரைகளை எல்லாம் நிறுத்தித்தானே வச்சிருக்காங்க? இன்னும் ஏன் இந்த நிலைப்படாத மனம்? முன்பெல்லாம் வாஷிங் மெசினிலிருந்து துரை ஒட்டுமொத்தமாகத் துணியை எடுத்தால்கூடக் கொஞ்சம் பொறுமையா எடுங்கன்னு சொல்லும் எனக்கு, இப்போது என்னதான் பிரச்சினை? நானே எனக்குப் பிரச்சினையா மாறிட்டேனோ?

மேக்னா சொன்ன நாள் நெருங்க நெருங்க, அந்த நாள் மட்டும் அவள் வாழ்வில் இல்லாமல் போய்விட்டால் நன்றாயிருக்குமே என்று நினைத்தாள் நந்தினி. ஆனால் அதே நாளில் மருத்துவமனையில் அனுமதிக்கப்பட்டாள். காலையில் வந்து வழக்கமான ரத்த அழுத்தம், ECG பரிசோதனை நடத்தி விட்டு அறுவைச் சிகிச்சை நடக்கும் அறைக்கு அழைத்துச் செல்லப்பட்டாள். செயற்கை சுவாசம் தரப்படுவதுபோல

மூக்குக் கவசம் பொருத்தினார்கள். ஒருமுறை உறிஞ்சியதும் மயக்கத்தில் ஆழ்ந்தாள். கண்விழித்தபோது துரை அருகில் இருந்தான். "டிபி டெஸ்ட்க்கு டிஷ்யூ எடுத்தாச்சாம். கூடவே டியூபில் ப்ளாக்கேஜ் இருக்கான்னும் பாத்தாங்களாம். ஒரு பக்கம் அடைப்பு இருக்காம். ஏற்கனவே டெஸ்ட் பண்ணினபோது அடைப்பில்லைன்னு சொன்னாங்கன்னு சொன்னேன். அதுக்கு அது பல காரணத்தால் வரும். காலப்போக்குல, உணவுப் பழக்கம், சூழல் மாசுபாடு, மாத்திரை சாப்பிடுவதன் பக்கவிளைவு இப்படிப் பல காரணம் உண்டு. இப்போதுதான் கண்டுபிடிச்சிட்டோமே, பாத்துக்கலாம்னு சொன்னாங்க" என்றான் துரை.

ஈன ஸ்வரத்தோடு, "அப்படியா?" என்றாள். நல்லவேளை எந்த வலியும் இல்லாமல் இந்தப் பரிசோதனை முடிந்ததே என்று இருந்தது. இப்படி மயக்கமாக இருக்கும்போதே நினைவு மீளாது போய்விட்டால், வேறு வேதனை அடைய வேண்டியதில்லையே என்றும் இருந்தது. மறுநாள் வீட்டிற்குப் போனாள். நான்குநாளுக்கு மாத்திரை 'மருந்துகள்' ஊசிகள் எழுதிக் கொடுத்துச் சரியாகச் சாப்பிட வேண்டுமென்றும் சொல்லி அனுப்பினாள் மேக்னா. ஒருநாள் விட்டு அடுத்த நாள் எழுந்து, சின்னச் சின்ன வீட்டு வேலைகளைச் செய்யத் தொடங்கினாள் நந்தினி. தொப்புள் அருகே சுருக் சுருக்கென அடிக்கடி வலி எடுத்தது. அதிக நேரம் நின்று வேலை செய்ய முடியவில்லை. சமையலைத் துரைதான் செய்தான். இரண்டுநாளில் கடும்சுரம் வந்தது. ஆப்ரேஷன் செய்ததில் எதுவும் பிரச்சினையாகிவிட்டதோ என்று மேக்னாவே பயந்துபோனார். ஆனால் இரண்டு நாள் கழித்து, அது சாதாரண வைரல் காய்ச்சல் என்று தெரிந்த பின் நிம்மதியாயிற்று.

அடுத்த மாதம் மீண்டும் பரிசோதனையைத் தொடங்கினார்கள். அந்த முறை கரு முட்டை, சினைக் குழாய் அடைப்பிருக்கும் பக்கத்தில் வளர்ந்தது. அந்த மாதமும் விடுத்து, அதற்கு அடுத்த மாதம் IUI செய்தார்கள். அதுவும் ஆறாம் வாரத்துக்குப் பின் வளரவில்லை. அன்று மேக்னாவைச் சந்திக்க முடியவில்லை. மருத்துவமனையை விட்டு வெளியில் வந்தபோது மேனி முழுவதும் நீலச் சாயம் பூசிய ராமன் லஷ்மணன் அனுமன் என்று வேடமிட்ட குழுவினர் எங்கோ தெரு நாடகம் நடத்திவிட்டுப் போய்க்கொண்டிருந்தனர். துரை கார் அருகில் வந்ததும், அவர்கள் குழுசார்ந்த ஒருவன் ஓடி வந்து, "சார்! டீ குடிக்கக் காசு குடுங்க" என்றான். பத்துரூபாய்நோட்டு ஒன்றை எடுத்துக் கொடுத்தான் துரை.

மேனி முழுவதும் நீல வண்ணத்தில் சாயம் பூசியிருந்தவன், நந்தினி அருகில் வந்து பிச்சை கேட்டான். அவள் கைப்பையைத் தேடிய சமயத்தில், தலை மீது கைவைத்து, "நீ என் ஜானகியைவிடக் கற்பில் சிறந்தவள். உனக்கு anti sperm anti bodies என்ற special protien வரம் அளித்தோம். ஆகவே, எத்தனை பேர் விந்து தானம் செய்தாலும், உன்னைக் கருவுறச் செய்யவே முடியாது" என்றான். நீலவண்ணம் பூசியவன், நீலப்புடவை உடுத்தி அழகான மோகினியாகிக் கலகலவென்று சிரித்தான். அவள் நிறைமாதமாயிருந்தாள். "நந்தினி பயப்படாதே! நான்தான் ஜானகி ராமச்சந்திரன். ஆம்! நீ கற்பில் பேரரசி. இதோ பார். நான் பதினான்கு ஆண்டு சென்று, இலங்கைக்குப் போய்வந்தபின் கருவுற்றேன். இதோ என் வயிற்றுப் பாரத்தை உன்மீது இறக்கிவைக்கிறேன்." நந்தினி வயிறு நிறைமாதம் போலாகியது. பேறுகாலம் நெருங்கியது. வலி வந்தது. துடிக்கிறாள், வீறிட்டலறுகிறாள். அலறிக்கொண்டே விழித்தெழுந்தாள் நந்தினி.

அருகில் உறங்கிய துரை, "என்னாச்சு நந்தினி?" எனக் கேட்டெழுந்தான்.

※

68

பிஜு இல்லாத வீடு வெறிச்சென்றிருந்தது. எங்கே திரும்பினாலும் அவன் செய்கைகளே நினைவுக்கு வந்தன. வீட்டில் எந்த வேலையும் செய்ய முடியவில்லை. சமைக்கும்போது, அவன் அங்கே சாப்பிட்டானா இல்லையா, எப்படி இருக்கிறான் எனப் பல சிந்தனைகள் ஓடின. கடைக்குப் போனால், இது பிஜுவுக்குப் பிடிக்குமே, அது பிடிக்குமே என்ற எண்ணமே மேலோங்கி யிருந்தது. அலுவலகத்தில், "டிக்" "டக்" என்று மாறிமாறிக் கடிதங்களில் முத்திரை குத்தும்போது, அவளுக்கு மண்டையிலடிப்பது போலிருந்தது. எந்த வேலையிலும் சரியாகக் கவனம் செலுத்த முடியவில்லை. ஸ்டாம்ப் கவுண்டரில், "என்ன மேடம், அஞ்சி ரூபாய் ஸ்டாம்பும் குடுத்துட்டுச் சில்லறையும் அஞ்சி ரூபாய் குடுக்கறீங்க?" என்றவுடன்தான் நினைவு மீண்டது. தன் வேலையைத் தோழியைப் பார்க்கச் சொல்லி விட்டு, அரைநாள் விடுப்பெடுத்துக்கொண்டு ஹாப்பி ஹோம் சென்றாள். கதவருகேயே பிஜு நின்று கொண்டிருப்பதை வெளியிலிருந்து பார்த்தாள், அவளால் அழுகையை அடக்க முடியவில்லை. அவளைப் பார்த்ததும் பிஜு பெரிதாகக் கத்த ஆரம்பித்தான். "மேடம், நீங்க எதுக்கு வந்தீங்க? உங்க மகன் ஏற்கனவே கொஞ்சம் வயலண்டா இருக்கான். கேட் கிட்டயே இருக்கான். இன்னும் ஒருநாள், ரெண்டுநாள் போனா சரியாயிடு வான். அதுக்கு முன்ன வந்து காரியத்தைக் கெடுத்துட்டீங்களே!"

254   லாவண்யா சுந்தரராஜன்

“மனசு கேட்கல. அதான் வந்தேன். இப்போ என்ன சமாதானம் சொல்லுவீங்க?”

பிஜு, அவள் சேலையைப் பிடித்துக்கொண்டு, அங்கிருந்து நகரவேயில்லை. அவன் கண்களில் தூக்கம் இருந்தது. “தூங்கல. சாப்பிடக் கொடுத்தாக்கூட ஒண்ணும் சாப்பிடல. ரொம்பப் பிடிவாதம். மீறினா கடிக்க வரான்.”

“சாப்பாடு ஏதாவது இருக்கா?”

“இந்த நேரத்துக்கு எதுவும் இருக்காது.”

“பிஜு இரு. அம்மா உனக்குச் சாப்பாடு வாங்கிட்டு வரேன்.”

“இல்ல. நானும் உன்னோட வரேன்.”

தொலைபேசியில் குமாருக்குத் தொடர்புகொண்டு உடனடியாகச் சாப்பாடு வாங்கிக்கொண்டு வரச்சொன்னாள். கொஞ்சம் சாப்பிட்டுத் தூங்கிடுவான். பிறகு சரியாகிடுவான் என்று அவர்களுக்குச் சமாதானம் சொன்னாள்.

“நான் இங்க இருக்க மாட்டேன். வீட்டுக்குப் போகணும். எனக்கு இந்த இடம் பிடிக்கல.”

“டாடி வரட்டும். நீ முதல சாப்பிட்டுத் தூங்கு. அப்பறம் வீட்டுக்குப் போயிடலாம்.”

“தூங்கினா, வீட்டுக்குக் கூட்டிட்டுப் போயிடுவீங்கள்ல?”

சாப்பாடு வாங்கிக்கொண்டு குமார் வந்ததும், அவ்வளவு வேகமாகச் சாப்பிட்டான். பார்க்கப் பாவமாயிருந்தது. எதுக்கு இவனுக்கு இவ்வளவு கஷ்டம் என்று தோன்றியது. “பேசாம நம்மளோட கூட்டிக்கிட்டுப் போயிடலாமா?”

“சாப்பிடட்டும். அதுக்கப்பறம் பேசிக்கலாம்.”

சாப்பிட்டுச் சேலையைப் பிடித்துக்கொண்டே ஜெயந்தி மடியில் உறங்கிப்போனான்.

“உங்க மகனுக்கு, நாங்க நினைச்சதைவிட அதிகம் நாலேட்ஜ் இருக்கு. அவனைச் சமாதானம் செய்யவே முடியல. மேலும், வயலன்ட்டா இருக்கான். இப்போதைக்கு விட்டுட்டுப் போங்க. எங்களால எதுவும் புதுசா அவனுக்குக் கத்துக் குடுக்க முடியும்னு தோணல. இருந்தாலும் ஒரு ட்ரை” என்றாள் ஹோப்பி ஹோம் தலைவி.

"எப்படி இப்டி கல்லு மாதிரி இருக்காங்க? ரெண்டுநாளா சாப்பிடாமத் தூங்காம இருந்திருக்கான். நம்மளக் கூப்பிட்டுச் சொல்லிருக்கணும்ல? இங்கப் புதுசா எதுவும் சொல்லிக் குடுக்க முடியாதுன்னு சொல்றாங்க. இங்க விடணுமா?" வீடு திரும்பும்போது குமாரிடம் கேட்டாள்.

"ஜெய்! இப்டித்தான் எடுத்தோம் கவுத்தோம்னு நடந்துக்கிற. இங்க நீதான் விசாரிச்சி இப்ப சேர்த்த. உடனே கூட்டிட்டுப் போகலாங்கிற. யோசிப்போம்."

※

லாவண்யா சுந்தரராஜன்

69

மேக்னாவை மீண்டும் சந்தித்தபோது, "*I am very sorry to hear this result.* இன்னும் இரண்டு மாதம் போகட்டும். உங்களுக்கு உங்கள் குழந்தையைத் தரக் கடவுள் திட்டமிட்டிருக்கிறார் என்றே நினைக்கிறேன். ஐவிஎஃப் முயற்சி செய்வோம்" என்று சொன்னார். மனம் பூரித்தது நந்தினிக்கு.

என் குழந்தை, எங்கள் வம்சம், இதுதானே – இந்த ஒற்றை விஷயம்தானே, கடந்த பல வருட அலைக்கழிப்பு. விரைவில் தீர்வு வரவிருக்கிறது. எந்த ஒன்றை நாம் ஏங்கிக் கேட்கிறோமோ, அதை அவன் கொடுக்காமலா போவான்? அப்படி என்ன பேராசைப்பட்டுக் கேட்டுவிட்டோம்?

"ஜோசியக்காரன் சொன்னாம்ப்பா. மருத்துவச் செலவு செஞ்சா பிள்ளை பிறக்க வாய்ப்பிருக்கு. நமக்குக் குழந்தை பிறக்கும்." துரையின் வார்த்தைகள், நந்தினிக்குள் நம்பிக்கையை விதைத்தன.

மாதவிடாய் வந்த முதல்நாளே வரச் சொல்லியிருந்தார்கள். மேக்னாவைப் பார்க்கக் கிளம்பிய அந்நேரத்தில், சமயபுரத்து மாரியே எதிர் வருவதுபோல முகம் நிறைந்த மஞ்சள் பூச்சோடு நிறைகுடமேந்தி எங்கிருந்து வந்தாள் இந்த அம்மா? கண்டிப்பாக, இந்த முறை நல்ல செய்தி வரும் என்று உணர்ச்சிவசப்பட்டாள் நந்தினி.

"அங்க பாருங்க. நல்ல சகுனம், ஆனா அவங்க குடத்துல வேப்பிலை சொருகி எடுத்துட்டுப் போறாங்க. என்ன விசேசமோ? எனக்கு வேற இப்பத்தான் பீரியட்ஸ் தொடங்கியிருக்கு. இப்படி அவங்க முன்னெல்லாம் எப்படிக் கிளம்பிப் போறது? கொஞ்ச நேரம் பொறுத்துப் போவோம்."

"அதெல்லாம் ஒண்ணுமில்ல. நாம கிளம்புவோம்."

“நிறைய ஊசியும் மாத்திரைகளும் கொடுக்கப்படும், தினம் வர வேண்டியிருக்கும். நீங்க ரொம்ப சின்சியர். இருந்தாலும் சொல்லிவிடுகிறேன்” என்றார். நிறையக் கருமுட்டை வளரச் செய்யக் காலை மதியம் இரவு என்று எல்லா வேளையிலும் ஊசி போடப்பட்டது.

“இத்தன ஊசிபோட்டா என்ன ஆகும்?’

“இப்படித் தினம் சொல்லாத எனக்கு என்னவோபோல இருக்கு.”

“சொல்றதக் கேட்கவே இவ்ளோ கஷ்டம்னா, எனக்கு?”

இரண்டு சினைப்பையிலும் சேர்த்து ஏழு கருமுட்டைகள் வளர்ந்தன. ஒவ்வொருமுறை ஸ்கேன் பார்க்கும்போதும் நம்பிக்கையைக் கூட்டினார் மேக்னா.

“ஒரு பக்கம் அடைப்பிருக்குன்னு சொன்னீங்களே டாக்டர்?”

“அது இயற்கையாகக் கருவுறும்போது மட்டுமே பிரச்சனை. இந்த முட்டைகளைத்தான் வெளியில் எடுத்து ப்ராசஸ் செய்யப்போகிறோமே” என்றார் மேக்னா.

அதனை எப்படி வெளியில் எடுப்பார்கள் எனக் குழப்பமாகவும் பயமாகவும் இருந்தது; கேட்கவும் தயங்கினாள். நாட்கள் நெருங்க நெருங்க பயம் வளர்ந்தது. பத்தாம்நாள் ஐந்து முட்டைகள் மட்டுமே நன்றாக வளர்கின்றன என்று சொன்னார் மேக்னா. நான்கு முட்டைகள் ஒவிலேட் ஆகும் நிலையில் இருப்பதால் பன்னிரண்டு மணிநேரம் பட்டினியாக இருந்து மறுநாள் காலையில் மருத்துவமனைக்கு வந்துவிட வேண்டும் என்றும் சொன்னார்கள்.

“என்ன நந்தினி தூங்கலையா?”

“எக்ஸ் எல்லாம் எப்படி வெளிய எடுப்பாங்கன்னு தெரியல. அதான் டென்ஷனாயிருக்கு.”

ஏதோ நினைத்தவாறு அவள் எழுந்தபோது மெல்லிய இரவு உடையில் வசீகரமாய்த் தெரிந்தாள் நந்தினி. இந்நிலையிலும் எனக்கு இன்னும் காமம் மேலோங்கியிருக்கிறது. ஆனால் இவள் பாவம், தன் காமம் மொத்தத்தையும் தொலைத்துவிட்டுத் தன்னை ஒரு கல்கோட்டைக்குள் வைத்திருக்கிறாள். என் பொருட்டு இவள் சிரமப்படுகிறாள், பாவம்! இந்த அளவுக்கு மருந்து மாத்திரைகள், இவள் குணநலனை, உடல்நலனை எவ்வளவு பாதிக்கும்? இவள் படும் துயரம், இந்த முறையோடு முடிவுக்கு வர வேண்டுமென்று மனதார வேண்டிக்கொண்டான் துரை.

"பசிக்கிது."

ஐவிஎஃப் முறையில் மருத்துவம் ஆரம்பித்ததிலிருந்தே அதிகப் பசியை உணர்ந்தாள். ஒரே நாளில் ஆறுமுறை சாப்பிட்டுக் கொண்டிருந்தாள். ஒருநாளும் பசிக்கிறது என்று சொல்லிக் கேட்டிராத துரை, அவளுக்கு ஆர்வமாக இரண்டு சப்பாத்தி செய்துகொடுத்துச் சாப்பிடு, ஒன்றும் ஆகாது என்று சொல்லிச் சாப்பிடச் செய்தான்.

மறுநாள் மருத்துவமனையில் அவள் முறை வந்ததும், அனெஸ்தீஷியன் ஏதோ பேசிக் கொண்டே ஒரு ஊசி போட்டார். ஒன்று, இரண்டு பத்துவரை சொல்லச் சொன்னார். ஒன்று, இரண்டு சொன்னது மட்டுமே நினைவில் இருந்தது. அதன்பின் விழிக்கும்போது கொஞ்சம் வலிப்பது போலிருந்தது. ஆனால் அடிக்கடி வாந்தியெடுத்தாள். எப்போதும் கோபப்படாத மேக்னா, "உங்களை வெறும் வயிற்றோடு, பனிரெண்டு மணி நேரம் பட்டினியாக வரச் சொன்னேன் அல்லவா?" என்றார்.

பசிக்குதுன்னு சொன்னா. நான்தான் ஒண்ணும் ஆகாது, சாப்பிடுனு கொடுத்தேன் என்ற துரையின் குரல் ஜீவனற்று இருந்தது. அருகில் இருந்த கட்டிலில் படுத்திருந்த அவன் இந்த ஒற்றைவரியைச் சொல்லவே சிரமப்பட்டான். "நீங்க இப்படிச் செய்துவிட்டீர்கள்? அனெஸ்தீஷியா கொடுத்தவுடன் பல்ஸ் எல்லாம் டிராப்பாக ஆரம்பிச்சுடுச்சி. உடனே டாக்டர் உங்களைத் தலகீழாப் பிடித்ததும்தான் சரியானீங்க. ஏதேனுமாகியிருந்தா?" என்றார் மேக்னா.

நந்தினிக்குக் கேட்டு அதிர்ச்சியாக இருந்தது. மேலும் துரையைப் பார்க்கவே பரிதாபமாயிருந்தது. யாரும் உதவிக்கு இல்லாது இப்படிப்பட்ட மருத்துவமெல்லாம் எடுக்கிறோமே என்றிருந்தது.

"எல்லாம் நல்லபடி நடந்திருக்கு. பதினாறு விந்துகள் கிடைத்திருக்கு. வாழ்த்துகள். இன்னும் இரண்டுமணிநேரத்தில் வீட்டுக்குப் போகலாம். நந்தினிக்கு அதற்குள் வாந்தி நின்று விடுமென்று நினைக்கிறேன். மிகவும் லைட் ஃபுட் சாப்பிடுங்கள். வீட்டுக்குப் போகும்போது, நீங்களே கார் ஓட்டிக்கொண்டு போக வேண்டாம், யாரையாவது கூட்டிப் போகச் சொல்லுங்கள்" என்றார் மேக்னா.

ஊர் முழுக்க நிறைய நண்பர்கள் இருந்தாலும் இந்நேரத்தில் போய் யாரை அழைப்பது என்று யோசித்துக் கொண்டே நந்தினியும் துரையும் வெளியே வந்தார்கள். துரை மிகச் சோர்வாயிருந்தான். நந்தினியும் அப்படித்தான் இருந்தாள்.

காயாம்பூ 259

என் உயிர்த் துளிகளை எங்கே வைத்திருப்பார்கள்? இது என்ன விதமான பிரிவு? என்னுடன் வந்து, என்னுள்ளே தங்கி, என் உயிரின் பகுதியாயிருந்து, இப்போது எனது இயலாமையின் பொருட்டு என்னை விட்டு நீங்கிப் போய், எனக்காக என்னவாகக் காத்திருக்கிறது எங்கள் உயிரின் தொடர்ச்சி?

"என்ன நந்தினி யோசிக்கிற?"

"என்னவோ போலிருக்குங்க. இவங்க சரியா பண்ணுவாங்கள்ல? நம்ம குழந்தை நல்லபடி உருவாகுமா?"

"நல்லதே நடக்கும், கவலப்படாத."

மறுநாள் மேக்னாவிடமிருந்து போன் வந்தது. மிக நன்றாகக் கரு வளர்ந்துவருவதாகச் சொன்னார். "இன்னொருவ ருக்காக டோனர் எம்பிரியோவும் ரெடி செய்கிறோம். அந்தப் பெண்ணின் வயது இருபத்து நாலு. அதைவிட நல்ல ஆரோக்கியமானதாக இருந்தது நந்தினியின் கருமுட்டை. செல் டிவிஷனும் ரொம்ப நன்றாக நடக்கிறது."

"எதைவைத்துக் கருமுட்டை ஆரோக்கியமானதாக இருக்கிறது என்பீர்கள் டாக்டர்?"

"அதன் வடிவம், அமைப்பு, டெக்ஸ்சர்... இதையெல்லாம் வைத்துச் சொல்வோம். மேலும், செல் டிவிஷன் எவ்வளவு ஈவனாக ஆகிறது என்பதைப் பொறுத்தும் இதைச் சொல்ல முடியும். நிறைய ஃபேக்டர்ஸ் இருக்கு. எல்லா விதத்திலும் உங்கள் கரு அருமையான ஆரோக்கியமான கருவாக இருக்கிறது. நான்கும் மிகச் சரியாக வளர்கிறது."

"கேட்கவே சந்தோஷமாயிருக்கு."

"நாளை மறுநாள் எம்பிரியோ ட்ரான்ஸ்பர். காலையில் வந்துவிடுங்கள்."

"பட்டினியாக வர வேண்டுமா?"

"இல்லை. அது IUI ப்ராசஸ் போலத்தான். சாப்பிட்டே வரலாம்."

※

70

இப்போதிருக்கும் உணர்வு மகிழ்ச்சியா பயமா என்று அவளுக்குக் குழப்பமாக இருந்தது. சோதனைக் குழாயின் கரு, எனது கருவறைக்குள் வரப்போகிறது, அது மெல்ல மெல்ல வளரும், கை – கால் வரும், வயிற்றில் உதைக்கும் என்று நினைக்கும்போதே வயிறு ஜில்லென இழுத்தது. இப்போதே தாயாகிவிட்டதுபோல் பிள்ளையை வளர்க்கத் தொடங்கினாள் நந்தினி. எம்பிரியோ ட்ரான்ஸ்பர் செய்யும் நாளன்று காலையிலேயே போய் மருத்துவமனையில் சேர்ந்துவிட்டார்கள்.

ஐந்து பெண்களுக்கு அன்று எம்பிரியோ ட்ரான்ஸ்பர் நடந்தது. ஐவருக்கும் எப்படி ஒரே நாளில் என்று யோசிக்க நந்தினிக்கு அச்சமயம் திறனில்லை. அதில் ஒரு மூதாட்டியும் இருந்தார். நந்தினியின் முறை வந்தது. ஏற்கெனவே அறுவைச் சிகிச்சை உடை அணிந்திருந்தாள். உள்ளாடை ஏதுமில்லை. ஏற்கெனவே சினை முட்டை நீக்கி எடுக்கும்போது அதே மாதிரியான உடையை அணிந்திருந்தாள். அன்று அந்த அறைக்குள் சென்றதும் மயக்க ஊசி கொடுக்கப்பட்டு நினைவிழந்திருந்தாள். இன்று நினைவிருக்கும்போதே இந்தச் செயல்முறை நடக்குமென்று சொல்லியிருந்தார்கள்.

அது பிரசவ அறை. அதற்கு முன்னரும் அதுபோன்ற அறையில்தான் IUI செயல்முறைகள் நடந்திருக்கின்றன. ஆனால் அச்சமயத்தில் மேக்னாவும் செவிலியும் மட்டுமே இருப்பார்கள். இன்றோ மேக்னாவுடன் எம்பிரியாலஜெஸ்ட் (ஆண்), மேலும் ஓர் உதவியாளர், மருத்துவமுறைப்படிக் கொதிநிலையில் சுத்தம் செய்ய, அதனைக் கையாள ஓர் ஆண் உதவியாளர், மேக்னாவின் கணவர்

என்று மூன்று ஆண்களும் இரு பெண்களும் இருந்தார்கள். ஆறுபேர் அடங்கிய குழு, அவளைக்கூடக் கேட்காது, அவள் ஒற்றையாடையை அகற்றியது. பிரசவத்திற்குக் கால்களை விரிக்கச் சொல்வதுபோல விரிக்கச் சொன்னார்கள். முழுநிர்வாணம். பிணமானவளைக் குளிப்பாட்டும்போது மட்டுமே இது நடக்கும். அதுவும் பெண்ணைப் பெண்கள்தான் குளிப்பாட்டுவார்கள். இறந்தபின்னர்கூடப் பிற ஆண்கள் பார்க்காத உடலை, என் கண்முன்னேயே இவர்கள் எல்லாரும் பார்க்கிறார்கள். இப்படி நடப்பதற்குப் பதில் நான் இறந்திருக்கலாம். இப்போதும் நான் பிணம்போலத்தானே!

அந்த அறைக்குச் செல்லும் முன், நிறையத் தண்ணீர் குடிக்கச் சொல்லியிருந்தார்கள். ஸ்கேனில் கருவறை பார்த்து, எம்பிரியோ கருவறையுள் செலுத்தப்பட்டது. இம்முறை வலிக்கவில்லை. ஆனால் அந்தரங்கம் இப்படி அவிழ்த்தெறியப் பட்டிருக்கிறதே. கண்ணீர் பெருகியது. மிகவும் வேதனையா யிருந்தது. ஏன் இந்த நிலை? இதற்கு அனெஸ்தீஷியா கொடுத்தே இவர்கள் இதைச் செய்திருந்தால் இந்த வேதனையாவது மிச்சமாயிருக்குமே!

"Nandhini don't be emotional, be happy and normal, embryo has to implant."

அப்படியே அவளை அலுங்காமல் தூக்கி ஸ்ட்ரச்சரில் வைத்தார்கள். வயிறு முட்டிக்கொண்டிருந்தது. "இன்னும் இரண்டு மணிநேரம் கழித்துத்தான் எழுந்திருக்க வேண்டும். எவ்வளவு நேரம் முடியுமோ அவ்வளவு நேரம் அடக்குங்கள். அதுவே கரு பதிய நல்லது" என்றாள் செவிலி. வெளியே வந்தவளை அப்படியே ஸ்ட்ரச்சரிலெயே போட்டு வைத்திருந்தார்கள். அவளுக்கு அடுத்து உள்ளே அழைத்துச் செல்லப்பட இருந்த ஐம்பத்தைந்து வயதுள்ள பெண், நந்தினியை உற்று நோக்கினாள். அந்தப் பார்வையில் பரிவு, அன்பு, ஏக்கம், அதனை மீறிய ஏதோ ஒன்றிருந்தது. அப்பெண்ணின் செயல்முறை முடிந்து, அவளை ஐந்தாம் எண் கொண்ட அறைக்கு மாற்றினார்கள்.

நந்தினி இன்னும் ரிக்கவரி ஸ்ட்ரச்சரிலேயே இருந்தாள். படுக்கை மாற்றும் அலுங்கல்கூட வேண்டாம் என மேக்னா சொல்லியிருந்தார். கிட்டத்தட்ட ஒருமணிநேரத்திற்குப் பின் செவிலியை அழைத்து, என்னால் கொஞ்சமும் பொறுக்க முடியவில்லை, பாத்ரூம் போக வேண்டும் என்றதற்கு, இன்னும் இரண்டு மணிநேரம் இப்படியேதான் இருக்க வேண்டும். கொஞ்சம் பொறுத்துக்கொள்ளுங்கள் என்றார். துரையிடம் சொன்னாலும் அவனாலும் ஒன்றும் செய்ய முடியவில்லை.

மீண்டும் அரைமணிநேரத்தில் மேக்னா வந்து பார்த்தார். "இன்னும் ஒருமணிநேரத்தில் அறைக்கு மாற்றிவிடுகிறேன். சாயங்காலம்வரை படுத்தேயிருக்க வேண்டும், பின்னர் வீட்டுக்குப் போகலாம்" என்றார். "டாக்டர்! நான் டாய்லெட் போக வேண்டும்" என்றாள். செவிலியிடம் பெட் பேன் கொண்டு வரச் சொல்லி, அதிலேயே சிறுநீர் கழிக்கச் செய்தார் மேக்னா. அது சங்கடமாயிருந்தது. இதற்குப் பொறுத்துக் கொண்டே இருந்திருக்கலாம் என்று தோன்றியது. அவள் கலங்குவதைப் பார்த்து, "ஈஸி நந்தினி. எம்பிரியோஸ் ஆர் இன் பிளாண்டிங். நோ எமோசன்ஸ், பி ஹாப்பி. திஸ் இஸ் நத்திங்" என்றார். இப்படிச் சொல்லிச் சொல்லியே பயம்வந்துவிடும் போலிருந்தது. கவனம், கவனம் என்று பலமுறை செவிலி களுக்குச் சொல்லிவிட்டு ஊசி ஒன்றைப் போட்டுவிட்டு மேக்னா விடைபெற்றார்.

✳

71

அலமேலு பிள்ளையைத் தூக்கிக்கொண்டு ஊருக்கு மொட்டையடிக்க வந்திருந்தாள். இப்போதுதான் கையிலிருந்த காசெல்லாம் போட்டுப் பக்கத்தில் குறைவான விலையில் நிலம் வருகிறது என்று ராமசாமியை நச்சரித்து வாங்கித் திருத்திக் கரும்பு வைத்திருந்தார்கள். 'பணப்பயிராச்சே, நல்லா விளைந்தால் மேல வந்திடலாம்னு நினைச்சிருந்த நேரத்தில் வந்திருக்காளே. முதல் மொட்டை அடிக்கும்போது வெறுங்கைய விரிச்சிடாதீங்க, இவர் மாசா மாசம் அனுப்பறாரே, அதிலிருந்து கண்டிப்பா நிறமா செய்யணும் எனச் சொல்லியிருந்தாளே. நகை வேற அடகிலிருக்கே' என்று நினைத்தாள் தேன்மொழி.

"ஒரு வருஷத்துக்குள்ள மொட்டை அடிக்கணும். இல்லைன்னா, மூணாவது வருஷம் தான் மொட்டை அடிக்கணும்."

"சரி. அப்ப அடுத்த வருஷம் வேணும்னா அடிச்சிக்கலாமா அலமேலு?"

"இல்லைங்க. இப்போ ரெண்டு வருஷம் முடிய இன்னும் நாலுமாசம்தானே இருக்கு? கோழிக்கால பிள்ள கையில கொடுத்து மொட்ட அடிக்கச் சொல்லிக்கலாம்."

"அது சிலநாள் கணக்கு இருக்கும்போது அலமேலு."

"அடுத்த வருஷம் பிள்ளய பள்ளிக்கூடம் போடணும். அப்போ சரி வருமானு தெரியாது. இப்போ மொட்டை அடிக்கிறதுதான் சரியா யிருக்கும்."

தேன்மொழி, திருச்சி போக, பஸ் ஸ்டாண்டில் நின்றாள். ஹரியிடம் கொஞ்சம் கடன் வாங்கிட்டு வந்தாவது இந்தச் செய்முறையைச் சிறப்பா

செஞ்சிடணும்; இல்லன்னா பொல்லாப்புதான். அவளுக்கு முன்ன செய்ய வேண்டிய சீரே மிச்சமிருக்கு. கொஞ்சம் கொஞ்சமா சீட்டுக் கட்டி, நகை வாங்கிப் போட்டதும், மிச்சம்பிடிச்சு வீட்டைச் சீர்திருத்திக் கட்டினதுமே அவளுக்கு ஏன் பொறுக்கல. மூணு வருஷம் கழிச்சி இப்போதான் வர்றா. வீட்டுக்கு வந்ததுமே அவளோட முகம் போன போக்குச் சரியில்ல. அண்ணன் குடும்பம் மேல வருதுன்னு சந்தோஷப்படாம, எங்க காசு எங்க காசுன்னு சொல்றா. இவளக் கட்டிக்குடுக்கற வர நாங்க பட்ட கஷ்டம் கொஞ்ச நஞ்சமா? எதையுமே நெனச்சிப் பாக்கல மகராசி. இப்படி நன்னி கெட்டிருப்பான்னு எனக்குத் தோணாம போச்சே. அவ போலவா வாழ்க்கைய அனுபவிச்சிட்டிருக்கோம். இங்கிருந்து மாநிறமா போனவ பொதுக் பொதுக்கெனப் பொன்நிறமா திரும்பியிருக்கா. நான் அதுக்கு அவமேல பொறாமையா படறேன்? ஜாதி கெட்டுக் கல்யாணம் பண்ணிப் போனாலும் நல்லாயிருக்கான்னுதானே நினைக்கிறேன்? எது எப்படியோ, மாப்பிள காசு கொடுத்துக் கைதூக்கிவிடறார். அதுக்காகவாவது ஏதேனும் பண்ணனும்.

ராஜேந்திரன் காரில் தோட்டத்துக்குப் போய்க்கொண்டிருந்தான். பேருந்து நிறுத்தத்தில் நின்றுகொண்டிருந்த தேன்மொழியைப் பார்த்து "என்ன அக்கா? இங்க நிக்கிறீங்க? நாளை கழிச்சி விஷேசத்த வைச்சிருக்கோம். இன்னிக்கி எங்க பயணம்?"

"இல்ல தம்பி. ஹரியப் பார்த்துட்டு வர்லாம்னு. . ."

"சரி ஏறுங்க. துறையூர்ல விடறேன்."

"இல்ல தம்பி. நீங்க விஷேசம் வேலையா இருப்பீங்க."

"அட! சும்மா வாங்கக்கா."

"..."

"அக்கா, சொல்றேன்னு தப்பா நினைச்சிக்காதீங்க. சாயங்காலம் வீட்டுக்கு வந்து ஒரு செயின், பத்தாயிரம் பணம் கொடுத்துடறேன். நீங்க இப்போதான் மேட்டுநிலம் வாங்கி இருக்கீங்கன்னு கேள்விப்பட்டேன். நகை எல்லாமே செட்டி கடையில இருக்குன்னும் தெரியும். ராமசாமி அண்ணன் சொன்னாங்க. கவலய விடுங்க."

"வேணாம் தம்பி. நான் ஹரிகிட்ட, அவன் ஆபீஸ்ல லோன் போட்டுத் தரச் சொல்லி இருக்கேன். அலமேலு ஏற்கனவே தூக்கி எறிஞ்சிப் பேசறா."

“விடுங்கக்கா. அவ சின்னப் பொண்ணு. எல்லாம் சரியாயிடும். நீங்க சிறப்பா செய்முற செய்துடுங்க. இந்தக் கரும்பு ஒரு போகமெடுத்தா திருப்பிக் குடுத்துடப் போறீங்க.”

மொட்டையடிக்கக் கையில் கோழியைப் பிடித்து அலமேலுவின் மகள் கன்யாவிடம் கொடுத்ததும், அவள் பெரிய அளவில் கத்த ஆரம்பித்தாள். மேலும், தலைமீது எதுவோ தடவி மெல்லக் கிழிப்பது போலிருக்கவும், அவள் சத்தம் இன்னும் அதிகமாகியது. அலமேலு மிகவும் பயந்துபோனாள். குழந்தையை இதுவரை அவள் அதிக நேரம் அழ விட்டதே யில்லை. ஏதாவது செய்து அழுகையை நிறுத்திவிடுவாள்.

“அவ்வளவுதான் ஆச்சு” என்று முடியெடுத்தவர் சொன்னதும், பொங்கல் சோறு திணிக்கவும் இன்னும் அழுகை அதிகமாயிற்று. தேம்பித் தேம்பிக் குழந்தை குரல் அடைத்துக்கொண்டது. தலையைத் தடவிப் பார்த்து முகம் பிதுங்கினாள்.

“அம்மாடி ராஜாத்தி! இந்தா! பதினோராயிரத்து ஐஞ்சி ரூபாய்! திருப்தியா?” என்றாள் தேன்மொழி.

ராஜேந்திரனுக்கு முதல்முறையாகத் தேன்மொழிமீது கொஞ்சம் வெறுப்பு வந்தது. ‘ரெண்டரை பவுன் செயின் வாங்கிக் கொடுத்திருந்தேனே! அதை என்ன செஞ்சாங்க? கேக்கவும் முடியாது. தேன்மொழி அக்கா இவ்ளோ ஆசை பிடிச்சவங்களா மாறியிருக்க கூடாது. அன்று சாயங்காலம் பொங்கல் சீர், பிள்ளை சீர் எல்லாம் வந்து சேர்ந்தது. அதற்குத் தான் இந்தச் செயினை அடகுவைத்திருப்பார்கள் என்றும் மனதைச் சமாதானம் செய்துகொண்டான். ‘கேட்டிருந்தால், அதுக்கும் காசு குடுத்திருப்பேனே. பிள்ளைக்குன்னு பார்த்துப் பார்த்து வாங்கினேனே என்று நினைத்தான். இனி அலமேலு சொல்லும்போது மட்டும் உதவிசெய்தா போதும் என்று மனத்துக்குள் நினைத்துக்கொண்டான்.

“வீட்டுக்கு வந்ததும் என்னா இருந்தாலும், அந்தச் செயினைப் பிள்ளைக்குப் போட்டிருக்கலாம். மாப்பிள முகமே மாறிடுச்சி!” என்றான் ராமசாமி

“அட! சும்மா இருங்க. அவங்ககிட்ட இல்லாததா? நம் பிள்ளைக்கு நாலும் ரண்டுமா சேத்தாத்தான். யார் கொடுத்தா? நம்ம அலமேலு மாப்பிளதானே?” என்றாள் தேன்மொழி.

72

இந்தமுறை இரண்டுவாரக் காத்திருப்பு மிகவும் இனிமையாயிருந்தது. நிச்சயம் ஏதேனும் ஒரு கரு வேர்பிடித்து வளருமென்று நம்பியிருந்தாள். ஒவ்வொரு நாளும் கரு வளர்ச்சி இன்று எப்படி என்று இணையத்தில் தேடித் தேடிப் பார்த்தறிந்தாள். இரண்டுவாரம் நாலுநாள் கரு, ஒரு கசகசா விதையளவிருக்கும் என்றது இணையம். "என் கசகசா விதைகளே, சின்னஞ்சிறு கவிதைகளே, இன்று இப்படியிருக்கிறீர்கள், நீங்கள் பையன்களா இல்லை பெண்களா?" எனக் கருவைக் கொஞ்ச ஆரம்பித்திருந்தாள். இரண்டு வாரம், ஐந்தாம் நாள். இன்று நீங்கள் எண்ணிக்கையில் அடங்கா அணுக்களாகியிருப்பீர்கள் எங்கள் செல்லங்களே! உங்களுக்கு ஆக்சிஜனும் ரத்தமும் வழங்கும் நாளங்கள் வளர்ந்துவிட்டதா என்று பிதற்றினாள். அன்று இரவு உணவு முடித்துவிட்டு, இளைப்பாற வீட்டின் வெளியில் அமர்ந்திருந்தபோது, மின்மினிப் பூச்சிகள் பறந்துகொண்டிருந்ததைக் கண்டாள். "என் கண்மணிகளே! மின்மினி பாருங்கள்" என்றாள். அவள் வயிற்றுள் மின்மினிகள் கலர் கலராக மினுங்கத் தொடங்கின. அவை வளர்ந்து பல மெல்லிய ஃபைபர் இழைகளாக, நுனியில் ஒளிரும் புள்ளிகளாக, விதம்விதமான மலர்வடிவில் தன் உருவத்தைக் காட்டின. ஆனந்தமான அந்தக் கனவு அவளுக்குத் தொடர்ந்து வந்தது.

மூன்றாம் வாரம், மூன்றாம் நாள். "இன்றோடு நீங்கள் என்வீடுவந்து பத்துநாட்களாகிவிட்டன. இன்று நீங்கள் கருவறையில் பிணைந்து வளரத் தொடங்குவீர்கள். உங்களைக் காத்துக்கொள்ளக் கற்றிருப்பீர்கள். உங்கள் யுத்தம் இன்றிலிருந்தே தொடங்கிவிட்டது கண்மணிகளே" என்றாள். மூன்றாம் வாரம், ஆறாம் நாள். நீங்கள் குழந்தை யாக உரு எடுக்க ஆரம்பித்திருப்பீர்கள் என்று

ஆனந்தப்பட்டாள். நான்காம் வாரம், நான்காம் நாள். இன்று உங்களுக்கு முதுகெலும்பு உருவாகத் தொடங்கியிருக்கும். நான்காம் வாரம், ஐந்தாம் நாள். இன்று நீங்கள் மூன்று மில்லிமீட்டர் நீளத்திற்கு வளர்ந்திருப்பீர்கள். ஐந்தாம் வாரம் தொடங்கும் போது, உங்களுக்குத் தலை உருவாகி இருக்கும், நான் பரிசோதனைக்குப் போக வேண்டியிருக்கும்.

இப்படி அவளைத் தினம் நினைக்கச் சொன்னதும் மேக்னாதான். அது கருவின் ஆரோக்கிய வளர்ச்சிக்கு உதவும் என்று சொல்லியிருந்தாள். மருந்துகளும் ஊசிகளும் தொடர்ந்து கொண்டிருந்தன. நந்தினியின் ரத்தம் முற்றிலும் உறைதன்மை இழந்திருந்தது. ஒவ்வொரு ஊசிபோட்டபின்னரும், ரத்தம் அந்தத் துளைமூலம் நீண்ட நேரம் வடியும். பஞ்சினை அழுத்திப் பிடித்திருக்க வேண்டியிருந்தது. இந்தமுறையும் சிறுநீர்ப் பரிசோதனையில் பாசிடிவ் வரவில்லை. ரத்தப் பரிசோதனை யில் எண்ணிக்கை நன்கு இருந்தது. கண்டிப்பாக இந்த முறை சக்ஸஸ்தான் என்று சொன்னாள் செவிலி.

அன்றிரவும் மின்மினிகள் ஒளிரும் பூக்களாக மாறும் கனவு வந்தது. ஆனால் அவை ஒவ்வொன்றாக இருளத்தொடங்கின. அது அவளுக்கு வருத்தத்தை அளித்தது. அடுத்த இரண்டு நாட்களில் கரு வளரவில்லை என்று தெரியவந்தது. மேக்னாவின் மருத்துவமனையை விட்டு வெளியில் வந்தார்கள் நந்தினியும் துரையும்.

அங்கே ப்ளாட்பார்மிலிருந்த தள்ளுவண்டி ஒன்றை இரண்டு பேர் சேர்ந்து இறக்கித் தள்ளிக்கொண்டிருந்தார்கள். அது டிக்கி என்ற பிரபல மாலை நேர உணவு செய்யும் தள்ளுவண்டி. பெரிய வாணலி, இரும்பு அடுப்பு. பெரிய தோசைக்கல், கொஞ்சம் உருளைக்கிழங்கு, வெங்காயம், தக்காளி, கூடவே ஒரு பச்சை நிற இரண்டு லிட்டர் பிடிக்கும் செவன் அப் பாட்டிலில் குடிநீர். போக்குவரத்துக்குக் குறுக்கே வண்டியை லாவகமாகத் தள்ளிக்கொண்டு சென்றபோது, பாட்டிலில் அடைபட்ட தண்ணீர் ஏதுமறியாது இடப்பக்கமும் வலப்பக்கமும் உருண்டு கொண்டிருந்தது. தனக்கும் அந்த அடைபட்ட புட்டியில் அல்லாடும் தண்ணீருக்கும் எந்த வித்தியாசமும் இல்லை யென்று நினைத்தாள் நந்தினி.

'என் உயிர்கள் இப்போது எங்கே? இன்னும் இப்போதும் என் கருவறையுள்ளேதானே இருக்கின்றன? உருவாகி இருபத்தெட்டே நாள் என்னுள் வாழ்ந்தவை இப்போது எங்கே? நிஜமாய் அவை வளர்ந்தனவா? எப்படிப்பட்ட கருவறை இது? ஏன் அவை என் சிசுக்களை வளரவிடாமல் செய்தன?

அது கருவறையா இல்லை கல்லறையா? என் செல்லங்களே! எங்கே போய்விட்டீர்கள்? வெளியிலிறங்கி வந்திருந்தால் உங்களுக்குப் பெயரிட்டிருப்பேன். பூஜை செய்திருப்பேன். விதவிதமாய் ஆடை தயாரித்துத் தந்திருப்பேன். வகைவகையாய் உணவளித்திருப்பேன். அருமையருமையாய் வளர்த்திருப்பேன். எனக்குத் தெரிந்தவை யாவும் சொல்லித்தந்து, என் உலகின் சிறந்த பகுதியை உங்களுக்குக் காட்டியிருப்பேன். பேரன்பாலே உங்களை நனைத்திருப்பேன். என் வயிற்றில் உதைக்கும்வரை நீங்கள் ஏன் இருக்கவில்லை? எனக்கு அப்போது எப்படியிருந்திருக்கும்? இயற்கையாகப் பிறந்திருப்பீர்களா, கத்தியால் கிழித்திருப்பார்களா? அம்மா என்று என்னை அழைக்க, ஏன் நீங்கள் வரவில்லை? ஏன், இப்படி என்னைக் கைவிட்டீர்கள், என் செல்லங்களே! எங்கே போவேன்? இனி உங்களை எப்படிக் காண்பேன்? எனக்கு ஒரே ஒரு வாய்ப்பைத் தந்திருக்கலாமே. என் வம்சம். என் வாரிசு. இனி என்ன இருக்கு எனக்கு?'

நந்தினியால் ஒருநிலையில் இருக்க முடியவில்லை. ஏன் இப்படி என்ற கேள்விக்கு விடையேதும் இல்லை. அப்படி என்ன பேராசைப்பட்டேன்? இல்லையென்றால், குழந்தை பெற முயற்சியே செய்யாமலா இருந்தேன்? தவம்போலக் கடந்த ஒரு வருடமாகச் சிகிச்சை, சிகிச்சை என்று இருந்தும் என்ன பயன்? தன்னிலை மறந்தவளாக இருந்தாள் நந்தினி. கொஞ்சம் மனமாற்றத்திற்காக ஜெயந்தியின் வீட்டுக்குக் கூட்டிக்கொண்டு போனான். அங்கேயும் எதிலும் லயிக்காமல் பேசாமல் எதோ பிரமை பிடித்தவள் போலிருந்தவளைப் பார்த்த ஜெயந்தி அவளை எங்கேனும் கூட்டிக்கொண்டு போகச் சொல்லி துரையிடம் சொன்னாள்.

ஆக்ரா போயிருந்தபோது யாரோ பிஜாப்பூர் பற்றிச் சொல்லக் கேட்டு, நீண்ட நாட்களாக அங்கே போக வேண்டும் என்று சொல்லிக்கொண்டிருந்தாள் நந்தினி. நந்தினியின் மன ஆறுதலுக்காக பிஜாப்பூர் சென்றுவரத் தீர்மானித்தார்கள். பிஜாப்பூர் பெரிய வெங்காய வடிவில் அமைந்த குவிமாடம் இருந்தது. பல அடுக்குகளைக் கொண்ட கோட்டை. நுழைவாயிலும் மிகப் பெரியது. கோல் கும்பஸ் அழகுடன் அமைந்து இருந்தாலும் சமாதிதானே. என் கருவறையும் அப்படிதான் என்று தோன்றியது நந்தினிக்கு. பாரா கமான் பாதியில் நாலாபுறமும் திறந்த வெளியில் அழகிய சிறுசிறு கருங்கற்களால் கட்டி கோட்டையின் வளைவு வடிவம் முழுமை பெறாமல் நின்றுகொண்டிருந்தது. ஒரே ஒரு வளைவு மட்டுமே முற்றுப் பெற்றிருந்தது. அதைப் போல் பன்னிரண்டு வளைவுகள் ஒன்றன்மேல் மற்றொன்றாகக்

கட்டப்படவிருந்தனவாம். ஆனால் தொடங்கியவுடனேயே கட்டுமானம் நிறுத்தப்பட, அதைக் கட்ட முற்பட்ட இளவரசரும் கொல்லப்பட்டாராம். மையத்தில் ஒரு சமாதி வைக்கப் பட்டிருந்தது. அது அந்த இளவரசனின் சமாதியாகத்தான் இருக்க வேண்டும். கோல் கும்பஸ் பெருமை நிலைக்க வேண்டி, இதன் கட்டுமானம் ஒரு வளைவோடு நிறுத்தப்பட்டது. ஆனாலும் அது முழுமையான வரலாற்றுச்சின்னம். தன் வயிற்றைத் தடவிக்கொண்டாள் நந்தினி. ஒன்பது மாதக் கனவு, ஒவ்வொருமுறையும் ஒன்றரை மாதத்தில் புதைந்துவிட்ட தல்லவா? அவளின் கவலையையோ, முழுமை பெறாத அந்த வளைவுகளின் கவலையையோ அறியாது கிளிகள் பறந்து விளையாடின. மஹாலின் வளைவுகளில் அமர்ந்து சத்தமிட்டன. எழுந்து பறந்துகொண்டிருந்தன.

※

லாவண்யா சுந்தரராஜன்

73

ஹேப்பி ஹோமிலிருந்து உடனடியாக வரும்படி நள்ளிரவில் தொலைபேசியில் அழைப்பு வந்தது. ஜெயந்தியும் குமாரும் அடித்துப்பிடித்துக் கொண்டு கிளம்பினர். படுதா பெல் மலர்களின் நெடி ஜெயந்திக்குத் தும்மலை வரவழைத்தது. உறக்கம் கொஞ்சம் கலைந்தால் அவளுக்கு அப்படித்தான் ஆகும். ஹேப்பி ஹோம் சென்றதும், பிஜுவின் மண்டை மோதி, வரவேற்பறைக் கண்ணாடி மேசை உடைந்திருந்தது. பிஜு நெற்றி யில் கட்டுப்போட்டிருந்தார்கள். அவன் கைகளைக் கட்டி விலங்கு போட்டிருந்தார்கள். அவன் ஓலம் அவர்கள் தூரத்தில் வரும்போதே கேட்டது. அவன் முகத்தில் கீறல்கள் இருந்தன.

“நாங்கள் எவ்வளவோ முயற்சி செஞ்சோம். நாளுக்குநாள் பிஜுவின் நடவடிக்கையில வன்முற அதிகரிச்சிட்டே போகுது. எங்களால இனி அவனப் பாதுகாப்பா வச்சிருக்க முடியும்னு தோணல. தினம் தூக்க ஊசி போட்டுத்தான் அவனைத் தூங்கவைக்கிறோம்”

“எங்களுக்கு முன்னமே ஏன் சொல்லவில்லை?”

“எங்களால சரிசெய்ய முடியும்னுதான் நினச்சோம். அவனோட டீச்சருக்குக் கொஞ்சம் கட்டுப்பட்டான். இப்ப அதுவும் முடியாம போச்சு.”

அவனை எப்படியாவது அங்கிருந்து அழைத்துக்கொண்டு கிளம்பச் சொல்லிவிட்டார்கள். அவனுடைய ஆடைகளை ஏற்கெனவே எடுத்துப் பெட்டியில் அடைத்துவைத்திருந்தார்கள். காரில் ஏறிப் புறப்பட்ட பின்னரும் அவனுடைய சத்த மான அழுகை ஓயவே இல்லை. கைவிலங்குகளைக் காட்டிக் காட்டி அழுதுகொண்டிருந்தான். வீடு போகும்வரை அதை அகற்ற வேண்டாம் என்று சொல்லியிருந்தார்கள். இருந்தாலும் காரிலேயே அதை அகற்றினாள். விலங்கை நீக்கியவுடனேயே

ஜெயந்தியை அடிக்கத் தொடங்கினான் பிஜு. அவள் பொறுத்துக்கொண்டாள்.

வீட்டை அடைந்ததும் கொஞ்சம் அமைதியானான். படுத்தவன் யாரோ அடிப்பதுபோல் வீறிட்டு அழுதபடி எழுந்து அமர்ந்தான். சிறிதுநேரம் நடுங்கிக்கொண்டிருந்தவனை அணைத்து ஆறுதல்படுத்தினாள். கொஞ்சம்கொஞ்சமாய்த் தேம்பல் குறைந்து மீண்டும் படுத்தான். ஆனால் சிறிது நேரத்தி லேயே திடுக்கிட்டு விழித்தான். மெல்ல அவனை உறங்கச் செய்துவிட்டு வந்த ஜெயந்தியின் குரல் உடைந்துபோனது.

"அவனை வீட்டோட வைச்சிருந்திருக்கலாம். தேவை யில்லாம இப்படி ஒரு ஹோம்ல கொண்டுபோய்விட்டு, அவனை ரொம்பக் கஷ்டப்படுத்திட்டோம்."

"நடந்தது நடந்துடுச்சி. அடுத்து என்னான்னு யோசிப்போம்."

"நாம இவனை ஹோம்க்குக் கொண்டுவிடும்போதே, ஓம்பத்யா, வீட்டுக்குப் பக்கத்துல ஆதரவே இல்லாத ஒரு பொண்ணு இருக்கா, அவள விட்டுப் பார்த்துக்கச் சொல்ல லாம், ஏன் ஹோம்ல கொண்டுபோய் விடறீங்கன்னு கேட்டா."

"…"

"அந்தப் பொண்ண வரச் சொல்லுவோம். நானும் கொஞ்சநாள் லீவ் போடறேன். இவன முதல்ல டாக்டர்கிட்ட காட்டிக் காயத்த எல்லாம் ஆத்தணும்."

"சரி. எது செஞ்சாலும் யோசிச்சுச் செய். அவன இனிமே படிக்க வைக்கணும்னு நினைக்கறதே விட்டுடு. நம்ம பிள்ளயா வீட்டோட இருந்தாப் போதும்."

"அவன் எதிர்காலம் என்ன ஆகும்னே தெரியல."

"அத பத்திக் கவலைப்படாத, அவன இந்த ஹோமுக்குப் போன அதிர்ச்சியிலயிருந்து மீட்டா போதும்."

ஜெயந்தியைப் போலவே குமாருக்கும் அவன் எதிர்காலம் பற்றிய கவலை வந்தது. என்ன செய்யப்போகிறோம் என்ற கேள்விக்கு விடையில்லை. அடுத்தடுத்த நாட்கள், என்ன பிரச்சினைகளை ஒளித்துவைத்திருக்கின்றனவோ தெரியவில்லை.

"நீங்க ஒண்ணு கவனிச்சீங்களா? அவன் நம்ம கிட்டக்கூட எதுவுமே பேசல. அவனைப் பழையபடிப் பார்க்க முடியுமான்னு சந்தேகமாயிருக்கு" என்று மெல்ல விசும்பினாள்.

※

74

மொட்டையடித்துப் பிள்ளையைத் தூக்கிக்கொண்டு குவைத்துக்கு போனவள், அதற்குப் பின் நான்கு வருடம் கழித்துதான் ஊருக்கு வந்தாள் அலமேலு. வந்தபிறகு குவைத்தில் பெரும் புரட்சி வெடித்து எல்லாருக்கும் வேலை போகும் நிலை ஆகிவிட்டது. ராஜேந்திரன் தன் வேலை நிரந்தரமானது என்று எண்ணி, எந்த ஏற்பாடும் இந்தியாவில் செய்துவைக்கவில்லை.

"அப்பப்ப பொண்டாட்டி வீட்டுக்குக் கொடுத்ததச் சேத்து வச்சிருந்தாலே, இப்ப அத வச்சி எதாவது செஞ்சிருக்கலாம்." ராஜேந்திரனுக்கும் அப்போது அம்மா சொல்வது உண்மை என்றே தோன்றியது. கொஞ்சமேனும் 'தன் குடும்பம்னு இருந்திருக்கணும்' சுயநலமா வேண்டும் என்று நினைத்தான். வேலை கிடைக்கும்வரை என்ன செய்வது என்று யோசனையாக இருந்தது.

மாமியாரின் குத்துச்சொல் பொறுக்காமல் அண்ணன் வீட்டுக்குப் போனால், கிட்டத்தட்ட மிக வசதிபடைத்த வீடுபோல மாறியிருந்தது. வாஸ்துப்படி வீட்டை மாற்றிக் கட்டியிருந்தார்கள். வீடு தாஜ்மஹால் மாதிரி பளபளத்தது. ஆனால் தேன்மொழி வாய் மட்டும் எப்போதும்போல் பஞ்சப்பாட்டுப் பாடியது. அண்ணனிடம்தான் மெல்லக் கேட்டு ஏதேனும் வாங்க வேண்டும். தேன்மொழி அண்ணி கடந்த நான்குவருடமாகப் பேராசை பிடித்தவளாகிவிட்டாள் என்று நினைத்தாள் அலமேலு.

"இந்தக் கேடுகெட்ட மழ ஒரு வருஷம் பெஞ்சிக் கெடுக்குது, அடுத்த வருஷம் காஞ்சிக் கெடுக்குது. இந்த ஆடில அப்படிப் பெஞ்சதுன்னு பத்து ஏக்கரையும் உழுது விதச்சிப் போட்டோம். அதுக்கப்பறம் மழைல லட்ச ரூபாய்க்கிட்ட நஷ்டம்."

"…"

"உங்கிட்ட பட்ட கடன அடச்சிறணும்னு ஒவ்வொரு வாட்டியும் நினைக்கிறேன். ஆனா விளைச்சல் வீடு வந்தாதானே. எலுமிச்சைத் தோட்டத்துல ஓரமா பூச்செடி போட்டிருக்கேன். சமயத்துல பூ வித்துத்தான் சாப்பாட்டுக்கே முடியுது."

சோர்வோடு நாகலிங்கத்துக்கு விளக்குப் போடப் போய்வந்தாள். உடன் வந்தவனிடம், "கடன அடைச்சிறணும்னு வாய்தான் சொல்லுது, வீடு முழுக்க இழச்சி இழச்சி அழகு பண்ணிக்கத் தெரியுது, புதுசா நகைநட்டுக்கூட வாங்கினதா காட்டுறாங்க. நாத்தனார் இப்படி வந்திருக்காளே, நம்மால ஆனத செய்வோம்னு நினைக்காம இருக்காங்க."

"விடு அலமேலு. நான் மறுபடி வேலைக்கு அப்ளிகேஷன் போட்டுட்டுத்தான் இருக்கேன், அங்க என் வேலய செய்ய வேற ஆள் இல்ல. கூப்பிடுவாங்க."

"ஆனா, அதுவரை என்னங்க செய்ய?"

"அம்மாவுக்கும் நான் நிறையக் குடுத்திருக்கேனே. கொஞ்ச நாள் விவசாயம் பாக்கறேன். நீ கவலப்படாத."

"ஐய்யோ! நம்ம நிலம இப்படி ஆயிப்போச்சே?"

"கவலப்படாத. இனிம சம்பாதிக்கறத மத்தவங்க மாதிரி எப்படிப் பாதுகாக்கணும்னு இப்ப புரியுது. நான் பாத்துக்கறேன்."

கன்யா, இவர்கள் புலம்பல் ஏதும் புரியாமல் இந்தியா வந்ததிலிருந்து இங்கேயிருக்கும் எந்த விஷயத்துக்கும் ஒத்துவராதிருந்தாள். முதலில் அவளுக்கு இந்தியன் டாய்லெட்டில் உட்காரக்கூடத் தெரியவில்லை *"I don't want to go there"* என்கிறாள். அவளைப் பள்ளியில் சேர்க்கக்கூட எவ்வித சர்ட்டிபிகேட்டும் பெறவில்லை. எப்படியும் ஒரு வருடமேனும் அவளை இந்தியப் பள்ளியில்தான் சேர்க்க வேண்டும். அருளும் வேறிடத்தில் படித்தால் பரவாயில்லை என்கிறான். அவன் சொல்லும் பள்ளியில் இடம் வாங்க, நன்கு படிக்க வேண்டும். இல்லையென்றால் பணம் நிறைய வேண்டும்.

தேன்மொழியிடம் தெளிவாகச் சொல்லிவிட்டாள். "அருள் படிப்பை நீங்க பாத்துக்கங்க. இப்போதைக்கு எங்க நிலம சரியில்ல."

"ஏன் உன் மாமியார்தானே இவ்வளவு நாளா பண்ணையாளா வைச்சிருந்தாங்க? அவங்ககிட்ட சொல்லிப் பள்ளிக்கூடம் சேர்க்கச் சொல்லு."

இந்தச் சண்டையெல்லாம் பார்த்தபோது கன்யாவுக்குப் பயமாக இருந்தது. அம்மாவை எப்போதும் கட்டிக்கொண்டே கிடந்தாள். அவள் செயல்கள் வித்தியாசமாக இருந்தன. இருட்டிலேயே இருந்தாள். லைட் போட்டால்கூடப் பயந்து நடுங்கினாள். திடீரென ஒருநாள், அலமேலுவிடம் கேட்டாள்.

"அம்மா! நான் நல்லா படிப்பேனா! இனிமே படிச்சாக்கூட வேல கிடைக்குமா?"

"ஏன்டா தங்கம்? இப்பத்தான் உனக்கு ஏழு வயசாவுது. மூணாங் கிளாஸ்தானே முடிச்சிருக்க."

"இல்ல, இங்க ஸ்கூல் கிடைக்குமா? படிப்பு வருமா? எதுவுமே புரியலம்மா!"

நல்லவேளையாக கன்யாவின் பள்ளி மீண்டும் திறக்கும் முன்னரே ராஜேந்திரனுக்கு வேலை கிடைத்துவிட்டது. ஆனால் நிலைமை சரியில்லாத காரணத்தால், ஆறு மாதம் கழித்துத் தான் அவர்களை அழைத்துப் போக முடியும் என்றான். கன்யாவின் படிப்பு என்னாவது என யோசித்து, தமிழ்நாட்டி லேயே அவளைப் பள்ளியில் சேர்த்தனர். அவளுக்கு வந்திருந்தது ஒருவித மனநோய் என்று பின்னாளில்தான் தெரியவந்தது. ராஜேந்திரன் மீண்டும் குவைத் போனவுடன் செய்த முதல் வேலை, சென்னையில் ஒரு வீடு வாங்கினான். கன்யாவையும் சென்னைப் பள்ளியில் சேர்த்து அலமேலுவையும் அங்கேயே இருக்கச் செய்தான். அவன் இரண்டு மாதத்துக்கு ஒருமுறை வந்து பார்த்துவிட்டுப் போனான். ஊர் பக்கம் செல்வது குறைந்து விட்டது. கோடை விடுமுறையானால் குவைத் போகவே சரியாயிருந்தது.

※

75

அடுத்த முறை டோனர் எம்பிரியோவும் முயற்சி செய்யலாம் என்றார் மேக்னா. "நந்தினிக்கும் மருந்து செலுத்திக் கருமுட்டை வளர்ப்போம், எது சரியாக வருகிறதோ அதைச் செய்வோம்" என்றாள். நந்தினிக்கு மறுத்துப் பேச எதுவுமில்லை. அதற்காக நந்தினியின் மாதச் சுழற்சியைக் கட்டுப்படுத்த வேண்டுமென்று சொல்லிச் சில புதிய மருந்து முறைகள் ஆரம்பித்தார். அதை அவள், டோனருடைய மாதச் சுழற்சி நாளோடு ஒத்துப் போகுமளவுக்கான நாள் கணக்கில் உட்கொள்ளச் சொன்னார். அடுத்து வரும் ஒவ்வொரு முறையும், அவள், தன் டோனர் யாராக இருக்கும் என்று பார்த்தாள். ஒவ்வொரு பெண்ணையும் இவளாக இருப்பாளா, இவளாக இருப்பாளா என்று தேடிக்கொண்டேயிருந்தாள். தாய் யாரென்று தெரியாத சிசுவைச் சுமக்க இருக்கிறோம். ஆனாலும் துரையின் விந்துவால் உருவான கருவாயிருந்தால் போதும், அப்பன் பெயர் தெரிந்தால் போதாதா? இந்தச் சமூகத்தில், தாய்க்கு என்ன மதிப்பிருக்கிறது? குழந்தைக்கு முதல் எழுத்துகூடத் தந்தையின் பெயரிலிருந்து தான் தரப்படுகிறது.

நாள்கணக்குச் சரி செய்யப்பட்டது. கரு முட்டை ஊக்க மருந்து மீண்டும் அளிக்கப்பட்டது. தினம் பரிசோதனைக்கு அழைக்கப்பட்டாள். ஆனால் பத்துநாளுக்குப் பின் ஊசிகளை நிறுத்தச் சொல்லிவிட்டார் மேக்னா. "நந்தினி, இந்த முறை உங்கள் முட்டை வேண்டாம். டோனர் மட்டும் முயற்சி செய்வோம்" என்றார்.

"என்னோட குழந்தைய இந்த மண்ணில் பாக்க இனி வாய்ப்பே இல்லதானே?" கண்ணீர் வழியத் திராணியற்றுக் கண்ணுக்குள் தங்கி யிருந்தது.

லாவண்யா சுந்தரராஜன்

"உனக்குப் பிறக்கும் குழந்தை, நம் குழந்தை, உன் குழந்தை தானேம்மா?"

"இல்ல. அது உங்க விந்து மட்டுமே. என் குழந்தையுமல்ல, என் இரத்தமுமல்ல!"

"..."

"உங்களுக்கென்ன, உங்கள் குழந்தையை, எப்படியும் நீங்க மண்ணில் பாத்துடுவீங்க."

"உனக்கு IUI செய்தபோது, நான் இப்படியெல்லாம் சொல்லலையே நந்தினி."

"உங்க பெருந்தன்ம எனக்கில்ல."

அடுத்த முறை ஸ்கேன் போனபோது அவளுடைய முறை வந்தது, ஆனால் அவள்முன் ஓர் இளம்வயதுப் பெண் வந்ததும், அவளை அழைத்துப் போய்ப் பரிசோதனை முடித்தனுப்பினாள் மேக்னா. பொதுவாக அவர் வரிசைக்கிரமம் மாறாது பார்த்துக்கொள்வார். நந்தினியின் பார்வையைப் புரிந்துகொண்டவர், "அந்தப் பெண்தான் உன் டோனர், அவள் கார்டியன் வீட்டில் பிரச்சனை. யாருக்கும் தெரியாமல்தான் இந்தத் தானம் செய்ய வந்திருக்கிறாள். அவளுக்குப் பணத் தேவை. கணவனும் விட்டுவிட்டுப்போய்விட்டான். ஆதரவில்லாமல் தன் மாமா வீட்டிலிருக்கிறாள். வீட்டில் சரியான காரணம் சொல்ல முடியாததால் அவளை விரைவாக அனுப்ப வேண்டியிருந்தது" என்றார்.

"என்னிடம் அவள்தான் என் டோனர் என்பதைச் சொல்லாமலேயே இருந்திருக்கலாம் டாக்டர்" என்றாள் நந்தினி. ஆனால் அவளை நன்றாகப் பார்க்கவில்லையே என்றும் இருந்தது. மேக்னாவின் முகம் பார்க்காமல் வேறு பக்கம் முகத்தைத் திருப்பிக்கொண்டாள். கண்களில் வழிந்த நீரைத் துடைத்துக்கொண்டாள். அவள் யாரோ, எவளோ? இனம்புரியா வெறுப்பு அந்தப் பெண்மீது வந்தது.

"உங்க குழந்தையோட அம்மாவப் பாக்குற புண்ணியம் கிடைச்சுது."

"நம்ம குழந்தையின் அம்மா நீதான்."

மருத்துவமனைக்கு வெளியே இந்த முறை கார் நிறுத்த இடம் கிடைக்காததால் மிகத் தொலைவில் நிறுத்தியிருந்தான் துரை. அதை எடுக்கச்செல்லும் வழியில் புது வாகனங்களுக்குப் பூஜை போடும் வாகன கணபதிக் கோயில் இருந்தது. புது பைக்கை ஒன்றை அலங்கரித்துப் பூஜை போட்டுக்கொண்டிருந்தார்கள். இரண்டு எலுமிச்சைப் பழங்களைச் சக்கரங்களுக்கு அருகில்

வைத்துச் சூடம் காட்டி வண்டியை எடுக்கச் சொன்னார் பூசாரி. வண்டி கிளம்பியது. நசுங்கிய எலுமிச்சை மணத்தால் மனம் கிளர்ந்தது. நசுங்கிய எலுமிச்சை ஏன் என்னைப் பலியிட்டீர்கள் என்று கேட்பது போலிருந்தது. நசுங்கிய பின்னும் அதே நறுமணத்தைத்தானே அந்தப் பழம் பரப்புகிறது? நான் மட்டும் ஏன் இப்படிக் குணம் மாறிப்போனேன்?

கருமுட்டை சேகரிக்கும் நாள் வந்தது. துரைக்கு மீண்டும் அனெஸ்தீஷியா கொடுத்து விந்து எடுத்தார்கள். டோனர் முட்டை, துரையின் விந்து, மேலும் டோனர் முட்டை, டோனர் விந்து என இரண்டும் கலந்து இன்பிளான்ட் செய்யலாம் என்று முடிவு எடுத்திருந்தார்கள். இந்த முறை எம்பிரியோ டெவலப்மெண்ட் பற்றி எதுவும் தகவல் பரிமாறப்படவில்லை. அதில் பெரிய அக்கறையும் நந்தினி எடுத்துக்கொள்ளவில்லை. மறுநாள் கருவைக் கருவறையில் வைக்கவேண்டும். ஆனால் நந்தினி நல்ல மன நிலையில் இல்லை என்று துரைக்குப் புரிந்தது. அன்று அவள் மனநிலையைச் சிறிது இலகுவாக்க டவுன்பார்க்வரை கூட்டிச் சென்றான். அவளது மனநிலையில் அங்கே சுழன்ற நீரூற்றும், மலர்ந்திருந்த டாலியாக்களும் ரோஜாக்களும் ரசிக்கத் தகுந்தவையாக இல்லை. எம்பிரியோ ட்ரான்ஸ்பர் அன்று, ஏழு கருவை நந்தினியின் கருவறையில் பொதியவிட்டார்கள்.

ட்ரான்ஸ்பர் பிராசஸ் முடிந்ததும் நந்தினியை ஐந்தாம் எண் அறைக்கு மாற்றச் சொன்னார் செவிலி. இரண்டு வாரக் காத்திருப்பு, இந்த முறையும் ஏமாற்றத்தில்தான் முடிவுக்கு வந்தது. நடுங்கும் கரங்களுடன் மருத்துவ முடிவுகளை வாங்கிக் கொண்டு வெளிவந்தனர் இருவரும்.

வரும் வழியில் ஒரு அழகான கட்டடத்தை நந்தினி பார்த்தாள். அதனை எதன்பொருட்டோ இடித்துக்கொண்டிருந்தார்கள். பெரிய சுத்தியல் கொண்டு மூன்று பேர் இடித்துக்கொண் டிருந்தார்கள். அடிமேல் அடிவாங்கியும், அதே அழகோடிருந்தது அக்கட்டடம். இடிந்துவிழ இன்னும் கொஞ்சம் அதிக அடி வாங்க வேண்டியிருக்கலாம். சலனமற்ற பார்வையோடு அது நந்தினியைப் பார்த்தது.

✻

76

ஒம்பத்யா அழைத்துவந்திருந்த பெண், சமேலி போலவேயிருந்தாள். இந்த ஊரில் திருமணத்துக்கு முன் பெண்கள் ஒரே மாதிரியே இருக்கிறார்கள் என நினைத்தபடி அவளைப் பற்றிய விவரங்களைக் கேட்டறிந்தாள் ஜெயந்தி. அந்தப் பெண் திருமணமாகி ஒன்றிரண்டு மாதங்களிலேயே அம்மா வீட்டுக்குத் திரும்ப வந்து விட்டிருந்தாள். அவள் கணவன் மனநோயாளி. இவளைப் பலவாறு அவன் துன்புறுத்தியிருக்கிறான். அவள் சொல்வதில் இருக்கும் உண்மை எதையும் ஏற்காமல் அவளை நடத்தை சரியில்லாதவளாகச் சொல்லி, அவள் அண்ணன், அவளைத் தாய் வீட்டிலும் சேர்க்கவில்லை. அவள் அண்ணன் அண்ணியை மீறி, அவளுடைய தாயாரால் எதுவும் செய்ய முடியவில்லை. தந்தை இறந்து சில வருடங் களாகி விட்டன. ஆகவே வேறு வழியின்றித் தன் அத்தை வீட்டிலிருக்கிறாள். தாய் வீட்டிலிருப்பவர்கள் ஆதரவும் இல்லை, அத்தையும் வசதியற்றவள். ஒம்பத்யா போல் வீட்டு வேலை செய்து பிழைக்க வழி தேடுகிறாள். பெண் பிள்ளையாயிற்றே, என்ன செய்வது? கொஞ்சம் படித்திருந்தாலும், தொலைவில் வேலைக்கனுப்ப அவள் அத்தைக்கும் மனதில்லை.

“உன் பெயர் என்ன?”

“ரேஷ்மா.”

பிஜுவுக்குப் படிப்புச் சொல்லிக் கொடுக்கு மளவு படித்திருந்தாள். மேலும் வீட்டிலேயே இருந்து பார்த்துக்கொள்வதாகவும், சமையலில் உதவி செய்வதாகவும் சொன்னாள். சம்பளம் பற்றி அப்புறம் பேசிக்கொள்ளலாம் என்றாள். ரேஷ்மாவைப் பார்க்கவே குமாருக்குப் பிடிக்க

வில்லை. அவளது நடவடிக்கைகள் செயற்கையாக இருப்பது போலப் பட்டது அவனுக்கு. ஜெயந்தியிடம் சொன்னால் சமேலி விஷயத்திலும் இப்படித்தான் சொன்னீங்க என்பாள்.

"இப்பவே சம்பளத்த சரியா பேசிக்க. அப்பறம் எதுவும் றாங்கு பண்ணக் கூடாது" என்றாள் ஓம்பத்யா.

"இல்லக்கா. உங்கட்ட சொன்னதுதான். எனக்கு ஆதரவு இப்போ ரொம்ப முக்கியம். சம்பளம் எல்லாம் பெரிசில்ல."

"சரி. என்னென்ன வேலைன்னு சரியா கேட்டுக்கிட்டியா? போலாமா?"

"இல்லக்கா. நீங்க போங்க. சமையலறையக் கொஞ்சம் ஒழுங்குபடுத்திட்டு வரேன்" என உள்ளே போனவளைப் போக விட்டு, "அக்கா! இந்தக் குட்டிக்கிட்ட கொஞ்சம் உஷாரா இருங்க, நான் வரேன்" என்று சொல்லிவிட்டுக் கிளம்பினாள் ஓம்பத்யா.

"ஓம்பத்யா அக்கா கிட்ட சம்பளம் எனக்குக் கொடுக்கிறதுல பாதிதான் சொல்லப் போறேம்மா. அவங்க ஒருமாசம் கமிஷன் கேட்டிருக்காங்க. அப்பறம் மாசா மாசமும் ஒரு தொகை தரணுமாம். அதான் அவங்களப் போகவிட்டுச் சம்பளம் பேசிக்கலாம்னு சொன்னேன். இந்த உதவி மட்டும் பண்ணுங்க."

"நான் அவகிட்ட பேசிக்கிறேன்."

"இல்லக்கா. உங்ககிட்ட சொல்லிட்டேன்னு தெரிஞ்சா, என்னைய வேலைய விட்டுத் தூக்கிடுவேன்னு சொல்லி யிருக்காங்க."

ஓம்பத்யா கொஞ்சம் காசு ஆசை பிடித்தவள்தான். ஆனால் கைசுத்தம்; வேலை சுத்தம். ஆகவேதான் தொடர்ந்து வேலைக்கு வைத்திருந்தாள். அதற்கென்று பாவப்பட்ட இந்தப் பெண்ணின் உழைப்பையும் சுரண்டுவாளா? எது எப்படியிருந்தாலும், இவளைப் பார்த்த உடனேயே பிஜு, "சமேலிக்கா" என்று மகிழ்ச்சியாய் ஓடிவந்து கட்டிக்கொண்டான். கடந்தவாரம்வரை திடும் திடுமென எதையோ நினைத்து அலறிக்கொண்டிருந்தவன், இப்போது மெல்ல, தான் வீட்டுக்கு வந்துவிட்டதை உணர ஆரம்பித்திருக்கிறான். ஆனாலும் பயம் முற்றிலும் போகவில்லை. அவனைப் பழையபடி பார்க்க, இவள் இருந்தால்தான் சரிப்படும் என்று நினைத்துக்கொண்டு, பிஜுபற்றி அவளிடம் சொல்ல ஆரம்பித்தாள். கேட்டுக்கொண்டே, அரைமணி நேரத்தில் ரேஷ்மா, சமையலறையைப் பட்டுப்போல் சுத்தம் செய்தாள். "பரவாயில்ல. வேலையெல்லாம் ரொம்ப சுத்தமாத்

தான் செய்யற. உன்வீடுபோல நினைச்சிக்க. கொஞ்சநாள் நான் வீட்டிலயேதான் இருக்கப்போறேன். அதுக்குள்ள எங்க வீட்டுச் சமையல் எல்லாம் கொஞ்சம் சொல்லித் தரேன். மதியம் பிஜுவுக்குச் சூடா சாப்பாடு பண்ணிக் கொடுத்திடணும்" என்றாள்.

"கண்டிப்பாகச் சூடா கொடுக்கறேம்மா" என்று அவள் சொன்னதன் அர்த்தம் பிறகுதான் ஜெயந்திக்குப் புரிந்தது. ஓம்பத்யா அவளைப் பற்றிச் சொன்னது ஓரளவு உண்மைதான் என்று பிற்பாடே விளங்கியது.

❋

77 பூ

மருத்துவம், மருத்துவமனை, ஊசி, பரிசோதனைகள், முடிவுகள் என்று என்ன செய்தும் திறக்காத வயிறு தொடர்ந்து மருத்துவம் எடுத்தும் எந்தப் பயனுமே இல்லாமல் போனதே என்று நந்தினிக்குப் பைத்தியம்பிடிப்பது போலாகி விட்டது. போதாக்குறைக்கு துரையின் அண்ணி கலா வேறு அடிக்கடி வந்து, "இவ்வளவு ஊசியா? இவ்வளவு செலவா?" என்று சொல்லிக்கொண் டிருந்தாள். "இதுக்குத்தான் என்னைப்போல இருந்திருக்கணும்" என்று எதையோ சாதித்தது போலச் சொன்னாள் கலா. சிறிதேனும் மனம் மாறட்டும் என நந்தினியை ஊருக்கு அனுப்பி வைத்தான் துரை.

திருமணம் திருச்சி சங்கம் ஓட்டலில் நடந்தது. நட்சத்திர அந்தஸ்துபெற்ற ஓட்டல் அது. முதல்மாடியில் மண்டபம்போன்ற அமைப்பிருந்தது. மணமக்கள், உறவினர் தங்க அறைகள் இருந்தன. திருச்சியின் மையப்பகுதியில் அமைந்திருந்த அந்த ஓட்டலைச் சுற்றி மரங்களும் பறவைச் சத்தமும் நிறைந்திருந்தன. ஓட்டல் நுழைவாயிலில் செயற்கை நீரூற்று, விதம்விதமான நிறங்களோடு சுழன்றுகொண்டிருந்தது. அதிகாலை முகூர்த்தம். விடியலுக்குச் சற்றுமுன் நந்தினியும் தெய்வாவும் வந்து சேர்ந்தார்கள். நாதஸ்வர இசையும் பட்டுப் புடவைச் சரசரப்பும் நந்தினி கொஞ்ச நேரம் தனது கவலைகளை மறக்க உதவியாயிருந்தன. ஸ்ரீரங்கத்திலிருந்து பிரத்யேகமாக ஆட்களை வரவழைத்து மலர் அலங்கார மேடை அமைத்திருந் தார்கள். மணமேடையின் விதம்விதமான மலர்களி லிருந்து கிளர்ந்த மணம், அங்கிருந்தோரைக் கிறக்கத்தில் ஆழ்த்தியது.

நீண்ட நாட்களுக்குப் பிறகு தேன்மொழி, ஹரி, ராஜியைப் பார்த்ததும் எல்லாக் கவலையும் மறந்து கொஞ்ச நேரம் வேறு உலகில் வாழத் தொடங்கினாள் நந்தினி.

"அக்கா, அலமு எப்படியிருக்கா? ரொம்ப நாளாச்சு, அவளப் பாத்து."

"அவளுக்கென்ன குற? ஜாதிகெட்ட குடும்பத்தில போய் அவளுக்குப் புத்தி கீழ்த்தரமாயிடுச்சி."

"என்ன அண்ணி இப்படி சொல்லிட்டீங்க? அலமேலு நமக்கெல்லாம் நல்லதுதானே பண்ணியிருக்கா?" என்றாள் ராஜி.

"மொட்டையடிச்சுட்டுப் போனா! அதுக்கப்பறம், மாப்பிளக்கு வேலை போயிடுச்சின்னு வந்து, வீட்டுல பேயாட்டம் ஆடிட்டா. எவ்வளவோ கஷ்டப்பட்டோம் கொஞ்சம் மேல வந்தது பொறுக்கல, அவளுக்காவது ஒரே பொண்ணு கட்டிக் குடுத்திட்டா போதும். எனக்கு மூத்தா மகனையும் சேர்த்து இரண்டு மகனுக்கு படிக்க வைக்கணும், ஆளாக்கணும், பொண்ணு கட்டணும். நல்ல வசதியில்லன்னா பிள்ளங்களுக்குப் பொண்ணு கிடைக்குமா சொல்லு. என்னவோ இவ சொத்தயே பிடுங்கிட்ட மாதிரி நினைக்கிறா, எல்லாம் பிள்ளைங்களுக்குத் தானே சேர்க்கிறோம். இவ குடுத்தது எல்லாம் என்னிக்காவது திருப்பிக் குடுத்துருவோம், ஆனா கொட்டுன வார்த்தய அவளால திரும்ப எடுக்க முடியுமா?"

"இப்ப எங்கக்கா இருக்கா?"

"அதெல்லாம் சென்னையில வீடுவாங்கிச் செட்டில் ஆயிட்டா நந்தினி. நல்லாத்தான் இருக்கா. திமிர் ஏறிடுச்சி. அவளுக்கு நாம இனிமே வேணாம்."

"போன் நம்பர் இருந்தா குடுங்க. நான் அவ கிட்ட பேசறேன்."

"எங்ககிட்ட அவ பேசறதே இல்ல. என் கிட்ட நம்பர் இல்ல. அப்பப்ப அருள்கிட்ட மட்டும் பேசுவா."

"என்ட இருக்குக்கா நான் தரேன்."

"நம்பர் சொல்லு ராஜி. மதுவக் கூட்டிட்டு வர்லயா? பிசினஸ் எல்லாம் எப்படிப் போவுது?"

“மது அவ அம்மாயி வீட்டுக்குப் போயிருக்கா அக்கா. நீங்க வரீங்கன்னு தெரிஞ்சிருந்தா அனுப்பியிருக்க மாட்டேன். இரண்டையும் கல்யாணத்துல மேய்க்க முடியாதே.”

“சரி நான் அலமுகிட்ட பேசிட்டு வரேன்” என்றவள் தொலைபேசியில் அலமேலுவிடம் பேசினாள். நீண்ட நாட்களுக்குப் பிறகு பேசியதும் அலமேலுவுக்கு ஒரே சந்தோஷம். “நீ ஏன் ப்ரியா கல்யாணதுக்கு வந்திருக்கலாமே உன்னையும் பார்த்திருந்தா சந்தோஷமா இருந்திருக்கும்” என்றபோது, “பொதுவா நம்ம சைட் சொந்தக்காரங்க விஷேசத்துக்கு வரதில்லடி. அங்கே சில முகங்களில் முழிக்கவே பிடிக்கல” என்றாள். இப்போது பேசினால் சரியிருக்காது என்று மைசூர் போய்ப் பேசிக்கொள்ளலாம் என்று கல்யாணக் கலகலப்புக்குள் திரும்பினாள்.

ராஜி மகள் கண்மணி, “அத்தை அத்தை” என்று ரொம்ப ஒட்டிக்கொண்டாள். அவளை மடியிலிருந்து இறக்காது அமர்ந்திருந்த நந்தினி பார்க்கப் புதுப்பொலிவுடன் இருந்தாள். அதிகம் புகைப்படங்களுக்கு நிற்காதவளைக் கண்மணி வேறு வேறு இடத்தில் அமர்ந்து புகைப்படம் எடுக்க நிர்ப்பந்தம் செய்தாள். ராஜி அவர்களைப் பார்த்துப் பார்த்து ரசித்துக் கொண்டிருந்தாள். ஹரிக்குக் கண்மணியுடன் நந்தினியைப் பார்க்க அவ்வளவு ஆனந்தமாயிருந்தது. நந்தினிமேல் அத்தனை காமம் பொங்கியது. அவள் மடிக்குழந்தை, தன்மூலம் அவளுக்குக் கிடைத்திருக்க வேண்டியது என நினைத்தான். நந்தினியை முதல்முதலாகத் தன் அக்கா திருமணத்தில் சந்தித்த போது எவ்வளவு பிடித்திருந்ததோ அதைவிட அதிகமாக அன்று பிடித்திருந்தது. அன்று நீரிலாடும் தாமரை போலிருந்தாள். இன்று வான்நீலநிறப் புடவையில் தேவதைபோலத் தெரிந்தாள். சாப்பிடும் இடத்தில்கூடக் கண்மணி அவளை விட்டு அகலவே யில்லை. அவளோடு அமர்ந்து அவளுடனேயே சாப்பிட்டாள். கண்மணிக்கு ஊட்டிவிட்டு அவள் சாப்பிடப் பார்த்து மனம் நிறைந்தாள் நந்தினி.

“அத்தைய சாப்பிட விடும்மா. நந்தினி அவளுக்குப் பனிரெண்டு வயசாகுது. ஊட்டி விடற வயசா இது?” என ராஜி, கண்மணியைத் தூக்கிக்கொள்ள வந்தபோது நந்தினி மறுத்தாள்.

“இவள் எங்கிட்டயே இருக்கட்டும். நான் இதோ சாப்பிடறேன்” எனக் கெஞ்சும் குரலில் கேட்டாள். பின் பெயருக்குச் சாப்பிட்டாள்.

சாப்பிட்டு முடித்ததும், "நீங்க போய்க் கைகழுவிட்டு வாங்க. நான் அதுவரை கண்மணியைப் பாத்துக்கிறேன்" என்றாள் ராஜி.

கையைக் கழுவிக்கொண்டிருந்த நந்தினியின் காதில் மட்டும் விழும்படி, "உன் மடில ஒரு குழந்த கண்டிப்பா தவழணும் நந்தினி. நான் கடவுள மனப்பூர்வமா வேண்டிக்கிறேன்" என்றான் ஹரி. அதைக் கேட்ட நந்தினிக்கு அடிவயிறு சில்லிட்டது.

78

ரேஷ்மாவின் வரவு ஜெயந்திக்கு மிக ஆறுதலாயிருந்தது. அவள் வீட்டில் எல்லா வேலைகளையும் இழுத்துப்போட்டுக்கொண்டு செய்தாள். கையும் சுத்தமாயிருந்தது. குளிக்கும் போது கழற்றிவைத்திருந்த வைரத்தோடை எடுத்துக் கொடுத்துவிட்டு, "அழகாயிருக்கு, பத்திரமா பாத்துக்கோங்க" என்றாள். ஜெயந்திக்கு ரேஷ்மா மேல் நம்பிக்கையும், அதேநேரம் மிகு ஜாக்கிரதை உணர்வும் ஒருசேர வந்தன. இவள் நல்லவளாக இருப்பதுபோல் காட்டிக்கொள்கிறாளோ என உள்ளுணர்வு சந்தேகத்தை உண்டு பண்ணியது. இரவில்கூடச் சில சமயங்களில் ஜெயந்தி வீட்டிலேயே தங்கிவிடுகிறாள். அவள் கைப்பக்குவத்தைக் கற்றுக் கொண்டு விதம்விதமாய்ச் சமைத்துப் போடுகிறாள். எங்கேயும் போகாமல் பிஜுவைக் கூடவே இருந்து கவனிக்கிறாள். பிஜு சகஜமாகிப் போனான். அது மட்டும் ஆறுதலாயிருந்தது. பிஜுவின் காயங்களுக்கு மருந்து போட்டு, அவனுக்கு வேளாவேளைக்கு உணவு தந்து, அவனுடன் விளையாடி, அவனை முழுநேரமும் ஆக்கிரமித்துவைத்திருந்தாள் ரேஷ்மா. அவளிடம் பாசமாய் ஒட்டிக்கொண்டான் பிஜு, அவள் என்ன சொன்னாலும் கேட்டான். ஹேப்பி ஹோமிலிருந்து வந்த புதிதில் இருந்த இறுக்கமும் வன்முறையும் அவனிடம் குறைந்திருந்தன. ரேஷ்மா பிஜுவுக்குக் கொஞ்சம் படிப்பும் சொல்லிக் கொடுத்தாள். "இப்ப கொஞ்சம் படிக்கிறான். ஏதாவது பிரைவேட்ல எட்டாவது பரீட்சை எழுத வைக்கலாமா" என்று கேட்டாள் ரேஷ்மா.

"பிஜு ரொம்பச் சரியாயிட்டான். இவனுக்கு இனிமே எந்தப் பிரச்சனையும் வராது" என்றான் குமார்.

“ஆமாங்க. எனக்கும் அந்த நம்பிக்கை வந்துடுச்சி. ஆனா, ரேஷ்மா நடவடிக்கை மேலத்தான் கொஞ்சம் கவனமாயிருக்கணும்னு தோணுது.”

“ஒம்பத்யா, உன் மனசையும் கெடுத்து வச்சிருக்கா. அவ ரொம்பச் சரியாத்தானிருக்கா. பிஜுவ நல்லா பார்த்துக்கறா. அவனும் அக்கா அக்கான்னு இவமேல உயிராயிருக்கான்.”

“நல்லா பாத்துக்கிறா. ஆனா அவள ரொம்ப டிபெண்ட் ஆகிடக் கூடாதுல்ல. சமேலிபோல எதுவும் ஆச்சுன்னா?”

“பிரச்சனையே இல்லன்னு கவலப்படற ஒரே ஜீவன் நீதான்.”

ஜெயந்தி மனத்தில் ஏதோ சரியில்லாத ஒன்று நடக்கப் போகிறதாகத் தோன்றியது. பிஜு, கிட்டத்தட்ட குமாரின் உயரம் வளர்ந்து நின்றது பகீரென்றது. அவன் வளர்ச்சி, ஏதோ ஒரே நாளில் நடந்தது போலிருந்தது. பெண்பிள்ளைகள் என்றால், அவர்களைப் பாதுகாப்பது ஒருவிதம். நல்லவேளை பிஜு பெண்குழந்தையாயிருந்து, அந்தக் குழந்தைக்கு இது போன்ற பிரச்சினையிருந்தால், என்ன செய்ய முடியும் என்று நினைத்துக்கொண்டே அலுவலகம் கிளம்பினாள். ஏதோ நினைப்பில் சாப்பாடு எடுக்க மறந்தவளைக் கூப்பிட்டாள் ரேஷ்மா.

“அக்கா சாப்பாடு எடுத்துட்டுப் போகாம கிளம்பறீங்க. மதியம் சாப்பாடு இல்லன்னா. . . என்ன பண்ணுவீங்க?”

“இல்லன்னா, வீட்டுக்கு வந்துட்டுப் போறேன்” என்றதும், ரேஷ்மா முகம் சட்டென இருண்டது.

“சாப்பிடறுதுக்காக வந்து சாப்டுட்டு போவீங்களா? அது கஷ்டம்ல. அங்கேயே எதுவும் கிடைக்காதா?”

“கிடைக்கும். அப்படி வந்தா என்ன?”

“பிஜு தூங்குவான். அதான். அப்ப வந்தா, அவன் தூக்கம் கலைஞ்சிபோயிடுமேன்னு யோசிச்சேன்.”

ரேஷ்மாவின் அதீத அக்கறை கொஞ்சம் அதிகப்படியாகவே தோன்றியது.

79

தேள் கொடுக்குக்கு இடையே கழுத்தை வாகாய்க் கொடுத்தால், அது கொட்டாமல் கொஞ்சவா செய்யும்? அளவே இல்லாது மருந்தும் ஊசிகளும்! கையிலும் தொடையிலும் ஊசிகள் போட்டுப் பொத்தல் செய்யப்படாத இடமே இல்லை என்ற அளவுக்கு மருத்துவம் பார்த்தா தானே கண்டிராத தன் உடலை, அதன் ரகசிய உறைவிடங்களை, அந்தரங்கத்தைக் கடை விரித்த கேவலம். வலி, வேதனை, மன உளைச்சல். இத்தனையும் தாண்டி, நீங்கள் சரியான இடத்திற்கு மருத்துவத்துக்குப் போகவில்லை என்ற அவப்பெயர் வேறு. துரையும் அதையே சொன்னான். "உன்னால தான் மேக்னாகிட்ட போனோம், அங்கே எம்பிரியோ ஃபிரீசிங் இருந்திருந்தா, நம்முடைய எம்பிரியோவையே ஃப்ரீஸ் பண்ணி திரும்பவும் ட்ரை பண்ணியிருப்பாங்க" என்றான். மாமியாரோ, "அங்கேயே போய்த் தங்கினா குழந்தை பொறக்குன்னும் சொல்றாங்களே!" எனச் சொல்லிச் சொல்லிக் காட்டினார். எல்லாம் கேட்டுக் காது மரத்துப்போனது. இதையெல்லாம்விட அலமேலு விடம் தேன்மொழிபற்றிச் சமாதானம் பேசும் போது ஒரு கட்டத்தில் "எங்க கன்யா குட்டிக்கு முத முத வாங்கின செயின் அத போய் அமுக்கிட்டாங்க. கேட்டா அது அட்வான்ஸுன்னு வாய் கூசாம சொன்னாங்க. எம் பொண்ண இவங்க மகனுக்கா கட்டி குடுக்க முடியும்? அவளை எப்படி இடத்துல... வாரிசுன்னு ஒன்னு இருந்தா இப்படி எங்கிட்ட சமாதானம் பேச வந்திருக்கமாட்ட. உனக்கு என்னோட வலி தெரியாது" என்றதும் சிறிது ஆறிய காயம் இன்னும் இன்னும் ஆழமானது. நல்ல செயற்கைக் கருத்தரிப்பு மையத்தில் இன்னுமொரு முறை முயற்சி செய்ய வேண்டும் என்று மறுபடியும் தோன்ற ஆரம்பித்தது. ஆனால் யாருடைய விந்து

288 லாவண்யா சுந்தரராஜன்

என்று தெரியாமல் வாரிசைச் சுமக்க வேண்டுமென்றும் தோன்றியது. அப்போது ஹரி அவளைப் பார்த்து வாஞ்சையாகப் புன்னகை செய்தது போலிருந்தது. தெளிவான முடிவுக்கு வந்தாள் நந்தினி.

அவள் பணிபுரிந்த கல்லூரியில், பயிற்சி இயந்திரங்கள் வாங்குவதற்குச் செய்ய வேண்டிய முன்தயாரிப்புக்கான, கண்காணிப்பின் பொருட்டு மைசூரில் ஆறுமாத காலம் பணி செய்ய வேண்டி வந்தது. மீண்டும் ஹரியை ப்ரியா திருமணத்தில் பார்க்காமல் இருந்திருந்தால், அலமேலுவிடம் பேசாமல் இருந்திருந்தால் தேள் கொடுக்கை மீண்டும் தேடிப் போயிருக்க மாட்டாள். மைசூரில் குல்ஷன் குமார் ஷிரிஸ் ஹாஸ்பிட்டல் சக்சஸ் ரேட் நல்லாயிருக்காமே என்று துரைக்குத் தெரிந்தவர்கள் யாரோ சொன்னதும், சரி மீண்டும் அங்கே ஒருமுறை ஐவிஎஃப் முயற்சி செய்யலாம் என்று முடிவுசெய்தார்கள்.

குல்ஷன் குமாரின் மருத்துவமனை மைசூர் கன் மங்களாவில் இருந்தது. கன் மங்களா பணக்காரப் பகட்டு ஏரியா. நிறைய மரங்களும் வண்ண மலர்களும் கண்ணாடி மாளிகைகளும் பிரபல அங்காடிகளும் நிறைந்த குடியிருப்புப் பகுதி. நந்தினிக்குப் பணியின் நிமித்தம், தற்காலிகமாக மைசூர் வந்திருக்க வேண்டிய நிலை வந்தபோது, அதனைப் பயன் படுத்திக்கொள்ளலாம் என்று நினைத்தாள். இணையத்தில் தேடி மருத்துவர் குல்ஷன் குமார் பற்றிய பின்னூட்டங்களையும் கண்டறிந்தார்கள்.

பட்டன்கல் குடியிருப்பில், ஒரு தனி வீட்டின் முதல் மாடியில், ஒரு பகுதியில் குடியிருந்தாள். ஒரு படுக்கை அறையைக் கொண்ட அந்த வீடு மிகப்பெரிய வரவேற்பறையைக் கொண்டது. சமையல் அறையும் பெரியது. படுக்கையறையில் இரு பெரிய கட்டில்கள் போட முடியும். பட்டன்கல் மிகப் பழைய குடியிருப்புப் பகுதி. நிறைய மரங்களும் அதிகம் ஜன நெருக்கமுமில்லாத, அதே அளவில் தன்னிறைவான இடம். கோவில்கள் நிறைந்தது. நந்தினி இருந்த வீட்டுக்கு மிக அருகிலேயே பெருமாள் கோவில் ஒன்றும் இருந்தது.

குல்ஷன் குமாரைச் சென்று பார்த்தபோது வழக்கமான மருத்துவக் கேள்விகள், உரையாடல்கள், மெடிக்கல் ஹிஸ்டரி, முன் நோய்மை, எந்த எந்த மருந்துகளுக்கு அலர்ஜி என்று எல்லா டெம்பிளட் கேள்விகளும் கேட்டார்கள். ஐவிஎஃப் மட்டுமே செய்துகொள்ள விரும்புகிறீர்களா, டோனர் முறைக்குச் சம்மதமா என்று கேட்டதோடு மட்டுமில்லாமல்

ஒரு மருத்துவப் படிவத்தில் கையெழுத்தும் வாங்கிக்கொண் டார்கள். அதன்பின், பழைய மருத்துவப் பரிசோதனை யெல்லாம் பார்வையிட்ட டாக்டர், "இதுவே போதுமானது. ஆனால் இரண்டுவருடம் கழிந்துவிட்டதால், ரொட்டீன் ப்ளட் டெஸ்ட் மட்டும் எடுத்துக்கொள்ளுங்கள்," என்று சொன்னதுமே நந்தினிக்கு டாக்டரைக் கொஞ்சம் நம்பத் தோன்றியது. அவரே, "நீங்கள் இத்தனை முறை ஸ்டிமுலேட் செய்திருப்பதால், மறுபடி பரிசோதனை வேண்டாம், நேரடியாக டோனர் எம்பிரியோவையே பரிந்துரைக்க விரும்புகிறேன்," என்றார். முதல் உரையாடலுக்குப் பின்னர், எப்போது வரவேண்டு மென்று குறித்துக் கொடுத்த தேதியில் சென்று மருத்துவரைப் பார்க்கும்படிச் சொல்லிவிட்டுச் சண்டிகர் கிளம்பினான் துரை.

※

லாவண்யா சுந்தரராஜன்

80

அன்று சாயங்காலம் வீட்டுக்கு வரும்போது பிஜு அடம்பிடித்துக்கொண்டிருந்தான். என்ன என்று கேட்டபோது, அவனுக்கு எதுவும் சொல்லத் தெரியவில்லை. “அக்கா, மதியம் ஜூஸ் குடுக்கல. எனக்கும் ஜூஸ் குடிக்காம, என்னவோ போலிருக்கு.”

“என்ன ரேஷ்மா, என்ன ஜூஸ்?”

“அக்கா, நான் டெய்லி மதியம் ஜூஸ் கடைக்குப் போய் எனக்கு ஜூஸ் வாங்குவேன். அதுல கொஞ்சம் பிஜுவுக்கும் கொடுப்பேன். அதான் சொல்றான். இன்னிக்கி வெயில்ன்னு போகல.”

அவள் திக்கித் திருகிச் சொன்னதில், ஏதோ பொய்சொல்வது போலிருந்தது. “மதியம் எப்போ போவ? அப்ப பிஜுவை வீட்டில விட்டுப் பூட்டிட்டுப் போவியா?”

“இல்ல. அவன் தூங்கும்போது போவேன்.”

“என்ன ஜூஸ்?”

“பெரும்பாலும் ஆரஞ்சு இல்லன்னா மாதுளை.”

அவளை வீட்டுக்கு அனுப்பிவிட்டு, பிஜுவிடம் கேட்டாள். “என்ன ஜூஸ் கொடுப்பா ரேஷ்மா? அவள் குடிச்சிட்டுக் கொடுப்பாளா?” என்று கேட்டாள்.

“என்ன ஜூஸ்னு தெரியாதும்மா. ஆனா சூப்பராயிருக்கும்”

“எதுல கொடுப்பா? க்ளாஸ் வாஷ் பண்ணிட்டுக் குடுப்பாளா?”

உடனே அவன், “அய்யோ அம்மா! உனக்கு ஒண்ணும் தெரியல. க்ளாஸ்ல இல்ல, இங்கே குடுப்பாங்க” என அவள் மார்புகளைக் காட்டினான். அவளுக்கு மிகவும் அதிர்ச்சியாக

இருந்தது. பிஜுவுக்கு என்னவோ கெடுதல் செய்கிறாள் என்று உள்ளுணர்வு உறுத்திக்கொண்டேயிருந்தது. பிஜுவுக்குப் பதினைந்து வயதாகிறது. அவனுக்கு உடல் வளர்ச்சி அதிகப்படியா யிருக்கிறது. ஆனால் மனவளர்ச்சி குறைவாக இருக்கும் இந்தப் பையனுக்குப் பாலுணர்வு இருக்குமா? அவளுக்குக் குழப்பமாக இருந்தது. குமாரிடம் இதைப்பற்றி பேசினாள். "வீட்டையும் அவனையும் நல்லாப் பார்த்துக்குறா. இவனுக்கு எதுவும் தெரியாம சொல்றானோ? எதுக்கும் கொஞ்சம் கவனமாவே இருப்போம்" என்றான் குமார்.

இரவு உணவுசெய்ய வந்தவளிடம், ஜெயந்தி எதுவும் வித்தியாசமாகப் பேசவில்லை. பிஜுவுக்கு இந்த விஷயங்கள் தெரிய வாய்ப்பில்லை. ஏதோ பிரச்சனை இருக்கிறது. ஆனால் குமார் சொல்வதுபோல் எதுவும் முழுமையாகத் தெரியாமல் இவளைக் குற்றவாளிபோல் நடத்த முடியாது. ஆனாலும் கொஞ்சம் ஜாக்கிரதையாக இருக்க வேண்டும். காலையில் நினைத்தபடி மதியம் வந்திருந்திருக்கலாம். ஏதேனும் பிரச்சினை எனில் கையும் களவுமாகப் பிடித்திருக்கலாம் என நினைத்தாள். ஆனால் மதிய உணவுக்கு வருவேன் என்று சொன்னபோது ரேஷ்மா முகம் இருண்டதே. நான் வருவேன் என நினைத்துத்தான், இன்று எந்தக் காரியத்திலும் ஈடுபட வில்லையா? சே! இப்படியும் ஒரு பெண் இருப்பாளா? பிஜு பதினைந்து வயதுக்குரிய முதிர்ச்சி உடையவனாக இருந்தால் கூடக் குழந்தைதானே! அவளிடம் பிஜுவைப் பற்றி, அவன் பட்ட கஷ்டங்கள்பற்றி, எவ்வளவு சொல்லியிருப்பாள்? "பிஜுவைப் பற்றி, இனி நீங்க கவலையே படாதீங்கக்கா. நான் அவன நல்லாப் பார்த்துக்கறேன்" என வாக்களித்தது இப்படிச் செய்வதற்குத்தானா? இதை எப்படிக் கண்டறிவது? ஒருவேளை இது நிஜமென்றால் எப்படிக் கையாளுவது?

※

81

மைசூரிலிருந்தபோது பெரும்பாலான வார இறுதிகளில் கிளம்பி, மகேந்திரபுரத்துக்கு நந்தினி செல்வாள். பின் ஞாயிறன்று மைசூர் திரும்பி விடுவாள். டாக்டரிடம் இதுபற்றிக் கேட்டபோது அவரும் இப்போது போய்வரலாம், எம்பிரியோ ட்ரான்ஸ்ஃபர் நடந்ததும் நீங்கள் அதிகம் பயணம் செய்யக்கூடாது என்றுதான் சொல்லியிருந்தார். எப்படியோ ஹரி தொலைபேசி எண்ணைக் கண்டறிந்த நந்தினி, அவனைக் குறிப்பிட்ட தினத்தில் மகேந்திரபுரம் பஸ் நிலையத்தில் காத்திருக்கச் சொன்னாள். மிக முக்கியம் என்றாள். முதலில் தயங்கிய ஹரியை, "நான் மைசூரிலிருந்து மதியம் கிளம்பிடுவேன், ஏழுமணிக்கு மகேந்திரபுரம் வந்திடுவேன், நீங்க எட்டுமணிக்குக் கிளம்பிடலாம்" என்றாள். மிகவும் தயக்கத்தோடு "சரி" என்றான் ஹரி. அவன் திருச்சியில் கல்மண்டபம் தாண்டித் தன் மனைவி குழந்தைகளோடு இருந்தான். ஏழு மணி கடந்து பத்தாம் நிமிடத்தில் மகேந்திரபுரம் புது பஸ்நிலையத்தில் இறங்கினாள் நந்தினி. புது பஸ்நிலையம் மகேந்திரபுரம் பைபாஸிலிருந்து கிட்டத்தட்ட இரண்டு கிலோ மீட்டர் தொலைவி லிருந்தது. வீட்டிலிருந்து பழைய பஸ்ஸ்டாண்ட் இரண்டு பர்லாங்தான் இருக்கும். புது பேருந்து நிலையம் நந்தினிக்குத் திருமணமான பின்புதான் கட்டப்பட்டது. அங்குத் தன்னை அறிந்தவர்கள் யாருமில்லை என்று உறுதி செய்துகொண்டவள், ஹரியைத் தேடினாள். அவள் பார்வைக்கு அவன் கிடைக்கவில்லை. ஒருசில விநாடிகளில் ஹரி கண்ணுக்குச் சட்டெனப் புலப்பட்டான்.

"வந்து நேரமாச்சா?"

"இல்ல. இருபது நிமிடமிருக்கும்."

“சரி வாங்க, குணசீலம்வரை போகலாம். அப்படியே பேசிட்டிருந்துட்டு, நீங்க திருச்சி பஸ் ஏறிடுங்க, நான் மகேந்திரபுரம் வந்துடறேன்.”

அடுத்து வந்த திருச்சி பஸ்ஸில் ஏறினார்கள். அதிகக் கும்பல் இல்லை. ஒரு இருக்கை பார்த்து இருவரும் அமர்ந்தார்கள். மகேந்திரபுரம் கைகாட்டி கடக்கும்வரை நந்தினி பேசவில்லை. தெரிந்தவர்கள் யாரும் பஸ்ஸில் ஏறவில்லை என்பதை உறுதி செய்து கொண்டதும் பேசத் தொடங்கினாள்.

“ராஜி, பிள்ளைங்க எல்லாம் எப்படி இருக்காங்க?”

“நல்லாயிருக்காங்க.”

“உங்க வேலை?”

“எல்லாம் நல்லாப் போகுது. என்ன பிரச்சனை? என்னை ஏன் பாக்கணும்னு சொன்ன?”

“சொல்றேன். அவசரப்படாதீங்க.”

கொஞ்ச நேரம் அமைதியாயிருந்தாள். பஸ்ஸின் இருபுறமும் இருட்டாயிருந்தாலும் வாய்க்கால்களில் காவேரியின் சலசலப்பும், ஜில் என்ற காற்றும், பசுந்தழையின் மணமும் மனத்தைக் கொள்ளை கொண்டன. அன்று பௌர்ணமி; நீல நிலவு.

“என்ன, பேசாமயே இருக்க?”

“ஹரி நீங்க ஆசப்பட்டது போல என் மடியிலயும் ஒரு குழந்தை... அது உங்களுதா இருந்தா ...” தட்டு தடுமாறி சொன்னாள்.

“நந்தினி . . .” அதிர்ந்த குரலில் கிறீச்சிட்டான் ஹரி.

“பயப்படாதீங்க, எனக்கு ட்ரீட்மெண்ட் நடந்துட்டிருக்கு. நீங்கள் விந்து தானம் செய்ய முடியுமா?”

கொஞ்சம் ஆறுதல் அடைந்தது ஹரியின் முகம்.

“எவ்வளவு சாதாரணமா கேட்டுட்ட? நான் ராஜி சம்மதமில்லாம இதுவர எந்தக் காரியமும் செய்ததில்ல. கல்யாணத்துக்கு அப்பறம், இப்ப உன்னைப் பாக்க வந்தது மட்டும்தான் இதுவர அவகிட்ட நான் மறைச்ச விஷயமாயிருக்கும்.”

“நீங்க அதுக்கெல்லாம் கவலைப்படாதீங்க. ஒரே ஒருமுறை, மருத்துவமனை வந்துட்டுப் போனாப் போதும். இன்னும் டாக்டர்கிட்ட கேக்கல, மறுக்கமாட்டார்னு நினைக்கிறேன்.”

“இல்ல. எனக்கு அது குற்ற உணர்வாயிட்டா?”

“நான் ஆறு தடவ யார் விந்துன்னு தெரியாமலே, குழந்த கெடச்சா போதும்னு நினச்சு அதை என் கருப்பைல அனுமதிச்சேன். அதவிடவா இது? நீங்க ஆசப்பட்ட பொண்ணு தானே. உங்க குழந்தை எங்கிட்டயிருந்தா, அது உங்களுக்கும் பிடிக்கத்தான் செய்யும். குற்றவுணர்வெல்லாம் தராது. நான் குழந்தையை நல்லா பாத்துப்பேன் ஹரி. என் உயிர்போலப் பாத்துப்பேன்.”

“அது தெரியும் நந்தினி. இருந்தாலும்...”

“குழந்தையில்லன்னு எவ்வளவோ ஏச்சும் பேச்சும் கேட்டாச்சு. அதிலிருந்து வெளிய வரணும்கிறதுக்காக அப்பா யாருன்னு தெரியாத குழந்தயச் சுமக்கிறது கொடும. அதிலயிருந்து நீங்க என்னைக் காப்பாத்தலாமே.”

“. . .”

“ப்ரியா கல்யாணத்துல நீங்கதானே சொன்னீங்க; உன் மடியில ஒரு குழந்தை கட்டாயம் தவழணும்னு. அது இப்ப உங்களால நடக்கப்போகுதுன்னு நினைச்சுக்கோங்களேன் ப்ளீஸ்.”

குணசீலத்தில் இறங்கிப் பெருமாளைத் தரிசித்துவிட்டுக் காவேரிக் கரைக்கு வந்தார்கள். படித்துறையில் அமர்ந்தார்கள். காலில் மெட்டி நெகிழ்ந்து விழும் நிலையிலிருந்தது. அதைப் பற்றிச் சரிசெய்து விரல்களுக்குள் தள்ளிவிட்டான் ஹரி. கூச்சமாய்க் கால்களை இழுத்துக்கொண்டாள் நந்தினி. அவள் கைகளைப் பற்றித் தன்கைக்குள் வைத்துக்கொண்டு விரல்களில் மெல்ல இதழ் பதித்து “சரி யோசிக்கிறேன்” என்றான் ஹரி.

“நந்தினி, உனக்கு நினைவிருக்கா? தேன்மொழி அக்கா கல்யாணத்துல, தாமரை வண்ண நிறப் புடவையில, இதே இடத்திலதான், உன்னை முதன்முதலாப் பாத்தேன். அப்ப இருந்தே உன்ன பிடிக்கும்.”

“ம்... அப்ப இருந்தேவா?”

காவேரி அவர்களின் கால்களைத் தழுவி நெகிழ்ந்தோடியது. அந்நீர்த்துகள்கள் கலந்து, மயங்கி, காதலோடு மிகமிக மெதுவாய் ஒவ்வொரு கரையின் தேக்கத்திலும் தங்கி, சுகித்து, ரசித்துக் கடலை அடைய அதிக நாட்களை அது எடுத்துக் கொள்ளக்கூடும்.

“இந்த நீல நிலவச் சாட்சியா வைத்துச் சொல்கிறேன். இப்ப ரொம்ப சந்தோஷமாயிருக்கேன்.”

82

சண்டிகர், மதிய வேளையில் உறங்கிக் கொண்டிருந்தது. தான் செய்வது தவறா சரியா என்று யோசனையோடு அரைநாள் விடுப்பு எடுத்துக்கொண்டு ஜெயந்தி வீட்டுக்கு வந்து கொண்டிருந்தாள். சந்தேகம் என்று வந்தபின் அதை நிவர்த்திசெய்துகொள்வதே நல்லது. சாப்பிட்டு பிஜு உறங்கும் நேரம். தான் போகும் நேரம், அவன் உறங்கிக்கொண்டிருக்க வேண்டுமென நினைத்தாள் ஜெயந்தி. பட்பட்டி ஆட்டோவில் இறங்கி வீடு நெருங்கும்போது வீடு தள்ளிப் போனது போலிருந்தது. அவள் தெருவில் எல்லா வீடுகளுமே ஒரே மாதிரியிருக்கும். வெயில் காலம் என்பதால் அனைவரும் குளிரூட்டிகளிடம் சரண் அடைந்திருந்தனர். யாரையும் தெருவில் பார்க்க முடியவில்லை. வெயில் மட்டுமே வேட்கை கொண்ட மிருகம்போல அலைந்திருந்தது. நூறு மீட்டர் தூரம்தானே என்று நினைத்தவள், வெயில் தாளாது குடையெடுத்து விரித்தாள். சற்று ஆறுதலா யிருந்தாலும், வெயிலின் கடுமை முகத்திலறைந்தது. இன்று இப்படி விடுப்பெடுத்து வரவிருக்கிறேன் என்று கொஞ்சம்கூடச் சந்தேகம் வராதவாறு அவள் பார்த்துக்கொண்டாள். குமாரிடம்கூடச் சொல்லவில்லை. எடுத்துச்சென்ற சாப்பாடு கையில் கனத்தது. ஆபிஸில்கூட, “என்ன மேடம்? சாப்பாடுகூட எடுத்து வந்துட்டுப் பின்ன அரை நாள்ல போறீங்க?” என்றார்கள். அவள் எதுவும் சொல்லவில்லை. கடந்த ஒன்றரை வாரமாக, அவள் படாத பாடுபட்டுக்கொண்டிருக்கிறாள். ஒம்பத்யாவிடம் சாடைமாடையாக விசாரித்தாள்.

“அவள் கணவனோடு என்ன பிரச்சனையாம்?”

“தெரியலம்மா. அவன் ஒரு சைக்கோன்னு சொன்னா. ஏம்மா, எதுவும் பிரச்சனையா?”

“இல்ல. இவ்வளவு நல்ல பொண்ணா இருக்காளேன்னு கேட்டேன்.”

வேறு எந்தப் பேச்சையும் வளர்க்கவில்லை. ஓம்பத்யா, ரேஷ்மாவை எப்படியாவது, அந்த வீட்டிலிருந்து விரட்டிவிட வேண்டுமெனச் சந்தர்ப்பம் பார்த்துக்கொண்டிருந்தாள்.

“எதுவும் ராங்கு பண்றான்னா சொல்லும்மா. செவிட்டில குடுத்துத் தொறத்திவிட்றலாம். நான் வேற நல்ல பொண்ணா கூட்டியாறேன்.”

“வேணாம் வேணாம்” என்றாள் அவசரமாக.

வீடு நெருங்கியதும் சத்தமில்லாமல் கேட்டைத் திறந்தாள், தன்னிடமிருக்கும் வீட்டுச் சாவியைப் போட்டுக் கதவைத் திறந்து உள்ளே சென்றாள். பிஜுவின் படுக்கையறைக் கதவு மூடியிருந்தது.

“ம்ம் . . . அப்படித்தான் . . . அப்படித்தான் . . . வேகமா வேகமா . . .” என்று சத்தம் கேட்டது.

“அக்கா வலிக்குது, போதும்!”

“இல்லடா. சூப்பராயிருக்கும், பண்ணு.”

“எனக்கு ஜூஸ் போதும். இது பிடிக்கல!”

கதவை வேகவேகமாகத் தட்டினாள் ஜெயந்தி. திடுதிடுவெனப் படுக்கையிலிருந்து யாரோ இறங்கும் சத்தம் கேட்டது. கதவைத் திறந்த ரேஷ்மா அரை நிர்வாணமாக இருந்தாள். அவளைப் பளார், பளார் என அறைந்தாள் ஜெயந்தி. அடித்ததைப் பார்த்துக்கொண்டே நின்ற பிஜுவின் முன்னேயே, மறுபடி மறுபடியும் அடித்தாள்.

“அம்மா, அக்காவ அடிக்காதீங்க. எனக்கு ரொம்பப் பயமாயிருக்கு.”

“அக்கா மன்னிச்சிக்கங்க.”

“அவன் குழந்தடீ! உன்னப் போய் நம்பிவிட்டேன் பாரு . . .”

“இல்லக்கா. இனிம இப்படி நடக்காது.”

“நான் போலீஸ் கம்பிளைன்ட் குடுத்துருவேன், போயிரு. இனிம மூஞ்சில முழிக்காத.”

பிஜு . . . இனி இவன நான் எப்படித் தேற்றுவேன்? இவனுக்கு இந்த உணர்ச்சிகளை ஊட்டிவிட்டாளே? இனி யாரும்

வேண்டாம். இன்னும் ஒரே மாதம். நான் வேலையை ராஜினாமா செய்துவிடுவேன். இனி, என் குழந்தையை, நான் யாரிடமும் விட்டுக் கஷ்டப்படுத்த மாட்டேன்.

"பிஜு, இது தப்பு!"

அவனுக்கு என்ன புரிந்தது என்று தெரியவில்லை. ஆனால் ஜெயந்தியின் கோபம் நன்றாகப் புரிந்தது.

"நான் ஒண்ணும் பண்ணலம்மா. அக்கா சொன்னததான் செஞ்சேன்."

பிஜுவைக் கட்டிக்கொண்டழுதாள் ஜெயந்தி. அய்யோ! இந்தப் பிள்ளைக்கு இவ்வளவு கஷ்டம் ஏன்? இறைவனே உனக்குக் கண்ணில்லையா?

83

நந்தினி சொல்லச் சொல்லக் கேட்காமல், அவளைப் பாதி தூரம் வரை கொண்டுவிடுவதற்காக வந்தான் ஹரி.

"பாலசமுத்திரத்தில இருப்பேன். பஸ் ஏறினதும் சொல்லு."

"உங்களுக்கு எதுக்கு சிரமம்?"

"அதெல்லாம் ஒண்ணும் இல்ல. மைசூர் வரைக்கும் வரணும்னு ஆசதான். ஆனா முடியாது. நைட் வீட்டுக்குப் போயிடணும். அதான் பாதி வழியாவது வரேன். வேணாம்னு சொல்லாத."

மதியம் சாப்பிட்டுவிட்டுக் கிளம்பினாள். பாலசமுத்திரத்தில் இறங்கச் சொன்னான். அதே போல் இறங்கினாள். அடுத்த பேருந்தில் ஏறினார்கள். அந்த மூன்றரை மணி நேரப் பயணத்தில் ஒரு நிமிடமும் நந்தினியின் விரல்களை விடவில்லை. வருடிக்கொண்டே இருந்தான். நந்தினியும் எதுவும் பேசவில்லை. சத்தியமங்கலத்தில் இறங்கி ஒரு காப்பி வாங்கிக் கொடுத்துவிட்டு, மைசூர் பஸ் ஏற்றிவிட்டு விடைபெற்றான் ஹரி. நந்தினிக்கு ஹரியைப் பயன்படுத்திக்கொள்கிறோமோ என்ற குற்றவுணர்வு வந்தது. அவனுக்கு ஏதேனும் செய்ய வேண்டுமென்று நினைத்தாள்.

அதன்பின் ஓரிரு முறை பரிசோதனைக்குச் சென்றுவந்தாள். குல்ஷன் குமாரும் மேக்னா போலவே உங்கள் கருவறை வளைவுகள் மிகவும் ஆரோக்கியமாக இருக்கின்றன என்றார். மேலும், ஸ்டிமுலேட் செய்யாமலேயே, கருமுட்டை மிகவும் ஆரோக்கியமாக இருக்கிறது என்றார். இதனைப் பார்க்கும்போது, "I am tempted to do IUI" என்றார். அப்படியே செய்யலாம் என்று நந்தினி சம்மதம் சொன்னாள். இரண்டு நாளில் கருமுட்டை

வெடித்துச் சினைக்குத் தயாராகும் என்று அறிந்தவுடன் ஹரியை, மறுநாள் லீவ் போட்டுவிட்டு மைசூர் வரச்சொன்னாள். அவன் வந்தவுடன், இதுவரை இல்லாத அமைதியை அடைந்தாள். எப்போதுமில்லாத புதுத்தெளிவுடன் டாக்டர் கிஷோரைச் சந்தித்தாள். ஹரியையும் நந்தினியையும் IUI வழி, டாக்டர் இணைத்தார். சிலமணிகள் கழித்து, விந்து தானமளித்த ஹரி விடைபெற்றான்.

"கிளம்பறீங்களா? சரி. ரொம்ப நன்றி ஹரி."

"எனக்கு நீ நன்றி சொல்றியா? சும்மாயிரு நந்தினி. இங்க பஸ்ல வரபோது நான் ஒரு கனவு கண்டேம்மா."

"என்ன ஹரி?"

"நாம் இரண்டு பேரும் கூர்க் போறது போல, அங்கே இந்த உலகத்திலயே உன்னதமான காதலை, காமத்தைத் தரிசிச்சது போல கனவு வந்தது. அதுக்கு அப்பறங்க இங்கே வரோம் அப்ப நீ டாக்டர் கிட்ட 'I had been to Coorg with someone who lover me. I had enough sex with him to have a baby. I may not need any further support from you, I hope.' இப்படி சொல்றதா கனவு கண்டேன்!"

"ஹ… ரி…"

✻

லாவண்யா சுந்தரராஜன்

நந்தினியும் துரையும் கீரனூர் வந்திருந் தார்கள். அருகிலிருந்த சொந்தக்காரர் வீட்டுக்குப் போய் வரலாம் என்று கிளம்பினார்கள். வழியில் மல்லிகாவின் அம்மா அப்பா விசாரிக்க ஆரம்பித்து வம்படியாகப் பேசிக்கொண்டிருந்தார்கள். நந்தினி திருமணம் முடிந்து வந்தபோது மல்லிகா வேறு ஜாதிப் பையனோடு ஓடிப்போனாள். துரைக்குத் தூரத்துச் சொந்தம். பெண் வீட்டில் ஏற்கவில்லை. மல்லிகாவுக்குக் குழந்தை பிறந்தவுடன் எல்லாரும் சகஜமாகிவிட்டனர். இப்போது பதினாறு வருடம் கழிந்திருந்தது. மல்லிகா பிள்ளைகளோடு அவள் அம்மா வீட்டுக்கு வந்திருந்தாள்.

மல்லிகாவின் குழந்தைகள், நெடுநெடுவென்று வளர்ந்து, வீட்டில் ஏதோ பேசிச் சிரித்துக்கொண் டிருந்தனர். நந்தினி அவ்விடத்தில் நிற்க முடியாது, நெருப்பிலிருந்தவள்போல் நின்றுகொண்டிருந்தாள்.

'அவளுக்கு அவசரமா பாத்ரூம் போகணுமோ என்னமோ? தெரியலயே. இவங்க வேற தொண தொணன்னு பேசிட்டேயிருக்காங்களே' என்று துரைக்குத் தவிப்பாக இருந்தது.

"நாம போலாமா" என்றாள் நந்தினி.

பேசிக்கொண்டிருக்கும்போதே இப்படி இடைமறிச்சு இங்கிதமில்லாம கேட்க மாட்டாளே. இந்தக் குழந்தைங்க, அவங்க விளையாடுற சத்தம், இதெல்லாம் அவளைப் பாதிச்சிருக்குமோ?

"ஏன் ஒரு மாதிரியிருக்க?"

"வீட்டுக்குப் போலாம்."

"ஏன் என்னாச்சு?"

"நம்ம கல்யாணத்தப்பத்தான் இவளுக்குக் கல்யாணமாச்சு."

"ஆமா அதுக்கென்ன இப்ப?"

"என் வீடு வெறிச்சோடிக் கிடக்கே."

"..."

"பகீர்னு இருக்கு. இனிமே ஊருக்கு வந்தா, என்னை எங்கேயும் கூப்பிடாதீங்க."

சென்னைக்கு அலுவல் நிமித்தம் துரை செல்ல வேண்டியிருந்தது. நீயும் வாயேன் என்று நந்தினியைக் கூட்டிக்கொண்டு சென்றான். சனி, ஞாயிறு அவனுக்கு வேலையிருந்தது. வெள்ளி இரவு விமானம் மூலம் சென்னை அடைந்தனர். அவனது அலுவலகத்திலிருந்து சென்னையில் பிரபல நான்கு நட்சத்திர ஓட்டல் சவேராவில் அறை முன்பதிவு செய்திருந்தனர். அந்த விடுதி பிரதான சாலையை விட்டு உள்ளடங்கி, நகரத்துப் பரபரப்பில்லாமல் அமைதியாயிருந்தது. காலை உணவு அன்பளிப்பு என்றிருந்தது. ஆகவே உறங்கிய களைப்பு நீங்கக் குளித்துவிட்டுக் காலை உணவுக்குச் சென்றனர். விதவிதமான உணவுகள்; எதை வேண்டுமானாலும் எடுத்துக்கொள்ளலாம். ஆனாலும் இரண்டு இட்லியை எடுத்துக்கொண்டு வந்தவளைப் பார்த்துக் கிண்டல் செய்தான் துரை.

"எங்க போனாலும் இட்லியா? கான்டினெண்டல் ஃபுட் ட்ரை பண்ணேன். அதெல்லாம் நமக்குப் பண்ணத் தெரியாதில்ல?"

"நீங்க எது வேணும்னா சாப்பிடுங்க. என்னை ஆள விடுங்க. நான் சாப்பிடறது கொஞ்சம். அது எனக்கு நாக்குக்குப் பிடிக்கணும்ல."

"உன்னக் கொண்டுபோய் நாலு மாசம் நார்த் கொரியாவுல விடணும். அப்பத்தான் எங்கப் போனாலும் இட்லியத் தேடினா வாழ முடியாதுன்னு புரியும்."

"நான் போகும்போது கூடவே மிக்ஸி, அரிசி எல்லாம் எடுத்துட்டுப் போயிடுவேன்."

சிரித்துக்கொண்டே உணவைத் தொடர்ந்தார்கள். அவர்களின் இருக்கைக்கு அருகில் கணவன், மனைவி, இரண்டு குழந்தைகள், இன்னொரு பெண் என ஐந்து பேரும் வந்து அமர்ந்தனர். அந்தப் பெண், அத்தம்பதிகளுக்கும் குழந்தைகளுக்கும் கொஞ்சமும் சம்பந்தமில்லாமல் இருந்தாள். நாற்காலி

நுனியில் எப்போதும் எழத் தயாராக அமர்ந்திருந்தாள். குழந்தைகளுக்குத் தேவையான உணவைக் கொண்டுவந்து கொடுத்தாள். சில சமயம் அந்தச் சீமாட்டி, சீமானுக்கும்கூடப் பழச்சாறு கொடுத்தாள். குழந்தைகளுக்கு ஊட்டிவிட்டாள், நீரருந்தக் கொடுத்தாள், வாய் துடைத்துவிட்டாள். குழந்தைகளைக் கவனிக்கும் முழுப் பொறுப்பும் அவளுடையதாயிருந்தது. சீமாட்டி, அடிக்கடி அவள் பெயரை அதட்டி அழைத்தாள். அவளைச் சாப்பிடச் சொன்னதுகூடக் கறார் தொனியில் இருந்தது. சாப்பிடும்போது குழந்தை பாத்ரூம் என்றது. அவள் சாப்பாட்டைப் பாதியில் விட்டு எழுந்து சென்றாள். முழுநேரம் குழந்தைகளை அயராது கவனிப்பவள்போலும். ஆனால், அந்தக் குழந்தைகளில் ஒன்று, அதன் அம்மாவிடம் போய், "அம்மா" என்றழைத்து, ஏதோ சொல்லச் சீமாட்டியின் முகம் அப்படி மலர்ந்தது. தம்மை மிக நன்றாகக் கவனிக்கும் பெண்ணிடமிருந்ததைவிட, அந்தக் குழந்தைகளுக்குத் தாய் மேல்தான் இணக்கம் இருந்தது.

"ஒரே ஒரு குழந்தை பெத்திருந்தாப் போதுங்க. உலகத்தின் ராணின்னு உணரும் தருணம் அடிக்கடி வரும்போல."

"என்ன?"

"எல்லாத்தையும்விட ஒரு குழந்தைக்கு அம்மாதான் முக்கியமில்ல?"

"அதுக்கென்ன? நீ உன் இட்லியச் சாப்பிடு."

"எதையும்விட ஒரு தாய்க்குக் குழந்தைதான் சந்தோஷத்தைக் கொடுக்க முடியும் இல்ல?"

"நந்தினி, நான் சாப்பிட்டுடேன். வா, கிளம்புவோம்!"

85

மகேந்திரபுரத்திற்குச் சித்திரைத் திருவிழா வுக்கு வந்திருந்தாள் நந்தினி. சரளா அண்ணி, சரளா அண்ணியின் அக்கா, அவள் மூவரும் பாலத்து மாரியம்மன் கோவிலுக்கு நடந்து போய்க்கொண் டிருந்தார்கள். நாயொன்று தெருக் குப்பைத் தொட்டியைத் தள்ளிவிட்டுக் குப்பையை வாரி யிறைத்து எதையோ தின்றுகொண்டிருந்தது. பலாப்பழம் உரித்துத் தோலும் சடைகளுமாகக் கிடந்தது. சுற்றி ஈக்களின் கூட்டம். நெகிழிப் பையொன்றை எருமை மாடு மென்றுகொண் டிருந்தது. சரளாவிடம் சூழல் கேடு பற்றிப் பேசிக் கொண்டிருந்தாள் நந்தினி. சுக்குக் காப்பி விற்றுக் கொண்டு சென்றவன், அவர்கள் இருவரையும் ஓரமாகப் போகக் கூடாதா எனத் திட்டிவிட்டுச் சென்றான். பேச்சு தடைப்படச் சரளாவின் அக்கா "அன்னிக்கி விமலா வீட்டுக் கல்யாணத்துல போட்டிருந்தியே பெரிய மாங்கா மால. அது எப்போ வாங்கின? ரொம்ப நல்லாயிருந்துச்சி."

"தீபாவளிக்கு வாங்கினேன் அண்ணி. ஜிஆர்டில பதினொரு மாதத் தவணைக்குப் பணம் கட்டிட்டு வந்தேன். அதுல வாங்கினது."

"எத்தனை பவுன்?"

"ஞாபகமில்ல அண்ணி."

"வீட்டுக்காரருக்கு எவ்வளவு சம்பளமிருக்கும்?"

"தெரியாது அண்ணி. கல்யாணமான முதல் நாளிலிருந்து இன்னிக்கிவர எனக்கே தெரியாத ரகசியம் அது."

லாவண்யா சுந்தரராஜன்

“சாரணி சொன்னா. அத்தைக்கு இரண்டரை லட்சம் சம்பளமிருக்கும்னு. டிபார்ட்மெண்ட் ஹெச்ஓடி. ரொம்பப் பெரிய இன்ஸ்டிட்டியூட்ன்னு சொன்னா. நானே அசந்து போயிட்டேன். அவ்வளவா நீ சம்பாதிக்கிற?” என்று கேட்டாள் சரளாவின் அக்கா.

“இல்லை அண்ணி. அவ தெரியாமச் சொல்றா. ஏதோ கொஞ்சம் வருது.”

“ஏதோ கொஞ்சமென்ன, சரியான கணக்குத் தெரியணு மில்ல” என்றாள் சரளா.

“நீ கிட்டதட்ட இரண்டு லட்சத்துக்கும் மேல வாங்க மாட்ட?”

“மாசாமாசம் பேங்க்ல ஏறிடுதுல்லையா? பெரிசா பாத்துக்கிறதில்ல. அதுவும் ரெகுலரா பிக்ஸட்க்குப் போயிடும் அண்ணி. துரைதான் கவனிச்சிப்பார். அதான், எனக்குத் தெரியல. அவர்தான் பாத்துக்குவார்.”

“எவ்வளவு பணம் வச்சிருக்க, எவ்வளவு நகை வைச்சி யிருக்க, இதெல்லாம் ஒரு லிஸ்ட் சரளாகிட்ட குடு. எவ்வளவு இருக்குன்னு கணக்கு இருக்கறதுதானே நல்லது? எல்லாம் அவர் பாத்துக்கிறார்ன்னா, உன் நாத்தனார் பிள்ளைக்குத்தானே லாபம்?”

“அக்கா, சும்மாயிருக்க மாட்டியா?”

“அப்பறம் அதெல்லாம், அப்பப்ப நேர்பண்ணி வைச்சிக்கணுமில்ல?”

“ஏன் அண்ணி, நாளைக்கேவா செத்துடப்போறேன்?”

“எப்போதும் இப்படித்தான் துக்கிரியா நாக்குல வெடி வச்சிருக்க! அக்கா, அவ மனசு நொந்திருக்கா. இதெல்லாம் இப்போ ஏன் பேசணும்?”

அம்மன் முகம் அற்புதமாயிருந்தது. காசி விசாலாட்சிபோல சிறப்பலங்காரம் செய்திருந்தார்கள். மேனி முழுக்கச் சந்தனம். சுற்றிலும் மல்லிகை, மரிக்கொழுந்து, ஜவ்வாது, இன்னும் பல வாசனைப் பொருட்களால் கலந்த மணம் சுகந்தமாய் வீசியது.

“உங்கிட்ட இருக்கிறதுக்கெல்லாம் என்னதான் கணக்கு. என்ன பண்ணப்போற?”

"அம்மா போட்டதெல்லாம் சரளா அண்ணி பொண்ணுக்குன்னு எழுதிக் கொடுத்துடறேன். மத்த எல்லாமே அவர் இஷ்டம். நான் தலையிட மாட்டேன்."

"உயில் எதுவும் எழுதி வைச்சியிருக்கியா என்ன?"

அம்மனின் அற்புதப் புன்னகையை முழுதாகக் காண முடியவில்லை. உயில்பற்றிக் கேட்ட விஷயம் காதை அறைந்து கண்ணைக் கலங்கடித்தது. அம்மன் நகையெல்லாம் இரண்டு இரண்டாய்த் தெரிந்தது. அதற்கும் மேல் நந்தினிக்கு அம்மன் கோவிலைச் சுற்றியதோ, மீண்டும் வீடு வந்ததோ எப்படி என்று நினைவில்லை. கொஞ்சம் வேகவேகமாய் நடந்து முன்னாலே போய்க்கொண்டிருந்தாள். சரளா அண்ணியும் அவள் அக்காவும் குசுகுசுவென்று அவர்களுக்குள் பேசிக்கொண்டே வந்தார்கள். விறுவிறுவென வீடு அடைந்தாள். உடனே கிளம்ப நினைத்தாள். அம்மா கேட்டுக்கொண்டதால், மறுநாள் தேருக்கு மட்டும் இருந்துவிட்டுக் கிளம்பினாள்.

✻

லாவண்யா சுந்தரராஜன்

86

"குமார் பையன் தூக்குப் போட்டுச் செத்துட்டானாம் நந்தினி."

"அய்யோ, என்னங்க சொல்றீங்க?"

"என்னன்னு தெரியல. இப்போதான், குமார் வீட்டுக்குப் பக்கத்து வீட்டிலிருந்து போன் வந்தது. போலீஸ் வந்திருக்காம். நான் குமாரோட போலீஸ் ஸ்டேசன் போகணும்."

"இருங்க நானும் வரேன். ஜெயந்தியப் பாக்கணும்."

"நீ இப்போ வரியா?"

"ஏன்? வந்தா என்ன?"

"இல்ல. அங்க, அந்தப் பையன் தற்கொலை பண்ணிருக்கான். நீ வரணுமா, அதான் யோசிச்சேன்."

"இல்ல. நான் ஜெயந்தியப் பார்த்து ஆறுதல் சொல்லணும்."

குமார் வீட்டை அடைந்தார்கள். ஜெயந்தி நந்தினியைக் கட்டிக்கொண்டு கதறியழுதாள்.

"எதுவும் கேட்காத நந்தினி. என்ன எதுவும் கேட்காத. அய்யோ! இவனுக்காக எவ்ளோ கஷ்டப்பட்டுட்டோம்? உனக்குத் தெரியும்தானே நந்தினி? நான் பிள்ளையக் கலைக்க மாட்டேன்னு எவ்வளவு போராடினேன்? அதுக்கப்பறம், அவனுக்கு அறிவே இல்லன்னு எல்லோரும் சொன்னப்பவும் நான்தானே அவன நம்பினேன்? யாருக்குமே அவனப் புரியல. நான் நம்பினேன். அவனால சாதாரணப் பிள்ளைங்கபோல இருக்க முடியும்னு நான் நம்பினேன். ஆனா, எல்லாரும் அவனப்

பைத்தியம்போலப் பாத்து, நாம் போனமே அந்தக் காருண்யா, அங்க விட்டிருந்தாக்கூடச் சாகாம இருந்திருப்பான்! எல்லோரும் சேந்து கொன்னுட்டாங்க எம் புள்ளய! அய்யோ, என் புள்ள, என் சேலய எடுத்து அதுல தூக்குப் போட்டுக்கிட்டான் நந்தினி! அய்யோ, எப்படி வலிச்சிருக்கும்? இவனுக்காக வேலய விட்றலாம்னு நினைச்சேன் நந்தினி. நாளைக்கு ரிசைன் பண்ணியிருப்பேன். சொல்லிட்டுக்கூடப் போனேன். பத்திரமாயிருடா. அம்மா ரண்டு நாளைக்கு அப்பறமா கூடவேயிருக்கேன்னு சொன்னேன். அவனும், அம்மா கூடவே இரு, பயமா இருக்குன்னான். அய்யோ! எல்லோரும் சேந்து கொன்னுட்டாங்களே. பாவிகளா! நீங்க எல்லாம் நல்லாயிருப்பீங்களா? நான்தான் கொன்னுட்டேன். நான்தான்" என்று கதறினாள்.

சிறிது நேரம் விட்டு மீண்டும் அரற்றினாள். அனிதா கருவிலயே கலைக்கச் சொன்னாங்க. பெத்து இப்படிப் பதினைஞ்சி வருஷம் வளர்த்து! அவன் பிறந்து வீட்டுக்குத் தூக்கிட்டு வந்தப்ப, நீதானே ஆரத்தி எடுத்த நந்தினி! இப்போ எங்க அவன்? என்ன விட்டுட்டுப் போயிட்டான். அய்யோ! என்னையும் விடுங்க. நான் சாகணும். இனி என்ன இருக்கு எனக்கு? பிள்ளய, ஹேப்பி ஹோம்ல போடாதிருந்திருக்கலாம். அங்கே அவன நிஜப் பைத்தியமாவே ஆக்கிட்டாங்க. நான்தான் காரணம். அவனுக்குக் கொஞ்சம் படிப்பு வராதுன்னு தெரிஞ்சும், இல்ல இல்லன்னு பள்ளிக்கூடத்துல போட்டேன். அங்க அவனை டார்ச்சர் பண்ணிட்டாங்க. உனக்குக் குழந்தையில்லைன்னு வருத்தப்படாத நந்தினி. குழந்தை எல்லாமே நாம் முன் ஜென்மத்துல பண்ண பாவத்துக்குச் சம்பளம். குழந்தையில்ல, அது பாவ மூட்டை. நீ குழந்தை வேணும்னு இனிமே ட்ரீட்மெண்ட் போகாத. வேணாம். என்னப் பாரு. ஒரே பிள்ள பெத்தேன். இப்ப இல்ல. எனக்கும் உனக்கும் இப்ப என்ன வித்தியாசம்? எனக்கும் பிள்ள பிறக்கல. நான் பாவி!"

குமாரும் துரையும் எல்லாச் சம்பிரதாயங்களையும் முடித்துவிட்டு வந்திருந்தார்கள். ஜெயந்தி இன்னும் ஆக்ரோஷ மாகக் கத்தினாள். "நான் சொன்னேன்லங்க. என்னவோ தப்பாருக்குன்னு. நீங்கதானேங்க பாவம் விட்டுருன்னு சொன்னீங்க. இப்போ இவனே போயிட்டானே!"

"ஜெயந்தி, அமைதியா இருங்க!"

"இனிம நான் எப்படி இருந்தா என்ன நந்தினி? என் பிள்ள வருவானா? இதோ இங்கதான் அவனத் தூளி கட்டிப் போட்டுத் தாலாட்டினேன். இங்கதான் சோறு ஊட்டினேன்.

நல்ல அறிவோடிருந்தாக்கூட இப்படிப் பண்ணிட்டுப் போயிட்டானேன்னு நினைச்சி அவனத் திட்டலாம். நான் தான் காரணம். வேலை என்ன, சம்பாத்தியம் அவ்வளவு முக்கியமா போச்சா எனக்கு? அய்யோ! நான் சம்பாரிச்ச காசெல்லாம் குடுத்தாலும் என் பிள்ள இனி வருவானா?"

"ஜெயந்தி, தொண்ட வத்துது. தண்ணி குடிங்க. அமைதியாயிருங்க. கொஞ்சம் படுங்க"

"எல்லோரும் சேர்ந்து என் பையனக் கொன்னுட்டாங்க. அவன் பிரண்ட்ஸ், இந்தச் சமூகம், ஹேப்பி ஹோம், எல்லாரும். நான்தான் முக்கியமா!"

87

துரையின் அலுவலக நண்பரின் அண்ணன் ஆயுர்வேத மருத்துவர். அவருடைய அம்மா நந்தினியிடம் வந்து, "ஒருமுற கண்டிப்பா என் பையனைப் போய்ப் பாருங்க. பல வருஷம் பிள்ள இல்லாதவங்களுக்கு, ஆண் விந்து பிரச்சன இருந்தாக்கூட அவன் மருந்து குடுத்து குழந்த பொறந்திருக்கு. திருநெல்வேலில இருக்கான். போய்ப் பார்த்து அவன் சொல்றபடி கேளுங்க" என்றார். நாலு நாள் விடுப்பெடுத்துக் கொண்டு திருநெல்வேலிக்குப் போனார்கள். ரயில் நிலையத் துக்கு அருகிலிருந்த கடையில் காப்பி குடித்துவிட்டு, மருத்துவர் இல்லம் சென்றடைந்தனர். அவர் வீட்டு வரவேற்பறையில் காத்திருக்கச் சொன்னார். அங்கிருந்த புகைப்படத்தில் யேசுநாதர் இதயம் ஒளிர, அருள் பாலித்துக்கொண்டிருந்தார்.

"இத்தனை முற அலோபதி மருத்துவம் எடுத்தீங்களே, ஏன் கரு தரிக்கல?"

"தெரியல. அவங்களைக் கேட்டோம். இன்பிளான்ட் ஆகலன்னு சொன்னாங்க."

"அதான் ஏன்?"

"..."

"இவங்க தர மருந்துகளுக்கு உடம்பதான் கெடுக்கும். உங்களுக்கு ரத்த சோகையிருக்கு. அதைச் சரி பண்ணாத்தான், மத்த விஷயம் எதுவும் நடக்கும்."

"..."

"அது மட்டுமில்ல. இவருக்குப் பூச்சி மருந்துக் கம்பெனியில் கெமிக்கல்ஸ் எல்லாம் ஸ்மெல் பண்றதாலதான் பிரச்சன. அதையும் சரி செஞ்சுடலாம். ஆனா, நீங்க உப்பே போடாம

சாப்பிடணும். அப்பத்தான் நான் சொல்ற மருந்தெல்லாம் வேல செய்யும். உப்பில்லாம சாப்பிடும்போது கொஞ்சம் ஓமட்டிட்டுவரும். அதோட நிறுத்தணும், அதுக்குமேல சாப்பிடக்கூடாது. உங்க சாப்பாட்டு அளவு அவ்வளவுதான். குருணை அரிசி சாப்பிடுங்க. ஒரு நாளைக்கு இரண்டு வேளை சாப்பிட்டாப் போதும். முன்ன சாப்பிட்ட மருந்தயெல்லாம் வெளில அனுப்பணும். அப்பதான் என் மருந்து வேலை செய்யும்."

உப்பில்லாம சாப்பிடணுமா? இவரு பேசுறத பாத்தா பயமாயிருக்கு. ஆயுர்வேத மருத்துவப் பத்திய முறைகளை, எப்படி த்தாக்குப் பிடிக்க முடியும் என்ற யோசனை வந்தது. ஆனால், இப்படி எல்லாம் மருத்துவம் பார்த்துக்கொண்டு, இனிப் பிள்ளை பெற்றுக்கொள்ள முடியுமா? ஏன், இந்த வெட்டி வேலை?

கொஞ்ச நாள் உப்பில்லாமல் சாப்பிட்டார்கள். இருவருக்குமே எடை குறைந்தது. ஆனால், அடுத்த முறை அவரிடம் போனபோது, "நினைச்சபடி ரிசல்ட் இல்ல, குழந்த வேணும்னா ஒரே நோக்கமா வேலய விட்டுட்டு வாங்க, அப்பத்தான் சரி செய்ய முடியும்" என்றார்.

○

"நாம தத்து எடுத்தா என்ன?"

"என்ன திடீர்னு?"

"இல்ல. இன்னும் நாலஞ்சி வருஷத்துல, மெனோபாஸே வந்துடும். இன்னும் நமக்குப் பிறக்கும்னு நம்பிட்டேயிருக்க முடியுமா?"

"நாம இப்படியே இருந்துடலாமே."

"ஏன்? நாம சம்பாதிக்கிறது எல்லாமே, உங்க தங்கச்சி பிள்ளைகளுக்குப் போனாப் போதும்னு நினைக்கறீங்களா?"

"நான்சென்ஸாப் பேசாத."

"ஒண்ணுமே இல்லாம, இப்படியே இருக்க முடியுமா?"

"அதுக்கெல்லாம் நிறைய நடைமுறை இருக்கு. நிறைய வெயிட்டிங் இருக்கும். இன்னிக்கிப் போய், நாளைக்கு எல்லாம் எடுத்துட்டு வரமுடியாது."

"நம்ம வாழ்க்கை மேல உங்களுக்கு எப்பவுமே அக்கறயில்ல."

நந்தினியின் நச்சரிப்பைத் தாங்க முடியாமல், வார இறுதியில் ஒரு நிறுவனத்திற்கு இருவரும் போனார்கள். அங்கே

விதவிதமான குழந்தைகள். ஒவ்வொரு வயதிலும். ஆனால் நினைத்தாலும் எதையும் உடனடியாக வீட்டுக்கு அழைத்துக் கொண்டுவர முடியாது.

"ரிஜிஸ்டர் செஞ்சு காத்திருக்கிறவங்க எண்ணிக்கை ஆயிரக்கணக்கில் இருக்கும். குழந்தை பெயரில், உங்க சொத்து ஒண்ண ரெஜிஸ்டர் செய்து வைக்கணும்."

ஒன்றா இரண்டா? கிட்டத்தட்டப் பத்துப் பதினைந்து இடங்களில் இதே பதில்கள். இங்கே வந்து தத்தெடுக்கப்படும் கஷ்டம், குழந்தையின்மை மருத்துவமனைகளில் படும் கஷ்டத்திற்கு இணையானது. மருத்துவமனைகளின் அராஜகம் ஓங்க, இதுவும் ஒரு காரணம். இவ்வளவு கஷ்டப்பட்டுத் தத்தெடுக்கறதுக்கு, நம்ம பிள்ளயே பெத்துடலாம்னுதானே தோணும்? எனக்கு என்ன எழுதி வைத்திருக்கிறானோ, அது தானே நடக்கும்? உட்காருவோரை முழுதாக விழுங்கி விடுவதைப் போன்ற அந்தக் கறுப்பு நிற இருக்கையில் அமர்ந்து, எதையோ வெறித்துக்கொண்டிருந்தாள் நந்தினி.

"நமக்குக் கல்யாணமாகிப் பதினேழு வருஷமாச்சு!"

"ஆமா. அதுகென்ன இப்ப?"

"இப்பத் தத்தெடுத்தா, அந்தக் குழந்தை என்ன அம்மான்னு கூப்பிடுமா பாட்டின்னா?"

※

லாவண்யா சுந்தரராஜன்

88

சண்டிகரிலிருந்து பங்காளி வீட்டுப் பாட்டி தலைதிவசத்துக்கு துரையும் நந்தினியும் கீரனூர் வந்தார்கள். முதல் வருடம் தாத்தாவும், அடுத்த வருடம் அதே திதியில் பாட்டியும் இறந்து போனார்கள். இருவரும் ஒரே நாளில் இறந்ததைக் கிராமமே அதிசயமாகப் பேசியது. இப்போது இருவருக்கும் சேர்த்துத் தலை திவசம் கொண்டாடினார்கள். தேவி மகள் ஐஸ்வர்யா, அவர்களுக்கு முன்பே வந்து சேர்ந்திருந்தாள்.

“நமக்கு இருக்க பிரச்சனை போதாதுன்னு இவ வேற வந்துருக்கா? நாம எல்லாம் வேணாம்ன்னு தானே அவன கட்டுனா” எனக் கோபத்தோடு கத்தினாள் நந்தினி.

“மெதுவாப் பேசு. அவ காதில் விழுந்துடப் போகுது.”

“உங்க அம்மாவும் தங்கச்சியும் பண்ற அட்டகாசமிருக்கே. அவ மாசமாயிட்டா, அவ பண்ணது எல்லாம் மறந்துடுமா?”

“...”

“அவள தேவி அப்படி விழுந்து விழுந்து கவனிக்கிறா, விஷயம் தெரிஞ்சப்ப கொன்னு போடுவேன்னு சொன்னவதானே, இப்ப என்ன வந்திச்சி?”

“அவதான் பிடிவாதமா கட்டுனா அவனத்தான் கட்டுவேன்னு இருந்தா. அதனாலதானே தேவி நம்மளத் தாரைவார்த்துக் கொடுக்க சொல்லுச்சி. என்னதான் ஆனாலும், பிள்ளய விட்ற முடியுமா?”

"நாமே எல்லாம் எவ்வளவு புத்தி சொன்னோம்?"

"அதெல்லாம் முடிஞ்ச கத. உனக்கு என்ன பிரச்சன? ஏன் தேவையில்லாம கோபப்படுற? அவ மாசமா வேற இருக்கா."

"மாசமாயிட்டா எல்லாம் மாறிடுமா?!"

"நீ சித்தப்பா வீட்டுக்குப் போ. தெவசத்துக்கு, அங்க எதாவது வேலையிருக்கும்."

"அப்ப வேலையில்லாமத்தான் சண்ட போடறனா?"

"என்ன சொன்னாலும் தப்பாவே புரிஞ்சிகிட்டா என்ன பண்றது."

"இதுக்குத்தான், நான் தெவசத்துக்கே வர்லேன்னேன்."

"நீ பாட்டிய கரிச்சிக் கொட்டித்தான் நல்லாயிருந்த பாட்டி சட்டுன்னு செத்துப்போச்சு."

"ஆமா. அது, எங்கம்மா கிட்ட, ஐஸ்வர்யாவ உங்களுக்குக் கட்டிவைக்கச் சொல்லுச்சி. அது மட்டுமா சொல்லுச்சி? உங்க தங்கச்சிக்கே அப்படியொரு எண்ணமிருந்துச்சி. நான் சும்மாயிருக்கேன்ல, அதான்."

கலையரசிப் பாட்டி மட்டுமில்லை, இரண்டு வருடங் களுக்கும் முன் இறந்த இன்னொரு பங்காளி வீட்டுப் பாட்டி பட்டம்மாவும், எதுவுமே நினைவு தெரியாத நிலையில் இருந்த போதுகூட நந்தினி அருகில் போனபோது, "புள்ள இல்ல?" எனக் குரல் கொடுத்தது. அந்தப் பாட்டி நல்ல நடை உடையில் இருந்தபோதும், எப்போது பார்த்தாலும், எதைப் பேசிய பின்னும் இறுதியாகச் சொல்வது, "புள்ள இல்ல" தான். பட்டம்மா பாட்டி இறந்துபோன அன்று முகம் பார்க்க வந்தபோது, "புள்ள இல்ல" குரலை மீண்டும் கேட்டதுபோலவே இருந்தது. அந்தப் பாட்டியாவது, பங்காளி வீட்டில் பிள்ளை இல்லை என்று மட்டுமே மகிழ்ச்சியோடு இருந்தாங்க.

"இந்தப் பாட்டி, நல்லது செய்றேன்னு நினச்சி, ஐசுவ எனக்கே சக்களத்தியாக்கப் பாத்திச்சி. கலையரசி பாட்டி மட்டுமா? தேவியும் அதையேதானே சொன்னாள், அதுவும் என்னிடமே சொன்னாள்? ஐஸ்வர்யா, நான் பார்க்க வளர்ந்த பெண். என் திருமணத்தின்போது மூக்கில் ஒழுகும் சளியைக்கூடச் சரியாகத் துடைக்கத் தெரியாத ஐந்துவயது நிரம்பாத சிறுமி. என் தோழிபோல் எல்லா விஷயங்களையும் பேசிய, என்னை ஒரு ஹீரோ வொர்ஷிப் செய்த பெண், ஜாதி விட்டு ஜாதி

லாவண்யா சுந்தரராஜன்

போய்விடக் கூடாது என்பதற்காகத் துரைக்கு ஐஸ்வர்யாவைத் திருமணம் பேசினார்கள்? நந்தினி அதன் பின்னரும் சகஜமாத் தான் பேசினாள். துரையை ஐஸ்வர்யாவின் திருமணத்தை முன்னின்று நடத்த அனுமதித்தாள். 'எதுவுமே நடக்காத மாதிரி, திருட்டுக்கோழிக் கணக்காய், சவடாலாகக் காலை நீட்டி அவள் அமர்ந்திருப்பதும், காப்பி, சாப்பாடு எல்லாமே அவள் கையிலே கொண்டு கொடுப்பதும் இந்த ஆறே மாதத்தில், அப்படி என்ன மாறிவிட்டது? ஐஸ்வர்யாவின் திருமணத்தின் போது இல்லாத கோபம், இப்போது ஏன் எனக்கு என்று நந்தினிக்குக் குழப்பமாக இருந்தது.

※

89

பங்காளி வீட்டு மாமா திவசத்துக்கு உட்கார்ந்தார். தாமதமாக வந்திருந்த அய்யர், உடனடியாகத் திவசத்தை ஆரம்பிக்க அவசரப் பட்டார். "என்ன தம்பதி சமேதமா வந்து உட்கார்றேள். திவசம் மட்டும் தனியாத்தான் தரணும், தர்மபத்தினிகூட உட்காரக் கூடாது" என அய்யர் சொன்னதும், பங்காளி வீட்டக்கா காமாட்சி எழுந்து மற்றவர்களின் இடத்துக்கு வந்து உட்கார்ந்தார்.

நாலு பெரிய தலை வாழை இலை போட்டு, அதில் இரண்டிரண்டு கிலோ அரிசி பரப்பி வைத்திருந்தார்கள். சின்னப் பாட்டியின் பெண்ணைக் கூப்பிட்டு, வாங்கிவைத்திருந்த காய்கறி எல்லாமே நாலு இலையிலும் பரிமாறச் சொன்னார் அய்யர். அதே ஊரில் வாழும் அய்யர் என்பதால், "ராணிம்மா உசிரோட இருந்தப்ப கவனிக்கல. அத விடு, இப்ப நீ காய்கறி பரிமாறதுலதான் அம்மாவும் அப்பாவும் மனசு குளிருவாங்க. அந்த வாழக்காய வையி, பூசணியை இங்க வை, அவரக்காய விட்டுட்ட பாரு, புடலங்கா வாங்க மாட்டா, பரவால்ல தெவசம்தானே வை, அதையும் வை, பச்ச மிளகா, பருப்பு எல்லாம் வை" அய்யர் சொல்லச் சொல்ல ராணி வைத்தாள். ஆவேசமாகக் காய்கறிகளை அடுக்கிக் கொண்டிருந்தாள். "இந்த அய்யருக்கு வாய்க் கொழுப்பும் தொண்டக் கொழுப்பும் ஜாஸ்தியா போச்சு, இவரு வந்து பாத்தாரா ரொம்ப?" என்று முணுமுணுத்துக்கொண்டும் இருந்தாள்.

"ராணிம்மா, முணுமுணுத்துக்கிட்டே பண்ணா, கொடுக்கிற புண்ணியம் உன் அண்ணா குடும்பத்தச் சேராது, பார்த்துக்க. உப்பை எடுத்து வை" என்றார்.

316 லாவண்யா சுந்தரராஜன்

“மத்த அய்ட்டமெல்லாம் வாங்கிண்டு வந்தேளோன்னோ?”

“ஆமா, அங்க பாருங்க” என அக்கா கை காட்டிய இடத்தில் ஒரு சிறிய செம்பு, தட்டு, விசிறி, குடை, செருப்பு, வேஷ்டி, துண்டு எல்லாமிருந்தது.

“காமாட்சி, புத்தம் புதுசா அஞ்சு பத்து ரூபாய் நோட்டு எடுத்துட்டு வா” என்றார். உள்ளே போய் ஐந்து நிமிடத்தில் வந்த காமாட்சி அக்கா, சலவை செய்த இருபது ரூபாய் நோட்டுகள் ஐந்தை எடுத்துக்கொடுத்தார். “என்னோட மாமியாரும் மாமனாரும் எங்களுக்கு நெறயப் பணம் தந்து ராச வாழ்க்கை குடுத்திருக்காங்க. அதனால இருபது ரூபாய எல்லா வெத்தல மேலயும் வையுங்க சாமி” என்றாள்.

நிகழ்வுகளைப் பார்த்துக்கொண்டிருந்தாள் நந்தினி. மூன்று பரம்பரைப் பெயர்கள் சொல்லி முட்டியிட்டுக் கைப்பின்னியபடி பிண்டம் வைத்ததைப் பார்த்ததும், காட்சி மாறியது. பிண்டங்களைப் பிடித்தபடி, பங்காளி வீட்டுப் பேரன் அமர்ந்திருப்பதாய்த் தோன்றியது. ‘அடுத்த தலைமுறையில், காமாட்சி அக்காவுக்குத் திவசம் செய்ய, அவள் பையன் இருக்கான்’. மேலே வரிசையாகத் தாத்தா பாட்டி, அவர்களது மாமியார் மாமனார் புகைப்படங்கள் மாலை போடப்பட்டிருந்தன. அதோட காமாட்சி அக்கா, மாமா புகைப்படங்கள் இணையும். அவர் வாரிசு, அவர்களுக்கு மாலை போட்டுத் திவசம் வைத்து வருடா வருடம் வடை பாயசத்தோடு விருந்துண்பான். எல்லாப் பெரிசுகளும் கிளம்பியாச்சு. நம் வீட்டில் இப்படி நடக்கும்போது துரையும் அவர் அண்ணனும் கை பின்னிக்கொண்டு மண்டி யிட்டுப் பிண்டம் வைப்பார்கள்.

ஆனால் சித்தப்பா வீட்டில் அவர் இறந்துபோனபோது யாருமே திவசம் கொடுக்கவில்லை. தலை திவசம் வீட்டில் நடந்தபோது எல்லாரும் போயிருந்தோம். சித்திதான் அய்யரைக் கூப்பிட்டுத் திவசம் நடத்தினாள். மனையில் யாரும் அமரவில்லை “வாரிசு இல்லாததால, அடுத்த வருஷம்முதல், வீட்டில் தர வேண்டியது இல்லை. நீங்க இருக்கும்வரை ஆடி அமாவாசைக்கு அம்மா மண்டபம் போய்த் தெவசம் கொடுத்திடுங்கோ” என்றார் அய்யர். நந்தினி, “தாரா இருக்காளே” என்றதும், “கொஞ்சம் வாயை மூடிட்டு இருடி” என்றாள் சித்தி. “பெண் பிள்ளைகள் பெத்தவங்களுக்குத் தெவசம் கொடுக்கறதில்லை. அதுங்க அடுத்த வீட்டுக்குப் போயிட்டதுக்கு அப்பறம், பெத்தவங்க வேற, அவங்க வேற. கன்னியாதானம் செய்ததுமே, அந்தப் பந்தம் அவ்வளவுதான். பெத்தவங்க செத்தாலும் பெண்ணுக்குத் தீட்டு மூணு

நாளுதான். பெத்தவங்களுக்குப் பித்ரு பண்ணத் தேவை யில்லை" என்றார் அய்யர்.

இது என்ன சிஸ்டம்? பெண்களைப் பெற்ற அப்பா அம்மா நினைவு தினம் கொண்டாடும் உரிமை மகள்களுக்கில்லையா? பெண் பெற்றோர் பித்ருக்களாக மாட்டார்களோ? கன்னியைத் தானம் தந்ததுமே அப்பெற்றோர் பித்ருக்களாக அலைக்கழியாம லிருக்க வரம்பெற்றுவிடுவார்களோ? அவர்கள் மறுபிறவிகளிலும் தம்மைக் கவனிக்கவில்லையே எனக் கோபம் கொண்டு குலம் நாசமாகட்டும், வாரிசற்றுப் போகட்டும் எனச் சாபம் தரும் வன்மமில்லாதும் போய்விடுவார்களோ? பெண்ணோ பிள்ளையோ இரண்டுமில்லாத எனக்கும் துரைக்கும் யார் திவசம் தருவார்கள்?

90

“காலைல சீக்கிரம் கிளம்பி வந்துடுங்க. புண்ணியதானத்துக்கு அய்யர் வரதுக்குள்ள வந்துடுங்க. பொறந்து பதினைஞ்சி நாளாச்சி. இன்னும் பாக்காம இருக்காங்களேன்னு உங்க பரிமளா அக்கா வருத்தப்படறாங்க. ஊருக்கு வாரா வாரம் வர. இங்கேயே இருந்துட்டு வரலைன்னா எப்படி? துரையும் வந்துடுவாரில்லையா?”

“எல்லாரும் வந்து பிள்ளய பார்த்துட்டுப் போயிடட்டுமே அண்ணி. கொஞ்சம் வளரட்டும், வந்து பாக்கறேன்.”

“அப்படியெல்லாம் சொல்லக்கூடாது நந்தும்மா. இப்போ என்ன பிரச்சனை? யாரு என்ன சொன்னா? நீயா ஏதாவது நினைக்கக் கூடாது. வர்ற, அவ்வளவுதான்.”

சரளா அண்ணிக்குப் பேரன் பிறந்ததிலிருந்து தலைகால் புரியமாட்டேங்கிது. புண்ணிய தானத்தை இவ்வளவு பெருசா சொல்லிச் செய்வ தில்லை. சாரணி பிறந்தபோது, அண்ணியின் அம்மா வீட்டில் நான், அம்மா, அப்பா, அண்ணா அண்ணியின் அம்மா, அப்பா அவ்வளவே பேர்தான் இருந்தோம். அந்தக் குட்டிப் பெண் சாரணிக்கு இன்று குட்டியாக மகன் வந்தாச்சு. மைசூருக்கு, மீண்டும் கல்லூரி விஷயமாக, இந்த நேரத்திலா வர வேண்டும்? துரைக்குச் சிறு குழந்தைகளைப் போய்ப் பார்ப்பதில் அல்லது வளைகாப்பு விழாவிற்குச் செல்வதில் சிக்கலிருப்பதில்லை.

பெரியம்மா வீட்டுச் சகோதரிகளோடு மிக நெருக்கம். ஆனால் அந்த அக்கா வீட்டுப் பேரன் பேத்தி எல்லாருக்கும் இரண்டு வயதில் சென்று பார்த்துவிட்டுச் செய்முறை செய்துவிட்டு வந்தாள். சரளாவோடும் சாரணியோடும் நந்தினி நெருங்கியிருந்திருக்கிறாள். இனம்புரியாத மனத்

தடையுடன்தான் வளைகாப்புக்குச் சென்றாள். எவ்வளவோ வற்புறுத்தியும் வளையல் போட மாட்டேன் என்றாள். இப்போதும் அதே நிலையில்தான் புண்ணியதானத்திற்கும் சென்றாள். சாரணியை ஒரு ஸ்டூல் போட்டு உட்கார வைத்திருந்தார்கள்.

“டாக்டர், கொஞ்ச நாளைக்குக் கீழே உட்கார வேண்டாம். சம்மணக்கால் போட்டு உட்கார வேண்டா மென்று சொல்லியிருக்காங்க” என்றாள் சரளா.

இதே போலத்தான் கைக்குள் அடங்கியிருந்த சாரணியைச் சரளா அண்ணி ஏந்தியபடிப் புண்ணியதானத்திற்கு அமர்ந்திருந்ததும் நினைவுக்கு வந்தது. இன்று சாரணியின் கையில் சின்னப்பட்டு. கை கால்களை மெல்ல மெல்ல அசைக்கிறது. பிஞ்சுக் கை, பிஞ்சுக் கால்கள், பிஞ்சுக் கன்னங்கள். அந்த மூக்குமட்டும் எங்க குடும்பத்து மூக்கு, போண்டாவைப் பிடித்து வைத்ததுபோல. அண்ணி கையில் சாரணி, சாரணி கையில் அவள் மகன். இரண்டு நிகழ்வுகளுக்குமே நந்தினி பார்வையாளர்தான்! கொண்டுவந்த நகைகளை அணிவித்துக் கொஞ்ச நேரம் செல்லம் கொஞ்சிவிட்டுப்போகலாம். வேறு உரிமை என்ன இருக்கிறது? புண்ணியதானம் செய்யுமிடத்தில் சாரணி மாமனார், மாமியார், அண்ணா, அண்ணி, அண்ணி யின் அம்மா எல்லாரும் இருந்தார்கள். பூஜை முடியும் நேரம். கௌரோஜனம்[1] சாப்பிடச் சாரணியின் குடும்பத்தை அழைத்தார் அய்யர்.

சாரணியின் கணவரிடம், “உங்க அம்மா, அப்பா, தம்பி, திருமணமாகாமல் உடனிருக்கும் தங்கை இவர்கள் மட்டும் தான் இந்தக் கௌரோஜனம் சாப்பிடணும்” என்றார் அய்யர்.

“பாட்டி இருக்காங்க, இவர் அம்மாவோட அம்மா” என்றாள் சாரணி.

“இல்லை. அவங்க உங்க குடும்பத்துல வர மாட்டாங்க. உங்காத்துக்காரரோட அம்மாவா இருந்தா, இதை வாங்கிக்க லாம்” என்றார்.

“கஷ்டப்பட்டுச் சுமக்கிறது நாம. ஆனா, ஆம்பிளப் பிள்ளையப் பெத்திருந்தாத்தான் பூஜை, புண்ணியத்தில உரிமை. நல்லவேளை நான் ஒரு பையனைப் பெத்திருக்கேன்” என்று அண்ணி சொன்னதும், பரிமளா அக்கா, “ஆமா.

---

1. பசு நல்கும் பால், தயிர், வெண்ணெய், நெய், கூடப் பசுவின் கோமியம்

பொண்ணப் பெத்தவங்க எல்லாம், கடைசிக் காலத்தில், வீட்டுக்குள்ள சொகுசா பொண்ணுகூட இருப்பாங்க. பையனப் பெத்தவங்களுக்கு உசிர விட்ட அப்பறம், தெவசம் வேணும்னா உண்டு. உசிரோட இருக்கப்ப எந்தக் கவனிப்பும் இருக்காது" என்றாள்.

"அடடா! அதென்ன, அப்படிச் சொல்லிட்டீங்க? சாரணி உங்களை நல்லாப் பாத்துப்பா!"

"பாத்துக்குவா. ஆனா, என்னை விடவும் உங்க மேலதான் அவளுக்குப் பாசமிருக்கும். என்னதான் நான் பொங்கிப் பொங்கிப் போட்டாலும் மாமியாதானே?"

இவர்கள் சகஜமாகப் பேசிக்கொண்டிருக்கிறார்களா அல்லது சண்டையிடுகிறார்களா என்ற குழப்பத்துடன் அவர்களைப் பார்த்துக்கொண்டிருந்தாள் நந்தினி. குழந்தையே இல்லாத என்னை யார் பார்ப்பார்கள்?

சாரணியின் மகனுக்குத் தொட்டிலும், குளிக்க வைக்கக் குழந்தை பாத் டப்பும், இன்னும் பல பேபி ரெடிமேட் அயிட்டங்களும் சரளா வாங்க, சரண் பில் கட்டினானாம். "நான் இதுவரை செய்த செலவில், மிக உருப்படியான செலவு இதுதான் என்று சொன்னான்" என சரளா பெருமையடித்துக் கொண்டிருந்தாள். சின்னவன் வேலைக்குப் போய் ஒன்றரை வருடமாகிவிட்டது. பரிமளா அக்கா (சாரணியின் மாமியார்), "என்ன இருந்தாலும் தம்பிய இந்தச் செலவெல்லாம் செய்ய விட்டிருக்கக் கூடாது. அவரே பாவம்! சின்னக் குழந்தை தானே!" என்றாள்.

"இதக்கூடச் செய்யாட்டி, அவன் இவ்ளோ சம்பாரிச்சி, என்ன பிரயோஜனம்? இப்படி இன்ஸ்டென்டா ஒரு மருமகன் கிடைச்சிருக்கான்?"

"என்ன இருந்தாலும்..."

"இதெல்லாம் இப்படி போட்டு அப்படி வாங்கறதுதானே அண்ணி? நாளைக்கு அவனும் பிள்ள பெப்பான் இல்ல, அப்ப வசூலிச்சிக்குவான். அவனுக்குப் பொண்ணு பொறந்தா, இத அட்வான்ஸா வைச்சிக்கச் சொல்லிச் சாரணிகிட்டச் சொல்லிட வேண்டியதுதான். வாரிசுன்னாலே வசூல்தானே?" அண்ணியின் முகத்தைப் பார்க்க வேண்டுமே! பூரித்துப் போயிருந்தது. நந்தினிக்கு மட்டுமே உள்ளுக்குள் குறுகிப் போனது போலிருந்தது. என்ன என்றே சொல்லத் தெரியாத உணர்வு!

சாரணி, குழந்தையை ஒருநொடி தயங்கிப் பின் தந்ததைப் பற்றியே நெடுநேரம் யோசித்துக்கொண்டிருந்தாள். புண்ணியதானம் முடிந்து கொஞ்சநேரம் சாரணியோடு பேசிக் கொண்டிருந்தபோது, சம்மணம் போட்டு அமரப் போனவளை "அப்படி உட்காரக்கூடாது" என நினைவு படுத்தினாள் நந்தினி. "இதெல்லாம், உங்களுக்கு எப்படித் தெரியும்?" என, எதார்த்தமாகச் சாரணி கேட்டதும் சுருக்கென்றது. "அம்மாதான் சொன்னாங்க" என்று சொல்லும் போதே அவளுக்குள் அழுகை பீறிட்டது. தான் சொல்லி யிருக்கக் கூடாது, வந்தேயிருக்கக் கூடாது என நினைத்தாள்.

91

"நான் ஊருக்குப் போகணும் நந்தினி."

"ஏங்க, அதான் இந்த வாரக் கடைசில போகலாம்னு இருக்கோமே!"

"ஐஸ்வர்யா குழந்தைக்குச் சீரியஸ்ஸா இருக்காம். உடனே ஃப்ளைட் பிடிச்சுக் கிளம்பணும்."

ஐஸ்வர்யாவைத் தாரைவார்த்துக்கொடுத்த ஸ்தானத்தில், இப்போது அவளுக்குத் தகப்பனு மாகிப் போனான் துரை. ஐஸ்வர்யா பிறக்கும்போது இரவு முழுதும் ஆஸ்பத்திரியில் இருந்ததாகவும் சொல்லியிருக்கிறான். அவளைக் கையில் முதலில் ஏந்தியவனும் அவன்தான். அவளைக் கட்டினவனுக்கு வசதியும் இல்லை. வெளங்காதவன், சரியான வசதி யில்லாத ஹாஸ்பிட்டல்ல பிள்ளயச் சேர்ப்பானா?

துரை போய்ச் சேர்வதற்குள்ளாகவே குழந்தை இறந்துபோனது. எந்தக் கையால், தன் தங்கை மகளை முதன்முதலில் ஏந்தினானோ, அதே கையால் இறந்த அவள் சிசுவின் உடலையும் ஏந்தினான்; அடக்க முடியாமல் அழுதுவிட்டான்.

தொலைபேசியில் நந்தினியிடம் பேசும்போது "இனிமக் கேட்டு மட்டும் என்ன பிரயோஜனம்? கவர்மெண்ட் ஹாஸ்பிட்டல். டிஸ்சார்ஜ் வேற பண்ண மாட்டேங்கிறாங்க. வேற நல்ல ஹாஸ்பிட்டல்ல சேர்த்தாப் போதும் இப்போதைக்கு" என்றான்.

"சரி இரண்டுநாளில் நானும் வரேன்."

கீரனூர் வீடு இது. இழவு வீடு மாதிரி இருந்தது. எல்லாரும் வந்து விசாரித்துவிட்டுப் போனார்கள். காமாட்சி அக்கா, "லட்ச லட்சமா செலவுபண்ண ஆள் இருக்கே, இப்படிப் போய் ஒரு ஹாஸ்பிட்டல்ல சேப்பானா பாவிப் பய?"

காயாம்பூ

அவர்கள் சொன்ன விஷயத்தில் ஒன்று மட்டும் நந்தினியை உறுத்தியது. லட்சம் லட்சமா செலவுசெய்ய ஆள் இருக்குன்னு சொன்னது துரையத்தான். எல்லாரும் இப்படி துரையும் நந்தினியும் சம்பாதிக்கும் பணத்திற்கான படிக்கணக்குச் சொல்வது என்னவோ செய்தது. உயிரைக் காக்கச் செலவு செய்யலாம், ஆனால் எவ்வளவு சம்பாதிச்சா என்ன, ஆள யாரும் இல்லை; யாருக்குச் செலவு பண்ணா என்ன, பண்ணட்டுமேன்னு இருக்கும் இவர்களின் மனநிலை? நந்தினி அமைதியாகத்தானே இருக்க வேண்டும்?

தேவி வீட்டுக்குப் போனபோது, "வேறு ஜாதில போய்க் கல்யாணம் செய்து யாரிடமும் முகம்காட்ட முடியாமக் கேவலப்படுத்திட்ட. சரி பிள்ள கிள்ள பிறந்து, அவ வாழ்வ பாப்பான்னு நினச்சி மனசத் தேத்திக்கிட்டேன். இப்படி ஆயிடுச்சி" எனப் புலம்ப ஆரம்பித்துவிட்டாள். முன்னாளில், வயசான காலத்தில் என்ன செய்வீங்க என்று கேட்டவள்தானே என நினைத்தாலும் தேவியையும் அவள் மகளையும் பார்க்க நந்தினிக்கு வருத்தமாகவே இருந்தது.

❍

"அம்மா நல்லா இருக்கீங்களா. அண்ணி எப்படி இருக்காங்க? நேத்துதானே பேசினோம். காலைலேயே கூப்பிட்டிருக்கீங்க?"

"கடைக்குக் காய்கறி வாங்க போயிருந்தேன். கருணா மாமிய பார்த்தேன். நாளைக்குச் சூரிய கிரகணமாம், கருணா மாமி சொன்னாங்க."

"என்னம்மா நீங்க? கடையில் இரண்டு நிமிஷம் பேசறதுக்குள்ள, சூரியகிரகணம்வரை, பேசிடுவீங்களா?"

"இல்ல. உங்க பொண்ணு பிரக்னன்டா இருக்காளா? இருந்தா வெளில வரக் கூடாதுன்னு சொன்னாங்க. தூரமெதுவும் தள்ளிப் போயிருக்கா."

"ஏம்மா? உங்களுக்கு வேற வேலையே இல்லயா? எனக்குத் தூரமே நிக்கிற ஸ்டேஜ் வந்தாச்சு. ட்ரீட்மெண்ட் எல்லாம் நிறுத்தி ரொம்ப நாளாச்சு."

"உன் ஜாதகத்துல, உனக்குத் தூரம் நிக்கப் போறப்பதான் பிள்ள பெறக்கும்னு அப்பவே மகேந்திரபுரம் மணி ஜோசியன் சொன்னான்."

"அம்மா போதும்! சாரணிக்குப் பிள்ள பிறந்துடுச்சி, தேவிக்குப் பேத்தி பெறந்து செத்துப் போச்சு. இந்த வயசுல

எனக்குப் பிறந்தா, அது எனக்குப் பிள்ளையா இருக்குமா, பேரப் பிள்ளையா இருக்குமா? போதும்! எனக்கு இந்த ஜென்மத்துக்கு விதிச்சது இதுதான்."

"எல்லாம் என் தலையெழுத்து. உனக்கு ஏன் இப்படி நடக்கணும்?"

"எனக்குத் தெரியாத பதில, எங்கிட்டக் கேக்காதீங்க!"

○

ஸ்ரீரங்கம் கோவிலுக்கு நந்தினியும் துரையும் வந்திருந்தார்கள். நந்தினியின் காதோர நரையை மெல்ல ஒதுக்கித் தலையைத் தடவிவிட்டான் துரை.

"முகம், கை, கலர் எல்லாம் கொஞ்சம் கருப்பாயிடுச்சி. தலைல கொஞ்சம் கொஞ்சம் வெள்ளையாயிடுச்சி."

"உங்களுக்கும்தான் மீச நரைச்சிடுச்சி. முதுகு கொஞ்சம் கூன் விழுந்துடுச்சி."

"தேவிக்குப் பைத்தியம்தான் பிடிச்சிருச்சின்னு நினைக்கிறேன். வயசாயிடுச்சின்னா என்ன பண்ணுவேன்னு புலம்புது."

"சரளா அண்ணியும் அதேதான் சொல்றாங்க. நானா நானில சேரணுமாம்."

"இவங்க எல்லோரும் பிள்ளைங்களப் பெத்தோம், வளத்தோம்னு அதுங்ககிட்ட ரொம்ப எதிர்பார்த்துட்டாங்க."

"கஷ்டப்பட்டு வளர்த்திருக்காங்க. எதிர் பார்க்கறதுல என்ன தப்பு? பிள்ளைங்க இருக்குற இவங்களே இப்படி புலம்புறாங்களே? நமக்கு வயசானா என்ன செய்றது."

"இத எத்தன வாட்டித்தான் கேப்ப நந்து? அங்க பாரு!"

ஸ்ரீரங்கம் தாயார் சன்னிதியிலிருந்து வயதான ஒரு தம்பதியர் வெளியே வந்தார்கள். அவர் படி ஏறச் சிரமப்படும் போது, அவர் மனைவி கைக்கொடுத்து உதவினார். சன்னிதியில் சேவித்து எழும்போது அந்தப் பெண்மணிக்கு எழுந்து கொள்ள அவர் உதவினார்.

"இவங்களப் போல உனக்கு நான்; எனக்கு நீ. உன்னைப் பாத்துக்கறது என் பொறுப்பு!"

"உங்கள யார் பாத்துப்பாங்க?"

காயாம்பூ 325

"கொஞ்ச நாளைக்கு முன்ன நீ உங்க அம்மாகிட்ட சொன்ன அதே பதில்தான். பதில் இல்லாத கேள்விய கேட்டா என்ன பதில் சொல்ல?"

○

சண்டிகரின் பாறைச் சிற்பத் தோட்டம் பெருமை வாய்ந்தது. இதை நேக் சந்த் என்பவர் நிர்மாணித்ததால், நேக் சந்த் பாறைச் சிற்பத் தோட்டம் என அழைக்கிறார்கள். இது நாற்பது ஏக்கர் பரப்பளவில் அமைந்துள்ளது. இத்தோட்டம் சுக்னா ஏரிக்கு அருகில் உள்ளது.

இங்குச் சிலைகளைப் புட்டி, கண்ணாடி, வளையல், தரை ஓடு, தட்டாங்கல் முதலியன கொண்டு உருவாக்கியுள்ளனர். நகரத்தில் தேவையற்றுக் கிடந்த பழம்பொருளையும் கழிவுகளை யும் கொண்டு இவற்றை உருவாக்கினார் நேக் சந்த். அங்குத் தேவையற்ற பொருள்கள் எல்லாம் அவ்வளவு கலைநயத்தோடு வடிவம் கொண்டுள்ளன.

அந்தப் பாறைச்சிற்பத் தோட்டம், ஒவ்வொரு நாளும் ஐம்பதாயிரம்பேரை மகிழ்விக்கிறது. கண்ணாடி வளையல்களாலான மனித உருவங்களும் உடைந்த மிருக உருவங்களும் அங்கு நிறைந்திருந்தன. அந்தக் கண்ணாடி வளையல்கள் தாம் உருவானதன் பலனை முழுமையாக அடைந்திருந்தன. உடைந்து போனவற்றின் திருவிழாக் கொண்டாட்டமாயிருந்தது அந்தத் தோட்டம்.

அங்கு தன்னைத் தேடினாள் நந்தினி. நான் உடைந்த கண்ணாடி வளையலோ அல்லது பாட்டிலோ இல்லையே. ஏன்? அவைகூடப் பிறரை மகிழ்விக்கின்றனவே! ஆனால் நான் . . . காணக் காண கண்கள் நிறைந்து வழிந்தது நந்தினிக்கு.

✤

லாவண்யா சுந்தரராஜன்

92

ஆவணி மாதம் உறவினர் வீட்டு திருமணமொன்றுக்கு நந்தினியும் துரையும் கீரனூருக்கு வந்திருந்தார்கள். கடந்த ஆறுமாதமாக மாதவிடாய் வரவில்லையென்று நந்தினி புலம்பிய படி இருந்ததால் அவளை குடும்ப டாக்டர் மஹாலஷ்மியிடம் அழைத்து கொண்டு போனான் துரை. டாக்டர் ஸ்கேன் பார்த்துவிட்டு "உங்க கர்ப்பபை நல்லா சுருங்கிடுச்சி. நீங்க மெனோபாஸ் ஸ்டேஜ் அடஞ்சிட்டீங்க. இனிமே எந்த பிரச்சனையும் இல்ல" என்றாள் மஹாலக்ஷ்மி. அதைக் கேட்டு எதுவும் சொல்லத் தோன்றாமல் வெறுமையாய் புன்னகைத்தாள் நந்தினி. மறுநாள் காலையில் கண்மூடி சூரிய முத்திரைசெய்துகொண்டிருந்த நந்தினியின் கண்களில் கண்ணீர் வடிந்தது. தியானத்திலிருந்த நினைவேயில்லாமல் அவசரமாய்க் கண்களைத் துடைத்துக்கொண்டாள்.

ஒவ்வொரு வருடமும் ஆவணி மாதத்தில் திருவரங்கத்துக் கோவிலில் பவித்ரோட்சவம் நடக்கும். அந்த வருடம் முழுவதும் கோவிலில் நடந்த பூஜைகளில் ஏதேனும் குறைபாடிருந்தால் களையும் உற்சவம் அது. கோவிலை சுத்தம் செய்து, யாகம் வளர்த்துப் பரிகாரம் செய்வது பவித்திர உற்சவம். இந்த யாகம் வளர்ப்பதால் கோவிலில் ஆண்டு முழுவதும் நடைபெற்ற பூஜைகள், யாகக் குறைபாடுகள் நீங்கிப் பரிபூரணம் எங்கும் நிறையும். கோவில் குறைபாடுகள் களையப்பட்ட அந்த நாளில், பக்தர்கள் விரதமிருந்து பெருமாளை வழிபட்டு வேண்டிக் கேட்டால், எந்தக் குறையும் நிவர்த்தியாகுமென்பது ஐதீகம். பவித்ரோட்சவம் பார்க்க நந்தினியும் துரையும் ஸ்ரீரங்கம் சென்றார்கள்.

பவித்திர உற்சவ மண்டபத்திற்கு எழுந்தருள ஆரவார மாய், மிதமிஞ்சின புன்முறுவலோடு வந்துகொண்டிருந்த நம்பெருமாளைப் பார்த்தாள் நந்தினி. அலங்காரப் பிரியனுக்கு வண்ணப் பூமாலைகள், பரிகாரப் பிரார்த்தனைகளோடு மக்கள் கூடியிருந்தனர். திண்டில் சாய்ந்து விழித்துப் பார்த்தான் நந்தினியை. அவள் அந்தச் சியாமளவண்ணன், பெருங்கருணை யாளனிடம் மன்றாடிக் கண்ணீர் மல்கக் கேட்டாள்.

'உன்னைப் பவித்திரப்படுத்தித் தம்மைப் பவித்திரப் படுத்திக்கொள்ள இந்த உற்சவம் கொண்டாடுகிறார்கள். எம்பெருமானே! நீ என்ன அத்தனை பவித்திரமானவனா?'

'நான் பவித்திரமானவன் இல்லையா?'

'இத்தனை வருடமாய் நீயே கதி என வணங்கி வாழ்ந்தேனே நான். உன்னால் தர முடியாத ஒன்றைக் கேட்டேனா?'

'ஆம். என்னால் தர முடிந்திருந்தால், உனக்கில்லாமல் யாருக்குத் தந்திருப்பேன்?'

'ஏன்? அதென்ன பேராசையா? நான் கேட்கக் கூடாத வரமா? இத்தனை காலம் கடும் தவம்போல் செய்தேனே? ஏன் நீ மறுத்தாய்?'

'உனக்குரியது எதையும் நான் மறுக்கவில்லை. உனக்கில்லாதது எதையும் என்னால் தர முடியாது.'

'எனக்கு ஏன் இல்லை? நான் என்ன செய்தேன்? எனக்கென்ன குறை? ஏன் இப்படி ஒரு குறையைக் கொடுத்து, என்னைக் கொல்லத் துணிகிறாய்?'

'உன் குறையல்ல, ஊழ்வினை, குடும்ப சாபம்!'

'உன்னால் போக்க முடியாத சாபமும் உண்டா, அதற்கு அத்தனை வலிமையா?'

அவன் மந்தகாசமாய்ப் புன்னகைத்தான்.

'நீ எனக்கு என்ன தந்தாய்?'

'நினைத்துப்பார்.'

'என்ன தந்தாய்?'

'இதை.'

※

லாவண்யா சுந்தரராஜன்

பின்னுரை

காயாம்பூ என்ற பூவைப்பூ

எல்லாரும் கல்யாணம் பண்ணிக்கொண்டு விட வேண்டும்; எல்லாரும் குழந்தை பெற்றுக் கொண்டுவிட வேண்டும்; தமக்கென முயலாமல் பிறருக்கெனவே தியாகத் தீபமாகிவிட வேண்டும்; சமூகம் கிழித்த கோட்டுக்குள்ளேயே இறுதி மூச்சுவரை ஆடியடங்கிவிட வேண்டும்! இதுதான் வாழ்க்கை என்று கற்பிக்கப்பட்டிருக்கிறது. இதை மீறினால் என்னவாகும்? துன்பம், இன்பம், வெறுமை என்ற இந்த மூன்றின்றி வேறு என்னதான் வந்துவிடும்? (பாரதி!). 'எது வரினும் ஏற்று வாழ்' என்பது தத்துவமில்லை; லௌகீகம்! வேறு என்னதான் செய்துவிட முடியும்? இருக்கிறோம்; இருக்கிறோம்; இருக்கிறோம்; இல்லாமல்போன பிறகும் இருப்பதற்கே முனைகிறோம்!

"மெல்லப் பொட்டுப்போலத் தொடங்கிய வலி ஒவ்வொரு அணுவையும் புரட்டியது. மெல்லத் தசைகளைப் பிசைந்தபடி உடல் முழுவதும் பரவியது. காதுவழியே வலி வெளியேறி மீண்டும் உட்புகுவதுபோல் காதுகள் கொதிக்கத் தொடங்கின. மூக்குத் துளைகளும் அப்படியே. தொண்டை வறண்டது. கண் இருட்டிக்கொண்டு வந்தது. நரம்புகள் எல்லாம் முறுக்கி எடுப்பதுபோல, அப்படி ஒரு வலியை அதுவரை அவள் அனுபவித்ததே யில்லை. மை ஏற ஏற, வலியில் வேகமும் அதிகரித்தது. உடல் முழுதும் ஒரு புடவையை ஒட்டப் பிழிவதுபோல இருந்தது. சக்தி எல்லாம் இழந்த ஒரு நிமிடம் . . . ஆடைகூட அணியாமல்

அடுத்த அறைக்குச் சென்று படுக்கையில் விழுந்தாள் . . .” – மறுஉற்பத்திதானா வாழ்வின் ஒரே அர்த்தம்? இது உண்மையெனில், ‘வாய்மையும் பொய்மையிடத்த’ என்றே சுவச்சல் போடத் தோன்றுகிறது. நிலவுடைமைச் சமூகத்தின் விழுமியங்கள், மக்களாட்சிக் காலத்திலுமா இப்படிச் செல்வாக்குச் செலுத்துவது? பெரியாரின் ‘கர்ப்பப்பையை எடுத்துவிட்டால்தான் விடுதலை’ என்ற குரலும், நடைமுறைக்குப் பொருந்தாத தீர்க்கதரிசனமாகவே கடந்துபோகக்கூடியதுதானா? “தேள் கொடுக்குக்கு இடையே கழுத்தை வாகாய்க் கொடுத்தால், அது கொட்டாமல் கொஞ்சவா செய்யும்?” எனக் கேட்கிறார்கள். “வண்டி கிளம்பியது. நசுங்கிய எலுமிச்சைப் பழத்தைப் பார்த்தாள். மனம் கிளர்ந்தது. நறுமணம். நசுங்கிய எலுமிச்சை, ஏன் என்னைப் பலியிட்டீர்கள் என்பது போலிருந்தது. ஆனால், நசுங்கிய பின்னும், அதே நறுமணத்தைத் தானே அந்தப் பழம் பரப்புகிறது? நான் மட்டும் ஏன் இப்படிக் குணம் மாறிப்போனேன்?” எனக் குமைகிறார்கள். கொட்டும் தேளைத்தான் கொஞ்சும் தேள் என்கிறார்கள்; நசுங்கிய எலுமிச்சையின் நறுமணத்தைக் கிரகித்து நுகரும் நாசி இன்னும் அவர்களுக்கு மிச்சமிருக்கிறது; இத்தகைய இயல்பினாலேயே இவர்கள் இல்வாழ்கிறார்கள்!

“இந்த உணர்வு எப்படியிருக்குமென்று நீங்க கத்துக்கணும். அதை அனுபவிக்கணும். அதுக்கு டெமோ இருக்கு. டெமோன்னா பயப்பட வேண்டாம். நீங்களேதான் கத்துப்பீங்க” எனப் பிள்ளையைச் சொற்களில் பிடிப்பவர்களிடம் மாட்டிக்கொண்ட இப்படியானவர்கள்தாம், “இந்த நீல நிலவைச் சாட்சியாக வைத்துச் சொல்கிறேன். இப்ப ரொம்ப சந்தோஷமாயிருக்கிறேன்” என மயிர்க்கூச்செறிகிறார்கள். குடும்பமும் சமூகமும் தனிமனிதர்களின் குரல்வளையை இன்னும் எவ்வளவு காலத்திற்கு நெரிக்கப் போகின்றன? *There is no exit* என்று சொல்வதுகூடச் சுலபம்தான்; அதைச் சும்மாவே வாழ்ந்து பார்ப்பதுதான் சித்ரவதை. “சம்மணம் போட்டு அமரப் போனவளை, ‘அப்படி உட்காரக்கூடாது’ என நினைவுபடுத்தினாள் நந்தினி. “இதெல்லாம், உங்களுக்கு எப்படித் தெரியும்?” என, எதார்த்தமாக சாரணி கேட்டதும் சுருக்கென்றது. ‘அம்மாதான் சொன்னாங்க’ என்று சொல்லும்போதே, அவளுக்குள் அழுகை பீறிட்டது. தான் சொல்லியிருக்கக் கூடாது; வந்தேயிருக்கக் கூடாது என நினைத்தாள்” – இந்தவித ‘வாழ்ந்து பார்த்தலை’யே, முடியாத யுத்தமாக முன்வைக்கிறது, லாவண்யா சுந்தரராஜனின் ‘காயாம்பூ’.

மழலைச்சொல் கேளாதபோதுதான், யாழையும் குழலையும் ரசிக்க வேண்டும் என்பதெல்லாம் எவ்வளவு பெரிய வன்முறை!

அவரவருக்கும் கிடைத்ததில் யாரும் நிறைவுறுவதில்லை; வேறொன்றை அவாவியே யாவரும் ஓடிக்கொண்டிருக்கிறோம். சமூகம் என்ற அந்த நாலுபேர், அன்றாடம் நம்மை அச்சுறுத்திக் கொண்டேயிருக்கிறார்கள். குழந்தையே இல்லாததும் பிரச்சினை; மூளை வளர்ச்சி குன்றிய குழந்தை இருப்பதும் பிரச்சினையென்றால் என்னதான் செய்வார்கள் மனிதர்கள்? மனம்தான் காரணம். நட்பும் மனம்தான்; பகையும் மனம்தான். தொந்தரவு செய்யும் புறம்போலவே அகத்திலும் மோதல் நடந்துகொண்டேதானிருக் கிறது. இதைச் சமன் செய்துகொள்வதாய்ப் பாவிப்பதன்றித் தீர்வில்லை அல்லது இழுபறியே தீர்வு என்கிறார் லாவண்யா. இவை எல்லாவற்றையும் உடைத்தெறிவதற்கு, இன்னும் எவ்வளவு காலம்தான் பிடிக்கும்? ஆனால் இப்படி நினைப்பதன்றிச் செயலில் இறங்க மனம் துளிக்கூடத் துணிவதில்லையே, ஏன்? எதிர்ப்புணர்வு என்பதும் போகப்போகப் பழகிவிடுமோ!

“அந்தச் சாமியாடி, நந்தினியின் கையை விடவில்லை. எலுமிச்சைப் பழத்தைப் பொத்திவைத்திருந்தது மட்டும், காரணமாக அவளுக்குத் தோன்றவில்லை. மென்ற வேப்பிலை மிகவும் கசந்தது. நந்தினிக்குக் கை தீப்பிடித்து எரிவதுபோல் இருந்தது. சாமியாடி அப்படியே சரிந்துபோனார். அவள் மெதுவாகக் கைகளை அவரிடமிருந்து விலக்கிக்கொண்டாள்.” – மனிதர் களோடு பிறந்த நாம், மனிதர்களோடு வாழ மட்டும் அஞ்சியா ஒதுங்குவது? இந்த வாழ்க்கைக்கு அர்த்தம், ‘வாழ முடியாமை’ என்ற பதிலைச் சொல்ல, நாம் வெட்கப்பட வேண்டாமா? வேண்டாம் என்கிறார் லாவண்யா. ‘கடமையைச் செய்’ என்ற பழகிய ஒரு மூளைச் சலவையா இது? இல்லை; ஓடும்போதே ஓட்டம்பற்றிச் சிந்திக்கத் தேவையில்லை என்கிறார். சிந்தனையை மறுத்துச் செயலை முன்வைக்கிறார். பூவாத அதாவது காய்க்காத பூதான் இக்காயாம்பூ. அது பூக்கவில்லை என்பதைப் பிறரே அதற்கு நினைவூட்டுகிறார்கள். பூத்தால்தான் பூவா? காய்க்காத பூ காயாம்பூ. அது பூக்கும்; காய்க்காது! பார்வை மாற்றமின்றி, எதற்குப் போலி ஆறுதல்?

இயற்கையே இயல்பென்கிறபோது, இருப்பதைப் போற்றாமல் இல்லாமையை நினைத்தேங்குவது, எவ்வளவு செயற்கை? நடிப்பா வாழ்க்கை? நகர்தல்தானே எல்லாம்! நந்தினியும் துரையும் ஜெயந்தியும் குமாரும் ஹரியும் ராஜீயும் ராஜேந்திரனும் அலமேலுவும் பிஜுவும் ரேஷ்மாவும் . . . வெறும் நடமாடும் நிழல்களா? ஏதுமற்றதன் கலையும் சாயைகளா இவர்கள்? இக்கேள்விகளின் புகைமூட்டமாகச் சம்பவ அடுக்குகளினூடே நிஜத் தோற்றங்கள் மின்னிப் புனைவின் மாயத்தைச் சாயம்

வெளுக்கின்றன. "என்ன தந்தாய்?" என்ற கேள்விக்குப் பெருமாள், "இதை" என்கிறானே! என்ன சொல்கிறான் அவன்? இந்நாவல் முடியுமிடத்திலிருந்தே, இது மறுபடியும் தொடங்கிவிடுவதுதான் இதன் தனிச்சிறப்பு. துன்பமென்ன இன்பமென்ன? 'இன்பமும் துன்பம்தான் துன்பமும் இன்பம்தான்' என்ற ஓரிடத்திற்குக் 'காயாம்பூ' நகர்கிறது. இந்த நகர்வே நாவலை வாசகர்கள் கவனங் கொள்ளக் காரணமாகிறது. ஆழ்வார்களால், 'காயாம்பூ வண்ணன்' எனக் கண்ணன் விளிக்கப்படுகிறான். 'பூவைப் பூவண்ணா' என்கிறாள் ஆண்டாள். கண்ணன் தீராத விளையாட்டுப்பிள்ளை. நந்தினிக்கு அவன் தந்தது பெரிது. ஒரு நிஜ வாழ்வனுபவம். அதன் ஒவ்வொரு கணுவும் அவள் நினைவில் நிற்கிறது. திரும்பிப் பார்க்கிறாள் நந்தினி. காயாம்பூவாய்க் கண்ணன் தெரிகிறான். அந்த இது எது என்பது நந்தினிக்குப் புரிகிறதோ இல்லையோ, கண்ணீரைத் தொட்டுணரும் வாசகர்களுக்குப் புரியாமலிராது!

பெய்யெனப் பெய்யும் இப்பண்பாட்டில் – எல்லாமே பகிரங்கம் தான்; அந்தரங்கம் என்பதற்கு இங்கே இடமேயில்லை. குளத்தில், கிணற்றில், அருவியில், நதியில், கடலில் குளிக்கும் பெண்களிடம் அழும்பு செய்வதைத் தெய்வமே தொடங்கி வைத்த ஒரு மரபில், 'பெர்சனல்' என்பதெல்லாம், இரண்டாம் பாலினங்களுக்கேது? சக்தி ரூபங்களின் காட்டலாகாப் பொருளையும் மிரட்டிப் பணியவைத்துவிடும் பெருமையும் உரனும் சாண்பிள்ளைகளுக்கு இங்கே அருளப்பட்டிருக்கிறது. இது எவ்வளவு பெரிய கொடுமை? "கண்ணன் என்னும் கருந்தெய்வம் காட்சிப் பழகிக் கிடப்பேனை, புண்ணிற் புளிப் பெய்தாற்போலப் புறம்நின்று அழகு பேசாதே, பெண்ணின் வருத்தம் அறியாத பெருமான் அரையிற் பீதக, வண்ணஆடை கொண்டு என்னை வாட்டம் தணிய வீசீரே" என்ற பாசுரத்தில் ஆண்டாள் சொல்வதையேதான், புறம் பேசிப் புண்ணிற் புளிப்பெய்த அதே சொல்லம்புகளால்தான் நந்தினியும் துளைக்கப்படுகிறாள். ஆண்டாள் சொல்லாததையா நந்தினி சொல்கிறாள்? "நமக்குக் கல்யாணமாகிப் பதினேழு வருஷமாச்சு!", "ஆமா. அதுக்கென்ன இப்ப?", "இப்பத் தத்தெடுத்தா, அந்தக் குழந்தை என்ன அம்மான்னு சுூப்பிடுமா, பாட்டின்னா?"; "ஹரி, உங்க குழந்தயச் சுமக்க எனக்கு ஒரு வாய்ப்புத் தருவீங்களா?", "நந்தினி", – அதிர்ந்த குரலில் கிறீச்சிட்டான் ஹரி. "பயப்படாதீங்க. எனக்கு ட்ரீட்மெண்ட் நடந்துகொண்டிருக்கிறது. நீங்கள் விந்து தானம் செய்ய முடியுமா?", கொஞ்சம் ஆறுதல் அடைந்தது ஹரியின் முகம்" – பெண்ணின் வருத்தம் பெருமானே அறியாத போது, துரையும் ஹரியுமா அறிந்துவிடுவர்? "இது எவ்வளவு அந்தரங்கமான விஷயம்? இவ்வளவு அலட்சியமா நடந்துக்

கிறாங்க. ஹ்யூமன் ரைட்ஸ் அத்தாரிட்டி கிட்ட மாட்டிவிடணும். இது ரொம்பக் கேவலம். மனுஷங்களுக்கு, உசுரோடிருக்கவங் களுக்குத்தானே ட்ரீட்மெண்ட் பாக்கறாங்க. கொஞ்சம்கூட நினைக்கல...” என்ற நந்தினியின் ஊமை அரற்றல், பெருமாள் காதிலும்கூடச் சென்று விழவில்லையே! “நான் ஒன்னும் பண்ணலம்மா. அக்கா சொன்னதுதான் செய்தேன்” – பிஜுவை கட்டிக்கொண்டழுதாள் ஜெயந்தி. “அய்யோ! இந்தப் பிள்ளைக்கு, இவ்வளவு கஷ்டம் ஏன்? இறைவனே உனக்குக் கண்ணில்லையா?” – இந்தக் கேள்வியை முதலில் கேட்டவள் ஜெயந்திதானா, என்ன? பன்னெடுங்காலக் கேள்வியில்லையா இது? ஒரு கையறு நிலை, மானுடர் எதிரே, வாலில் தீவைத்துக்கொண்ட அனுமாராய்ச் சுழன்றடிக்கிறது. இதுதான் – ***It is a sigh of the oppressed creatures*** என்று மார்க்ஸ் சொன்னது – இதைத்தான். காணக் கிடைக்காத அதிசயமாக ஸ்ரீரங்கம் நந்தினிக்குத் தெரிவதில் ஆச்சர்யம் என்ன இருக்கிறது? என்றும் இறவாத எந்தையான பெருமாளைப் படைத்திருக்காவிட்டால், பிறகு மனுஷனுக்கு இளைப்பாறலேது!

“அதிகாலையில் முதலை விழுங்கற மாதிரி கனவு. கல்யாணம் இன்றிலிருந்து மூன்றாம்நாள். இந்தக் கனவு எதைச் சொல்லவருகிறது?” சாமி தரிசனங்களாலும் கனவு மயக்கங் களாலும் பின்னப்பட்டுள்ள இந்த நாவல், நூற்றிருபது அத்தியாயங் களாகப் பகுக்கப்பட்டுள்ளது. ஒரு மனிதனின் பூரணாயுள் என்று இராமாநுஜர் வாழ்ந்தமைந்த நூற்றிருபதாண்டுகளைச் சொல்வார்கள். அதை நினைவூட்டும் அதேவேளையில், சின்னச்சின்னப் பூக்களைப்போல் நிதானமாய்க் ‘காயாம்பூ’ தொடுக்கப்பட்டுள்ளது. ஆம்! சின்னச்சின்னப் பூக்கள்! யாராலும் கவனிக்கப்படாமலேயே காலில் மிதிபட்டுக்கிடக்கும் வாய்க்கால் குறும்பூக்களைப் பற்றிச் ‘செம்பருத்தி’யில் தி. ஜானகிராமன் நெகிழ்ந்திருக்கிறார். “இன்றைக்கு இலக்கியம் ஒரு பொருள், அது உயிரல்லாதது, உயிருள்ள இலக்கியம், இன்றைக்கு, மௌனமாய்ப் பேசிக்கொண்டிருக்கின்றது, நீங்கள், ஏதாவது ஒன்றைச் சொல்லியாக வேண்டும்” என்பார் ஆத்மாநாம். ‘காயாம்பூ’ மௌனமாய்ப் பேசுகிறது; எதையும் அது சொல்லவில்லை; உணர்த்தவே முனைகிறது!

சென்னை **கல்யாணராமன்**
07.02.2021

லாவண்யா சுந்தரராஜனின் பிற நூல்
[காலச்சுவடு வெளியீடு]

புறாக்களை எனக்குப் பிடிப்பதில்லை

(சிறுகதைகள்)

ரூ. 150

மரபார்ந்த குடும்பச் சட்டகங்களுக்கும் நவீன சமூகத்தின் மாறிவரும் மதிப்பீடுகளுக்கும் நடுவே தம் தனித்துவத்தையும் இருப்பையும் பொருண்மையுடன் தக்கவைத்துக்கொள்ள இடையறாது முயலும் பெண்களின் சித்திரங்களே இக்கதைகள்.

குலைந்திருக்கும் உறவுகள் சார்ந்த சமன்பாடுகளை, கரிசனத்துடன் சுட்டி நிற்பதின் வழியாகச் சமகால வாழ்வில் கவிந்திருக்கும் வெறுமையைப் புரிந்துகொள்ள இவை உதவுகின்றன.

எம். கோபாலகிருஷ்ணன்